ಚಂದ್ರಶೇಖರ ಆಜಾದ್ ಭಾರತೀಯ ಕ್ರಾಂತಿಕಾರಿ ಚಳವಳಿಯ ವಿಶಿಷ್ಟ ವ್ಯಕ್ತಿತ್ವ. ಭಾರತದ ಸ್ವಾತಂತ್ರ್ಯಕ್ಕಾಗಿ ಅವರ ಅನನ್ಯ ದೇಶಭಕ್ತಿ, ಅದಮ್ಯ ಧೈರ್ಯ, ಶ್ಲಾಘನೀಯ ಪಾತ್ರದ ಶಕ್ತಿ ಇತ್ಯಾದಿಗಳು ಈ ರಾಷ್ಟ್ರದ ಸ್ವಾತಂತ್ರ್ಯ ಹೋರಾಟಗಾರರಿಗೆ ಶಾಶ್ವತ ಆದರ್ಶ ಸ್ಫೂರ್ತಿಯನ್ನು ನೀಡುತ್ತಲೇ ಇರುತ್ತವೆ. ಕಡು ಬಡ ಕುಟುಂಬದಲ್ಲಿ ಹುಟ್ಟಿದ್ದರೂ ಅವರು ಪ್ರಸ್ತುತಪಡಿಸಿದ ದೇಶಭಕ್ತಿಯ ಆದರ್ಶ ಶ್ಲಾಘನೀಯ ಮಾತ್ರವಲ್ಲ ಶ್ಲಾಘನೀಯ. ಆಜಾದ್ ವಾಸ್ತವವಾಗಿ ದೇಶಭಕ್ತಿ, ತ್ಯಾಗ, ಸ್ವತ್ಯಾಗ ಇತ್ಯಾದಿ ಸದ್ಗುಣಗಳ ಸಂಕೇತವಾಗಿದೆ.

D9900067

ಭಾರತದ ಮಹಾನ್ ಅಮರ ಕ್ರಾಂತಿಕಾರಿ

ಚಂದ್ರಶೇಖರ ಆಜಾದ್

ಮೀನಾ ಅಗರ್ವಾಲ್

ಡೈಮಂಡ್ ಬುಕ್ಸ್
www.diamondbook.in

© ಪ್ರಕಟಣೆಯ ಅಡಿಯಲ್ಲಿ

ಪ್ರಕಾಶಕರು   :   ಡೈಮಂಡ್ ಪಾಕೆಟ್ ಬುಕ್ಸ್ (P) ಲಿಮಿಟೆಡ್.

                             X-30 ಓಖ್ಲಾ ಕೈಗಾರಿಕಾ ಪ್ರದೇಶ, ಹಂತ-II

                             ನವದೆಹಲಿ -110020

ದೂರವಾಣಿ   :   011-40712200

ಜಾಲತಾಣ   :   www.diamondbook.in

ಆವೃತ್ತಿ   :   2024

ಮುದ್ರಿಸಿದವರು   :   ರೆಪ್ರೊ (ಭಾರತ)

ಭಾರತದ ಮಹಾನ್ ಕ್ಯಾಂತಿಕಾರಿ: ಚಂದ್ರಶೇಖರ ಆಜಾದ್ (Bharat ke Amar Krantikari Chandra shekhar Azad - Kannada)

ಮೂಲಕ -ಮೀನಾ ಅಗರ್ವಾಲ್

ಎರಡು ಪದಗಳು

ಭಾರತದ ಸ್ವಾತಂತ್ರ್ಯ ಮತ್ತು ಈ ರಾಷ್ಟ್ರದ ನಿರ್ಮಾಣದಲ್ಲಿ ಕ್ರಾಂತಿಕಾರಿಗಳ ಕೊಡುಗೆ ಇತರ ಚಳುವಳಿಗಳಿಗೆ ಹೋಲಿಸಿದರೆ ಕಡಿಮೆಯಿಲ್ಲ. ವಾಸ್ತವವೆಂದರೆ ಭಾರತದ ಸ್ವಾತಂತ್ರ್ಯ ಚಳವಳಿಯ ಇತಿಹಾಸವು 1857 ರ ಕ್ರಾಂತಿಯಿಂದ ಪ್ರಾರಂಭವಾಗುತ್ತಿದೆ, ಆದರೆ ನಮ್ಮ ಇತಿಹಾಸ ಲೇಖಕರು ಕ್ರಾಂತಿಕಾರಿಗಳ ಕೊಡುಗೆಯನ್ನು ಸರಿಯಾಗಿ ಮೌಲ್ಯಮಾಪನ ಮಾಡದಿರುವುದು ವಿಷಾದದ ಸಂಗತಿ.

ಚಂದ್ರಶೇಖರ ಆಜಾದ್ ಭಾರತೀಯ ಕ್ರಾಂತಿಕಾರಿ ಚಳವಳಿಯ ವಿಶಿಷ್ಟ ವ್ಯಕ್ತಿತ್ವ. ಭಾರತದ ಸ್ವಾತಂತ್ರ್ಯಕ್ಕಾಗಿ ಅವರ ಅನನ್ಯ ದೇಶಭಕ್ತಿ, ಅದಮ್ಯ ಧೈರ್ಯ, ಶ್ಲಾಘನೀಯ ಪಾತ್ರದ ಶಕ್ತಿ ಇತ್ಯಾದಿಗಳು ಈ ರಾಷ್ಟ್ರದ ಸ್ವಾತಂತ್ರ್ಯ ಹೋರಾಟಗಾರರಿಗೆ ಶಾಶ್ವತ ಆದರ್ಶ ಸ್ಫೂರ್ತಿಯನ್ನು ನೀಡುತ್ತಲೇ ಇರುತ್ತವೆ. ಕಡು ಬಡ ಕುಟುಂಬದಲ್ಲಿ ಹುಟ್ಟಿದ್ದರೂ ಅವರು ಪ್ರಸ್ತುತಪಡಿಸಿದ ದೇಶಭಕ್ತಿಯ ಆದರ್ಶ ಶ್ಲಾಘನೀಯ ಮಾತ್ರವಲ್ಲ ಶ್ಲಾಘನೀಯ. ಆಜಾದ್ ವಾಸ್ತವವಾಗಿ ದೇಶಭಕ್ತಿ, ತ್ಯಾಗ, ಸ್ವತ್ಯಾಗ ಇತ್ಯಾದಿ ಸದ್ಗುಣಗಳ ಸಂಕೇತವಾಗಿದೆ.

ಭಾರತದ ಮಹಾಪುರುಷರಲ್ಲಿ ಸ್ವಯಂ ಹೊಗಳಿಕೆಯಿಂದ ದೂರ ಉಳಿಯುವ ಸಂಪ್ರದಾಯವಿದೆ. ಆದುದರಿಂದಲೇ ಆಜಾದ್ ಕೂಡ ತನ್ನ ಸಹೋದ್ಯೋಗಿಗಳಿಗೆ ತನ್ನ ಬಗ್ಗೆ ಏನನ್ನೂ ಹೇಳಿಕೊಂಡಿರಲಿಲ್ಲ. ಒಮ್ಮೆ ಭಗತ್ ಸಿಂಗ್ ಅವರ ಕುಟುಂಬ ಇತ್ಯಾದಿಗಳ ಬಗ್ಗೆ ಕೇಳಿದಾಗ ಅವರು ಹೇಳಿದರು – "ಪಕ್ಷವು ನನಗೆ ಸಂಬಂಧಿಸಿದೆ, ನನ್ನ ಕುಟುಂಬ ಸದಸ್ಯರಿಗೆ ಅಲ್ಲ. ನನ್ನ ಜೀವನಚರಿತ್ರೆಯನ್ನು ಬರೆಯುವುದು ನನಗೆ ಇಷ್ಟವಿಲ್ಲ. ಇದರೊಂದಿಗೆ ಕ್ರಾಂತಿಕಾರಿಗಳ ಚಳುವಳಿಗಳು ರಹಸ್ಯ ಚಳುವಳಿಗಳಾಗಿದ್ದವು. ಆದ್ದರಿಂದ,

ಇತರ ಚಳುವಳಿಗಳಂತೆ, ಅದರ ನಿರ್ವಿವಾದ ಇತಿಹಾಸವನ್ನು ಕಂಡುಹಿಡಿಯುವುದು ಅಸಾಧ್ಯವೆಂದು ತೋರುತ್ತದೆ. ಆಜಾದ್ ಅವರ ಜೀವನದ ಘಟನೆಗಳನ್ನು ವಿವಿಧ ಪುಸ್ತಕಗಳಲ್ಲಿ ವಿಭಿನ್ನ ರೀತಿಯಲ್ಲಿ ವಿವರಿಸಲು ಇದು ಕಾರಣವಾಗಿದೆ.

ಈ ಪುಸ್ತಕದಲ್ಲಿ, ಆಜಾದ್ ಅವರ ಜೀವನದ ಎಲ್ಲಾ ಘಟನೆಗಳಿಗೆ ಸಂಬಂಧಿಸಿದಂತೆ ಲಭ್ಯವಿರುವ ವಸ್ತುಗಳನ್ನು ವ್ಯವಸ್ಥಿತವಾಗಿ ಪ್ರಸ್ತುತಪಡಿಸುವ ಸೀಮಿತ ಪ್ರಯತ್ನವನ್ನು ಮಾಡಲಾಗಿದೆ. ವಿದ್ವಾಂಸರಲ್ಲಿ ವಿವಾದಗಳಿರುವ ಘಟನೆಗಳನ್ನು ಆಯಾ ಸ್ಥಳಗಳಲ್ಲಿ ಉಲ್ಲೇಖಿಸಲಾಗಿದೆ. ಈ ಪ್ರಯತ್ನ ಎಷ್ಟರಮಟ್ಟಿಗೆ ಯಶಸ್ವಿಯಾಗಿದೆ ಎಂಬುದನ್ನು ಸುಧಿ ಪಾಠಕ್ ಮಾತ್ರ ನಿರ್ಧರಿಸುತ್ತಾರೆ.

ಈ ಪುಸ್ತಕವು ಕೇವಲ ವೀರಶ್ರೇಷ್ಠ ಆಜಾದ್ ಅವರ ಜೀವನದ ಐತಿಹಾಸಿಕ ಘಟನೆಗಳ ಸಂಕಲನವಾಗಿದೆ, ಆದ್ದರಿಂದ ಅದರ ಬಗ್ಗೆ ಸ್ವಂತಿಕೆಯನ್ನು ಹೇಳಿಕೊಳ್ಳುವುದನ್ನು ವಂಚನೆ ಎಂದು ಮಾತ್ರ ಕರೆಯಲಾಗುತ್ತದೆ. ಇದರ ಬರವಣಿಗೆಯಲ್ಲಿ ಶ್ರೀ ಮನ್ಮಥನಾಥ ಗುಪ್ತ, ಯಶಪಾಲ್, ವೈಶಂಪಾಯನ, ಶ್ರೀ ವೀರೇಂದ್ರ, ವ್ಯತಿತ್ ಹೃದಯ್, ಯಶಪಾಲ್ ಶರ್ಮಾ, ಶಿವ ವರ್ಮಾ, ಸೀತಾ ರಾಮಯ್ಯ ಮುಂತಾದ ವಿದ್ವಾಂಸರ ಪುಸ್ತಕಗಳಿಂದ ಸಹಾಯವನ್ನು ತೆಗೆದುಕೊಳ್ಳಲಾಗಿದೆ, ಆದ್ದರಿಂದ ನಾನು ಅವರೆಲ್ಲರಿಗೂ ನನ್ನ ಕೃತಜ್ಞತೆಯನ್ನು ಸಲ್ಲಿಸುತ್ತೇನೆ.

-ಲೇಖಕ

ಸೂಚ್ಯಂಕ

ಅಧ್ಯಾಯ ಒಂದು

ಆರಂಭಿಕ ಜೀವನ

ಈ ರಾಷ್ಟ್ರದ ಸೃಷ್ಟಿಗಾಗಿ ಮತ್ತು ಅದರ ಸ್ವಾತಂತ್ರ್ಯಕ್ಕಾಗಿ ಅನೇಕ ವೀರರು ತಮ್ಮ ಪ್ರಾಣವನ್ನು ತ್ಯಾಗ ಮಾಡಿದರು, ಅವರಲ್ಲಿ ಅನೇಕರ ಹೆಸರುಗಳು ಸಹ ತಿಳಿದಿಲ್ಲ. ಇಂದು ನಾವು ಆ ಕ್ರಾಂತಿಕಾರಿ ವೀರರ ಹೆಸರುಗಳನ್ನು ಸಹ ಮರೆತಿದ್ದೇವೆಂದು ತೋರುತ್ತದೆ; ಅವರ ಹೆಸರುಗಳು ಇತಿಹಾಸ ಪುಸ್ತಕಗಳಿಗೆ ಮಾತ್ರ ಸೀಮಿತವಾಗಿವೆ. ಭಾರತದ ಸ್ವಾತಂತ್ರ್ಯದ ಇತಿಹಾಸವು 1857 ರ ಕ್ರಾಂತಿಯೊಂದಿಗೆ ಪ್ರಾರಂಭವಾಗುತ್ತದೆ. ಸ್ವಾತಂತ್ರ್ಯಕ್ಕಾಗಿ ಈ ಮೊದಲ ಹೋರಾಟವು ಬ್ರಿಟಿಷರಿಂದ ವಿಫಲವಾದರೂ, ಗುಲಾಮಗಿರಿಯ ಸರಪಳಿಯಲ್ಲಿ ಬಂಧಿಯಾಗಿದ್ದ ಭಾರತೀಯರಿಗೆ ಅದು ನೀಡಿದ ಸ್ಫೂರ್ತಿಯು ಸ್ವಾತಂತ್ರ್ಯಕ್ಕಾಗಿ ನಿರಂತರವಾಗಿ ಶ್ರಮಿಸಲು ಕಲಿಸಿತು. ಭಾರತೀಯ ರಾಷ್ಟ್ರೀಯ ಸ್ಥಾಪನೆಯ ನಂತರ, ಈ ಪಕ್ಷವು ಅಹಿಂಸಾತ್ಮಕ ನೆಲೆಯಲ್ಲಿ ಸ್ವಾತಂತ್ರ್ಯಕ್ಕಾಗಿ ಹೋರಾಡಿದರೂ, ಇಂದು ಎಲ್ಲಾ ಕ್ರೆಡಿಟ್ ಕಾಂಗ್ರೆಸ್‌ಗೆ ಮಾತ್ರ ಸಲ್ಲುತ್ತದೆ. ಆದರೆ ಕಾಂಗ್ರೆಸ್ ಜೊತೆಗೆ, ಭಾರತದ ಕ್ರಾಂತಿಕಾರಿ ಪುತ್ರರು ಸಹ ಬ್ರಿಟಿಷರ ವಿರುದ್ಧ ಸಮಾನಾಂತರ ಯುದ್ಧವನ್ನು ನಡೆಸಿದರು. ಈ ಕ್ರಾಂತಿಕಾರಿಗಳು ಬ್ರಿಟಿಷ್ ಸರ್ಕಾರಕ್ಕೆ ಸವಾಲಾದರು. ಹಿಂಸಾಚಾರದ ಮೂಲಕ ವಿದೇಶಿ ಆಡಳಿತಗಾರರನ್ನು ದೇಶದಿಂದ ಓಡಿಸಿ ಮಾತೃಭೂಮಿಯನ್ನು ಮುಕ್ತಗೊಳಿಸುವುದು ಅವರ ಉದ್ದೇಶವಾಗಿತ್ತು.

ಭಯಾನಕ ಸಂಕಷ್ಟಗಳನ್ನು ಎದುರಿಸುತ್ತಾ, ಎಲ್ಲಾ ಸೌಕರ್ಯಗಳನ್ನು ಮತ್ತು ಐಷಾರಾಮಿಗಳನ್ನು ತ್ಯಜಿಸಿ, ಮತ್ತು ತಮ್ಮ ಜೀವನದ ಬಗ್ಗೆ ಕಾಳಜಿ ವಹಿಸದೆ, ಕೆಚ್ಚೆದೆಯ ಭಾರತೀಯ ಕ್ರಾಂತಿಕಾರಿಗಳು ತಮ್ಮ ಪವಿತ್ರ ಕಾರ್ಯವನ್ನು ಮುಂದುವರೆಸಿದರು. ಈ ವೀರರಲ್ಲಿ, ಒಂದು ಹೆಸರು ವೀರ ಶಿರೋಮಣಿ ಅಮರ್ ಶಹೀದ್ ಚಂದ್ರಶೇಖರ್ ಆಜಾದ್, ಮಾತೃಭೂಮಿಯ ಸ್ವಾತಂತ್ರ್ಯಕ್ಕಾಗಿ ತನ್ನ

ಪ್ರಾಣವನ್ನು ತ್ಯಾಗ ಮಾಡಿದ. ಈ ವೀರ ವ್ಯಕ್ತಿಯ ಜೀವನ ಚರಿತ್ರೆಯನ್ನು ಇಲ್ಲಿ ಪ್ರಸ್ತುತಪಡಿಸಲಾಗುತ್ತಿದೆ.

ಆಜಾದ್ ಅವರ ವಂಶಾವಳಿ ಮತ್ತು ಅವರ ಮೂಲ ಸ್ಥಳ

ಚಂದ್ರಶೇಖರ್ ಆಜಾದ್ ಅವರ ಪೂರ್ವಜರ ಸ್ಥಳೀಯ ಸ್ಥಳ, ಆಜಾದ್ ಅವರ ವಾಸಸ್ಥಳ ಇತ್ಯಾದಿಗಳ ಬಗ್ಗೆ ಅನೇಕ ತಪ್ಪು ಕಲ್ಪನೆಗಳಿವೆ. ಆಜಾದ್ ಅವರ ಅಜ್ಜ ಮೂಲತಃ ಕಾನ್ಪುರದ ನಿವಾಸಿಯಾಗಿದ್ದು, ನಂತರ ಉನ್ನಾವ್ ಜಿಲ್ಲೆಯ ಬದರ್ಕಾ ಗ್ರಾಮದಲ್ಲಿ ನೆಲೆಸಿದರು. ಅದಕ್ಕಾಗಿಯೇ ಆಜಾದ್ ಅವರ ತಂದೆ ಪಂಡಿತ್ ಸೀತಾರಾಮ್ ತಿವಾರಿ ಅವರು ತಮ್ಮ ಬಾಲ್ಯವನ್ನು ಇಲ್ಲಿಯೇ ಕಳೆದರು ಮತ್ತು ತಮ್ಮ ಯೌವನದ ಆರಂಭಿಕ ಅವಧಿಯನ್ನು ಇಲ್ಲಿಯೇ ಕಳೆದರು. ಪಂಡಿತ್ ಸೀತಾರಾಮ್ ತಿವಾರಿ ಅವರು ಮೂರು ಮದುವೆಯಾಗಿದ್ದರು. ಅವರ ಮೊದಲ ಪತ್ನಿ ಉನ್ನಾವೋ ಜಿಲ್ಲೆಯ ಮೌರವದವರು. ಈ ಹೆಂಡತಿಯಿಂದ ಅವನಿಗೆ ಒಬ್ಬ ಮಗನೂ ಇದ್ದನು, ಅವರು ಅಕಾಲಿಕ ಮರಣವನ್ನು ಹೊಂದಿದ್ದರು. ಪಂಡಿತ್ ತಿವಾರಿ ತನ್ನ ಹೆಂಡತಿಯೊಂದಿಗೆ ಹೆಚ್ಚು ಕಾಲ ಇರಲು ಸಾಧ್ಯವಾಗಲಿಲ್ಲ, ಆದ್ದರಿಂದ ಅವನು ಅವಳನ್ನು ತೊರೆದು ತನ್ನ ಜೀವನದುದ್ದಕ್ಕೂ ಅವಳ ಹೆತ್ತವರ ಮನೆಯಲ್ಲಿ ವಾಸಿಸುತ್ತಿದ್ದನು. ಇದಾದ ನಂತರ ಮತ್ತೆ ಮದುವೆಯಾದ. ಅವರ ಎರಡನೇ ಪತ್ನಿ ಉನ್ನಾವೋದ ಸಿಕಂದರಪುರ ಗ್ರಾಮದವರು. ಅವನ ಎರಡನೆಯ ಹೆಂಡತಿಯೂ ಅವನ ಜೀವನದಲ್ಲಿ ಹೆಚ್ಚು ಕಾಲ ಉಳಿಯಲು ಸಾಧ್ಯವಾಗಲಿಲ್ಲ; ಅವಳು ಶೀಘ್ರದಲ್ಲೇ ತೀರಿಕೊಂಡಳು. ಇದಾದ ನಂತರ ಅವರು ಜಾಗ್ರಣಿ ದೇವಿಯನ್ನು ಮೂರನೇ ಬಾರಿಗೆ ವಿವಾಹವಾದರು. ಜಾಗ್ರಣಿ ದೇವಿಯು ಚಂದ್ರಮಾನ್ ಖೇಡಾ, ಉನ್ನಾವ್ ಗ್ರಾಮದವರು. ತಿವಾರಿ ದಂಪತಿಗಳು ಉನ್ನಾವೋದ ಬದರ್ಕಾದಲ್ಲಿ ಮಗನನ್ನು ಪಡೆದರು, ಅವರು ಈ ಮಗನಿಗೆ ಸುಖದೇವ್ ಎಂದು ಹೆಸರಿಸಿದರು.

ಆಜಾದ್ ಅವರ ಜನನ ಮತ್ತು ಬಾಲ್ಯ

ಈ ಮಗನ ಜನನದ ನಂತರ, ಪಂಡಿತ್ ಸೀತಾರಾಮ್ ಜೀವನೋಪಾಯವನ್ನು ಹುಡುಕುತ್ತಾ ಮಧ್ಯಭಾರತದ ರಾಜಪ್ರಭುತ್ವದ ರಾಜ್ಯವಾದ ಅಲಿರಾಜಪುರಕ್ಕೆ ಹೋದರು. ನಂತರ ಅವರು ತಮ್ಮ ಪತ್ನಿ ಜಾಗ್ರಣಿ ದೇವಿ ಮತ್ತು ಮಗ ಸುಖದೇವ್ ಅವರನ್ನು ಸಹ ಅಲ್ಲಿಗೆ ಕರೆಸಿಕೊಂಡರು. ಅವರು ಅಲಿರಾಜಪುರದ ಭಾಭಾರ ಗ್ರಾಮವನ್ನು ತಮ್ಮ ನಿವಾಸವನ್ನಾಗಿ ಮಾಡಿಕೊಂಡರು. ಇಲ್ಲಿ ಸುಖದೇವ್ ಜನಿಸಿದ 5-6 ವರ್ಷಗಳ ನಂತರ, 1905 ರಲ್ಲಿ ಜಾಗ್ರಣಿ ದೇವಿಯು ಇನ್ನೊಬ್ಬ ಮಗನಿಗೆ ಜನ್ಮ

ನೀಡಿದಳು. ಈ ಮಗು ನಂತರ ಚಂದ್ರಶೇಖರ ಆಜಾದ್ ಎಂಬ ಹೆಸರಿನಿಂದ ಪ್ರಸಿದ್ಧವಾಯಿತು. ಈ ನವಜಾತ ಶಿಶುವನ್ನು ನೋಡಿ, ಮಗುವಿನ ಪೋಷಕರು ತುಂಬಾ ನಿರಾಶೆಗೊಂಡರು, ಏಕೆಂದರೆ ಮಗು ತುಂಬಾ ದುರ್ಬಲವಾಗಿತ್ತು ಮತ್ತು ಜನನದ ಸಮಯದಲ್ಲಿ ಅವನ ತೂಕವು ಸಾಮಾನ್ಯ ಮಕ್ಕಳಿಗಿಂತ ತುಂಬಾ ಕಡಿಮೆಯಾಗಿದೆ. ಇದಕ್ಕೂ ಮುನ್ನ ತಿವಾರಿ ದಂಪತಿಯ ಕೆಲವು ಮಕ್ಕಳು ಸಾವನ್ನಪ್ಪಿದ್ದರು. ಹೀಗಾಗಿ ಮಗುವಿನ ಆರೋಗ್ಯದ ಬಗ್ಗೆ ಪಾಲಕರು ಚಿಂತಾಕ್ರಾಂತರಾಗಿದ್ದರು. ಮಗು ದುರ್ಬಲವಾಗಿದ್ದರೂ ತುಂಬಾ ಸುಂದರವಾಗಿತ್ತು; ಅವನ ಮುಖ ಚಂದ್ರನಂತೆ ಗುಂಡಾಗಿತ್ತು.

ಸೀತಾರಾಮ್ ತಿವಾರಿ ಅವರ ಆರ್ಥಿಕ ಸ್ಥಿತಿ ಚೆನ್ನಾಗಿರಲಿಲ್ಲ. ಮೊದಲಿಗೆ ಅರಣ್ಯ ಇಲಾಖೆಯಲ್ಲಿ ಸಣ್ಣಪುಟ್ಟ ಕೆಲಸ ಮಾಡುತ್ತಿದ್ದರು. ಈ ಕೆಲಸ ಮಾಡುವಾಗ ಕೆಲವು ಆದಿವಾಸಿಗಳು ಒಮ್ಮೆ ಆತನನ್ನು ಹೊಡೆದು ಹಣ, ಬಟ್ಟೆ, ಏನೆಲ್ಲ ಕಸಿದುಕೊಂಡರು. ಹಾಗಾಗಿ ಈ ಕೆಲಸ ಬಿಟ್ಟಿದ್ದಾರೆ. ಇದರ ನಂತರ, ಅವರು ಹಸು ಮತ್ತು ಎಮ್ಮೆಗಳನ್ನು ಸಾಕಿದರು ಮತ್ತು ಅವರ ಹಾಲನ್ನು ಮಾರಾಟ ಮಾಡುವ ಮೂಲಕ ತಮ್ಮ ಕುಟುಂಬವನ್ನು ಪೋಷಿಸಲು ಪ್ರಾರಂಭಿಸಿದರು. 1912 ರ ತೀವ್ರ ಬರದಿಂದಾಗಿ ಅವರ ಅನೇಕ ಪ್ರಾಣಿಗಳು ಸತ್ತವು, ಆದ್ದರಿಂದ ಅವರು ಈ ವ್ಯವಹಾರವನ್ನು ಸಹ ಬಿಡಬೇಕಾಯಿತು. ಇದಾದ ಬಳಿಕ ಸರ್ಕಾರಿ ತೋಟದಲ್ಲಿ ಕೆಲಸ ಮಾಡುತ್ತಿದ್ದರು. ಅವರ ಆರ್ಥಿಕ ಸ್ಥಿತಿಯು ಯಾವಾಗಲೂ ಕರುಣಾಜನಕವಾಗಿ ಉಳಿಯಿತು, ಆದರೆ ಅವರು ಎಂದಿಗೂ ಪ್ರಾಮಾಣಿಕತೆಯನ್ನು ಬಿಟ್ಟುಕೊಡಲಿಲ್ಲ. ಈ ತೋಟದಿಂದ ಚಿಕ್ಕ ಚಿಕ್ಕ ವಸ್ತುವನ್ನೂ ಅವನು ತನ್ನ ಮನೆಗೆ ತರಲಿಲ್ಲ. ಶ್ರೀ ವಿಶ್ವನಾಥ ವೈಶಂಪಾಯನರು ಈ ವಿಷಯದ ಬಗ್ಗೆ ಪಂಡಿತ್ ಸೀತಾರಾಮ್ ತಿವಾರಿ ಅವರ ಈ ಕೆಳಗಿನ ಹೇಳಿಕೆಯನ್ನು ತಮ್ಮ 'ಚಂದ್ರಶೇಖರ್ ಆಜಾದ್' ಪುಸ್ತಕದಲ್ಲಿ ಉಲ್ಲೇಖಿಸಿದ್ದಾರೆ-

"ಸರ್ಕಾರಿ ತೋಟದ ಕೆಲಸದಲ್ಲಿ ನಾವು ಯಾವುದೇ ಅಪ್ರಾಮಾಣಿಕತೆ ಮಾಡಿಲ್ಲ. ನಾವು ಈ ತೋಟದಿಂದ ಒಂದೇ ಒಂದು ಮಾವಿನ ಹಣ್ಣನ್ನೂ (ಬದನೆ) ತಹಸೀಲ್ದಾರ್‌ಗೆ ಉಚಿತವಾಗಿ ಕಳುಹಿಸಿಲ್ಲ. ಆಮೇಲೆ ನನ್ನ ಮನೆಯವರು ನನ್ನನ್ನು ಮುಟ್ಟಲೂ ಬಿಡಲಿಲ್ಲ. ಅವಳು (ಆಜಾದ್‌ನ ತಾಯಿಯ ಕಡೆಗೆ ತೋರಿಸುತ್ತಾ) ಎಂದಾದರೂ ಹಣ್ಣು ಅಥವಾ ಹೂವುಗಳನ್ನು ತಂದಿದ್ದರೆ, ನಾನು ಅವಳ ತಲೆಯನ್ನು ಕತ್ತರಿಸುತ್ತಿದ್ದೆ. ನಾವು ಎಂದಿಗೂ ಒಂದು ಪೈಸೆಯನ್ನೂ ಅಪ್ರಾಮಾಣಿಕವಾಗಿ ಸಂಪಾದಿಸಿಲ್ಲ ಮತ್ತು ಇತರರ ಹಣವನ್ನು ಅಕ್ರಮವೆಂದು ಪರಿಗಣಿಸಿದ್ದೇವೆ.

ಬಡತನದ ಕಾರಣ ಪಂಡಿತ್ ಸೀತಾರಾಮ್ ತಿವಾರಿ ಅವರು ಆಜಾದ್ ಅವರಿಗೆ ಹಾಲು ಇತ್ಯಾದಿ ಸರಿಯಾದ ಆಹಾರವನ್ನು ವ್ಯವಸ್ಥೆ ಮಾಡಲು ಸಾಧ್ಯವಾಗಲಿಲ್ಲ. ಆ ಪ್ರದೇಶದಲ್ಲಿ ಜನರು ತಮ್ಮ ಮಕ್ಕಳಿಗೆ ಹುಲಿಯ ಮಾಂಸವನ್ನು ತಿನ್ನಿಸುತ್ತಾರೆ, ಇದರಿಂದ ಮಗು ಆರೋಗ್ಯವಾಗಿ, ಬಲಶಾಲಿಯಾಗಿ ಮತ್ತು ಧೈರ್ಯಶಾಲಿಯಾಗುತ್ತಾನೆ ಎಂಬ ನಂಬಿಕೆ ಪ್ರಚಲಿತದಲ್ಲಿದೆ. ಅದಕ್ಕಾಗಿಯೇ ಆಜಾದ್‌ಗೆ ಹುಲಿಯ ಮಾಂಸವನ್ನೂ ತಿನ್ನಿಸಲಾಯಿತು. ಬಹುಶಃ ಈ ಮಾಂಸವನ್ನು ಒಣಗಿಸಿ ತಿನ್ನಿಸಲಾಗುತ್ತದೆ, ಅದನ್ನು ಜನರು ತಮ್ಮೊಂದಿಗೆ ಇಟ್ಟುಕೊಳ್ಳುತ್ತಾರೆ. ಇದಾದ ನಂತರ, ಚಂದ್ರಶೇಖರ ಆಜಾದ್ ತಮ್ಮ ಜೀವನದುದ್ದಕ್ಕೂ ಸಸ್ಯಾಹಾರಿಯಾಗಿದ್ದರು. ಅವನು ಬೇಟೆಯಾಡಲು ಇಷ್ಟಪಡುತ್ತಿದ್ದನು, ಅವನು ಮಾಂಸವನ್ನು ತಿನ್ನಲಿಲ್ಲ. ಹೌದು, ನಂತರ ಭಗತ್ ಸಿಂಗ್ ಪ್ರಭಾವದಿಂದ ಅವರು ಮೊಟ್ಟೆಗಳನ್ನು ತಿನ್ನಲು ಪ್ರಾರಂಭಿಸಿದರು.

ತೆಳ್ಳಗಿನ ಮಗು ಚಂದ್ರಶೇಖರ್ ಆಜಾದ್ ಕ್ರಮೇಣ ಚಂದ್ರನ ಹಂತಗಳಂತೆ ಬೆಳೆಯಲು ಪ್ರಾರಂಭಿಸಿದರು. ಅವನ ದೇಹವು ಆರೋಗ್ಯಕರ ಮತ್ತು ಬಲಶಾಲಿಯಾಯಿತು. ಇದು ಪೋಷಕರಲ್ಲಿ ಹೊಸ ಭರವಸೆ ಮೂಡಿಸಿದೆ. ಹೊಸ ಸಂತೋಷ ಹರಡಿತು. ಚಂದ್ರಶೇಖರ್ ಬಾಲ್ಯದಿಂದಲೂ ಹಠಮಾರಿ ಸ್ವಭಾವದವರಾಗಿದ್ದರು. ಮೊಂಡುತನದ ಜೊತೆಗೆ ನಿರ್ಭಯತೆ ಮತ್ತು ಧೈರ್ಯ ಕೂಡ ಅವರ ಸ್ವಭಾವದ ವಿಶಿಷ್ಟ ಗುಣಗಳಾಗಿದ್ದವು. ಮನಸ್ಸಿಗೆ ಬಂದದ್ದನ್ನೆಲ್ಲ ಮಾಡಿ ಬಿಡುತ್ತಿದ್ದರು. ಈ ನಿಟ್ಟಿನಲ್ಲಿ, ಅವರ ಬಾಲ್ಯದ ಘಟನೆಯನ್ನು ವಿವಿಧ ಪುಸ್ತಕಗಳಲ್ಲಿ ವಿವರಿಸಲಾಗಿದೆ.

ಒಮ್ಮೆ ಅವರು ದೀಪಾವಳಿಯ ಸಂದರ್ಭದಲ್ಲಿ ಬೆಳಗಿದ ಬೆಂಕಿಕಡ್ಡಿಯೊಂದಿಗೆ ಆಡುತ್ತಿದ್ದರು. ಆಗ ಹಠಾತ್ತನೆ ಎಲ್ಲಾ ಕೋಲುಗಳನ್ನು ಒಟ್ಟಿಗೆ ಹೊತ್ತಿಸಿದರೆ ಮಗುವಿನ ಚಂದ್ರಶೇಖರನ ಮನಸ್ಸಿನಲ್ಲಿ ಎಷ್ಟು ಬೆಳಕು ಇರುತ್ತದೆ. ಅವರು ತಮ್ಮ ಮನಸ್ಸಿನ ಈ ವಿಷಯವನ್ನು ಸಹೋದ್ಯೋಗಿಗಳಿಗೆ ತಿಳಿಸಿದರು. ಸಂಗಡಿಗರಿಗೂ ಅದರ ಫಲಿತಾಂಶವನ್ನು ತಿಳಿಯುವ ಕುತೂಹಲವಿತ್ತು, ಆದರೆ ಅವರಲ್ಲಿ ಯಾರಿಗೂ ಒಂದೇ ಬಾರಿಗೆ ಎಲ್ಲಾ ಬೆಂಕಿಕಡ್ಡಿಗಳನ್ನು ಬೆಳಗಿಸುವ ಧೈರ್ಯವಿರಲಿಲ್ಲ; ಒಂದೇ ಬಾರಿಗೆ ಇಷ್ಟು ಬೆಂಕಿಕಡ್ಡಿಗಳನ್ನು ಹೊತ್ತಿಸಿದರೆ ಕೈ ಸುಟ್ಟುಹೋಗುವ ಭಯ ಎಲ್ಲರಿಗೂ ಇತ್ತು. ಮುಂದೆ ಏನಾಯಿತು, ಚಂದ್ರಶೇಖರ್ ಮುಂದೆ ಬಂದರು. ಅವರೇ ಈ ಕೆಲಸ ಮಾಡಲು ಒಪ್ಪಿಕೊಂಡರು. ಎಲ್ಲಾ ಕೋಲುಗಳನ್ನು ಒಟ್ಟಿಗೆ ಸುಟ್ಟುಹಾಕಿದರು. ನಾಟಕವಿತ್ತು,

ಆದರೆ ಕೈ ಸುಟ್ಟುಕೊಂಡಿತು. ಆಜಾದ್ ಈ ಬಗ್ಗೆ ತಲೆಕೆಡಿಸಿಕೊಂಡಿಲ್ಲ. ಕೈ ಸುಟ್ಟಿದೆ ಎಂದು ಗೆಳೆಯರು ಹೇಳಿದಾಗ ಅವರ ಗಮನ ಆ ಕಡೆ ಹರಿದಿತ್ತು. ಸಹೋದ್ಯೋಗಿಗಳು ಔಷಧಿ ಹಾಕಲು ಕೇಳಿದರು, ಆದರೆ ಆಜಾದ್ ಅವರಿಗೆ ಸುಟ್ಟಗಾಯವಾಗಿದ್ದರೆ ಅದು ತಾನಾಗಿಯೇ ವಾಸಿಯಾಗುತ್ತದೆ ಎಂದು ಹೇಳಿದರು. ಇದರಿಂದ ಸಹ ಮಕ್ಕಳು ತುಂಬಾ ಆಶ್ಚರ್ಯಪಟ್ಟರು. ಅವನು ಆಜಾದನ ಮುಖವನ್ನೇ ದಿಟ್ಟಿಸುತ್ತಲೇ ಇದ್ದ. ಅಂತಹ ಸಾಹಸಮಯ ಚಟುವಟಿಕೆಗಳು ಬಾಲ್ಯದಿಂದಲೂ ಅವರ ಸ್ವಭಾವವಾಗಿತ್ತು, ಇದು ಬಹುಶಃ ಅವರ ಮುಂದಿನ ಜೀವನದ ಮುನ್ಸೂಚನೆಯಾಗಿತ್ತು.

ಒಡಹುಟ್ಟಿದವರು

ಆಜಾದ್‌ಗಿಂತ ಮೊದಲು ಅವರ ತಾಯಿಗೆ ನಾಲ್ಕು ಗಂಡು ಮಕ್ಕಳಿದ್ದರು. ಅದರಲ್ಲಿ ಸುಖದೇವ್ ಮಾತ್ರ ಬದುಕುಳಿದರು, ಉಳಿದ ಮೂವರು ಆಜಾದ್ ಹುಟ್ಟುವ ಮೊದಲೇ ಸಾವನ್ನಪ್ಪಿದ್ದರು. ಆಜಾದ್ ಬನಾರಸ್‌ನಲ್ಲಿ ವಿದ್ಯಾರ್ಥಿಯಾಗಿದ್ದಾಗ, ಅವರ ಅಣ್ಣ ಸುಖದೇವ್ ಅವರ ಹಳ್ಳಿಯ ಸಮೀಪದಲ್ಲಿ ಪೋಸ್ಟ್‌ಮ್ಯಾನ್ ಆಗಿದ್ದರು. ಅವರು ಈ ಹುದ್ದೆಗೆ ರಾಜೀನಾಮೆ ನೀಡಿದರು. ಚಿಕಿತ್ಸೆ ನೀಡಲಾಯಿತು, ಆದರೆ ಯಾವುದೇ ಫಲಿತಾಂಶವಿಲ್ಲ ಮತ್ತು ಅವರು 1925 ರಲ್ಲಿ ನಿಧನರಾದರು. ಇದಾದ ನಂತರ ಅವನು ತನ್ನ ಹೆತ್ತವರಿಗೆ ಒಬ್ಬನೇ ಮಗುವಾಗಿ ಉಳಿದನು. ಬಹುಶಃ ಅವನಿಗೆ ನಿಜವಾದ ಸಹೋದರಿ ಇರಲಿಲ್ಲ. ಅಣ್ಣನ ಸಾವಿನ ಸಮಯದಲ್ಲಿ ಆಜಾದ್ ನಾಪತ್ತೆಯಾಗಿದ್ದರು.

ಶಿಕ್ಷಣ ಪದವಿ

ಕಡು ಬಡತನದಿಂದಾಗಿ ಪಂಡಿತ್ ಸೀತಾರಾಮ್ ತಿವಾರಿ ಅವರಿಗೆ ತಮ್ಮ ಮಕ್ಕಳಿಗೆ ಶಿಕ್ಷಣವನ್ನು ಪ್ರಾರಂಭಿಸಲು ಸಾಧ್ಯವಾಗಲಿಲ್ಲ. ಹಳ್ಳಿಯ ಶಾಲೆಯಲ್ಲಿಯೇ ಅವರ ಶಿಕ್ಷಣ ಪ್ರಾರಂಭವಾಯಿತು. ಸರ್ಕಾರಿ ಹುದ್ದೆಯಲ್ಲಿ ಕೆಲಸ ಮಾಡುತ್ತಿದ್ದ ಶ್ರೀ ಮನೋಹರಲಾಲ್ ತ್ರಿವೇದಿ ಎಂಬ ಮಹನೀಯರು ಆ ದಿನಗಳಲ್ಲಿ ಸುಖದೇವ್ ಮತ್ತು ಚಂದ್ರಶೇಖರ್ ಆಜಾದ್ ಅವರಿಗೆ ತಮ್ಮ ಮನೆಯಲ್ಲಿ ಪಾಠ ಹೇಳುತ್ತಿದ್ದರು ಎಂದು ಶ್ರೀ ಮನ್ಮಥನಾಥ ಗುಪ್ತ್ ಬರೆದಿದ್ದಾರೆ. ಆಗ ಸುಖದೇವ್‌ಗೆ ಹದಿಮೂರು-ಹದಿನಾಲ್ಕು ವರ್ಷ ಮತ್ತು ಆಜಾದ್‌ಗೆ ಎಂಟು ವರ್ಷ.

ಶ್ರೀ ತ್ರಿವೇದಿಯವರ ಹೇಳಿಕೆಯನ್ನು ಉಲ್ಲೇಖಿಸಿ ಅವರು ಬರೆದಿದ್ದಾರೆ-

“ಸುಖದೇವ್ ಹದಿಮೂರು-ಹದಿನಾಲ್ಕು ವರ್ಷದವನಾಗಿದ್ದಾಗ ಮತ್ತು ಚಂದ್ರಶೇಖರ್ ಏಳು-ಎಂಟು ವರ್ಷದವನಾಗಿದ್ದಾಗ, ನಾನು ಅವರಿಗೆ ಕಲಿಸುತ್ತಿದ್ದೆ.

ಆಜಾದ್ ನ್ಯಾಯಪ್ರಿಯರಾಗಿದ್ದರು ಮತ್ತು ಬಾಲ್ಯದಿಂದಲೂ ಉನ್ನತ ಚಿಂತನೆಗಳನ್ನು ಹೊಂದಿದ್ದರು. ಒಮ್ಮೆ ನಾನು ಪಾಠ ಮಾಡುವಾಗ, ನಾನು ಉದ್ದೇಶಪೂರ್ವಕವಾಗಿ ಒಂದು ಪದವನ್ನು ತಪ್ಪಾಗಿ ಹೇಳಿದೆ. ಇದಾದ ಮೇಲೆ ಆಜಾದ್ ಅವರಿಗೆ ಕಲಿಸುವಾಗ ಬೆದರಿಸಿ ಬೆದರಿಸಲು ನನ್ನ ಬಳಿ ಇಟ್ಟುಕೊಂಡಿದ್ದ ಬೆತ್ತವನ್ನು ಎತ್ತಿಕೊಂಡು ಎರಡು ಬೆತ್ತಗಳನ್ನು ಕೊಟ್ಟರು. ಇದನ್ನು ನೋಡಿದ ತಿವಾರಿಜಿ ಓಡಿ ಬಂದು ಆಜಾದ್ ನನ್ನು ಥಳಿಸಲು ಯತ್ನಿಸಿದಾಗ ನಾನು ತಡೆದಿದ್ದೆ. ಎಂದು ಕೇಳಿದಾಗ ಆಜಾದ್ ಅವರ ಉತ್ತರ ಹೀಗಿತ್ತು - "ನಮ್ಮ ತಪ್ಪಿನಿಂದಾಗಿ ಅವರು ನನ್ನನ್ನು ಮತ್ತು ನನ್ನ ಸಹೋದರನನ್ನು ಹೊಡೆದರು, ಹಾಗಾಗಿ ಅವರ ತಪ್ಪಿನಿಂದ ನಾನು ಅವರನ್ನು ಕೊಂದಿದ್ದೇನೆ."

ಇದರ ನಂತರ, ಶ್ರೀ. ತ್ರಿವೇದಿ ಅವರನ್ನು ನಾಗ್ಪುರ ತಹಸಿಲ್ಗೆ ವರ್ಗಾಯಿಸಲಾಯಿತು, ಆಗಲೂ ಅವರು ಆಜಾದ್ ಅವರ ಮನೆಗೆ ಭೇಟಿ ನೀಡುವುದನ್ನು ಮುಂದುವರೆಸಿದರು. ನಾಲ್ಕೈದು ವರ್ಷಗಳ ನಂತರ, ಅವರನ್ನು ಮತ್ತೆ ಭಭಾರಾ ಬಳಿಯ ಖಟ್ಟಾಲಿ ಗ್ರಾಮಕ್ಕೆ ವರ್ಗಾಯಿಸಲಾಯಿತು, ನಂತರ ತ್ರಿವೇದಿಜಿ ಆಜಾದ್ ಅವರನ್ನು ತಮ್ಮ ಬಳಿ ಇಟ್ಟುಕೊಂಡು ಕಲಿಸಿದರು, ಏಕೆಂದರೆ ಸೀತಾರಾಮ್ ತಿವಾರಿ ಮಗುವಿಗೆ ಕಲಿಸುವ ಸ್ಥಿತಿಯಲ್ಲಿರಲಿಲ್ಲ. ಆಜಾದ್ ಶ್ರೀ ಮನೋಹರಲಾಲ್ ತ್ರಿವೇದಿಯವರೊಂದಿಗೆ ಸ್ವಲ್ಪ ಕಾಲ ಇದ್ದರು. ಒಂದು ವರ್ಷದ ನಂತರ ಅವರ ಅಂತಿಮ ವಿಧಿಗಳನ್ನು ನೆರವೇರಿಸಲಾಯಿತು. ಈ ಸಂದರ್ಭದಲ್ಲಿ ಅವರು ತ್ರಿವೇದಿ ಜಿ ಅವರೊಂದಿಗೆ ಭಾಭಾರಾಗೆ ತೆರಳಿದರು. ಖತ್ತಲಿಯಲ್ಲಿಯೇ ನಾಲ್ಕನೇ ತರಗತಿವರೆಗೆ ಶಿಕ್ಷಣ ಪಡೆದರು.

ಈ ದಿನಗಳಲ್ಲಿ, ಕಾನ್ಪುರದ ನಿವಾಸಿ ಶ್ರೀ ಸೀತಾರಾಮ್ಜಿ ಅಗ್ನಿಹೋತ್ರಿ ಅವರು ಅಲಿರಾಜಪುರ ತಹಸಿಲ್ನಲ್ಲಿ ತಹಸೀಲ್ದಾರರಾಗಿದ್ದರು ಮತ್ತು ಶ್ರೀ ಮನೋಹರಲಾಲ್ ತ್ರಿವೇದಿ ಅವರು ಅಲಿರಾಜಪುರಕ್ಕೆ ಬಂದಿದ್ದರು. ಒಮ್ಮೆ ಚಂದ್ರಶೇಖರ ಆಜಾದ್ ಅವರನ್ನು ಭೇಟಿಯಾಗಲು ಅಲಿರಾಜಪುರಕ್ಕೆ ಹೋದರು ಮತ್ತು ಅವರಿಗೆ ಎದುರಾಗಿ ತಂಗಿದ್ದರು. ಆಜಾದ್ ಅವರಿಗೆ ಕೆಲಸ ನೀಡುವಂತೆ ತಹಸೀಲ್ದಾರ್‌ಗೆ ಮನವಿ ಮಾಡಿದರು. ತಹಸೀಲ್ದಾರ್ ಶ್ರೀ ಅಗ್ನಿಹೋತ್ರಿ ಅವರಿಗೂ ಆಜಾದ್ ಕುಟುಂಬದ ಪ್ರಾಮಾಣಿಕತೆ ಮತ್ತು ಆರ್ಥಿಕ ಸ್ಥಿತಿಯ ಅರಿವಿತ್ತು. ಆದ್ದರಿಂದ, ಅವರು ಆಜಾದ್ ಅವರನ್ನು ಅಲಿರಾಜಪುರ ತೆಹಸಿಲ್‌ನಲ್ಲಿಯೇ ನೇಮಿಸಿಕೊಂಡರು. ಈ ಸಮಯದಲ್ಲಿ ಅವರ ವಯಸ್ಸು ಸುಮಾರು ಹದಿನಾಲ್ಕು ವರ್ಷಗಳು.

ಆಜಾದ್ ಸುಮಾರು ಒಂದು ವರ್ಷ ಇಲ್ಲಿ ಕೆಲಸ ಮಾಡಿದರು. ಈ ದಿನಗಳಲ್ಲಿ ಅವರಿಗೆ ಒಬ್ಬ ಉದ್ಯಮಿ ಪರಿಚಯವಾಯಿತು; ಬನಾರಸ್ ನಿವಾಸಿಯಾಗಿದ್ದು, ಮುತ್ತಿನ

ವ್ಯಾಪಾರಕ್ಕೆ ಸಂಬಂಧಿಸಿದಂತೆ ಅಲಿರಾಜಪುರಕ್ಕೆ ಬಂದಿದ್ದರು. ಆಜಾದ್ ಅವನೊಂದಿಗೆ ಓಡಿಹೋದ. ಕೆಲಸಕ್ಕೆ ರಾಜೀನಾಮೆಯನ್ನೂ ನೀಡಿಲ್ಲ. ಬಹುಶಃ ಚಂದ್ರಶೇಖರ್ ಆಜಾದ್ ಅವರು ಈ ಸಂಚಾರಿ ಉದ್ಯಮಿಯ ಜೀವನವನ್ನು ತುಂಬಾ ಇಷ್ಟಪಟ್ಟಿದ್ದಾರೆ; ಅವರು ಸ್ವತಃ ಯಾವುದೇ ಬಂಧನದಿಂದ ಬಂಧಿಯಾಗಲು ಬಯಸಲಿಲ್ಲ. ಅವನು ಆ ವ್ಯಕ್ತಿಯೊಂದಿಗೆ ಹೋದಾಗ, ಅವನು ಅವನನ್ನು ಬಿಟ್ಟುಹೋದನು. ಈಗ ಅವರು ಜೀವನೋಪಾಯದ ಸಮಸ್ಯೆಯನ್ನು ಎದುರಿಸುತ್ತಿದ್ದರು, ಆದ್ದರಿಂದ ಅವರು ಬಾಂಬೆ ಹಡಗುಕಟ್ಟೆಗಳಲ್ಲಿ ಕೆಲಸ ಮಾಡಲು ಪ್ರಾರಂಭಿಸಿದರು. ನೌಕರಿ ಸಿಕ್ಕ ಮೇಲೂ ಅಡುಗೆಯ ಸಮಸ್ಯೆ ಇದ್ದೇ ಇತ್ತು.ಯಾಕೆಂದರೆ ಇಲ್ಲಿಯವರೆಗೂ ಅವರು ಸಂಪ್ರದಾಯಸ್ಥ ಬ್ರಾಹ್ಮಣರಾಗಿದ್ದರು. ಸ್ವಂತ ಅಡುಗೆ ಮಾಡುವ ಜಂಜಾಟದಿಂದ ಮುಕ್ತರಾಗಲು, ಮೊದಲ ಕೆಲವು ದಿನ ಹುರಿದ ಕಾಳುಗಳನ್ನು ತಿನ್ನಬೇಕಾಗಿತ್ತು, ಆದರೆ ನಂತರ ಧಾಬಾಗಳಲ್ಲಿ ತಿನ್ನಲು ಪ್ರಾರಂಭಿಸಿದರು. ಸಂಜೆ ಸಿನಿಮಾಕ್ಕೆ ಹೋಗುತ್ತಿದ್ದೆವು, ಅಲ್ಲಿಂದ ಬಂದ ಮೇಲೆ ಬೇಗ ನಿದ್ದೆ ಬರುತ್ತಿತ್ತು. ಈ ಜೀವನವು ತುಂಬಾ ನೀರಸ ಮತ್ತು ಕಡಿಮೆ ಗುಣಮಟ್ಟದ್ದಾಗಿತ್ತು. ಇಲ್ಲೇ ಇದ್ದಿದ್ದರೆ ಶಾಶ್ವತವಾಗಿ ಹಮಾಲಿಯಾಗಿಯೇ ಇರಬೇಕಾಗುತ್ತಿತ್ತು ಹಾಗಾಗಿ ಬೊಂಬಾಯಿ ಬಿಟ್ಟು ಹೋಗಬೇಕು ಅನ್ನಿಸಿತು.

ಬಹುಶಃ ಇದಕ್ಕೂ ಮೊದಲು ಬನಾರಸ್‌ಗೆ ಹೋಗಿ ಸಂಸ್ಕೃತ ಕಲಿಯುವ ಆಸೆಯನ್ನು ತಂದೆಯ ಬಳಿ ಹೇಳಿಕೊಂಡಿದ್ದರು, ಆದರೆ ಕೆಲವು ಅಪರಿಚಿತ ಕಾರಣಗಳಿಂದಾಗಿ ಅಥವಾ ಅವರ ಸ್ವಂತ ಬಲವಂತದಿಂದ ಅದಕ್ಕೆ ತಂದೆಯ ಒಪ್ಪಿಗೆಯನ್ನು ಪಡೆಯಲು ಸಾಧ್ಯವಾಗಲಿಲ್ಲ. ಈ ವೇಳೆ ಚಂದ್ರಶೇಖರ ಆಜಾದ್ ಅವರನ್ನು ತಡೆಯುವವರು ಯಾರೂ ಇರಲಿಲ್ಲ. ಅವರು ಬಾಂಬೆ ಬಿಟ್ಟು ನೇರವಾಗಿ ಬನಾರಸ್‌ಗೆ ಹೋದರು. ಅಲ್ಲಿ ಸಂಸ್ಕೃತ ಪಾಠಶಾಲೆಯಲ್ಲಿ ಪ್ರವೇಶ ಪಡೆದು ವಸತಿ ವ್ಯವಸ್ಥೆಯನ್ನೂ ಮಾಡಲಾಗಿತ್ತು. ನಂತರ ಈ ವಿಚಾರವಾಗಿ ತಮ್ಮ ಮನೆಗೆ ಪತ್ರ ಬರೆದಿದ್ದಾರೆ.

ಚಂದ್ರಶೇಖರ ಆಜಾದ್ ಅವರು ಸಂಸ್ಕೃತವನ್ನು ಅಧ್ಯಯನ ಮಾಡಲು ಬನಾರಸ್‌ಗೆ ಹೋದರು; ಇದು ನಿರ್ವಿವಾದವಾಗಿದೆ, ಆದರೆ ಅವರು ಸ್ವತಃ ಬನಾರಸ್ಗೆ ಹೋಗಿದ್ದಾರೆಯೇ ಅಥವಾ ಕಳುಹಿಸಲಾಗಿದೆಯೇ ಎಂಬ ಬಗ್ಗೆ ಎರಡು ಅಭಿಪ್ರಾಯಗಳಿವೆ. ಮೊದಲ ಅಭಿಪ್ರಾಯದ ಪ್ರಕಾರ, ಅವನೇ ಓಡಿಬಂದು ಬನಾರಸ್ ತಲುಪಿದ, ಮೇಲೆ ವಿವರಿಸಲಾಗಿದೆ. ಎರಡನೆಯ ಅಭಿಪ್ರಾಯದ ಪ್ರಕಾರ, ಅವನ ತಂದೆಯೇ ಅವನನ್ನು ಬನಾರಸ್‌ಗೆ ಕಳುಹಿಸಿದ್ದರು, ಆಜಾದ್‌ಗೆ ಅಲ್ಲಿಗೆ ಹೋಗುವ

ಬಯಕೆ ಇರಲಿಲ್ಲ. ತಮ್ಮ ಬಡತನದ ಕಾರಣದಿಂದ ಪಂಡಿತ್ ಸೀತಾರಾಮ್ ತಿವಾರಿ ಅವರಿಗೆ ತಮ್ಮ ಮಗನಿಗೆ ಶಿಕ್ಷಣ ಕೊಡಿಸಲು ಸಾಧ್ಯವಾಗಲಿಲ್ಲ, ಆದರೆ ಅವರಿಗೆ ಶಿಕ್ಷಣ ನೀಡುವುದು ತಮ್ಮ ಕರ್ತವ್ಯವೆಂದು ಅವರು ಭಾವಿಸಿದರು. ಆಗ ಏನು ಮಾಡಬೇಕು; ಸಾಕಷ್ಟು ಚರ್ಚೆಯ ನಂತರ, ಅವರು ತಮ್ಮ ಮಗನನ್ನು ಬನಾರಸ್ಗೆ ಕಳುಹಿಸಲು ನಿರ್ಧರಿಸಿದರು. ಇದನ್ನು ಬಿಟ್ಟರೆ ಬೇರೆ ಆಯ್ಕೆ ಇರಲಿಲ್ಲ. ಬನಾರಸ್ ಪ್ರಾಚೀನ ಕಾಲದಿಂದಲೂ ಸಂಸ್ಕೃತದ ಅಧ್ಯಯನದ ಕೇಂದ್ರವಾಗಿದೆ. ಇಂದಿಗೂ ಅನೇಕ ವಿದ್ವಾಂಸರು ಪುರಾತನ ಗುರುಕುಲ ಸಂಪ್ರದಾಯದ ಪ್ರಕಾರ ವಿದ್ಯಾರ್ಥಿಗಳಿಗೆ ಉಚಿತವಾಗಿ ಕಲಿಸುತ್ತಾರೆ. ಇದರೊಂದಿಗೆ, ಅವರ ಸಂಸ್ಕೃತಿಯನ್ನು ಪ್ರೀತಿಸುವ ಜನರು ಸಾಂಪ್ರದಾಯಿಕವಾಗಿ ಸಂಸ್ಕೃತವನ್ನು ಕಲಿಯುವ ವಿದ್ಯಾರ್ಥಿಗಳಿಗೆ, ವಿಶೇಷವಾಗಿ ಬ್ರಾಹ್ಮಣ ವಿದ್ಯಾರ್ಥಿಗಳಿಗೆ ಉಚಿತ ಅಧ್ಯಯನದ ಜೊತೆಗೆ ಉಚಿತ ಆಹಾರ ಮತ್ತು ವಸತಿ ಸೌಲಭ್ಯಗಳನ್ನು ಒದಗಿಸಿದರು. ಈ ಸಂಪ್ರದಾಯ ಇಂದಿಗೂ ಮುಂದುವರೆದಿದೆ. ಕಾಲಕಾಲಕ್ಕೆ, ಧರ್ಮಾಭಿಮಾನಿ ಸಾರ್ವಜನಿಕರು ಈ ವಿದ್ಯಾರ್ಥಿಗಳಿಗೆ ಬಟ್ಟೆ, ದಕ್ಷಿಣೆ ಮತ್ತು ಇತರ ಆರ್ಥಿಕ ಸಹಾಯವನ್ನು ಸಹ ನೀಡುತ್ತಾರೆ. ಬನಾರಸ್‌ನ ಈ ಸೌಲಭ್ಯಗಳನ್ನು ಮತ್ತು ಅವರ ಆರ್ಥಿಕ ಸ್ಥಿತಿಯನ್ನು ನೋಡಿದ ಪಂಡಿತ್ ಸೀತಾರಾಮ್ ತಿವಾರಿ ಅವರು ಸಂಸ್ಕೃತವನ್ನು ಕಲಿಯಲು ಬನಾರಸ್‌ಗೆ ಮಗು ಚಂದ್ರಶೇಖರನನ್ನು ಕಳುಹಿಸಿದರು.

ಮೊದಲ ಬಾರಿಗೆ, ಅವರು ಮನೆಯಿಂದ ದೂರ ಹೊಸ ಪರಿಸರದಲ್ಲಿರಲು ಇಷ್ಟಪಡಲಿಲ್ಲ. ಈಗ ಅವನ ಸ್ಥಿತಿ ಹೇಗಿತ್ತು? ಅವನ ಬಾಲಿಶ ಮನಸ್ಸು ಬಂಡಾಯವೆದ್ದಿತು. ಅವನು ಅಲ್ಲಿಂದ ಓಡಿಹೋಗಿ ತನ್ನ ಚಿಕ್ಕಪ್ಪ ವಾಸಿಸುತ್ತಿದ್ದ ಅಲಿರಾಜಪುರ ಎಸ್ಟೇಟ್ ತಲುಪಿದನು. ಆಟವಾಡುವ ನಿರ್ಭೀತ ಮಗು ಚಂದ್ರಶೇಖರನಿಗೆ ಇಲ್ಲಿನ ಭಿಲ್ಲರ ಬೆಂಬಲ ಸಿಕ್ಕಿತು. ಅವರು ಈ ಕಂಪನಿಯನ್ನು ತುಂಬಾ ಇಷ್ಟಪಟ್ಟರು. ಅವರು ಅವರ ನಡುವೆ ವಾಸಿಸಲು ಪ್ರಾರಂಭಿಸಿದರು. ಭಿಲ್‌ಗಳೊಂದಿಗೆ ವಾಸಿಸುತ್ತಿದ್ದಾಗ, ಅವರು ಬಿಲ್ಲು ಮತ್ತು ಬಾಣಗಳನ್ನು ಬಳಸಲು ಕಲಿತರು. ಬಾಣಗಳಿಂದ ಗುರಿಯಿಡುವುದರಲ್ಲಿ ನಿಪುಣನಾದನು.

ಪ್ರತಿಯೊಂದು ಸಮಾಜವು ತನ್ನದೇ ಆದ ಸಂಪ್ರದಾಯಗಳನ್ನು ಹೊಂದಿದೆ. ಅದೇ ರೀತಿ ಭಿಲ್ ಸಮಾಜದಲ್ಲಿಯೂ ಅಪರಾಧಿಗಳನ್ನು ಬಾಣಗಳಿಂದ ಹೊಡೆದು ಶಿಕ್ಷಿಸುವ ಸಂಪ್ರದಾಯವಿದೆ. ಒಮ್ಮೆ ಭಿಲ್ ಒಬ್ಬ ಕೆಟ್ಟ ಪಾತ್ರದ ಆರೋಪದ ಮೇಲೆ ಬಾಣದಿಂದ ಹೊಡೆದು ಶಿಕ್ಷೆಗೆ ಒಳಗಾದ. ಅಷ್ಟರಲ್ಲಿ ಮಗು ಚಂದ್ರಶೇಖರನೂ ಅಲ್ಲಿಗೆ ಬಂದ. ಭಿಲ್ಲರ

ನಿಯಮಗಳ ಪ್ರಕಾರ, ಅಂತಹ ಸಮಯದಲ್ಲಿ ಅಲ್ಲಿಗೆ ತಲುಪುವ ಯಾವುದೇ ವ್ಯಕ್ತಿ ಗುರಿಯನ್ನು ತೆಗೆದುಕೊಳ್ಳಬಹುದು. ಚಂದ್ರಶೇಖರನನ್ನೂ ಬಾಣದಿಂದ ಗುರಿಮಾಡಲು ಕೇಳಲಾಯಿತು, ಅವನ ಗುರಿ ನಿಖರವಾಗಿತ್ತು. ಅವರ ಬಾಣಗಳು ತಪ್ಪಿತಸ್ಥನ ಕಣ್ಣುಗಳಿಗೆ ತಗುಲಿ ಅವನು ತನ್ನ ಎರಡೂ ಕಣ್ಣುಗಳನ್ನು ಕಳೆದುಕೊಂಡನು. ಈ ಸಂಪೂರ್ಣ ಘಟನೆಯ ಬಗ್ಗೆ ಆತನ ಚಿಕ್ಕಪ್ಪನಿಗೆ ಮಾಹಿತಿ ಸಿಕ್ಕಿತು. ಚಂದ್ರಶೇಖರನ ಮೇಲೆ ಕೋಪ ಬಂತು. ಚಂದ್ರಶೇಖರನಿಗೆ ಭಿಲ್ಲರ ಸಹವಾಸದಲ್ಲಿ ಬದುಕುವುದು ಸೂಕ್ತ ಎನಿಸಲಿಲ್ಲ. ಇದರಿಂದ ತನ್ನ (ಚಂದ್ರಶೇಖರನ) ಜೀವನವೇ ಹಾಳಾಗುತ್ತದೆ ಎಂದು ಮನಸ್ಸಿನಲ್ಲೇ ಅಂದುಕೊಂಡ. ಪರಿಣಾಮವಾಗಿ, ಅವರು ಮತ್ತೆ ಚಂದ್ರಶೇಖರನನ್ನು ಬನಾರಸ್ಗೆ ಕಳುಹಿಸಿದರು.

ಈ ವೇಳೆ ಚಂದ್ರಶೇಖರ್ ಬುದ್ಧಿವಂತಿಕೆಯಿಂದ ವರ್ತಿಸಿದರು. ಅವರು ಶ್ರದ್ಧೆಯಿಂದ ಅಧ್ಯಯನ ಮಾಡಲು ಪ್ರಾರಂಭಿಸಿದರು, ಆದರೆ ಅವರಿಗೆ ಸಂಸ್ಕೃತ ವ್ಯಾಕರಣದ ಅಧ್ಯಯನವು ಆಸಕ್ತಿದಾಯಕವಾಗಲಿಲ್ಲ ಏಕೆಂದರೆ ಕಂಠಪಾಠಕ್ಕೆ ಒತ್ತು ನೀಡಲಾಯಿತು. ಇಲ್ಲಿ ಅವರು ಸಂಸ್ಕೃತ ಭಾಷೆ, ಅದರ ವ್ಯಾಕರಣ ಇತ್ಯಾದಿಗಳ ಸರಳ ಅಧ್ಯಯನವನ್ನು ಮಾಡಿದರು. ಇಲ್ಲಿ ಅವರು ಧರ್ಮಶಾಲೆಯಲ್ಲಿ ವಾಸಿಸುತ್ತಿದ್ದರು. ಧರ್ಮಶಾಲೆಯಿಂದ ಊಟ ಇತ್ಯಾದಿ ವ್ಯವಸ್ಥೆಯನ್ನೂ ಮಾಡಲಾಗಿತ್ತು.

ಚಂದ್ರಶೇಖರ್ ಬಾಲ್ಯದಿಂದಲೂ ತಮಾಷೆಯ ಸ್ವಭಾವದವರಾಗಿದ್ದರು. ಒಂದೇ ಸ್ಥಳದಲ್ಲಿ ದೀರ್ಘಕಾಲ ಉಳಿಯುವುದು ಅವನಿಗೆ ಇಷ್ಟವಿರಲಿಲ್ಲ. ಆದ್ದರಿಂದ, ಕೆಲವೊಮ್ಮೆ ಅವರು ಗಂಗೆಯನ್ನು ಪ್ರವೇಶಿಸಿ ಗಂಟೆಗಳ ಕಾಲ ಈಜುತ್ತಿದ್ದರು. ಕೆಲವೊಮ್ಮೆ ರಾಮಾಯಣ, ಮಹಾಭಾರತ ಅಥವಾ ಯಾವುದೇ ಪುರಾಣದ ಕಥೆಯಲ್ಲಿ ಕುಳಿತು ಕಥೆ ಕೇಳುತ್ತಲೇ ಇರುತ್ತಿದ್ದರು. ಅವರು ಬಾಲ್ಯದಿಂದಲೂ ವೀರ ಪುರುಷರು, ದೇಶಭಕ್ತರು ಇತ್ಯಾದಿ ಕಥೆಗಳನ್ನು ಕೇಳಲು ಆಸಕ್ತಿ ಹೊಂದಿದ್ದರು.

ವಿದ್ಯಾರ್ಥಿ ಜೀವನದಿಂದ ರಾಜಕೀಯದವರೆಗೆ

ಚಂದ್ರಶೇಖರ್ ಬನಾರಸ್‌ನಲ್ಲಿ ಓದುತ್ತಿದ್ದಾಗ, ಮಹಾತ್ಮ ಗಾಂಧಿಯವರು ಭಾರತದ ರಾಜಕೀಯಕ್ಕೆ ಪ್ರವೇಶಿಸಿದ್ದರು. ಇದರೊಂದಿಗೆ ಭಾರತದಾದ್ಯಂತ ಕ್ರಾಂತಿಕಾರಿಗಳ ಚಟುವಟಿಕೆಗಳೂ ಹೆಚ್ಚಾಗತೊಡಗಿದವು. ಬ್ರಿಟಿಷ್ ಸರ್ಕಾರವು ಭಾರತೀಯರನ್ನು ನಿಗ್ರಹಿಸಲು ಸಮಿತಿಯನ್ನು ರಚಿಸಿತು, ಅವರ ಅಧ್ಯಕ್ಷರು ನ್ಯಾಯಮೂರ್ತಿ ಎ.ಎಸ್.ಟಿ. ರೌಲಟ್ ಮತ್ತು ಇದು ಕೆಳಗಿನ ನಾಲ್ಕು ಇತರ ಸದಸ್ಯರನ್ನು ಹೊಂದಿತ್ತು -

1. ಬೆಸಿಲ್ ಸ್ಕಾಟ್, ಮುಖ್ಯ ನ್ಯಾಯಮೂರ್ತಿ, ಬಾಂಬೆ ಹೈಕೋರ್ಟ್.
2. ಕುಮಾರ್ ಸ್ವಾಮಿ ಶಾಸ್ತ್ರಿ, ನ್ಯಾಯಾಧೀಶರು, ಮದ್ರಾಸ್ ಹೈಕೋರ್ಟ್.
3. ಬರ್ನೆ ಲ್ಯಾವೆಟ್, ಕಂದಾಯ ಮಂಡಳಿಯ ಸದಸ್ಯ, ಯು.ಪಿ.
4. ಪ್ರಭಾತ್ ಚಂದ್ರ ಮಿತ್ರ, ನ್ಯಾಯವಾದಿ ಹೈಕೋರ್ಟ್, ಕಲ್ಕತ್ತಾ.

ಈ ಸಮಿತಿಯನ್ನು ರಚಿಸುವಾಗ, ಅದರ ಎರಡು ಉದ್ದೇಶಗಳನ್ನು ಹೇಳಲಾಗಿದೆ - ಭಾರತದಲ್ಲಿನ ಕ್ರಾಂತಿಕಾರಿ ಚಟುವಟಿಕೆಗಳ ಬಗ್ಗೆ ಸಂಪೂರ್ಣ ಮಾಹಿತಿಯನ್ನು ಪಡೆಯುವುದು ಮತ್ತು ಅವುಗಳನ್ನು ನಿಗ್ರಹಿಸಲು ಕಾನೂನುಗಳನ್ನು ಮಾಡುವುದು.

ಭಾರತೀಯರ ಸ್ವಾತಂತ್ರ್ಯದ ಧ್ವನಿಯನ್ನು ಹತ್ತಿಕ್ಕುವುದು ಇದರ ಉದ್ದೇಶವಾಗಿತ್ತು ಎಂಬುದು ಸ್ಪಷ್ಟವಾಗಿದೆ, ಆದರೆ ಸುಧಾರಣೆಗಾಗಿ ಈ ಸಮಿತಿಯನ್ನು ರಚಿಸಲಾಗಿದೆ ಎಂದು ಸರ್ಕಾರ ವಾದಿಸಿತು. ಈ ಸಮಿತಿಯನ್ನು ಡಿಸೆಂಬರ್ 10, 1917 ರಂದು ರಚಿಸಲಾಯಿತು. ಕೊನೆಯಲ್ಲಿ ಅದು ಇನ್ನೂರ ಇಪ್ಪತ್ತಾರು ಪುಟಗಳ ತನ್ನ ವರದಿಯನ್ನು ಮಂಡಿಸಿತು. ಈ ವರದಿಯಿಂದ ಭಾರತೀಯರ ಸ್ವಾತಂತ್ರ್ಯ ಮತ್ತು ಹಕ್ಕುಗಳು ಮತ್ತಷ್ಟು ಮೊಟಕುಗೊಂಡವು. ಈ ವರದಿಯು ಕ್ರಾಂತಿಕಾರಿ ಆಂದೋಲನವನ್ನು ನಿಗ್ರಹಿಸಿದ್ದು ಮಾತ್ರವಲ್ಲದೆ ರಾಜಕೀಯ ಚಳುವಳಿಗಳನ್ನು ಹತ್ತಿಕ್ಕುವ ಗುರಿಯೂ ಆಗಿತ್ತು. ಈ ಸಮಿತಿಯ ಹೆಸರು 'ದೇಶದ್ರೋಹ' ಸಮಿತಿ, ಆದ್ದರಿಂದ ಇದರ ಮೂಲಕ ರಾಜಕೀಯ ಚಳುವಳಿಗಳನ್ನು ದೇಶದ್ರೋಹ ಎಂದು ಕರೆಯುವ ಮೂಲಕ ಹತ್ತಿಕ್ಕಬಹುದು. ಈ ವರದಿಯು ಪೊಲೀಸರ ಅಭಿಪ್ರಾಯಗಳನ್ನು ಆಧರಿಸಿದೆ. ಇದರಲ್ಲಿ ಉಗ್ರಗಾಮಿ ಕಾಂಗ್ರೆಸಿಗರಾದ ಲೋಕಮಾನ್ಯ ಬಾಲಗಂಗಾಧರ ತಿಲಕ್, ಬಿಪಿನ್ ಚಂದ್ರ ಪಾಲ್ ಮೊದಲಾದವರು ಹಾಗೂ ಕ್ರಾಂತಿಕಾರಿಗಳಾದ ಚಾಫೇಕರ್ ಸಹೋದರರು, ಖುದಿರಾಮ್ ಬೋಸ್ ಮೊದಲಾದವರನ್ನು ಸಮಾನವಾಗಿ ಪರಿಗಣಿಸಲಾಗಿತ್ತು. ಹಿಂಸೆ ಮತ್ತು ಅಹಿಂಸೆ ಇತ್ಯಾದಿಗಳನ್ನು ಪರಿಗಣಿಸಲಿಲ್ಲ.

ರೌಲಟ್ ಸಮಿತಿಯ ಶಿಫಾರಸುಗಳು

ಈ ಸಮಿತಿಯು ಪೊಲೀಸರಿಗೆ ವ್ಯಾಪಕ ಅಧಿಕಾರವನ್ನು ನೀಡಿತ್ತು. ಪೊಲೀಸರು ಯಾವಾಗ ಬೇಕಾದರೂ ಎಲ್ಲಿ ಬೇಕಾದರೂ ಬಂಧಿಸಬಹುದು, ಬಂಧಿಸಬಹುದು, ಹುಡುಕಬಹುದು ಮತ್ತು ಜಾಮೀನು ಕೇಳಬಹುದು. ಹೀಗಾಗಿ, ಈ ಸಮಿತಿಯ

ಶಿಫಾರಸುಗಳು ಸಹ ಇದ್ದವು, ಇದರಿಂದಾಗಿ ಸಾಕಷ್ಟು ಸಾಕ್ಷ್ಯಾಧಾರಗಳಿಲ್ಲದೆ ಆದಷ್ಟು ಬೇಗ ಆರೋಪಿಗಳಿಗೆ ಶಿಕ್ಷೆಯಾಗಬಹುದು. ಈ ಶಿಫಾರಸುಗಳನ್ನು ಸರ್ಕಾರವು ಅಂಗೀಕರಿಸಿತು ಮತ್ತು ಈ ಶಿಫಾರಸುಗಳನ್ನು ರೌಲತ್ ಮಸೂದೆ ಎಂದು ಕರೆಯಲಾಯಿತು.

ರೌಲತ್ ಕಾಯ್ದೆ ವಿರುದ್ಧ ರಾಷ್ಟ್ರವ್ಯಾಪಿ ಪ್ರತಿಭಟನೆ

1919 ರ ಆರಂಭದಲ್ಲಿ ಈ ವರದಿ ಪ್ರಕಟವಾದ ತಕ್ಷಣ, ದೇಶದಾದ್ಯಂತ ಅತೃಪ್ತಿಯ ಅಲೆ ಹರಡಿತು. ಇದನ್ನು ವಿರೋಧಿಸಿದ ಕಾಂಗ್ರೆಸ್, ಇದು ಭಾರತೀಯರ ಮೂಲಭೂತ ಹಕ್ಕುಗಳ ಮೇಲಿನ ದಾಳಿ ಎಂದು ಬಣ್ಣಿಸಿದೆ. ಮಹಾತ್ಮ ಗಾಂಧಿಯವರು ಈ ಮಸೂದೆಯನ್ನು ವಿರೋಧಿಸಿ ಇಡೀ ದೇಶದಲ್ಲಿ ಸತ್ಯಾಗ್ರಹದ ಎಚ್ಚರಿಕೆ ನೀಡಿದರು ಮತ್ತು ಮಾರ್ಚ್ 30, 1919 ರಂದು ರಾಷ್ಟ್ರವ್ಯಾಪಿ ಮುಷ್ಕರಕ್ಕೆ ಕರೆ ನೀಡಿದರು. ಮತ್ತೆ ಏಪ್ರಿಲ್ 6ಕ್ಕೆ ಬದಲಾಗಿದ್ದರೂ ಮಾಹಿತಿ ಕೊರತೆಯಿಂದ ಮಾರ್ಚ್ 30ರಂದು ಮಾತ್ರ ದೆಹಲಿಯಲ್ಲಿ ಯಶಸ್ವಿ ಮುಷ್ಕರ ನಡೆಯಿತು. ಆರ್ಯ ಸಮಾಜದ ಮುಖ್ಯಸ್ಥ ಸ್ವಾಮಿ ಶ್ರದ್ಧಾನಂದರ ನೇತೃತ್ವದಲ್ಲಿ ಬೃಹತ್ ಮೆರವಣಿಗೆ ನಡೆಸಲಾಯಿತು. ಶ್ವೇತ ಸೈನಿಕರು ಸ್ವಾಮೀಜಿಗೆ ಗುಂಡು ಹಾರಿಸುವುದಾಗಿ ಬೆದರಿಕೆ ಹಾಕಿದರು, ಆದರೆ ಸ್ವಾಮೀಜಿ ಇದಕ್ಕೆ ಸ್ವಲ್ಪವೂ ವಿಚಲಿತರಾಗಲಿಲ್ಲ. ಅವರು ಮುಂದೆ ಸಾಗುವುದನ್ನು ಮುಂದುವರೆಸಿದರು. ದೆಹಲಿ ರೈಲು ನಿಲ್ದಾಣದಲ್ಲಿ ಪೊಲೀಸರು ಗುಂಡು ಹಾರಿಸಿದ್ದು, ಐದು ಜನರ ಸಾವು ಮತ್ತು ಇಪ್ಪತ್ತು ಜನರಿಗೆ ಗಾಯಗಳಾಗಿವೆ. ದೇಶದ ಸ್ವಾತಂತ್ರ್ಯ ಪ್ರೇಮಿಗಳು ಗುಲಾಮಗಿರಿಯ ಸರಪಳಿಗಳನ್ನು ಕತ್ತರಿಸಲು ಬಯಸಿದ್ದರು. ಸರ್ಕಾರ ಅವರನ್ನು ಹತ್ತಿಕ್ಕಲು ಬಯಸಿತ್ತು. ಏನು ಮಾಡಬೇಕೆಂದು ಅವನಿಗೆ ಅರ್ಥವಾಗಲಿಲ್ಲ?

ದೆಹಲಿಯಲ್ಲಿ ನಡೆದ ಈ ಆಂದೋಲನದಲ್ಲಿ ಹಿಂದು-ಮುಸ್ಲಿಮರ ಅಭೂತಪೂರ್ವ ಒಗ್ಗಟ್ಟು ಕಂಡುಬಂತು. ಇಬ್ಬರೂ ಹೆಗಲಿಗೆ ಹೆಗಲು ಕೊಟ್ಟು ಈ ಚಳವಳಿಯನ್ನು ಯಶಸ್ವಿಗೊಳಿಸಿದರು. ಹಿಂದೂಗಳು ಮುಸ್ಲಿಮರ ಕೈಯಿಂದ ಸಾರ್ವಜನಿಕವಾಗಿ ನೀರು ಕುಡಿದರು ಮತ್ತು ಏಪ್ರಿಲ್ 4, 1919 ರಂದು ಸ್ವಾಮಿ ಶ್ರದ್ಧಾನಂದರು ದೆಹಲಿಯ ರಾಯಲ್ ಜಾಮಾ ಮಸೀದಿಯ ಪ್ರವಚನಪೀಠದಿಂದ ವೇದ ಮಂತ್ರಗಳನ್ನು ಪಠಿಸುತ್ತಾ ಭಾಷಣ ಮಾಡಿದರು. ನಿಸ್ಸಂದೇಹವಾಗಿ ಇದು ಭಾರತೀಯ ಇತಿಹಾಸದಲ್ಲಿ ಅಭೂತಪೂರ್ವ ಘಟನೆಯಾಗಿದೆ; ಪ್ರಕಾಶಮಾನವಾದ ಐತಿಹಾಸಿಕ ಅಂಶವಿದೆ.

ಈ ಮಸೂದೆಗೆ ದೆಹಲಿ ಮಾತ್ರವಲ್ಲದೆ ಇಡೀ ದೇಶದಲ್ಲೇ ವಿರೋಧ ವ್ಯಕ್ತವಾಗಿತ್ತು. 1919 ರಲ್ಲಿ ಅಮೃತಸರದಲ್ಲಿ ಕಾಂಗ್ರೆಸ್ ಅಧಿವೇಶನ ನಡೆಯಬೇಕಿತ್ತು. ಅದರ ತಯಾರಿಯನ್ನು ಡಾ.ಕಿಚ್ಲು ಮತ್ತು ಸತ್ಯಪಾಲ್ ಮಾಡುತ್ತಿದ್ದರು. ಸರ್ಕಾರ ಇಬ್ಬರನ್ನೂ ಬಂಧಿಸಿ ಯಾವುದೋ ಅಜ್ಞಾತ ಸ್ಥಳಕ್ಕೆ ಕಳುಹಿಸಿತು. ಕಾರಣ ತಿಳಿಯಲು ಸಾರ್ವಜನಿಕರು ಮ್ಯಾಜಿಸ್ಟ್ರೇಟ್ ಅವರನ್ನು ಭೇಟಿ ಮಾಡಲು ಮುಂದಾದರು, ಆದರೆ ಪೊಲೀಸರು ದಾರಿಯಲ್ಲಿ ತಡೆದರು. ಏತನ್ಮಧ್ಯೆ, ಹಿಂಸಾತ್ಮಕ ಗಲಭೆ ಭುಗಿಲೆದ್ದಿತು, ಇದರಲ್ಲಿ ಐದು ಬಿಳಿಯರು ಕೊಲ್ಲಲ್ಪಟ್ಟರು. ಹಲವು ಮನೆಗಳಿಗೆ ಬೆಂಕಿ ಹಚ್ಚಲಾಗಿದೆ. ಸಾರ್ವಜನಿಕರ ಕೋಪಕ್ಕೆ ಮಿತಿಯೇ ಇರಲಿಲ್ಲ. ಗುಜ್ರಾನ್‌ವಾಲಾ ಮತ್ತು ಕಸೂರ್‌ನಲ್ಲಿಯೂ ಹಿಂಸಾತ್ಮಕ ಘಟನೆಗಳು ನಡೆದಿವೆ. ಡಾ.ಸತ್ಯಪಾಲ್ ಅವರು ಅಮೃತಸರಕ್ಕೆ ಬರುವಂತೆ ಗಾಂಧೀಜಿಗೆ ಪತ್ರ ಬರೆದಿದ್ದರು. ಅವರು ಏಪ್ರಿಲ್ 8 ರಂದು ಪಂಜಾಬ್ಗೆ ತೆರಳಿದರು. ದಾರಿಯಲ್ಲಿ ಪಲ್ವಾಲ್ ಠಾಣೆಯಲ್ಲಿ ಬಂಧಿಸಿ ಬಾಂಬೆಗೆ ಕಳುಹಿಸಲಾಯಿತು.

ರೌಲತ್ ಮಸೂದೆಯನ್ನು ವಿರೋಧಿಸಿ ಪಂಜಾಬ್‌ನಾದ್ಯಂತ ಮೆರವಣಿಗೆಗಳನ್ನು ನಡೆಸಲಾಯಿತು. ಮೂರು ಮೈಲಿ ಉದ್ದದ ಮೆರವಣಿಗೆಗಳು ಬೀದಿಗಳಲ್ಲಿ ಕಂಡುಬಂದವು. ಪ್ರತಿಭಟನಾಕಾರರಿಂದ ಬೀದಿಗಳು ಕಿಕ್ಕಿರಿದು ತುಂಬಿದ್ದವು. ಕಪ್ಪು ಬಾವುಟಗಳನ್ನು ಪ್ರದರ್ಶಿಸಲಾಯಿತು. ಪ್ರತಿಭಟನೆಗಳ ಜತೆಗೆ ಧರಣಿಯನ್ನೂ ನಡೆಸಲಾಯಿತು. ಈ ಮುಷ್ಕರ ಏಳು ದಿನಗಳ ಕಾಲ ನಡೆಯಿತು. ಪೊಲೀಸರು ಅಂಗಡಿಗಳನ್ನು ತೆರೆಯಲು ಒತ್ತಾಯಿಸಿದರು, ಆದರೆ ಪೊಲೀಸರು ಹೋದ ತಕ್ಷಣ ಮತ್ತೆ ಅಂಗಡಿಗಳನ್ನು ಮುಚ್ಚಲಾಯಿತು. ಲಾಹೋರ್‌ನಲ್ಲಿ ಮುಷ್ಕರದ ಸಮಯದಲ್ಲಿ, ಮಾರುಕಟ್ಟೆಯ ಬೀದಿಗಳಲ್ಲಿ ಆಹಾರವನ್ನು ಬೇಯಿಸಲಾಯಿತು. ಮಹಿಳೆಯರು ಸ್ವಇಚ್ಛೆಯಿಂದ ಕೆಲಸ ಮಾಡುತ್ತಿದ್ದರು, ಇದರಿಂದ ದುಡಿಯುವ ಜನರು ಮತ್ತು ಕೂಲಿಯನ್ನು ಅವಲಂಬಿಸಿರುವ ಜನರು ಆಹಾರ ಪಡೆಯುತ್ತಿದ್ದರು. ಜನರು ತಮ್ಮ ಸಂಕುಚಿತ ಹಿತಾಸಕ್ತಿಗಳನ್ನು ಮೀರಿ ದೇಶದ ಹಿತದೃಷ್ಟಿಯಿಂದ ಚಳವಳಿಯಲ್ಲಿ ಭಾಗವಹಿಸಿದರು. ಎಲ್ಲೆಡೆ 'ರೌಲೆಟ್ ಬಿಲ್, ಹಾಯ್-ಹಾಯ್' ಘೋಷಣೆಗಳು ಮೊಳಗಿದವು, ಚಕ್ರವರ್ತಿ ಐದನೆಯ ಜಾರ್ಜ್ ಅವರ ಪ್ರತಿಕೃತಿಗಳನ್ನು ಸುಡಲಾಯಿತು. ಪೊಲೀಸರು ತಮಗೆ ಬೇಕಾದಾಗ ವಿವಿಧೆಡೆ ಲಾಠಿ ಚಾರ್ಜ್ ಮಾಡುತ್ತಿದ್ದರು. ಪೊಲೀಸರು ಕೂಡ ಹಲವೆಡೆ ಗುಂಡಿನ ದಾಳಿ ನಡೆಸಿದ್ದಾರೆ. ಮಾರುಕಟ್ಟೆಗಳಲ್ಲಿ ಬಹಿರಂಗವಾಗಿ ಪ್ರತಿಭಟನಾಕಾರರ ಮೇಲೆ ಕ್ಷಿಪ್ರ ಬಂಧನಗಳು ಮತ್ತು ಲಾಠಿ

ಪ್ರಹಾರವು ಸಾಮಾನ್ಯ ಸಂಗತಿಯಾಗಿದೆ. ಮುಷ್ಕರವನ್ನು ಅಂತ್ಯಗೊಳಿಸಲು ಮತ್ತು ಪ್ರತಿಭಟನೆಯನ್ನು ನಿಲ್ಲಿಸಲು ಸರ್ಕಾರ ಪೋಸ್ಟರ್‌ಗಳನ್ನು ಹಾಕುತ್ತದೆ, ಆದರೆ ಸಾರ್ವಜನಿಕರು ಅವುಗಳನ್ನು ಕಿತ್ತುಹಾಕುತ್ತಾರೆ.

ಜಲಿಯನ್ ವಾಲಾಬಾಗ್ ಘಟನೆ

ಏಪ್ರಿಲ್ 13, 1919 ರಂದು, ಬೈಸಾಖಿಯ ದಿನದಂದು, ಪಂಜಾಬ್‌ನ ಅಮೃತಸರದ ಜಲಿಯನ್‌ವಾಲಾ ಬಾಗ್‌ನಲ್ಲಿ ಒಂದು ಸಭೆ ನಡೆಯುತ್ತಿತ್ತು. ಮಕ್ಕಳು, ಯುವಕರು, ಹಿರಿಯರು, ವೃದ್ಧರು, ಮಹಿಳೆಯರು ಎಲ್ಲ ವಯೋಮಾನದವರೂ ಸೇರಿದಂತೆ ಸುಮಾರು ಇಪ್ಪತ್ತು ಸಾವಿರ ಜನ ಸೇರಿದ್ದ ರೌಲತ್ ಮಸೂದೆಯನ್ನು ವಿರೋಧಿಸುವುದು ಸಭೆಯ ಉದ್ದೇಶವಾಗಿತ್ತು. ಜಲಿಯನ್‌ವಾಲಾಬಾಗ್‌ನ ಸುತ್ತಲೂ ಗೋಡೆಗಳಿದ್ದವು, ಒಂದು ಬದಿಯಲ್ಲಿ ಮಾತ್ರ ಕಿರಿದಾದ ಮಾರ್ಗವಿತ್ತು, ಅದರೊಳಗೆ ಯಾವುದೇ ವಾಹನ ಹೋಗಲು ಸಾಧ್ಯವಾಗಲಿಲ್ಲ.

ಈ ಸಭೆ ಶಾಂತಿಯುತವಾಗಿ ನಡೆಯುತ್ತಿತ್ತು. ಹಂಸರಾಜ್ ಎಂಬ ವ್ಯಕ್ತಿ ಭಾಷಣ ಮಾಡುತ್ತಿದ್ದ. ಅಷ್ಟರಲ್ಲಿ ಜನರಲ್ ಡಯರ್ ಅಲ್ಲಿಗೆ ಬಂದರು. ಅವನೊಂದಿಗೆ ಐವತ್ತು ಬಿಳಿ ಮತ್ತು ನೂರು ಭಾರತೀಯ ಸೈನಿಕರು ಇದ್ದರು. ಅವನು ಸೈನಿಕರನ್ನು ಉದ್ಯಾನದ ಒಂದು ಬದಿಯಲ್ಲಿ ನಿಲ್ಲುವಂತೆ ಮಾಡಿದನು ಮತ್ತು ನಿರಾಯುಧ ಜನರ ಮೇಲೆ ಗುಂಡು ಹಾರಿಸಲು ಆದೇಶಿಸಿದನು. ಸಾರ್ವಜನಿಕರ ನಡುವೆ ನೂಕುನುಗ್ಗಲು ಉಂಟಾಯಿತು, ಆದರೆ ತಪ್ಪಿಸಿಕೊಳ್ಳುವ ಮಾರ್ಗವು ತುಂಬಾ ಕಿರಿದಾಗಿತ್ತು. ಅನೇಕ ಜನರು ತಮ್ಮ ಪ್ರಾಣ ಉಳಿಸಿಕೊಳ್ಳಲು ಬಾವಿಗೆ ಹಾರಿದರು, ಅದರಲ್ಲಿ ಅನೇಕ ಜನರು ಸಾವನ್ನಪ್ಪಿದರು. ಎರಡು-ಮೂರು ನಿಮಿಷಗಳ ಕಾಲ ನಿರಂತರವಾಗಿ ಗುಂಡು ಹಾರಿಸಿ ಅಮಾಯಕರ ರಕ್ತದಿಂದ ಹೋಳಿ ಆಡಲಾಯಿತು. ಹಿಂಸಾಚಾರದ ಬೆತ್ತಲೆ ಪರಾಕಾಷ್ಠೆ ನಡೆಯಿತು. ಈ ವಿಷಯದ ಬಗ್ಗೆ ಶ್ರೀ ಮನ್ಮಥನಾಥ ಗುಪ್ತರು ತಮ್ಮ 'ಭಾರತೀಯ ಕ್ರಾಂತಿಕಾರಿ ಚಳವಳಿಯ ಇತಿಹಾಸ' ಪುಸ್ತಕದಲ್ಲಿ ಬರೆಯುತ್ತಾರೆ -

"ಹಂಟರ್ ಕಮಿಷನ್ ಮುಂದೆ ಜನರಲ್ ಡಯರ್ ನೀಡಿದ ಹೇಳಿಕೆಯ ಪ್ರಕಾರ, ಅವರು ಮೊದಲು ಜನರನ್ನು ಚದುರಿಸಲು ಹೇಳಿದರು ಮತ್ತು ನಂತರ ಎರಡು-ಮೂರು ನಿಮಿಷಗಳಲ್ಲಿ ಗುಂಡು ಹಾರಿಸಿದರು, ಇದು ನಿಜವೆಂದು ಒಪ್ಪಿಕೊಂಡರೂ, ಎರಡು ನಿಮಿಷಗಳಲ್ಲಿ ಇಪ್ಪತ್ತು ಸಾವಿರ ಜನರು ಕೊಲ್ಲಲ್ಪಡುತ್ತಾರೆ. ಪುರುಷರು ಕಿರಿದಾದ ಹಾದಿಯಿಂದ ಹೊರಬರಲು ಸಾಧ್ಯವಾಗಲಿಲ್ಲ. ಜನರಲ್ ಡಯರ್‌ನ ಆದೇಶದ

ಹೊರತಾಗಿಯೂ, ಜನರು ಮೇಲೇರಲು ನಿರಾಕರಿಸಿದರು ಎಂದು ಒಪ್ಪಿಕೊಂಡರೂ, ಸಾವಿರ ಜನರನ್ನು ಈ ರೀತಿ ಹುರಿಯಲು ಯಾವ ಅಗತ್ಯ ಅಥವಾ ದುರಂತವು ಉದ್ಭವಿಸಿದೆ ಎಂದು ಅರ್ಥವಾಗುತ್ತಿಲ್ಲ. ಈ ಘಟನೆಯ ಹೊಣೆಯನ್ನು ಕೇವಲ ಜನರಲ್ ಡಯರ್‌ನ ತಲೆಯ ಮೇಲೆ ಹಾಕುವುದು ತಪ್ಪಾಗುತ್ತದೆ, ಏಕೆಂದರೆ ಬ್ರಿಟಿಷ್ ಸಾಮ್ರಾಜ್ಯಶಾಹಿ ಈ ಎಲ್ಲಾ ವಿಷಯಗಳನ್ನು ಯೋಜಿಸಿದೆ, ನಾನು ಭಾವಿಸುತ್ತೇನೆ. ವಿಷಯ ಏನೆಂದರೆ, ಬ್ರಿಟಿಷ್ ಸಾಮ್ರಾಜ್ಯಶಾಹಿಯು ಪಂಜಾಬಿನಿಂದಲೇ ಅತ್ಯುತ್ತಮ ಸೈನಿಕರನ್ನು ಪಡೆದುಕೊಂಡಿತು, ಆದ್ದರಿಂದ ಸಹಜವಾಗಿಯೇ ಈ ಪ್ರಾಂತ್ಯದಲ್ಲಿ ಯಾವುದೇ ರೀತಿಯ ಅಸಂಗತತೆ ಹರಡಲು ಸರ್ಕಾರವು ಬಯಸಲಿಲ್ಲ. ಈ ನಿಟ್ಟಿನಲ್ಲಿ ಸರಕಾರ ಅರಳುವ ಮುನ್ನ ಗೀಚುವ ನೀತಿಯನ್ನು ಅಳವಡಿಸಿಕೊಳ್ಳಬೇಕೆಂದರು. ಜನರಲ್ ಡಯರ್ ತನ್ನ ಕೋಪವೆಲ್ಲ ತಣಿಯುವವರೆಗೂ ಗುಂಡು ಹಾರಿಸುತ್ತಲೇ ಇದ್ದನು ಮತ್ತು ಆಯೋಗದ ಮುಂದೆ ಬಹಳ ದುರಹಂಕಾರದಿಂದ ಇದನ್ನು ಹೇಳಿದನು. ಯಾಕೆ ಹೇಳಲಿಲ್ಲ, ಯಾವ ರೀತಿಯ ಭಯವೂ ಇರಲಿಲ್ಲ.

ಈ ಘಟನೆಯಲ್ಲಿ ಒಟ್ಟು ಹದಿನಾರನೂರು ಗುಂಡುಗಳನ್ನು ಹಾರಿಸಲಾಯಿತು. ಸರ್ಕಾರದ ವರದಿಯ ಪ್ರಕಾರ, ನಾಲ್ಕು ನೂರು ಜನರು ಸತ್ತರು ಮತ್ತು ಸುಮಾರು ಎರಡು ಸಾವಿರ ಜನರು ಗಾಯಗೊಂಡರು. ಇಂತಹ ಘಟನೆಗಳಲ್ಲಿ ಸಾಮಾನ್ಯವಾಗಿ ಸರ್ಕಾರದ ವರದಿ ತಪ್ಪಾಗಿರುತ್ತದೆ, ಹಾಗಾಗಿ ಈ ವರದಿಯೂ ಸರಿಯಲ್ಲ. ನಂತರ, ಕಾಂಗ್ರೆಸ್ ಅದರ ತನಿಖೆಗಾಗಿ ಆಯೋಗವನ್ನು ರಚಿಸಿತು, ಅವರ ವರದಿಯ ಪ್ರಕಾರ ಸತ್ತ ಮತ್ತು ಗಾಯಗೊಂಡವರ ಸಂಖ್ಯೆ ಸರ್ಕಾರದ ವರದಿಗಿಂತ ದ್ವಿಗುಣವಾಗಿತ್ತು.

ಈ ಘಟನೆಯ ನಂತರವೂ ಸರ್ಕಾರದ ಕ್ರೌರ್ಯ ಕಡಿಮೆಯಾಗಿಲ್ಲ. ಅಮೃತಸರಕ್ಕೆ ನೀರು ಮತ್ತು ವಿದ್ಯುತ್ ಪೂರೈಕೆಯನ್ನು ನಿಲ್ಲಿಸಲಾಯಿತು, ರಸ್ತೆಯಲ್ಲಿ ನಡೆದುಕೊಂಡು ಹೋಗುತ್ತಿದ್ದ ಜನರನ್ನು ಬೆತ್ತದಿಂದ ಹೊಡೆದು ಅವರ ಎದೆಯ ಮೇಲೆ ತೆವಳುವಂತೆ ಒತ್ತಾಯಿಸಲಾಯಿತು. ಮಿಲಿಟರಿ ಕಾನೂನಿನ ಪ್ರಕಾರ, ಸೈನಿಕರ ಇಚ್ಛೆಗೆ ಅನುಗುಣವಾಗಿ ಅಂಗಡಿಗಳಲ್ಲಿನ ಸರಕುಗಳ ಬೆಲೆಗಳನ್ನು ನಿರ್ಧರಿಸಲಾಗುತ್ತದೆ. ನೂರಾರು ಜನರನ್ನು ಬಂಧಿಸಿ ಜೈಲಿಗೆ ಕಳುಹಿಸಲಾಯಿತು.

ಪಂಜಾಬ್ ಗವರ್ನರ್ ಮೈಕೆಲ್ ಓಡ್ವೈರ್ ಜನರಲ್ ಡಯರ್ ಅವರ ಈ ಕಾರ್ಯವನ್ನು ಶ್ಲಾಘಿಸಿದ್ದರು. ಶ್ರೀ ಮನ್ಮಥನಾಥ ಗುಪ್ತರು ಮಿಲಿಟರಿ ಆಡಳಿತದ ಈ ದೌರ್ಜನ್ಯಗಳನ್ನು ಈ ಕೆಳಗಿನ ಪದಗಳಲ್ಲಿ ವಿವರಿಸಿದ್ದಾರೆ -

"ಪಂಜಾಬ್‌ನ ಇತರ ಸ್ಥಳಗಳಲ್ಲಿಯೂ ಭಯಾನಕ ದೌರ್ಜನ್ಯಗಳು ನಡೆದಿವೆ, ಅದರ ವಿವರಣೆಯು ಗೂಸ್‌ಬಂಪ್‌ಗಳನ್ನು ನೀಡುತ್ತದೆ. ಕೆಲವೆಡೆ ಬಾಂಬ್ ಸಿಡಿಸಲಾಯಿತು.

ಅನೇಕ ಸ್ಥಳಗಳಲ್ಲಿ ಪ್ರತಿಯೊಬ್ಬ ಭಾರತೀಯನು ಪ್ರತಿಯೊಬ್ಬ ಬಿಳಿಯನಿಗೆ ನಮಸ್ಕರಿಸಬೇಕೆಂಬ ನಿಯಮವನ್ನು ಮಾಡಲಾಗಿತ್ತು. ಕೆಲವೆಡೆ ಹಿಂದೂ ಮತ್ತು ಮುಸಲ್ಮಾನರನ್ನು ಒಟ್ಟಿಗೆ ಕಟ್ಟಿ ಮೆರವಣಿಗೆಯಲ್ಲಿ ಕರೆದೊಯ್ಯಲಾಯಿತು. ಮುಸಲ್ಮಾನರ ಏಕತೆಯನ್ನು ಗೇಲಿ ಮಾಡುವುದು ಸರ್ಕಾರದ ಉದ್ದೇಶವಾಗಿತ್ತು. ಕಸೂರಿನಲ್ಲಿ ಉಸ್ತುವಾರಿ ವಹಿಸಿದ್ದ ಮಹಾನುಭಾವರು ದೊಡ್ಡ ಪಂಜರವನ್ನು ನಿರ್ಮಿಸಿದರು, ಅದರಲ್ಲಿ ನೂರೈವತ್ತು ಜನರನ್ನು ಮಂಗಗಳಂತೆ ಸಾರ್ವಜನಿಕವಾಗಿ ಬಂಧಿಸಲಾಯಿತು. ಕರ್ನಲ್ ಜಾನ್ಸನ್ ಸಾಹೇಬರು ಮದುವೆಯ ಪಾರ್ಟಿಯನ್ನು ಹಿಡಿದು ಬೆತ್ತದಿಂದ ಹೊಡೆದರು. ಕೆಲವು ಸ್ಥಳಗಳಲ್ಲಿ, ಒಳ್ಳೆಯ ಪುರುಷರನ್ನು ವೇಶ್ಯೆಯರ ಮುಂದೆ ಬೆತ್ತದಿಂದ ಹೊಡೆಯಲಾಯಿತು. ಹಮಾಲಿಗಳ ಕೆಲಸವನ್ನು ರಸ್ತೆಯಲ್ಲಿ ಪ್ರಯಾಣಿಸುವವರಿಂದ ತೆಗೆದುಕೊಳ್ಳಲಾಗಿದೆ. ಶಾಲೆಯ ಹುಡುಗರು ದಿನಕ್ಕೆ ಮೂರು ಬಾರಿ ಬಂದು ಬ್ರಿಟಿಷ್ ಧ್ವಜಕ್ಕೆ ನಮಸ್ಕರಿಸಬೇಕು ಎಂಬ ಆದೇಶವೂ ಇತ್ತು, ಮಕ್ಕಳು ಎಂದಿಗೂ ಯಾವುದೇ ಅಪರಾಧ ಮಾಡುವುದಿಲ್ಲ ಎಂದು ಪ್ರತಿಜ್ಞೆ ಮಾಡಿ ಅವರನ್ನು ಪಶ್ಚಾತ್ತಾಪ ಪಡುವಂತೆ ಮಾಡಲಾಯಿತು. ಲಾಲಾ ಹರಿಕಿಶನ್ ಲಾಲ್ ಅವರ ನಲವತ್ತು ಲಕ್ಷ ರೂಪಾಯಿಗಳನ್ನು ಮುಟ್ಟುಗೋಲು ಹಾಕಿಕೊಂಡು ಕರಿನೀರು ಶಿಕ್ಷೆ ವಿಧಿಸಲಾಯಿತು. ಈ ದುಷ್ಕೃತ್ಯಗಳನ್ನು ಎಲ್ಲಿಯವರೆಗೆ ವಿವರಿಸಬಹುದು?

ಪಂಜಾಬ್‌ನಲ್ಲಿ ನಡೆದ ಈ ಘಟನೆಗಳು ಭಾರತದಾದ್ಯಂತ ಕೋಪದ ವಾತಾವರಣವನ್ನು ಸೃಷ್ಟಿಸಿದವು. ಈ ಎಲ್ಲಾ ಘಟನೆಗಳು ಚಂದ್ರಶೇಖರನಿಗೆ ತಿಳಿಯದೇ ಇರಲಿಲ್ಲ. ಈ ಎಲ್ಲಾ ಘಟನೆಗಳು ಮತ್ತು ಬ್ರಿಟಿಷರ ದೌರ್ಜನ್ಯದಿಂದ ಕಿಶೋರ್ ಚಂದ್ರಶೇಖರ್ ಅವರ ರಕ್ತ ಕುದಿಯಲು ಪ್ರಾರಂಭಿಸಿತು. ಅವನ ಹೃದಯದಲ್ಲಿ ಸೇಡಿನ ಬೆಂಕಿ ಉರಿಯಲಾರಂಭಿಸಿತು. ಈ ಸಮಯದಲ್ಲಿ ಅವರು ಸುಮಾರು ಹದಿನಾಲ್ಕು ವರ್ಷ ವಯಸ್ಸಿನವರಾಗಿದ್ದರು.

ಚಂದ್ರಶೇಖರರಿಂದ ದಂಡದ ಶಿಕ್ಷೆ ಮತ್ತು ಸ್ವಾತಂತ್ರ್ಯ

ಅಮೃತಸರದ ನಂತರ ಎರಡನೇ ವರ್ಷದಲ್ಲಿ 1920ರಲ್ಲಿ ಕಲ್ಕತ್ತಾದಲ್ಲಿ ಕಾಂಗ್ರೆಸ್ ಅಧಿವೇಶನ ನಡೆಯಿತು. ಇದು ವಿಶೇಷ ಅಧಿವೇಶನವಾಗಿದ್ದು, ಇದರಲ್ಲಿ ಲಾಲಾ ಲಜಪತ್ ರಾಯ್ ಅವರನ್ನು ಅಧ್ಯಕ್ಷರನ್ನಾಗಿ ಮಾಡಲಾಯಿತು. ಈ ಅಧಿವೇಶನದಲ್ಲಿ ಸರ್ಕಾರದೊಂದಿಗೆ ಅಸಹಕಾರದ ಪ್ರಸ್ತಾಪವನ್ನು ಮಂಡಿಸಲಾಯಿತು. ದೇಶಬಂಧು ಚಿತ್ತರಂಜನ್ ದಾಸ್, ಮಹಾಮಾನ ಮದನಮೋಹನ್ ಮಾಳವೀಯ, ಬಿಪಿನ್ ಚಂದ್ರ

ಪಾಲ್ ಮುಂತಾದ ಹಳೆಯ ನಾಯಕರು ಈ ಪ್ರಸ್ತಾಪವನ್ನು ವಿರೋಧಿಸಿದರೂ, ಇನ್ನೂ ಈ ಪ್ರಸ್ತಾಪವನ್ನು ಅಂಗೀಕರಿಸಲಾಯಿತು. ನಂತರ ಅದೇ ವರ್ಷದಲ್ಲಿ, ವಿಜಯ ರಾಘವಾಚಾರ್ಯ ಅಧ್ಯಕ್ಷರಾಗಿದ್ದ ನಾಗ್ಪುರದಲ್ಲಿ ಕಾಂಗ್ರೆಸ್‌ನ ವಾರ್ಷಿಕ ಅಧಿವೇಶನ ನಡೆಯಿತು. ಈ ಬಾರಿಯ ಅಧಿವೇಶನದಲ್ಲಿಯೂ ಈ ಪ್ರಸ್ತಾವನೆಯನ್ನು ಬಹುಮತದಿಂದ ಅಂಗೀಕರಿಸಲಾಯಿತು.

1921 ರ ಆರಂಭದಲ್ಲಿ, ಮಹಾತ್ಮಾ ಗಾಂಧಿಯವರ ನೇತೃತ್ವದಲ್ಲಿ ಇಡೀ ದೇಶದಲ್ಲಿ ಅಸಹಕಾರ ಚಳುವಳಿಯನ್ನು ಪ್ರಾರಂಭಿಸಲಾಯಿತು. ಅಸಹಕಾರ ಚಳವಳಿಯ ಈ ಚಂಡಮಾರುತವು ತನ್ನ ಪೂರ್ಣ ವೇಗದಲ್ಲಿ ದೇಶದಾದ್ಯಂತ ಹರಡಿತು. ವಿದೇಶಿ ಬಟ್ಟೆಗಳ ಹೋಳಿ ದೀಪಗಳನ್ನು ಸುಡಲಾಯಿತು. ವಕೀಲರು ನ್ಯಾಯಾಲಯಗಳನ್ನು ಬಹಿಷ್ಕರಿಸಿದರು. ವಿದ್ಯಾರ್ಥಿಗಳು ಸರ್ಕಾರಿ ಮತ್ತು ಸರ್ಕಾರಿ ಅನುದಾನಿತ ಶಾಲೆಗಳನ್ನು ಬಹಿಷ್ಕರಿಸಲು ಪ್ರಾರಂಭಿಸಿದರು. ವಿದೇಶಿ ವಸ್ತುಗಳ ಅಂಗಡಿಗಳ ಮುಂದೆ ಚಳವಳಿಗಾರರು ಧರಣಿ ನಡೆಸುತ್ತಿದ್ದರು. ವಿವಿಧೆಡೆ ಸಭೆಗಳು ನಡೆದವು. ಮೆರವಣಿಗೆಗಳನ್ನು ಹೊರತರಲಾಯಿತು. ಸರ್ಕಾರದೊಂದಿಗೆ ಎಲ್ಲಾ ರೀತಿಯ ಅಸಹಕಾರವನ್ನು ಮಾಡಲು ಮುಖಂಡರು ಸಾರ್ವಜನಿಕರಿಗೆ ಕರೆ ನೀಡುತ್ತಿದ್ದರು.

ಇಡೀ ದೇಶದಂತೆ, ಬನಾರಸ್ ಕೂಡ ಈ ಚಳುವಳಿಯಿಂದ ಅಸ್ಪೃಶ್ಯವಾಗಿ ಉಳಿಯಲು ಸಾಧ್ಯವಿಲ್ಲ. ಈ ಚಳವಳಿಯಲ್ಲಿ ಅನೇಕ ವಿದ್ಯಾರ್ಥಿಗಳು ಭಾಗವಹಿಸಿದ್ದರು. ಅವನು ತನ್ನ ಅಧ್ಯಯನವನ್ನು ತೊರೆದನು. ಬಹುತೇಕ ಯಾವಾಗಲೂ ಪ್ರದರ್ಶನಗಳು, ಸಭೆಗಳು ನಡೆದವು ಮತ್ತು ದೇಶದಾದ್ಯಂತ ಘೋಷಣೆಗಳು ಪ್ರತಿಧ್ವನಿಸುತ್ತವೆ. ಅಸಹಕಾರ ಚಳವಳಿಯಲ್ಲಿ ಪಾಲ್ಗೊಂಡಿದ್ದ ಜನರ ಮೇಲೆ ಪೊಲೀಸರು ಲಾಠಿ ಪ್ರಹಾರ ನಡೆಸಿದರು. ಚಂದ್ರಶೇಖರ್ ಅವರು ಸಭೆಗಳಿಗೆ ಹಾಜರಾಗುತ್ತಿದ್ದರು, ಭಾಷಣಗಳನ್ನು ಕೇಳುತ್ತಿದ್ದರು ಮತ್ತು ಪೊಲೀಸರ ದೌರ್ಜನ್ಯಕ್ಕೆ ಸಾಕ್ಷಿಯಾಗುತ್ತಿದ್ದರು. ಈ ಎಲ್ಲಾ ಸಂಗತಿಗಳು ಅವನ ಹದಿಹರೆಯದ ಮನಸ್ಸನ್ನು ಅಲ್ಲಾಡಿಸಿದವು. ಪೋಲೀಸರ ಕ್ರೌರ್ಯ ಕಂಡು ದಂಗಾದ ಮನಸ್ಸು ಮೊದಲಿನಿಂದಲೂ ಸ್ವಾತಂತ್ರ್ಯ ಪ್ರೇಮಿ. ಹಾಗಾಗಿ ತಡೆಯಲಾಗಲಿಲ್ಲ. ವಿದ್ಯಾಭ್ಯಾಸದಿಂದ ವಿಮುಖರಾಗಿ ಅಸಹಕಾರ ಚಳವಳಿಗೆ ಧುಮುಕಿದರು. ಪ್ರಸ್ತುತ ಅವರು ಕೇವಲ ಹದಿನೈದು ವರ್ಷ ವಯಸ್ಸಿನವರಾಗಿದ್ದರು.

ಒಂದು ದಿನ ಕೆಲವು ಚಳವಳಿಗಾರರು ವಿದೇಶಿ ಬಟ್ಟೆ ಅಂಗಡಿಯಲ್ಲಿ ಪ್ರತಿಭಟನೆ ನಡೆಸುತ್ತಿದ್ದರು. ಅಷ್ಟರಲ್ಲಿ ಪೊಲೀಸರು ಬಂದರು. ಪೊಲೀಸ್ ಇನ್ಸ್‌ಪೆಕ್ಟರ್

ಪ್ರತಿಭಟನಾಕಾರರನ್ನು ಲಾಠಿಯಿಂದ ಹೊಡೆಯಲು ಪ್ರಾರಂಭಿಸಿದರು. ಅವನು ಅವರನ್ನು ಕೆಟ್ಟದಾಗಿ ಹೊಡೆಯುತ್ತಿದ್ದನು. ಈ ದುಷ್ಕೃತ್ಯ ಚಂದ್ರಶೇಖರನಿಗೆ ಕಾಣಿಸಲಿಲ್ಲ. ತನ್ನನ್ನು ತಾನು ನಿಯಂತ್ರಿಸಿಕೊಳ್ಳಲಾಗಲಿಲ್ಲ. ಪಕ್ಕದಲ್ಲಿ ಒಂದು ಕಲ್ಲು ಬಿದ್ದಿತ್ತು. ದೂರದಿಂದಲೇ ಇನ್ಸ್ ಪೆಕ್ಟರ್ ನ ಹಣೆಯ ಮೇಲೆ ಕಲ್ಲನ್ನು ಎಸೆದ. ಗುರಿ ನಿಖರವಾಗಿತ್ತು. ಇನ್ಸ್ ಪೆಕ್ಟರ್ ನ ಹಣೆ ಒಡೆದು ಅಲ್ಲೇ ನೆಲದ ಮೇಲೆ ಬಿದ್ದ. ಮತ್ತೊಬ್ಬ ಯೋಧ ಚಂದ್ರಶೇಖರ್ ಈ ರೀತಿ ಮಾಡುತ್ತಿದ್ದುದನ್ನು ನೋಡಿದ್ದ. ಈ ವಿಚಾರ ಚಂದ್ರಶೇಖರ್ ಅವರಿಗೂ ತಿಳಿದು ಪೊಲೀಸರ ಕಣ್ಣುಗಳಿಂದ ರಕ್ಷಿಸಿಕೊಳ್ಳಲು ಗುಂಪಿನಿಂದ ಓಡಿ ಹೋಗಿದ್ದಾರೆ. ಒಬ್ಬ ಸೈನಿಕ ಅವನನ್ನು ಹಿಡಿಯಲು ಪ್ರಯತ್ನಿಸಿದನು, ಆದರೆ ಅವನನ್ನು ಹಿಡಿಯಲು ಸಾಧ್ಯವಾಗಲಿಲ್ಲ.

ಚಂದ್ರಶೇಖರನ ಹಣೆಯ ಮೇಲೆ ಶ್ರೀಗಂಧದ ಪೇಸ್ಟ್ ಇತ್ತು. ಆತ ಕಲ್ಲು ತೂರಾಟ ನಡೆಸುತ್ತಿದ್ದುದನ್ನು ನೋಡಿದ ಸೈನಿಕ ಆತನನ್ನು ಗುರುತಿಸಿದ್ದ. ಆದ್ದರಿಂದ ಅವನು ಇತರ ಕೆಲವು ಸೈನಿಕರನ್ನು ಕರೆದುಕೊಂಡು ಅವರನ್ನು ಹುಡುಕಲು ಹೊರಟನು. ಎಲ್ಲ ಧರ್ಮಶಾಲೆಗಳು, ಶಾಲೆಗಳು ಮತ್ತು ಇತರ ಸ್ಥಳಗಳಲ್ಲಿ ಅವರು ಪತ್ತೆಯಾಗುವ ಸಾಧ್ಯತೆಯಿರುವ ಸ್ಥಳಗಳಲ್ಲಿ ಶೋಧ ನಡೆಸಲಾಯಿತು. ಕೊನೆಗೆ ಪೊಲೀಸರು ಚಂದ್ರಶೇಖರ್ ತಂಗಿದ್ದ ಧರ್ಮಶಾಲೆಗೂ ಬಂದರು. ಪೊಲೀಸ್ ಪೇದೆ ಕೋಣೆಗೆ ಪ್ರವೇಶಿಸಿದ. ಲೋಕಮಾನ್ಯ ತಿಲಕ್, ಲಾಲ್ ಲಜಪತ್ ರಾಯ್, ಮಹಾತ್ಮ ಗಾಂಧಿ ಮೊದಲಾದ ರಾಷ್ಟ್ರ ನಾಯಕರ ಚಿತ್ರಗಳಿದ್ದವು. ಚಂದ್ರಶೇಖರ್ ಬಂಧಿತರು. ಅವನ ಕೈಗಳಿಗೆ ಕೈಕೋಳ ಹಾಕಲಾಯಿತು. ಪೊಲೀಸರು ಆತನನ್ನು ತಮ್ಮೊಂದಿಗೆ ಕರೆದೊಯ್ದರು, ಆದರೆ ಚಂದ್ರಶೇಖರ್ ಇದಕ್ಕೆ ಸ್ವಲ್ಪವೂ ಹೆದರಲಿಲ್ಲ ಅಥವಾ ವಿಚಲಿತರಾಗಲಿಲ್ಲ.

ಪೊಲೀಸ್ ಠಾಣೆಗೆ ಕರೆದೊಯ್ದು ಜೈಲಿನಲ್ಲಿಟ್ಟರು. ಅನೇಕ ಸತ್ಯಾಗ್ರಹಿಗಳು ಬೀಗದ ಸಣ್ಣ ಕೋಣೆಗಳಲ್ಲಿ ಪ್ರಾಣಿಗಳಂತೆ ಬೀಗ ಹಾಕಲ್ಪಟ್ಟರು. ಗಾಳಿ, ನೀರಿಗೆ ಸರಿಯಾದ ವ್ಯವಸ್ಥೆ ಇರಲಿಲ್ಲ. ಅದು ಚಳಿಗಾಲದ ತಂಪಾದ ರಾತ್ರಿ. ಜೈಲಿನಲ್ಲಿದ್ದ ಚಂದ್ರಶೇಖರ್ ಅವರಿಗೆ ಮಲಗಲು ಯಾವುದೇ ರೀತಿಯ ಹೊದಿಕೆ ಅಥವಾ ಹಾಸಿಗೆ ನೀಡಿರಲಿಲ್ಲ. ಬಹುಶಃ ಈ ಹುಡುಗ ಚಳಿಯಿಂದ ಹೆದರಿ ಕ್ಷಮೆ ಕೇಳುತ್ತಾನೆ ಎಂದು ಪೊಲೀಸರು ಭಾವಿಸಿರಬಹುದು, ಆದರೆ ಅಂತಹದ್ದೇನೂ ಸಂಭವಿಸಲಿಲ್ಲ. ಹುಡುಗ ಏನು ಮಾಡುತ್ತಿದ್ದಾನೆಂದು ನೋಡಲು, ಒಬ್ಬ ಪೊಲೀಸ್ ಇನ್ಸ್‌ಪೆಕ್ಟರ್ ಮಧ್ಯರಾತ್ರಿ ಅವನ ಕೋಣೆಯ ಬಳಿ ಬಂದರು. ಬಹುಶಃ ಚಂದ್ರಶೇಖರ ಚಳಿಯಿಂದ ನಡುಗುತ್ತಿರಬೇಕು

ಎಂದು ಮನಸ್ಸಿನಲ್ಲೇ ಅಂದುಕೊಂಡಿರಬೇಕು. ಇನ್ಸ್ಪೆಕ್ಟರ್ ಬೀಗ ತೆರೆದು ಒಳಗೆ ಹೋದರು, ಆದರೆ ಏನು! ಚಂದ್ರಶೇಖರನನ್ನು ನೋಡಿ ಆಶ್ಚರ್ಯವಾಯಿತು. ಚಳಿಯನ್ನು ಎದುರಿಸಲು ಚಂದ್ರಶೇಖರ್ ಪರಿಹಾರ ಕಂಡುಕೊಂಡಿದ್ದರು; ಅವರು ವ್ಯಾಯಾಮ (ಶಿಕ್ಷೆ) ಮಾಡುತ್ತಿದ್ದರು, ಪರಿಣಾಮವಾಗಿ, ಚಳಿಯಲ್ಲಿ ನಡುಗುವ ಅಥವಾ ನಡುಗುವ ಬದಲು, ಅವರ ದೇಹದಿಂದ ಬೆವರು ಹನಿಗಳು. ಇದನ್ನು ನೋಡಿದ ಇನ್ಸ್‌ಪೆಕ್ಟರ್‌ಗೆ ಇದ್ದಕ್ಕಿದ್ದಂತೆ ತನ್ನ ಕಣ್ಣುಗಳನ್ನು ನಂಬಲಾಗಲಿಲ್ಲ, ಆದರೆ ವಾಸ್ತವವು ಅವನ ಮುಂದೆ ಇತ್ತು. ತಂತ್ರಗಾರಿಕೆ ಮತ್ತು ಕಠಿಣ ಪರಿಶ್ರಮದ ಮುಂದೆ ಯಾವುದೇ ವಿಪತ್ತು ನಿಲ್ಲುವುದಿಲ್ಲ ಎಂಬುದನ್ನು ಚಂದ್ರಶೇಖರ್ ಸಾಬೀತುಪಡಿಸಿದ್ದರು. ಪೊಲೀಸ್ ಇನ್ಸ್ ಪೆಕ್ಟರ್ ಹಿಂದೆ ತಿರುಗಿದರು.

ಮರುದಿನ ಚಂದ್ರಶೇಖರನನ್ನು ಮ್ಯಾಜಿಸ್ಟ್ರೇಟ್ ಮುಂದೆ ನ್ಯಾಯಾಲಯಕ್ಕೆ ಕರೆದೊಯ್ಯಲಾಯಿತು. ಅವನ ವಯಸ್ಸಿನ ಇತರ ಕೆಲವು ಹುಡುಗರನ್ನು ಸಹ ಬಂಧಿಸಲಾಯಿತು. ಅವರನ್ನೂ ನ್ಯಾಯಾಲಯಕ್ಕೆ ಹಾಜರುಪಡಿಸಲಾಗಿತ್ತು. ಮ್ಯಾಜಿಸ್ಟ್ರೇಟ್ ಖರೆಘಾಟ್ ಒಬ್ಬ ಪಾರ್ಸಿ. ಅವರು ಬನಾರಸ್‌ನ ರಾಜಕೀಯ ವ್ಯವಹಾರಗಳನ್ನು ನಿಭಾಯಿಸುತ್ತಿದ್ದರು, ಆದರೆ ರಾಜಕೀಯ ಕೈದಿಗಳ ಪ್ರಾಮುಖ್ಯತೆಯನ್ನು ಕಡಿಮೆ ಮಾಡಲು, ರಸ್ತೆಯಲ್ಲಿ ಸಂಚಾರವನ್ನು ನಿಲ್ಲಿಸಿದ್ದಕ್ಕಾಗಿ ಅವರನ್ನು ಸೆಕ್ಷನ್ 107 ರ ಅಡಿಯಲ್ಲಿ ಶಿಕ್ಷಿಸಲಾಯಿತು. ಖರೇಘಾಟ್ ಕಠಿಣ ಶಿಕ್ಷೆಗಳನ್ನು ನೀಡುವ ಮೂಲಕ ಕುಖ್ಯಾತವಾಗಿತ್ತು. ಚಂದ್ರಶೇಖರ್ ಕಿರಿಯ ವಿದ್ಯಾರ್ಥಿಯಾಗಿದ್ದರು. ಸಂಸ್ಕೃತವನ್ನು ಕಲಿಯುವ ವಿದ್ಯಾರ್ಥಿಗಳು ಹೆಚ್ಚಾಗಿ ಧಾರ್ಮಿಕ ಭಾವನೆಗಳಿಂದ ಅಧ್ಯಯನ ಮಾಡಿದರು, ಆದ್ದರಿಂದ ಅವರಲ್ಲಿ 30-35 ವರ್ಷ ವಯಸ್ಸಿನ ವಿದ್ಯಾರ್ಥಿಗಳು ಇದ್ದರು. ವಿದ್ಯಾರ್ಥಿಗಳು ಈ ಮ್ಯಾಜಿಸ್ಟ್ರೇಟ್‌ಗೆ ಹೆದರುತ್ತಿದ್ದರು ಆದರೆ ಈ ಎಲ್ಲಾ ವಿದ್ಯಾರ್ಥಿಗಳು ನಿರ್ಭಯವಾಗಿ ನಿಂತರು. ಮ್ಯಾಜಿಸ್ಟ್ರೇಟ್ ಆ ಹುಡುಗನನ್ನು ಚಂದ್ರಶೇಖರನ ಮುಂದೆ ಕೇಳಿದರು, “ನಿಮ್ಮ ಹೆಸರು?”

"ನವೆಂಬರ್." ಹುಡುಗ ಉತ್ತರಿಸಿದ.

"ನಿಮ್ಮ ತಂದೆಯ ಹೆಸರು?"

"ಡಿಸೆಂಬರ್."

ಖರೆಘಾಟ್ ಈ ಉತ್ತರಗಳನ್ನು ಸ್ವತಃ ಅವಮಾನಕರವೆಂದು ಪರಿಗಣಿಸಿದರು. ಇದಾದ ನಂತರ ಅವರು ಚಂದ್ರಶೇಖರ್ ಅವರನ್ನು "ನಿಮ್ಮ ಹೆಸರು?"

"ಉಚಿತ." ಚಂದ್ರಶೇಖರ ಹೇಳಿದರು.

"ತಂದೆಯ ಹೆಸರು?"

"ಸ್ವತಂತ್ರ."

ನಿನ್ನ ಮನೆ ಎಲ್ಲಿದೆ?"

"ಕಾರಾಗೃಹದಲ್ಲಿ."

ಅಂತಹ ಉತ್ತರಗಳಿಂದ ಮ್ಯಾಜಿಸ್ಟ್ರೇಟ್ ದಿಗ್ಭ್ರಮೆಗೊಂಡರು. ದೊಡ್ಡ ಕ್ರಿಮಿನಲ್‌ಗಳಿಗೆ ಅವನ ಮುಂದೆ ಉತ್ತರಿಸುವ ಧೈರ್ಯವನ್ನು ಕೂಡ ಮಾಡಲಾಗಲಿಲ್ಲ. ಆದ್ದರಿಂದ ಕೋಪದಿಂದ ಆಜಾದನಿಗೆ ಹದಿನೈದು ಬೆತ್ತದ ಕಠಿಣ ಶಿಕ್ಷೆಯನ್ನು ನೀಡಿದನು. ಬೆತ್ತದ ಶಿಕ್ಷೆಯನ್ನು ನಿಜವಾಗಿಯೂ ಕಠಿಣವೆಂದು ಪರಿಗಣಿಸಲಾಗಿದೆ. ಇದನ್ನು ಕೇಳಿದ ಕೂಡಲೇ ಆರೋಪಿಗಳು ನಡುಗುತ್ತಿದ್ದರು. ಲಾಠಿ ಪ್ರಹಾರಕ್ಕೆ ಚರ್ಮ ಕಿತ್ತು ಬರುತ್ತಿತ್ತು, ಆದರೆ ಚಂದ್ರಶೇಖರ್ ಈ ಶಿಕ್ಷೆಯ ಬಗ್ಗೆ ತಲೆಕೆಡಿಸಿಕೊಂಡಿರಲಿಲ್ಲ.

ಬನಾರಸ್ ಜೈಲರ್ ಸರ್ದಾರ್ ಗಂಡಾ ಸಿಂಗ್ ಅತ್ಯಂತ ಕ್ರೂರ ಸ್ವಭಾವದ ವ್ಯಕ್ತಿ. ಅವನಲ್ಲಿ ಕರುಣೆ ಎಂಬುದೇ ಇರಲಿಲ್ಲ. ಕೈದಿಗಳು ಅಥವಾ ಆರೋಪಿಗಳನ್ನು ಶಿಕ್ಷಿಸುವುದರಲ್ಲಿ ಅವರು ಬಹಳ ಸಂತೋಷಪಟ್ಟರು. ಈ ಕೆಲಸದಲ್ಲಿ ಅವರು ಕ್ರೌರ್ಯದ ಮಿತಿಯನ್ನು ತಲುಪಿದರು. ಚಾಟಿ ಬೀಸಲು ಚಂದ್ರಶೇಖರನನ್ನು ಹಲಗೆಗೆ ಕಟ್ಟಿದರು. ಈ ಸಮಯದಲ್ಲಿ ಅವನ ದೇಹದ ಮೇಲೆ ಒಂದು ಸೊಂಟವನ್ನು ಹೊರತುಪಡಿಸಿ ಬೇರೆ ಯಾವುದೇ ಬಟ್ಟೆ ಇರಲಿಲ್ಲ, ಏಕೆಂದರೆ ಚಾವಟಿ ಮಾಡುವ ಮೊದಲು ಬಟ್ಟೆಗಳನ್ನು ತೆಗೆದುಹಾಕಲಾಯಿತು. ಚರ್ಮವು ದೇಹದಿಂದ ಬೇರ್ಪಡುವುದನ್ನು ತಡೆಯಲು, ದೇಹದ ಮೇಲೆ ಪೇಸ್ಟ್ ಅನ್ನು ಅನ್ವಯಿಸಲಾಗುತ್ತದೆ. ಗಂಡಾ ಸಿಂಗನು ಮನಸೋಲುವಂತೆ ಮಾಡುವ ಉದ್ದೇಶದಿಂದ ಮನದಲ್ಲೇ ನಗುತ್ತಿದ್ದ. ಅವನು ಕಬ್ಬಿನ ಮನುಷ್ಯನಿಗೆ ತನ್ನ ಕೆಲಸವನ್ನು ಮಾಡುವಂತೆ ಆದೇಶಿಸಿದನು. ಲಾಠಿ ಪ್ರಹಾರವು ಪೂರ್ಣ ಸ್ವಿಂಗ್‌ನಲ್ಲಿ ಪ್ರಾರಂಭವಾಯಿತು. ಚಂದ್ರಶೇಖರ್ ಅವರ ಬಾಯಿಂದ ಪ್ರತಿ ಬೆತ್ತದ ಮೇಲೂ 'ಮಹಾತ್ಮ ಗಾಂಧಿ ಕಿ ಜೈ' ಘೋಷಣೆ ನಿರಂತರವಾಗಿ ಪ್ರತಿಧ್ವನಿಸುತ್ತಿತ್ತು. ಬೆತ್ತದಿಂದ ದೇಹವೆಲ್ಲ ರಕ್ತಮಯವಾಯಿತು, ಆದರೆ ಚಂದ್ರಶೇಖರನು ಹಿಂಜರಿಯಲಿಲ್ಲ. ಅವನ ಮುಖದಲ್ಲಿ ದುಃಖವಾಗಲಿ ದುಃಖವಾಗಲಿ ಕಾಣಲಿಲ್ಲ. ಅವರ ತಾಳ್ಮೆ, ಧೈರ್ಯ ಮತ್ತು ದೇಶಪ್ರೇಮವನ್ನು ಕಂಡು ನೆರೆದಿದ್ದವರೆಲ್ಲ ಬೆರಗಾದರು.

ಚಂದ್ರಶೇಖರನಿಗೆ ಲಾಠಿ ಪ್ರಹಾರ ಮಾಡಿದ ಸುದ್ದಿ ಬನಾರಸ್ ನಗರದಾದ್ಯಂತ ಹಬ್ಬಿತ್ತು. ಅವರನ್ನು ಸ್ವಾಗತಿಸಲು ಸಾರ್ವಜನಿಕರು ಹೂಮಾಲೆಯೊಂದಿಗೆ ಜೈಲಿನ

ಬಾಗಿಲಿಗೆ ಆಗಮಿಸಿದರು. ಸಾರ್ವಜನಿಕರು, ಮಕ್ಕಳು, ಕಿರಿಯರು, ಹಿರಿಯರು, ಪುರುಷರು, ಮಹಿಳೆಯರು ಎಲ್ಲರೂ ಹೂಮಾಲೆ ಹಾಕಿ ಸ್ವಾಗತಿಸಿದರು. ಅವರು ಅವರನ್ನು ಹೆಗಲ ಮೇಲೆ ಎತ್ತಿದರು ಮತ್ತು ಆಕಾಶವು 'ಚಂದ್ರಶೇಖರ್ ಆಜಾದ್ ಕಿ ಜೈ', 'ಭಾರತಮಾತಾ ಕಿ ಜೈ' ಮತ್ತು 'ಮಹಾತ್ಮ ಗಾಂಧಿ ಕಿ ಜೈ' ಇತ್ಯಾದಿ ಘೋಷಣೆಗಳಿಂದ ಪ್ರತಿಧ್ವನಿಸಿತು.

ಅದೇ ದಿನ, ಬನಾರಸ್‌ನ ಜ್ಞಾನವಾಪಿ ಎಂಬ ಸ್ಥಳದಲ್ಲಿ ಸಭೆ ನಡೆಯಿತು. ಇಲ್ಲಿಯೂ ಈ ವೀರ ಮಗುವನ್ನು ನೋಡಲು ಅಪಾರ ಜನಸ್ತೋಮವೇ ನೆರೆದಿತ್ತು. ಚಂದ್ರಶೇಖರ ಆಜಾದ್ ವೇದಿಕೆಗೆ ಬಂದಾಗ ಅವರ ಮೇಲೆ ಪುಷ್ಪವೃಷ್ಟಿ ಮಾಡಲಾಯಿತು. ಅವರಿಗೆ ಹೂವಿನ ಹಾರಗಳನ್ನು ಹಾಕಲಾಗಿತ್ತು. ಈ ವೇಳೆ ಅವರು ಧೋತಿ ಮತ್ತು ಕುರ್ತಾ ಧರಿಸಿದ್ದರು. ಅವನ ಹಣೆಯ ಮೇಲೆ ಶ್ರೀಗಂಧದ ತಿಲಕವಿತ್ತು. ವೇದಿಕೆಯಲ್ಲಿ ಕಿರು ಭಾಷಣ ಮಾಡಿದ ಅವರು, ದೇಶದ ಸ್ವಾತಂತ್ರ್ಯಕ್ಕಾಗಿ ಶ್ರಮಿಸುವಂತೆ ಪ್ರಾರ್ಥಿಸಿ, ಈ ಪವಿತ್ರ ಉದ್ದೇಶಕ್ಕಾಗಿ ಪ್ರಾಣ ತ್ಯಾಗ ಮಾಡಿದ ವೀರಯೋಧರಿಗೆ ಶ್ರದ್ಧಾಂಜಲಿ ಸಲ್ಲಿಸಿದರು. ಸಾರ್ವಜನಿಕರು ಮತ್ತೆ ಚಂದ್ರಶೇಖರ್ ಆಜಾದ್ ಜಿಂದಾಬಾದ್ ಎಂದು ಘೋಷಣೆ ಕೂಗಿದರು. ಇದಾದ ನಂತರ ಬೇರೆಯವರು ಕೂಡ ಭಾಷಣ ಮಾಡಿ ಚಂದ್ರಶೇಖರ ಆಜಾದ್ ಅವರ ವೀರ ಕಾರ್ಯವನ್ನು ಶ್ಲಾಘಿಸಿದರು.

ಆ ದಿನಗಳಲ್ಲಿ, ಬನಾರಸ್‌ನಿಂದ 'ಮರ್ಯಾದಾ' ಎಂಬ ಹೆಸರಿನ ಪತ್ರಿಕೆಯನ್ನು ಪ್ರಕಟಿಸಲಾಯಿತು, ಅವರ ಪ್ರಕಾಶಕರು ಶ್ರೀ ಶಿವಪ್ರಸಾದ್ ಗುಪ್ತಾ ಮತ್ತು ಸಂಪಾದಕ ಶ್ರೀ ಸಂಪೂರ್ಣಾನಂದರು. ಶ್ರೀ ಸಂಪೂರ್ಣಾನಂದರು ನಂತರ ಉತ್ತರ ಪ್ರದೇಶದ ಮುಖ್ಯಮಂತ್ರಿಯಾದರು ಮತ್ತು ರಾಜಸ್ಥಾನದ ರಾಜ್ಯಪಾಲರೂ ಆದರು. ಚಂದ್ರಶೇಖರ ಆಜಾದ್ ಅವರ ಚಿತ್ರ ಮತ್ತು ಅವರ ಬಗ್ಗೆ 'ವೀರ್ ಬಾಲಕ ಆಜಾದ್' ಎಂಬ ಲೇಖನವನ್ನು 'ಮರ್ಯಾದಾ'ದಲ್ಲಿ ಪ್ರಕಟಿಸಲಾಯಿತು, ಅದರಲ್ಲಿ ಅವರ ವೀರ ಕಾರ್ಯ ಮತ್ತು ಅದ್ಭುತ ಧೈರ್ಯವನ್ನು ಬಹಳ ಪ್ರಶಂಸಿಸಲಾಯಿತು.

ನ್ಯಾಯಾಲಯದಲ್ಲಿದ್ದರೂ ಮ್ಯಾಜಿಸ್ಟ್ರೇಟ್ ಖರೇಘಾಟ್ ಚಂದ್ರಶೇಖರನಿಗೆ ತಕ್ಕ ಪಾಠ ಕಲಿಸುವ ಉದ್ದೇಶದಿಂದ ಲಾಠಿ ಪ್ರಹಾರದ ಶಿಕ್ಷೆ ನೀಡಿದ್ದರೂ ಈ ಶಿಕ್ಷೆ ಅವರ ಮಾತೃಭೂಮಿಯ ಮೇಲಿನ ಪ್ರೀತಿಯನ್ನು ಇನ್ನಷ್ಟು ಗಟ್ಟಿಗೊಳಿಸಿತ್ತು. ಈ ನಿಟ್ಟಿನಲ್ಲಿ ಶ್ರೀ ಮನ್ಮಥನಾಥ ಗುಪ್ತರು ತಮ್ಮ 'ಭಾರತೀಯ ಕ್ರಾಂತಿಕಾರಿ ಚಳವಳಿಯ ಇತಿಹಾಸ' ಪುಸ್ತಕದಲ್ಲಿ ಬರೆಯುತ್ತಾರೆ -

ಆಜಾದ್ ಮ್ಯಾಜಿಸ್ಟ್ರೇಟ್ ಮುಂದೆ ಸವಾಲು ಹಾಕಿದರು. ಕೆಟ್ಟ ಆಡಳಿತದಲ್ಲಿ ಮುಕ್ತರಿಗೆ ಜೈಲು ಎಂದು ಆಜಾದ್ ಸರಿಯಾಗಿಯೇ ಹೇಳಿದ್ದರು. ಖರೇಘಾಟ್ ಈ

ಮಗು, ತನಗೆ ಏನಾದರೂ ಪಾಠ ಸಿಗುವ ರೀತಿಯಲ್ಲಿ ಶಿಕ್ಷೆ ನೀಡಬೇಕು ಎಂದು ಯೋಚಿಸಿದನು ಮತ್ತು ಅವನು ಈ ವಿಷಯಗಳನ್ನು ಬಿಟ್ಟು ಅಧ್ಯಯನ ಮತ್ತು ಬರೆಯಲು ಪ್ರಾರಂಭಿಸುತ್ತಾನೆ. ಇದರ ಪ್ರಕಾರ, ಅವನಿಗೆ ಹದಿನೈದು ಬೆತ್ತದಿಂದ ಶಿಕ್ಷೆ ವಿಧಿಸಲಾಯಿತು. ಅವರನ್ನು ಜೈಲಿಗೆ ಕರೆದೊಯ್ದು ಲಾಠಿ ಪ್ರಹಾರ ಮಾಡಲಾಯಿತು. ಆದರೆ ಪ್ರತಿಯೊಬ್ಬರನ್ನೂ ಬೆತ್ತದಿಂದ ಹೊಡೆಯಲಾಯಿತು ಮತ್ತು ಅವರು ಮೊದಲಿಗಿಂತ ಹೆಚ್ಚು ಜೋರಾಗಿ 'ಮಹಾತ್ಮ ಗಾಂಧಿ ಕಿ ಜೈ' ಎಂದು ಹೇಳುತ್ತಿದ್ದರು. ಆ ದಿನಗಳಲ್ಲಿ, 'ಮಹಾತ್ಮ ಗಾಂಧಿ ಕಿ ಜೈ' ಘೋಷಣೆಯು ಭಾರತದ ಯುದ್ಧ ಮೆರವಣಿಗೆಯ ಘೋಷಣೆಯಾಗಿತ್ತು.

ವಾಸ್ತವವಾಗಿ, ಸ್ವಾತಂತ್ರ್ಯವು ದೇಹದಿಂದಲ್ಲ, ಆದರೆ ಮನಸ್ಸಿನದು. ಒಬ್ಬ ವ್ಯಕ್ತಿಯ ದೇಹವನ್ನು ಬಂಧಿಯಾಗಿಸಬಹುದು, ಆದರೆ ಅವನ ಮನಸ್ಸನ್ನಲ್ಲ. ನಿಜವಾದ ಸ್ವಾತಂತ್ರ್ಯ ಪ್ರೇಮಿಗಳು ದಬ್ಬಾಳಿಕೆಯ ಆಡಳಿತಕ್ಕೆ ಕಣ್ಣಿಗೆ ಬೀಳುತ್ತಾರೆ, ಆದ್ದರಿಂದ ಅವರ ಹೆಚ್ಚಿನ ಜೀವನವನ್ನು ಜೈಲುಗಳಲ್ಲಿ ಕಳೆಯಲಾಗುತ್ತದೆ. ಬ್ರಿಟಿಷರ ಆಳ್ವಿಕೆಯಲ್ಲಿ, ಎಲ್ಲಾ ದೇಶಭಕ್ತರು ಜೈಲಿನಲ್ಲಿಯೇ ತಮ್ಮ ಮನೆಗಳನ್ನು ನಿರ್ಮಿಸಿದ್ದರು, ಆದ್ದರಿಂದ ಮ್ಯಾಜಿಸ್ಟ್ರೇಟ್ ಚಂದ್ರಶೇಖರರನ್ನು ಅವರ ಮನೆಯ ಬಗ್ಗೆ ಕೇಳಿದಾಗ, ಅವರು ಜೈಲು ಅವರ ಮನೆ ಎಂದು ಬಣ್ಣಿಸಿದರು. ಸರ್ಕಾರದ ದೌರ್ಜನ್ಯದತ್ತ ಬೊಟ್ಟು ಮಾಡಿದ ಅವರ ಉತ್ತರದಲ್ಲಿ ಗಂಭೀರ ಅರ್ಥ ಅಡಗಿತ್ತು.

ಈ ಘಟನೆಯು ಚಂದ್ರಶೇಖರರನ್ನು ತನ್ನ ಹದಿಹರೆಯದ ವಯಸ್ಸಿನಲ್ಲಿಯೂ ಜನಪ್ರಿಯ ನಾಯಕ ಎಂದು ಪ್ರಸಿದ್ಧಗೊಳಿಸಿತು. ಈ ಶಿಕ್ಷೆಯು ನಿಸ್ಸಂಶಯವಾಗಿ ಕ್ರೂರವಾಗಿದ್ದರೂ, ಇನ್ನೂ ಇದನ್ನು ಭಾರೀ ಶಿಕ್ಷೆ ಎಂದು ಕರೆಯಲಾಗುವುದಿಲ್ಲ, ಆದರೆ ಈ ಘಟನೆಯು ಅವನ ಭವಿಷ್ಯದ ಕ್ರಾಂತಿಕಾರಿ ಜೀವನಕ್ಕೆ ಮೊದಲ ಹೆಜ್ಜೆಯಾಗಿತ್ತು. ಈ ದೃಷ್ಟಿಕೋನದಿಂದ, ಇದು ಒಂದು ಪ್ರಮುಖ ಘಟನೆಯಾಗಿದೆ ಮತ್ತು ಈ ಘಟನೆಯ ನಂತರ, ಅವರು ಚಂದ್ರಶೇಖರ್-ವೀರ್ ಚಂದ್ರಶೇಖರ್ ಆಜಾದ್ನಿಂದ ಚಂದ್ರಶೇಖರ್ ಆಜಾದ್ ಆದರು.

ಈ ಸುದ್ದಿ ದೇಶದ ಎಲ್ಲಾ ಪತ್ರಿಕೆಗಳಲ್ಲಿ ಪ್ರಕಟವಾದ ಕಾರಣ ಆತನಿಗೆ ಲಾಠಿ ಪ್ರಹಾರದ ಸುದ್ದಿ ಅವರ ಕುಟುಂಬ ಸದಸ್ಯರಿಗೆ ತಲುಪಿತು. ಸುದ್ದಿ ಓದಿ ಅವರ ಕುಟುಂಬದವರು ತೀವ್ರ ಆತಂಕಕ್ಕೆ ಒಳಗಾದರು. ತಂದೆ ಶ್ರೀ ಸೀತಾರಾಮ್ ತಿವಾರಿ ನೇರವಾಗಿ ಬನಾರಸ್ ತಲುಪಿದರು. ಅವನು ತನ್ನ ಮಗನಿಗೆ ಅನೇಕ ರೀತಿಯಲ್ಲಿ ವಿವರಿಸಿದನು ಮತ್ತು ಮನೆಗೆ ಹಿಂದಿರುಗಬೇಕೆಂದು ಒತ್ತಾಯಿಸಿದನು, ಆದರೆ ಆಜಾದ್

ಕೂಡ ಬಾಲ್ಯದಿಂದಲೂ ಹಠಮಾರಿಯಾಗಿದ್ದನು. ದೇಶ ಸೇವೆ ಮಾಡುವ ಪ್ರತಿಜ್ಞೆ ಮಾಡಿದ್ದರು. ಯಾವುದೇ ಮಹಾನ್ ವ್ಯಕ್ತಿಗೆ ತನ್ನ ಸ್ವಂತ ಗುರಿಯೇ ಶ್ರೇಷ್ಠ. ಒಬ್ಬ ಮಹಾನ್ ವ್ಯಕ್ತಿ ಯಾವುದೇ ಕೆಲಸವನ್ನು ಮಾಡಲು ನಿರ್ಧರಿಸುತ್ತಾನೆ, ಪ್ರಪಂಚದಾದ್ಯಂತದ ವಿಪತ್ತುಗಳ ನಡುವೆಯೂ ಅವನು ತನ್ನ ಮಾರ್ಗದಿಂದ ವಿಚಲನಗೊಳ್ಳುವುದಿಲ್ಲ, ಆದ್ದರಿಂದ ಅವನು ತನ್ನ ತಂದೆಯ ಪ್ರಸ್ತಾಪವನ್ನು ಸ್ವೀಕರಿಸಲಿಲ್ಲ. ತಂದೆ ನಿರಾಸೆಯಿಂದ ಮನೆಗೆ ಮರಳಿದರು.

ಇದು ಅವರ ಮನೆಯ ವಿರುದ್ಧ ಅವರ ಕಡೆಯಿಂದ ಒಂದು ರೀತಿಯ ದಂಗೆಯಾಗಿತ್ತು. ವಾಸ್ತವವಾಗಿ, ಆಜಾದ್ ಅವರ ದೃಷ್ಟಿಯಲ್ಲಿ ಇಡೀ ದೇಶವೇ ಅವರ ಮನೆಯಾಗಿತ್ತು. ಆಚಾರ್ಯ ಚಾಣಕ್ಯರು ಒಬ್ಬ ವ್ಯಕ್ತಿಯನ್ನು ಕುಲಕ್ಕಾಗಿ, ಕುಲವನ್ನು ಗ್ರಾಮಕ್ಕಾಗಿ ಮತ್ತು ಗ್ರಾಮವನ್ನು ರಾಜ್ಯ ಅಥವಾ ದೇಶಕ್ಕಾಗಿ ತ್ಯಜಿಸಲು ಕಲಿಸಿದ್ದಾರೆ. ಚಂದ್ರಶೇಖರ ಆಜಾದ್ ಕೂಡ ಅದನ್ನೇ ಮಾಡಿದ್ದಾರೆ. ಭಾರತದ ನೆಲದ ಹಿತಾಸಕ್ತಿಯಿಂದ, ಅವರು ಸಂಕುಚಿತ ಕೌಟುಂಬಿಕ ಬಾಂಧವ್ಯಗಳನ್ನು ಮತ್ತು ಅದರ ಸಂಬಂಧಗಳನ್ನು ತ್ಯಜಿಸಿದರು.

ಎರಡನೇ ಅಧ್ಯಾಯ

ಕ್ರಾಂತಿಯ ಕಡೆಗೆ

ಹಿಂದೆ ಹೇಳಿದ ಬನಾರಸ್ ಘಟನೆಯ ನಂತರ ವೀರ ಚಂದ್ರಶೇಖರ್ ಆಜಾದ್ ಅವರ ಹೆಜ್ಜೆಗಳು ಸ್ವಾತಂತ್ರ್ಯ ಚಳವಳಿಯತ್ತ ಸಾಗಿದವು. ಅವರು ಸಂಪೂರ್ಣವಾಗಿ ದೇಶಭಕ್ತಿಯ ಬಣ್ಣಗಳಿಂದ ತುಂಬಿದ್ದರು; ಅವರು ಅಧ್ಯಯನದಲ್ಲಿ ಆಸಕ್ತಿಯನ್ನು ಕಳೆದುಕೊಂಡರು ಮತ್ತು ದೇಶದ ಸ್ವಾತಂತ್ರ್ಯ ಚಳವಳಿಯಲ್ಲಿ ಭಾಗವಹಿಸಲು ತಮ್ಮ ಸಹಪಾಠಿಗಳನ್ನು ಸಿದ್ಧಪಡಿಸಲು ಪ್ರಾರಂಭಿಸಿದರು. ಸ್ವಾತಂತ್ರ್ಯ ಪಡೆಯುವುದು ಆಜಾದ್ ಅವರ ಗುರಿಯಾಯಿತು.

ಚಳವಳಿಯ ವಾಪಸಾತಿ: ಆಜಾದ್‌ಗೆ ನಿರಾಸೆ

ಅಸಹಕಾರ ಚಳವಳಿಯು ಚಂದ್ರಶೇಖರ ಆಜಾದ್‌ಗೆ ಹೊಸ ದಿಕ್ಕನ್ನು ತೋರಿಸಿತು, ಅವರು ಭಾರತದ ಸ್ವಾತಂತ್ರ್ಯದ ಕನಸು ಕಾಣಲು ಪ್ರಾರಂಭಿಸಿದರು. ಇದಕ್ಕಾಗಿ ಏನಾದರೂ ಮಾಡಬೇಕೆಂಬ ಆಸೆ ಅವರಲ್ಲಿತ್ತು, ಆದರೆ ಮುಂದಿನ ವರ್ಷ ಚೌರಿ ಚೌರಾ ಘಟನೆಯಿಂದಾಗಿ ಮಹಾತ್ಮ ಗಾಂಧಿಯವರು ಅಸಹಕಾರ ಚಳವಳಿಯನ್ನು ಹಿಂತೆಗೆದುಕೊಂಡರು. ಘಟನೆ ನಡೆದಿದ್ದು ಹೀಗೆ. ಅಸಹಕಾರ ಆಂದೋಲನವು ಭರದಿಂದ ಸಾಗಿತು, ಅನೇಕ ಚಳವಳಿಗಾರರು ಜೈಲುಪಾಲಾಗಿದ್ದರು. ಈ ಚಳುವಳಿ ಸಂಪೂರ್ಣವಾಗಿ ಅಹಿಂಸಾತ್ಮಕವಾಗಿತ್ತು. ಗೋರಖ್‌ಪುರದ ಬಳಿಯ ಚೌರಿಚೌರಾ ಎಂಬ ಸ್ಥಳದಲ್ಲಿ, ಪೊಲೀಸರ ದೌರ್ಜನ್ಯದಿಂದಾಗಿ ಪ್ರತಿಭಟನಾಕಾರರು ತಾಳ್ಮೆ ಕಳೆದುಕೊಂಡರು ಮತ್ತು ಅವರ ಗುಂಪು ಪೊಲೀಸ್ ಠಾಣೆಗೆ ಬೆಂಕಿ ಹಚ್ಚಿತು. ಈ ಬೆಂಕಿಯಲ್ಲಿ ಒಬ್ಬ ಇನ್ಸ್‌ಪೆಕ್ಟರ್ ಮತ್ತು ಇಪ್ಪತ್ತೊಂದು ಪೊಲೀಸರು ಸುಟ್ಟು ಕರಕಲಾಗಿದ್ದರು. 1922ರ ಫೆಬ್ರುವರಿ 12ರಂದು ನಡೆದ ಈ ಘಟನೆ ಇತಿಹಾಸದಲ್ಲಿ

'ಚೌರಿಚೌರಾ ಘಟನೆ' ಎಂದು ಪ್ರಸಿದ್ಧವಾಗಿದೆ. ಈ ರೀತಿಯ ಹಿಂಸಾಚಾರವನ್ನು ನೋಡಿ ಗಾಂಧೀಜಿ ಚಳವಳಿಯನ್ನು ನಿಲ್ಲಿಸಿದರು. ಗಾಂಧೀಜಿಯನ್ನು ಮಾರ್ಚ್ 13, 1922 ರಂದು ಬಂಧಿಸಲಾಯಿತು. ಈ ಸಮಯದಲ್ಲಿ, ಭಾರತೀಯರ ಉತ್ಸಾಹವು ಉತ್ತುಂಗದಲ್ಲಿತ್ತು, ಆದ್ದರಿಂದ ಅವರು ಮಹಾತ್ಮ ಗಾಂಧಿಯವರ ಈ ನಿರ್ಧಾರದಿಂದ ತೀವ್ರ ನಿರಾಶೆಗೊಂಡರು. ಮಹಾತ್ಮಜಿಯವರ ಈ ರೀತಿಯ ನಿರ್ಧಾರದ ಬಗ್ಗೆ, ಶ್ರೀ ಮನ್ಮಥನಾಥ ಗುಪ್ತರು ಬರೆಯುತ್ತಾರೆ -

ಸಾಮಾನ್ಯ ಜನರಲ್ಲಿ ಅಹಿಂಸೆಯ ಮನೋಭಾವದ ಕೊರತೆಯನ್ನು ಕಂಡ ಮಹಾತ್ಮ ಗಾಂಧಿಯವರು ಚಳವಳಿಯನ್ನು ಮುಂದೂಡಿದರು. ಮಾರ್ಚ್ 13 ರಂದು ಗಾಂಧೀಜಿಯವರನ್ನೂ ಬಂಧಿಸಲಾಯಿತು. ಅಚ್ಚರಿಯ ಸಂಗತಿ ಎಂದರೆ, ಆ ಚಳವಳಿಯು ಹುರುಪಿನಿಂದ ನಡೆಯುತ್ತಿದ್ದಾಗ ಮತ್ತು ಗಾಂಧೀಜಿಯವರು ಬಹಿರಂಗವಾಗಿ ಮುನ್ನಡೆಸುತ್ತಿದ್ದರೂ ಯಾರ ಕೈಗೂ ಸಿಕ್ಕಿರಲಿಲ್ಲ, ಆದರೆ ಅವರು ಚಳವಳಿಯನ್ನು ನಡೆಸುತ್ತಿದ್ದಾಗಲೇ ಅವರು ಮೂವತ್ಮೂರು ಕೋಟಿ ರೂ. ಅವರು ಚಳುವಳಿಯನ್ನು ಸ್ಥಗಿತಗೊಳಿಸಿದ ಮತ್ತು ಜನರ ಏರುತ್ತಿರುವ ಆಕಾಂಕ್ಷೆಗಳನ್ನು ತಗ್ಗಿಸಿದ ಮತ್ತು ಕೇವಲ ಹುಚ್ಚಾಟಿಕೆಯ ಹೆಸರಿನಲ್ಲಿ ಅವರನ್ನು ನಿರುತ್ಸಾಹಗೊಳಿಸಿದ ಕ್ಷಣ, ಅವರು ವ್ಯಕ್ತಿಯಾದರು.

ಶ್ರೀ ಗುಪ್ತರ ಈ ಮಾತುಗಳಲ್ಲಿ ಕೆಲವು ಉತ್ಪ್ರೇಕ್ಷೆಗಳಿರಬಹುದು, ಆದರೆ ಒಂದು ಸಣ್ಣ ಘಟನೆಯಿಂದ ಚಳುವಳಿಯನ್ನು ಮಧ್ಯದಲ್ಲಿ ನಿಲ್ಲಿಸಿದಾಗ ಭಾರತೀಯರು, ವಿಶೇಷವಾಗಿ ಯುವಜನರು ತೀವ್ರ ನಿರಾಶೆಗೊಂಡರು ಎಂಬುದು ಖಚಿತ. ಗುಪ್ತ್ಜಿ ಸ್ವತಃ ಕ್ರಾಂತಿಕಾರಿ, ಆದ್ದರಿಂದ ಅವರ ಮಾತುಗಳು ಆ ಕಾಲದ ಕ್ರಾಂತಿಕಾರಿಗಳ ಭಾವನೆಗಳಿಗೆ ಸುಂದರವಾದ ಒಳನೋಟವನ್ನು ನೀಡುತ್ತದೆ. ಚಳುವಳಿ ಮಧ್ಯದಲ್ಲಿ ನಿಂತಾಗ ಚಂದ್ರಶೇಖರ್ ಆಜಾದ್ ತುಂಬಾ ನಿರಾಶೆಗೊಂಡರು, ಆದರೆ ಅವರ ನಿರಾಶೆ ಶಾಶ್ವತವಲ್ಲ ಆದರೆ ಕ್ಷಣಿಕ ಪ್ರಕೋಪ ಮಾತ್ರ. ತಾವು ನಡೆದು ಬಂದ ದಾರಿಯಿಂದ ಹಿಂದೆ ಸರಿಯುವ ಪ್ರಶ್ನೆಯೇ ಇಲ್ಲ.

ಕ್ರಾಂತಿಕಾರಿಗಳೊಂದಿಗೆ ಸಂಪರ್ಕದಲ್ಲಿದೆ

ಚಳುವಳಿಯಲ್ಲಿನ ಆಳವಾದ ಆಸಕ್ತಿ ಮತ್ತು ಅದರಲ್ಲಿ ಸಕ್ರಿಯವಾಗಿ ಭಾಗವಹಿಸಿದ್ದರಿಂದ ಚಂದ್ರಶೇಖರ ಆಜಾದ್ ಅವರ ಅಧ್ಯಯನಕ್ಕೆ ಅಡ್ಡಿಯಾಯಿತು, ಪರಿಣಾಮವಾಗಿ ಅವರು ಅದರಿಂದ ಸ್ವಾತಂತ್ರ್ಯ ಪಡೆದರು. ವಿದ್ಯಾಭ್ಯಾಸವನ್ನು

ತೊರೆದ ನಂತರ, ಅವರು ತಮ್ಮ ಕೆಲಸಕ್ಕೆ ಸೂಕ್ತವಾದ ವಾತಾವರಣವನ್ನು ಹುಡುಕಲು ಪ್ರಾರಂಭಿಸಿದರು.

ಅಸಹಕಾರ ಚಳವಳಿಗೆ ಮುಂಚೆಯೇ, ಭಾರತದಲ್ಲಿ ಕ್ರಾಂತಿಕಾರಿ ಯುವಕರು ತಮ್ಮ ಕಾರ್ಯಗಳ ಮೂಲಕ ಸರ್ಕಾರಕ್ಕೆ ಅನೇಕ ಬಾರಿ ಸವಾಲು ಹಾಕಿದ್ದರು. ಬನಾರಸ್ ಕೂಡ ಅವರ ಚಟುವಟಿಕೆಗಳಿಂದ ಕೈ ಬಿಡಲಿಲ್ಲ. ಈ ಚಟುವಟಿಕೆಗಳಲ್ಲಿ ಬಂಗಾಳದ ಕ್ರಾಂತಿಕಾರಿಗಳ ಪಾತ್ರ ಪ್ರಮುಖವಾಗಿತ್ತು. ಸ್ವಲ್ಪ ಸಮಯದವರೆಗೆ ಕ್ರಾಂತಿಕಾರಿ ಚಳುವಳಿ ಮುಗಿದಂತೆ ತೋರುತ್ತಿತ್ತು. ಬನಾರಸ್-ಪಿತೂರಿ ನಾಯಕ ಸಚೇಂದ್ರನಾಥ್ ಸನ್ಯಾಲ್ ಅವರಿಗೆ ಜೀವಾವಧಿ ಶಿಕ್ಷೆ ವಿಧಿಸಲಾಯಿತು ಮತ್ತು ಈ ಪಿತೂರಿಯಲ್ಲಿ ಇತರ ಜನರಿಗೆ ವಿವಿಧ ರೀತಿಯ ಶಿಕ್ಷೆಗಳನ್ನು ನೀಡಲಾಯಿತು.

1920 ರಲ್ಲಿ, ಎಲ್ಲಾ ರಾಜಕೀಯ ಕೈದಿಗಳಿಗೆ ಸಾಮಾನ್ಯ ಕ್ಷಮಾದಾನ ನೀಡಲಾಯಿತು, ಇದರ ಪರಿಣಾಮವಾಗಿ ಈ ಎಲ್ಲಾ ಕ್ರಾಂತಿಕಾರಿಗಳನ್ನು ಬಿಡುಗಡೆ ಮಾಡಲಾಯಿತು. ಏತನ್ಮಧ್ಯೆ, ಅಸಹಕಾರ ಚಳುವಳಿ ಮಧ್ಯದಲ್ಲಿ ಕೊನೆಗೊಂಡಾಗ ಯುವಕರು ಅತೃಪ್ತರಾಗಿದ್ದರು. ಸಚೇಂದ್ರನಾಥ್ ಸನ್ಯಾಲ್ ಅವರು ಈ ಅವಕಾಶವನ್ನು ಬಳಸಿಕೊಂಡರು ಮತ್ತು ಮತ್ತೆ ಕ್ರಾಂತಿಕಾರಿ ಪಕ್ಷವನ್ನು ಸ್ಥಾಪಿಸಿದರು. ಸನ್ಯಾಲ್ ಅವರ ಮುಖ್ಯ ಪ್ರದೇಶ ಉತ್ತರ ಪ್ರದೇಶವಾಗಿತ್ತು. ಅವರು ಶೀಘ್ರದಲ್ಲೇ ಕ್ರಾಂತಿಕಾರಿ ಪಕ್ಷವನ್ನು ಬಲಪಡಿಸಿದರು. ಈ ದಿನಗಳಲ್ಲಿ ಬಂಗಾಳದಲ್ಲಿ ಅನುಶೀಲನ್ ಸಮಿತಿ ಎಂಬ ಕ್ರಾಂತಿಕಾರಿಗಳ ಸಂಘಟನೆಯೂ ಕೆಲಸ ಮಾಡುತ್ತಿತ್ತು. ಅನುಶೀಲನ್ ಸಮಿತಿಯು ಬನಾರಸ್‌ನಲ್ಲಿ ಕಲ್ಯಾಣ ಆಶ್ರಮ ಎಂಬ ಆಶ್ರಮವನ್ನು ಸ್ಥಾಪಿಸಿತ್ತು, ಈ ಆಶ್ರಮವು ವಾಸ್ತವವಾಗಿ ಸಮಿತಿಯ ಸದಸ್ಯರಾಗಿದ್ದ ಕ್ರಾಂತಿಕಾರಿಗಳ ಕಚೇರಿಯಾಗಿತ್ತು.

ಕ್ರಾಂತಿಕಾರಿ ಪಕ್ಷ ಮತ್ತು ಅನುಶೀಲನ್ ಸಮಿತಿಯು ದೀರ್ಘಕಾಲ ಪ್ರತ್ಯೇಕವಾಗಿ ಕೆಲಸ ಮಾಡುತ್ತಲೇ ಇತ್ತು. ಇಬ್ಬರ ಉದ್ದೇಶಗಳು ಮತ್ತು ಕಾರ್ಯವಿಧಾನಗಳು ಒಂದೇ ಆಗಿದ್ದವು, ಆದ್ದರಿಂದ ನಂತರ ಇಬ್ಬರೂ ಒಟ್ಟಾಗಿ ತಂಡವಾಗಿ ಕೆಲಸ ಮಾಡಲು ಪ್ರಾರಂಭಿಸಿದರು. ಈ ಜಂಟಿ ಪಕ್ಷಕ್ಕೆ 'ಹಿಂದೂಸ್ತಾನ್ ರಿಪಬ್ಲಿಕನ್ ಅಸೋಸಿಯೇಷನ್' ಎಂದು ಹೆಸರಿಸಲಾಯಿತು. ಈ ಸಂಘದ ಮುಖ್ಯ ಉದ್ದೇಶಗಳು ಹೀಗಿವೆ -

1. ಸಂಘಟಿತ ಕ್ರಾಂತಿಯ ಮೂಲಕ ಗಣರಾಜ್ಯವನ್ನು ಸ್ಥಾಪಿಸುವುದು, ಇದರಲ್ಲಿ ಪ್ರಾಂತ್ಯಗಳು ಆಂತರಿಕ ವಿಷಯಗಳಲ್ಲಿ ಸಂಪೂರ್ಣ ಸ್ವಾತಂತ್ರ್ಯವನ್ನು ಹೊಂದಿರುತ್ತವೆ.

2. ಉತ್ತಮ ಮನಸ್ಸಿನ ಪ್ರತಿ ವಯಸ್ಕ ನಾಗರಿಕರಿಗೆ ಫ್ರ್ಯಾಂಚೈಸ್.
3. ಶೋಷಣೆ ಮುಕ್ತ ಸಮಾಜದ ಸ್ಥಾಪನೆ.

ಈ ಎಲ್ಲಾ ಉದ್ದೇಶಗಳು ಕಮ್ಯುನಿಸ್ಟ್ ರಷ್ಯಾದ ಆಡಳಿತ ವ್ಯವಸ್ಥೆಯಿಂದ ಪ್ರಭಾವಿತವಾಗಿವೆ ಎಂಬುದು ಸ್ಪಷ್ಟವಾಗಿದೆ. ಕೆಲವೇ ವರ್ಷಗಳ ಹಿಂದೆ, 1917 ರಲ್ಲಿ ಅಕ್ಟೋಬರ್ ಕ್ರಾಂತಿಯ ನಂತರ, ಸೋವಿಯತ್ ಒಕ್ಕೂಟದಲ್ಲಿ ಕಮ್ಯುನಿಸಂ ಸ್ಥಾಪನೆಯಾಯಿತು. 'ಹಿಂದೂಸ್ತಾನ್ ರಿಪಬ್ಲಿಕನ್ ಅಸೋಸಿಯೇಷನ್' ಸದಸ್ಯರು ಉತ್ತರ ಪ್ರದೇಶದಾದ್ಯಂತ ಹರಡಿದ್ದರು. ಶಹಜಹಾನ್‌ಪುರದಲ್ಲಿ ಪಂಡಿತ್ ರಾಮಪ್ರಸಾದ್ ಬಿಸ್ಮಿಲ್, ಕಾನ್ಪುರದಲ್ಲಿ ಸುರೇಶ್ ಬಾಪು ಮತ್ತು ಬನಾರಸ್‌ನಲ್ಲಿ ಶ್ರೀ ರಾಜೇಂದ್ರನಾಥ್ ಲಾಹಿರಿ, ಶ್ರೀ ಸಚೇಂದ್ರನಾಥ ಬಕ್ಷಿ ಮತ್ತು ಶ್ರೀ ರವೀಂದ್ರ ಮೋಹನ್ ಕರ್ ಅವರು ಈ ಗುಂಪಿನ ಕೆಲಸವನ್ನು ಮುಂದುವರೆಸಿದರು.

ಈ ದಿನಗಳಲ್ಲಿ, ಚಂದ್ರಶೇಖರ್ ಆಜಾದ್ ಅವರು ಬನಾರಸ್ನಲ್ಲಿ ಪ್ರಸಿದ್ಧರಾಗಿದ್ದರು, ಆದ್ದರಿಂದ ಕ್ರಾಂತಿಕಾರಿ ಪಕ್ಷದ ಸದಸ್ಯರಾದ ಪ್ರನ್ವೇಶ್ ಅವರನ್ನು ಭೇಟಿಯಾದರು. ಆಜಾದ್ ಅವರನ್ನು ಭೇಟಿಯಾದ ನಂತರ ಪ್ರಣ್ವೇಶ್ ತುಂಬಾ ಪ್ರಭಾವಿತರಾದರು. ಹೀಗಾಗಿ ಆಜಾದ್ 'ಹಿಂದೂಸ್ತಾನ್ ರಿಪಬ್ಲಿಕನ್ ಅಸೋಸಿಯೇಷನ್' ಸದಸ್ಯರೂ ಆದರು. ಇಲ್ಲಿ ರಾಮಪ್ರಸಾದ್ ಬಿಸ್ಮಿಲ್ ಮೊದಲಾದ ಮಹಾನ್ ಕ್ರಾಂತಿಕಾರಿಗಳನ್ನು ಭೇಟಿಯಾದರು ಮತ್ತು ಇಲ್ಲಿಂದ ಅವರ ಭವಿಷ್ಯದ ಕ್ರಾಂತಿಕಾರಿ ಜೀವನದ ಹೊಸ ಅಧ್ಯಾಯ ಪ್ರಾರಂಭವಾಯಿತು.

ಪಕ್ಷದ ಸಂಘಟನೆಯಲ್ಲಿ

ಆಜಾದ್ ಹಿಂದೂಸ್ತಾನ್ ರಿಪಬ್ಲಿಕನ್ ಅಸೋಸಿಯೇಶನ್‌ನ ಸದಸ್ಯರಾದರು, ನಂತರ ಮಾತ್ರ ಪಕ್ಷದ ಸದಸ್ಯತ್ವವನ್ನು ವಿಸ್ತರಿಸಲು ನಿರ್ಧರಿಸಲಾಯಿತು. ಆಜಾದ್ ಈ ಕಾರ್ಯದಲ್ಲಿ ಉತ್ಸಾಹದಿಂದ ಭಾಗವಹಿಸಿದರು. ಅವನು ಬ್ರಾಹ್ಮಣನ ವೇಷದಲ್ಲಿ ತಿರುಗಾಡುತ್ತಿದ್ದನು ಮತ್ತು ಯುವಕರನ್ನು ಭೇಟಿಯಾಗಿ ಅವರ ಆಲೋಚನೆಗಳನ್ನು ತಿಳಿದುಕೊಳ್ಳುತ್ತಿದ್ದನು. ಕ್ರಾಂತಿಕಾರಿ ವಿಚಾರಗಳನ್ನು ಹೊಂದಿರುವ ಯುವಕರನ್ನು ಹುಡುಕಿ ಅವರನ್ನು ತನ್ನ ಪಕ್ಷದ ಸದಸ್ಯರನ್ನಾಗಿ ಮಾಡಿಕೊಂಡರು. ಹೀಗೆ ಅಲ್ಪಾವಧಿಯಲ್ಲಿಯೇ ಅವರ ಪ್ರಯತ್ನದಿಂದ ಪಕ್ಷದ ಸದಸ್ಯರ ಸಂಖ್ಯೆ ಹೆಚ್ಚಾಗತೊಡಗಿತು, ಆದರೆ ಪಕ್ಷಕ್ಕೆ ಹಣದ ಕೊರತೆಯಾಯಿತು. ಪಕ್ಷ ದ ಜನಬಲದಲ್ಲಿ

ಭಾರೀ ಹೆಚ್ಚಳವಾಗಿದ್ದರೂ ಪಕ್ಷಕ್ಕೆ ಸಂಪನ್ಮೂಲದ ಕೊರತೆ ಎದುರಾಗಿದೆ. ಈ ಕೊರತೆಯನ್ನು ನೀಗಿಸಲು ತಂಡದ ಸದಸ್ಯರ ಸಭೆಗಳನ್ನು ನಡೆಸಲಾಯಿತು.

ಹಿಂದೆ ಹೇಳಿದ 'ಕಲ್ಯಾಣ ಆಶ್ರಮ' ಒಂದು ರೀತಿಯಲ್ಲಿ ಬನಾರಸ್‌ನ ಈ ಕ್ರಾಂತಿಕಾರಿಗಳ ಚರ್ಚೆಯ ಕೇಂದ್ರ ಮತ್ತು ಸ್ಥಳವಾಗಿತ್ತು. ಹಲವು ಬಗೆಯ ಸಂಗೀತ ಉಪಕರಣಗಳು ಇತ್ಯಾದಿಗಳನ್ನು ಒಂದೇ ಕೋಣೆಯಲ್ಲಿ ಇರಿಸಲಾಗಿತ್ತು. ಸಂಜೆಯಾದರೆ, ಕೆಲವರು ಕೋಣೆಯಲ್ಲಿ ಸಂಗೀತ ವಾದ್ಯಗಳನ್ನು ನುಡಿಸುತ್ತಾ ಹಾಡುತ್ತಿದ್ದರು ಮತ್ತು ನುಡಿಸುತ್ತಿದ್ದರು. ಇದರೊಂದಿಗೆ, ಕ್ರಾಂತಿಕಾರಿಗಳ ಸಭೆಗಳು ಒಳಗೆ ಮುಂದುವರೆಯಿತು. ಕಲ್ಯಾಣ ಆಶ್ರಮವು ಧಾರ್ಮಿಕ ಸಂಸ್ಥೆ ಎಂದು ಜನರು ಭಾವಿಸುತ್ತಿದ್ದರು, ಅಲ್ಲಿ ಕೆಲವರು ಭಜನೆ-ಕೀರ್ತನೆ ಇತ್ಯಾದಿಗಳನ್ನು ಮಾಡುತ್ತಾರೆ ಆದರೆ ವಾಸ್ತವವು ವಿಭಿನ್ನವಾಗಿತ್ತು. ಪಕ್ಷದ ಆರ್ಥಿಕ ಸ್ಥಿತಿಯ ಬಗ್ಗೆಯೂ ಇಲ್ಲಿ ಚರ್ಚೆ ನಡೆದಿದೆ. ಒಂದು ದಿನ ಪಕ್ಷದ ಆರ್ಥಿಕ ಸ್ಥಿತಿಯ ಬಗ್ಗೆ ಚರ್ಚೆ ನಡೆಯುತ್ತಿತ್ತು. ಚಂದ್ರಶೇಖರ ಆಜಾದ್ ಕೂಡ ಸಭೆಯಲ್ಲಿ ಉಪಸ್ಥಿತರಿದ್ದರು. ಈ ಗುಂಪಿನಲ್ಲಿ ಉದಾಸಿ ಪಂಥದ ಸನ್ಯಾಸಿ ರಾಮಕೃಷ್ಣ ಖತ್ರಿ ಎಂಬ ಸದಸ್ಯನಿದ್ದ. ಅವರು ಹೊಸ ಯೋಜನೆ ತಂದರು. ಗಾಜಿಪುರದಲ್ಲಿ ನಿರ್ಮಲ ಸಾಧುಗಳ ಮಠವಿದ್ದಂತೆ ಯೋಜನೆ ರೂಪಿಸಲಾಗಿತ್ತು. ಮಠದ ಮಠಾಧೀಶರು ಅಪಾರ ಸಂಪತ್ತನ್ನು ಹೊಂದಿದ್ದರು ಮತ್ತು ಮಠವು ಸಾಕಷ್ಟು ಸ್ವಂತ ಆಸ್ತಿಯನ್ನು ಹೊಂದಿತ್ತು. ಮಹಂತ್ ವಯಸ್ಸಾದರು ಮತ್ತು ಅನಾರೋಗ್ಯದಿಂದ ಬಳಲುತ್ತಿದ್ದರು; ಅವರು ಶೀಘ್ರದಲ್ಲೇ ಇಹಲೋಕದಿಂದ ದೂರವಾಗುತ್ತಾರೆ ಎಂದು ಆಶಿಸಿದರು. ಆದ್ದರಿಂದ, ಕ್ರಾಂತಿಕಾರಿಗಳ ಗುಂಪಿನ ಸದಸ್ಯನನ್ನು ಮಹಂತರ ಶಿಷ್ಯನನ್ನಾಗಿ ಮಾಡಬೇಕಾಗಿತ್ತು, ಆದ್ದರಿಂದ ಮಹಾಂತರ ಮರಣದ ನಂತರ, ಮಹಾಂತರ ಆಸ್ತಿ ಮತ್ತು ಮಠವನ್ನು ಕ್ರಾಂತಿಕಾರಿಗಳು ಬಳಸುತ್ತಾರೆ. ಈ ಸಮಯದಲ್ಲಿ ಮಹಂತರಿಗೂ ಒಬ್ಬ ಶಿಷ್ಯನ ಅಗತ್ಯವಿತ್ತು. ಈ ಕೆಲಸಕ್ಕೆ ಚಂದ್ರಶೇಖರ ಆಜಾದ್ ಸೂಕ್ತ ಎಂದು ತಂಡದ ಎಲ್ಲ ಸದಸ್ಯರು ಒಮ್ಮತದಿಂದ ಅಭಿಪ್ರಾಯಪಟ್ಟರು. ಆತನನ್ನು ನೋಡಿದ ನಂತರ ಮಹಂತನು ಖಂಡಿತವಾಗಿಯೂ ತನ್ನ ಶಿಷ್ಯನನ್ನಾಗಿ ಮಾಡಿಕೊಳ್ಳುತ್ತಾನೆ ಎಂಬ ಸಂಪೂರ್ಣ ನಂಬಿಕೆ ಅವನಲ್ಲಿತ್ತು. ಈ ಕೆಲಸಕ್ಕೆ ಎಲ್ಲರೂ ಒಮ್ಮತದಿಂದ ಚಂದ್ರಶೇಖರ ಆಜಾದ್ ಅವರ ಹೆಸರನ್ನು ಪ್ರಸ್ತಾಪಿಸಿದರು, ಆದರೆ ಚಂದ್ರಶೇಖರ ಆಜಾದ್ ಅದಕ್ಕೆ ಒಪ್ಪಲಿಲ್ಲ. ಅವರು ಈ ಬೂಟಾಟಿಕೆ ಮತ್ತು ಮೋಸವನ್ನು ಪರಿಗಣಿಸಿದರು, ಆದರೆ ಪಕ್ಷಕ್ಕೆ ಹಣದ ಅವಶ್ಯಕತೆ ಇತ್ತು, ಆದ್ದರಿಂದ ಈ ದೃಷ್ಟಿಯಿಂದ ಮತ್ತು ಗೆಳೆಯರ ಒತ್ತಡದಿಂದಾಗಿ ಅವರು ಇದನ್ನು ಒಪ್ಪಿಕೊಳ್ಳಬೇಕಾಯಿತು.

ಮಹಂತ್ ಅವರ ಶಿಷ್ಯರಾಗಿ

ಸಂಪೂರ್ಣ ಯೋಜನೆಯನ್ನು ಮಾಡಿದ ನಂತರ, ಆಜಾದ್ ಬ್ರಹ್ಮಚಾರಿ ಸನ್ಯಾಸಿಯ ರೂಪದಲ್ಲಿ ಗಾಜಿಪುರದ ಮಠವನ್ನು ತಲುಪಿದರು. ಶ್ರೀಗಂಧ, ಕುಂಕುಮ ವಸ್ತ್ರ, ಹಣೆಯಲ್ಲಿ ರುದ್ರಾಕ್ಷಿ ಮಣಿಗಳು ಅವರ ವ್ಯಕ್ತಿತ್ವಕ್ಕೆ ವಿಶಿಷ್ಟವಾದ ಭವ್ಯತೆ ನೀಡುತ್ತಿದ್ದವು. ಹೇಗಾದರೂ, ಅವರ ದೇಹವು ಸುಂದರ ಮತ್ತು ಆಕರ್ಷಕವಾಗಿತ್ತು. ಅವರ ವೈಯಕ್ತಿಕ ಜೀವನದಲ್ಲಿಯೂ ಅವರು ಬ್ರಹ್ಮಚಾರಿ. ಅವರ ಆಕರ್ಷಕ ವ್ಯಕ್ತಿತ್ವ ಮತ್ತು ಸದೃಢ ದೇಹವನ್ನು ನೋಡಿದ ಮಹಂತ್ ತಕ್ಷಣವೇ ಒಪ್ಪಿಕೊಂಡರು. ಅವರು ಮಹಂತರ ಶಿಷ್ಯರಾದರು. ಅವರ ಸೇವೆಯಿಂದಾಗಿ ಅಸ್ವಸ್ಥರಾದ ಮಹಂತ್ ಕ್ರಮೇಣ ಚೇತರಿಸಿಕೊಳ್ಳಲಾರಂಭಿಸಿದರು.

ನಿರ್ಮಲ್ ಸಾಧುಗಳು ಸಿಖ್ಖರು, ಅವರು 'ಗುರು ಗ್ರಂಥ ಸಾಹಿಬ್' ಅನ್ನು ಪೂಜಿಸುತ್ತಾರೆ. ಇಲ್ಲಿರುವಾಗ, ಆಜಾದ್ ಗುರುಮುಖಿ ಲಿಪಿ ಮತ್ತು ಪಂಜಾಬ್ ಭಾಷೆಯನ್ನು ಸಹ ಅಧ್ಯಯನ ಮಾಡಿದರು, ಏಕೆಂದರೆ ಇದು ಮಠದ ಮಹಂತ್ ಆಗಲು ಅಗತ್ಯವಾಗಿತ್ತು.

ಮಠದಲ್ಲಿ ಯಾವುದೇ ರೀತಿಯ ಕೊರತೆಯಿಲ್ಲದಿದ್ದರೂ, ಆಜಾದ್ ಇನ್ನೂ ಮುಕ್ತರಾಗಿದ್ದರು; ಇಲ್ಲಿ ವಾಸವಾಗಿರುವ ಖೈದಿಯಂತೆ ಅನಿಸತೊಡಗಿತು. ಕ್ರಾಂತಿಕಾರಿ ಯುವಕ ಎಲ್ಲಿದ್ದಾನೆ; ಸನ್ಯಾಸ ಜೀವನ ಎಲ್ಲಿದೆ! ಅವನ ಪರಿಸ್ಥಿತಿ ಪಂಜರದಲ್ಲಿದ್ದ ಸಿಂಹದಂತಾಯಿತು. ಕೇವಲ ಎರಡೇ ತಿಂಗಳಲ್ಲಿ ಈ ಜೀವನ ಬೇಸರಗೊಂಡಿತು. ಅವನ ಸಹಿಷ್ಣುತೆ ಕೈಕೊಡಲಾರಂಭಿಸಿತು. ಮಹಂತ್ ಅನಾರೋಗ್ಯದಿಂದ ಬಳಲುತ್ತಿದ್ದಾರೆ ಮತ್ತು ಶೀಘ್ರದಲ್ಲೇ ನಿಧನರಾಗುತ್ತಾರೆ ಎಂಬ ತಿಳುವಳಿಕೆಯೊಂದಿಗೆ ಅವರು ಬಂದಿದ್ದರು, ಆದರೆ ಇಲ್ಲಿ ಇದಕ್ಕೆ ವಿರುದ್ಧವಾಗಿ ನಡೆಯುತ್ತಿದೆ; ಸಾಯುವ ಬದಲು, ಅವನು ಇನ್ನೂ ಬಲಶಾಲಿಯಾಗಿದ್ದನು. ಆದ್ದರಿಂದ, ಅವರು ಈ ನಿಟ್ಟಿನಲ್ಲಿ ತಮ್ಮ ಸಹೋದ್ಯೋಗಿಗಳಿಗೆ ಪತ್ರ ಬರೆದರು - "ಮಹಾಂತ್ ಸಾವಿನ ಯಾವುದೇ ಸುಳಿವು ಇಲ್ಲ." ನಿಮ್ಮ ಊಹೆ ಸರಿಯಾಗಿಲ್ಲ; ಅವರು ದಿನದಿಂದ ದಿನಕ್ಕೆ ದಪ್ಪವಾಗುತ್ತಿದ್ದಾರೆ. ಮಠದ ಆಸ್ತಿ ನಮ್ಮ ಕೈ ಸೇರುತ್ತದೆ ಎಂಬ ಭರವಸೆಯನ್ನು ಕೈಬಿಡಬೇಕು. ಈ ಬಂಧನದಿಂದ ಮುಕ್ತನಾಗಲು ನನಗೆ ಅವಕಾಶ ಕೊಡು.

ಗುಂಪಿನ ಜನರು ಪತ್ರವನ್ನು ಸ್ವೀಕರಿಸಿದರು ಮತ್ತು ಮಠದ ಆಸ್ತಿಯನ್ನು ಯಾವುದೇ ಬೆಲೆಗೆ ಹೋಗಲಿ ಎಂದು ಅವರು ಬಯಸಲಿಲ್ಲ. ಆದ್ದರಿಂದ, ಪತ್ರ ಬಂದ ತಕ್ಷಣ

ಇನ್ನಿಬ್ಬರು ಸದಸ್ಯರಾದ ಗೋವಿಂದ್ ಪ್ರಕಾಶ್ ಮತ್ತು ಮನ್ಮಥನಾಥ ಗುಪ್ತ್ ಅವರು ಸನ್ಯಾಸಿ ವೇಷದಲ್ಲಿ ಗಾಜಿಪುರ ತಲುಪಿದರು. ಗೋವಿಂದ್ ಪ್ರಕಾಶ್ ಗುರುಗಳಾದರು ಮತ್ತು ಮನ್ಮಥನಾಥರು ರಹಸ್ಯ ಶಿಷ್ಯರಾದರು. ಇಬ್ಬರೂ ಮಠವನ್ನು ತಲುಪಿದರು ಮತ್ತು ಮೊದಲು ಮಹಂತ್ ಮತ್ತು ನಂತರ ಚಂದ್ರಶೇಖರ್ ಆಜಾದ್ ಅವರನ್ನು ಭೇಟಿಯಾದರು. ನಂತರ ಮಠದ ಪ್ರದೇಶದಲ್ಲಿ ಸುತ್ತಾಡಿದರು. ಮಠವು ಕೋಟೆಯಂತಿತ್ತು. ಸುತ್ತಲೂ ಎತ್ತರದ ಗೋಡೆಗಳಿದ್ದವು. ಮಠದ ಆಸ್ತಿಯನ್ನೂ ನೋಡಿದರು. ಮಠವು ಪಕ್ಷದ ಕಾರ್ಯಕ್ರಮಗಳಿಗೆ ಸಂಪೂರ್ಣವಾಗಿ ಸೂಕ್ತವಾದ ಸ್ಥಳವಾಗಿತ್ತು. ಅವರ ಸಂಪತ್ತನ್ನು ಪಕ್ಷವನ್ನು ಬಲಪಡಿಸಲು ಬಳಸಬಹುದಿತ್ತು. ಗೋವಿಂದ್ ಪ್ರಕಾಶ್ ಮತ್ತು ಮನ್ಮಥನಾಥ ಗುಪ್ತಾ ಇದನ್ನು ಸಾಧ್ಯವಿರುವ ಎಲ್ಲ ರೀತಿಯಲ್ಲಿ ಪರಿಗಣಿಸಿದರು ಮತ್ತು ಆಜಾದ್ ಅವರನ್ನು ಅಲ್ಲಿಯೇ ಇರಲು ಸಲಹೆ ನೀಡಿದರು. ಆಜಾದ್ ಅವರ ಮಾತನ್ನು ಒಪ್ಪಿಕೊಳ್ಳಲೇ ಬೇಕಾಯಿತು. ಗೋವಿಂದ್ ಪ್ರಕಾಶ್ ಮತ್ತು ಮನ್ಮಥನಾಥ್ ಇಬ್ಬರೂ ಹಿಂತಿರುಗಿದರು.

ಬಲವಂತದ ಮೇರೆಗೆ ತೆಗೆದುಕೊಂಡ ನಿರ್ಧಾರದ ಮೇಲೆ ದೃಢವಾಗಿ ನಿಲ್ಲುವುದು ಸುಲಭವಲ್ಲ. ಆ ಸಮಯದಲ್ಲಿ ಚಂದ್ರಶೇಖರ ಆಜಾದ್ ಅವರು ತಮ್ಮ ಸ್ನೇಹಿತರ ಒತ್ತಡಕ್ಕೆ ಮಣಿದು ಮಠದಲ್ಲಿ ಉಳಿಯುವ ಆಲೋಚನೆಯನ್ನು ಸ್ವೀಕರಿಸಿದರು, ಆದರೆ ಅವರಿಗೆ ಆ ಮಠದ ಮೇಲೆ ಕೇಂದ್ರೀಕರಿಸಲು ಸಾಧ್ಯವಾಗಲಿಲ್ಲ. ಅವನಿಗೆ ಇಲ್ಲಿ ವಾಸಿಸುವುದು ಅಸಾಧ್ಯವಾಯಿತು. ಆದುದರಿಂದ ಒಂದು ದಿನ, ಮಹಂತ್‌ಗೆ ತಿಳಿಸದೆ, ಆಜಾದ್ ಸದ್ದಿಲ್ಲದೆ ತನ್ನನ್ನು ಈ ಬಂಧನದಿಂದ ಮುಕ್ತಗೊಳಿಸಿದನು ಮತ್ತು ತನ್ನ ಸ್ನೇಹಿತರನ್ನು ಸೇರಲು ಬನಾರಸ್ ತಲುಪಿದನು.

ಆಜಾದ್ ಈ ರೀತಿ ಮಠವನ್ನು ತೊರೆದಾಗ ಅವರ ಸಹಚರರು ತುಂಬಾ ನಿರಾಶೆಗೊಂಡರು. ತಮ್ಮ ಕೈಯಲ್ಲಿದ್ದ ಸಂಪತ್ತು ಕಳೆದುಹೋಗಿದೆ ಎಂದು ಅವರು ಭಾವಿಸಿದರು. ಹಣದ ಕೊರತೆಯಿಂದ ತಂಡದ ಕೆಲಸ ಮುಂದೆ ಸಾಗಲು ಸಾಧ್ಯವಾಗಲಿಲ್ಲ. ಈಗ ಆಜಾದ್ ಮತ್ತೆ ಪಕ್ಷ ಸಂಘಟನೆಯಲ್ಲಿ ತೊಡಗಿದರು. ಅವರ ಶ್ರಮದಿಂದ ಹಣದ ಕೊರತೆ ಕಡಿಮೆಯಾದರೂ ಏನೂ ಮಾಡಲಾಗದೆ ಹೊಸ ಯೋಜನೆಗಳ ಬಗ್ಗೆ ಯೋಚಿಸಿದರು.

ಪಕ್ಷಕ್ಕೆ ಸಾಲ ಮತ್ತು ದೇಣಿಗೆ

'ಹಿಂದೂಸ್ತಾನ್ ರಿಪಬ್ಲಿಕನ್ ಅಸೋಸಿಯೇಷನ್' ಮುಖ್ಯವಾಗಿ ಚಂದ್ರಶೇಖರ್ ಆಜಾದ್ ಅವರಿಗೆ ಹಣ ಸಂಗ್ರಹಿಸುವ ಜವಾಬ್ದಾರಿಯನ್ನು ವಹಿಸಿಕೊಟ್ಟಿತು. ಆಜಾದ್

ಕೂಡಲೇ ಈ ಕೆಲಸದಲ್ಲಿ ತೊಡಗಿದರು. ಅವರ ವ್ಯಕ್ತಿತ್ವವು ತುಂಬಾ ಆಕರ್ಷಕವಾಗಿತ್ತು ಮತ್ತು ಸಂಭಾಷಣೆಯ ಕಲೆಯಲ್ಲಿಯೂ ಅವರು ಪರಿಣತರಾಗಿದ್ದರು, ಆದ್ದರಿಂದ ಅವರ ಸಂಪರ್ಕಕ್ಕೆ ಬಂದವರು ಅವನಿಂದ ಪ್ರಭಾವಿತರಾಗದೆ ಇರಲು ಸಾಧ್ಯವಿಲ್ಲ. ಬಹುಶಃ ಪಂಡಿತ್ ಮೋತಿಲಾಲ್ ನೆಹರೂ ಅವರ ಈ ಗುಣಗಳಿಂದ ಪ್ರಭಾವಿತರಾಗಿದ್ದರು. ವಿವಿಧ ರಾಜಕೀಯ ಹಗರಣಗಳಲ್ಲಿ ಆಜಾದ್ ತಲೆಮರೆಸಿಕೊಂಡಾಗ ಆಜಾದ್ ಅವರನ್ನು ಭೇಟಿಯಾಗಿ ಆರ್ಥಿಕ ಸಹಾಯ ಪಡೆಯುತ್ತಿದ್ದರು ಎಂದು ಇತಿಹಾಸ ಪುಸ್ತಕಗಳಲ್ಲಿ ಬರೆಯಲಾಗಿದೆ.

ಪಂಡಿತ್ ಮೋತಿಲಾಲ್ ನೆಹರೂ ಅವರು ಪಕ್ಷಕ್ಕೆ ಸಾಂದರ್ಭಿಕವಾಗಿ ದೇಣಿಗೆ ನೀಡುತ್ತಿದ್ದರು. ರಾಜರ್ಷಿ ಪುರುಷೋತ್ತಮದಾಸ್ ಟಂಡನ್ ಯಾವಾಗಲೂ ಕ್ರಾಂತಿಕಾರಿಗಳಿಗೆ ಮುಕ್ತವಾಗಿ ಆರ್ಥಿಕ ನೆರವು ನೀಡುತ್ತಿದ್ದರು. ಖ್ಯಾತ ಸಾಹಿತಿ ಶರತ್ ಚಂದ್ರ, ಕಲ್ಕತ್ತಾದ ಅಟಾರ್ನಿ ಜನರಲ್ ನಿರ್ಮಲ್ ಚಂದ್ರ ಮತ್ತು ಅಡ್ವೊಕೇಟ್ ಜನರಲ್ ಸರ್ ಎಸ್. ಎನ್. ಸರ್ಕಾರ ಮತ್ತು ಇತರ ಗಣ್ಯರು ಈ ಕ್ರಾಂತಿಕಾರಿಗಳಿಗೆ ನಿಯಮಿತವಾಗಿ ದೇಣಿಗೆ ನೀಡುತ್ತಿದ್ದರು. ಪಕ್ಷದ ಸದಸ್ಯರ ಸಂಖ್ಯೆ ನಿರಂತರವಾಗಿ ಹೆಚ್ಚುತ್ತಿದೆ, ಪರಿಣಾಮವಾಗಿ ಖರ್ಚು ಕೂಡ ಹೆಚ್ಚುತ್ತಿದೆ. ಹಣದ ಕೊರತೆಯಿಂದಾಗಿ, ಆಜಾದ್ ಮತ್ತು ಅವರ ಸಹಚರರು ತೀವ್ರ ಸಂಕಷ್ಟಗಳನ್ನು ಎದುರಿಸಬೇಕಾಯಿತು. ಕೆಲವೊಮ್ಮೆ ಎಲ್ಲರೂ ಹಸಿವಿನಿಂದ ಇರಬೇಕಾದ ಪರಿಸ್ಥಿತಿ ಉಂಟಾಗುತ್ತಿತ್ತು. ವಿಪರೀತ ಚಳಿಯಲ್ಲಿ ಮಾಮೂಲಿ ಬಟ್ಟೆಯಲ್ಲೇ ಬದುಕಬೇಕಿತ್ತು. ಈ ಕೊರತೆಗಳ ಹೊರತಾಗಿಯೂ, ಈ ವೀರರ ಉತ್ಸಾಹವು ಕಡಿಮೆಯಾಗಲಿಲ್ಲ; ಅವರು ಮಾತೃಭೂಮಿಯ ಸ್ವಾತಂತ್ರ್ಯದ ಕೆಲಸವನ್ನು ಮುಂದುವರೆಸಿದರು. ಈ ಕೆಲಸವನ್ನು ಮುಂದುವರಿಸಲು, ಆಜಾದ್ ತನ್ನ ಸ್ನೇಹಿತರಿಂದ ಹಲವಾರು ಬಾರಿ ಸಾಲ ಪಡೆದಿದ್ದ. ಅವರ ಜೀವನದ ಕೆಲವು ರೀತಿಯ ಘಟನೆಗಳನ್ನು ಇಲ್ಲಿ ವಿವರಿಸಲಾಗಿದೆ, ಇದು ಪಕ್ಷದ ಮೇಲಿನ ಅವರ ನಿಸ್ವಾರ್ಥ ಪ್ರೀತಿಯನ್ನು ತೋರಿಸುತ್ತದೆ. ಒಂದು ಕಾಲದಲ್ಲಿ ಪಕ್ಷಕ್ಕೆ ಹಣದ ಅವಶ್ಯಕತೆ ಇತ್ತು ಎಂದು ಹೇಳಲಾಗುತ್ತದೆ; ಏಕೆಂದರೆ ಪಿಸ್ತೂಲುಗಳನ್ನು ಖರೀದಿಸಬೇಕಾಗಿತ್ತು. ಏನು ಮಾಡಬೇಕು? ಆಜಾದ್ ಈ ಚಿಂತೆಯಲ್ಲಿ ಮುಳುಗಿದ್ದರು. ಮಧ್ಯಾಹ್ನ ಒಬ್ಬ ವ್ಯಕ್ತಿ ಅವನ ಬಳಿಗೆ ಬಂದನು. ಅವರ (ಆಜಾದ್ ಅವರ) ಪೋಷಕರು ಮನೆಯಲ್ಲಿ ಹಸಿವಿನಿಂದ ಸಾಯುತ್ತಿದ್ದಾರೆ ಎಂದು ಅವರು ಹೇಳಿದರು. ಆ ವ್ಯಕ್ತಿ ಅಲ್ಲಿ-ಇಲ್ಲಿಂದ ಭಿಕ್ಷೆ ಬೇಡುತ್ತಾ ಅವರಿಗೆ ಹೇಗೋ ಹಣ ತಂದಿದ್ದ. ಅವನು ಈ ಹಣವನ್ನು ಚಂದ್ರಶೇಖರ ಆಜಾದ್‌ಗೆ ಕೊಟ್ಟನು, ಇದರಿಂದ ಅವನು ಅದನ್ನು ತನ್ನ ಹೆತ್ತವರಿಗೆ ಕಳುಹಿಸಬಹುದು.

ಹಣವನ್ನು ಸ್ವೀಕರಿಸಿದ ನಂತರ, ಆಜಾದ್ ಆ ವ್ಯಕ್ತಿಗೆ ಈ ರೀತಿ ಹೇಳಿದರು - "ಈ ಹಣಕ್ಕಾಗಿ ನಾನು ನಿಮಗೆ ನನ್ನ ಕೃತಜ್ಞತೆಯನ್ನು ವ್ಯಕ್ತಪಡಿಸುತ್ತೇನೆ. ಈ ವೇಳೆ ತಂಡಕ್ಕೆ ಅವರ ಅಗತ್ಯ ಹೆಚ್ಚಿತ್ತು. ದೇವರ ದಯೆಯಿಂದ ನೀವು ಸರಿಯಾದ ಸಮಯಕ್ಕೆ ಬಂದಿದ್ದೀರಿ. "

ಆಜಾದನ ಈ ಮಾತುಗಳನ್ನು ಕೇಳಿ ಆ ವ್ಯಕ್ತಿ ಬಹಳ ಆಶ್ಚರ್ಯಚಕಿತನಾಗಿ, "ಪಂಡಿತ್ಜೀ! ನಿಮ್ಮ ತಂದೆ ತಾಯಿಗೆ ಸಹಾಯ ಮಾಡಲು ಈ ಹಣವನ್ನು ನೀಡಿದ್ದೇನೆ. ಅವರು ಹಸಿವಿನಿಂದ ಬಳಲುತ್ತಿದ್ದಾರೆ, ಆದರೆ ನೀವು ಈ ಹಣವನ್ನು ಪಕ್ಷಕ್ಕಾಗಿ ಏಕೆ ಖರ್ಚು ಮಾಡುತ್ತೀರಿ ಎಂದು ನನಗೆ ಅರ್ಥವಾಗುತ್ತಿಲ್ಲ.

ಈ ಕುರಿತು ಆಜಾದ್ ಅವರು, "ಸಹೋದರರೇ, ದೇಶದ ಕೋಟಿಗಟ್ಟಲೆ ಜನರು ಹಸಿವಿನಿಂದ ಸಾಯುತ್ತಿದ್ದಾರೆ. ನಾನು ನನ್ನ ತಂದೆ ತಾಯಿಯ ಬಗ್ಗೆ ಮಾತ್ರವಲ್ಲ, ಇಡೀ ದೇಶದ ಬಗ್ಗೆ ಚಿಂತಿಸುತ್ತಿದ್ದೇನೆ. ಇದಕ್ಕಾಗಿ, ಈ ಸಮಯದಲ್ಲಿ ಪಿಸ್ತೂಲ್ ಖರೀದಿಸಲು ಇದು ಸಂಪೂರ್ಣವಾಗಿ ಅವಶ್ಯಕವಾಗಿದೆ. ದೇಶದ ಇಂತಹ ಪರಿಸ್ಥಿತಿಯಲ್ಲಿ ಕೇವಲ ಕುಟುಂಬದ ಬಗ್ಗೆ ಚಿಂತಿಸುವುದು ಸ್ವಾರ್ಥವೇ ಸರಿ."

ಅವನ ಉತ್ತರವು ಆ ವ್ಯಕ್ತಿಯನ್ನು ಮೂಕರನ್ನಾಗಿಸಿತು ಮತ್ತು ಅವನು ಹಿಂತಿರುಗಿದನು.

ಅದೇ ರೀತಿ ಮತ್ತೊಮ್ಮೆ ಪಕ್ಷಕ್ಕೆ ಹಣದ ಅವಶ್ಯಕತೆಯಿತ್ತು. ಪಕ್ಷದ ಅಧ್ಯಕ್ಷರು ಈ ಸಮಸ್ಯೆಯನ್ನು ಆಜಾದ್ ಅವರ ಮುಂದೆ ಇಟ್ಟು, ಪಕ್ಷಕ್ಕೆ ತುರ್ತಾಗಿ ನಾಲ್ಕು ಸಾವಿರ ರೂಪಾಯಿ ಬೇಕು ಎಂದು ಹೇಳಿದರು. ಈ ಹಣ ಸಿಗದೇ ಇದ್ದಿದ್ದರೆ ತಂಡದ ಕೆಲಸ ನಿಂತು ಹೋಗುತ್ತಿತ್ತು. ಸಮಸ್ಯೆಯ ಪ್ರಾಮುಖ್ಯತೆಯ ಬಗ್ಗೆ ಯೋಚಿಸುತ್ತಾ, ಆಜಾದ್ ಗಂಭೀರವಾದರು, ಆದರೆ ಅವರು ದುರಂತಕ್ಕೆ ಹೆದರುವುದನ್ನು ಕಲಿತಿರಲಿಲ್ಲ. ಹಣವನ್ನು ನಿರ್ವಹಿಸುವ ಜವಾಬ್ದಾರಿಯನ್ನು ಅವರು ವಹಿಸಿಕೊಂಡರು ಮತ್ತು ಅಧ್ಯಕ್ಷರನ್ನು ಖಚಿತವಾಗಿ ಕೇಳಿದರು. ಹಣದ ವ್ಯವಹಾರದಲ್ಲಿ ವ್ಯವಹರಿಸುತ್ತಿದ್ದ ಆತನ ಸ್ನೇಹಿತನೊಬ್ಬನಿದ್ದ. ಅವರು ಆಜಾದ್ ಅವರನ್ನು ತುಂಬಾ ಗೌರವಿಸುತ್ತಿದ್ದರು. ಆಜಾದ್ ಅವರನ್ನು ತಲುಪಿದರು. ಅವನು ತನ್ನ ಸಮಸ್ಯೆಯನ್ನು ತನ್ನ ಸ್ನೇಹಿತನ ಬಳಿ ಹೇಳಿಕೊಂಡನು ಮತ್ತು ಅವನಿಗೆ ತುರ್ತಾಗಿ ನಾಲ್ಕು ಸಾವಿರ ರೂಪಾಯಿ ಬೇಕು ಎಂದು ಹೇಳಿದನು, ಆದರೆ ಈ ಸಮಯದಲ್ಲಿ ಆ ಸ್ನೇಹಿತನ ಬಳಿ ಹಣವಿಲ್ಲ. ಮರುದಿನ ಹಣದ ವ್ಯವಸ್ಥೆ ಮಾಡುವುದಾಗಿ ಹೇಳಿದ್ದು, ಅದೇ ದಿನ ತಮ್ಮ ಪಕ್ಷದ ಅಧ್ಯಕ್ಷರಿಗೆ ಹಣ ನೀಡುವುದಾಗಿ ಚಂದ್ರಶೇಖರ ಆಜಾದ್ ಭರವಸೆ ನೀಡಿದ್ದರು. ಹೀಗಾಗಿ ತುರ್ತಾಗಿ ಹಣ ಬೇಕು ಎಂದು ಗೆಳೆಯನಿಗೆ ಹೇಳಿದ್ದಾನೆ. ಎಲ್ಲಿಂದ ಬೇಕಾದರೂ ವ್ಯವಸ್ಥೆ ಮಾಡಿ ಆರು

39

ತಿಂಗಳ ನಂತರ ಬಡ್ಡಿ ಸಮೇತ ಹಣ ಹಿಂತಿರುಗಿಸುವುದಾಗಿ ಭರವಸೆ ನೀಡಿದರು. ಗೆಳೆಯನೂ ದೊಡ್ಡ ಸಂದಿಗ್ಧದಲ್ಲಿ ಸಿಲುಕಿದ್ದ. ಇದಾದ ಬಳಿಕ ಆತನ ಸ್ನೇಹಿತ ಮತ್ತೊಬ್ಬನಿಂದ ನಾಲ್ಕು ಸಾವಿರ ರೂಪಾಯಿ ಸಾಲ ಪಡೆದು ಆತನಿಗೆ ನೀಡಿದ್ದಾನೆ.

ಹೀಗೆ ಸಾಲ ಮಾಡಿಯೂ ಆಜಾದ್ ದಳದ ಅಗತ್ಯಕ್ಕೆ ಹಣ ಹೇಗೋ ನಿರ್ವಹಣೆ ಮಾಡುತ್ತಿದ್ದರು ಚಂದ್ರಶೇಖರ್. ಚಂದ್ರಶೇಖರ್ ಮತ್ತು ಅವರ ಎಲ್ಲಾ ಸಹಚರರು ಅತ್ಯಂತ ಬಡತನದ ಜೀವನವನ್ನು ನಡೆಸುತ್ತಿದ್ದರು, ಆದರೆ ಪಕ್ಷದ ಹಣದ ಖಾತೆಗಳನ್ನು ಬಹಳ ಕಾಳಜಿ ಮತ್ತು ಪ್ರಾಮಾಣಿಕತೆಯಿಂದ ನಿರ್ವಹಿಸುತ್ತಿದ್ದರು. ಒಂದು ಪೈಸೆಯೂ ವ್ಯರ್ಥವಾಗುವುದಿಲ್ಲ.

ಅಂಗಡಿಯಲ್ಲಿ ಲೆಕ್ಕಪತ್ರ ನಿರ್ವಹಣೆ

ಪಕ್ಷದ ಹಿತಾಸಕ್ತಿಯನ್ನು ಗಮನದಲ್ಲಿಟ್ಟುಕೊಂಡು ಪಿಸ್ತೂಲ್ ತಯಾರಿಕೆಯಲ್ಲಿ ನಿಷ್ಣಾತರಾಗಿದ್ದ ಚಂದ್ರಶೇಖರ ಆಜಾದ್ ಅವರನ್ನು ಪಕ್ಷದ ಸದಸ್ಯರನ್ನಾಗಿಯೂ ಮಾಡಿದರು. ಇದರಿಂದ ಪಕ್ಷದ ಬಹುದೊಡ್ಡ ಸಮಸ್ಯೆ ಬಗೆಹರಿದಿದೆ ಆದರೆ ಪಕ್ಷದ ಸದಸ್ಯರ ಸಂಖ್ಯೆ ಸಾಕಷ್ಟು ಹೆಚ್ಚಿದ್ದರಿಂದ ದೇಣಿಗೆ ಸಂಗ್ರಹಿಸಿ ಸಾಲ ಪಡೆದರೂ ಪಕ್ಷದ ಆರ್ಥಿಕ ಬಿಕ್ಕಟ್ಟು ಬಗೆಹರಿಯುತ್ತಿಲ್ಲ. ಅನೇಕ ಪಕ್ಷದ ಸದಸ್ಯರು ಸಹ ಕೆಲಸ ಮಾಡಿದರು ಮತ್ತು ತಮ್ಮ ಆದಾಯದ ಒಂದು ನಿರ್ದಿಷ್ಟ ಭಾಗವನ್ನು ಪಕ್ಷದ ನಿಧಿಯಲ್ಲಿ ಠೇವಣಿ ಮಾಡಿದರು. ಅಂತೆಯೇ, ಆಜಾದ್ ಉಪ್ಪಿನಕಾಯಿ-ಮುರಬ್ಬದ ಅಂಗಡಿಯ ಖಾತೆಗಳನ್ನು ನಿರ್ವಹಿಸುವ ಕೆಲಸವನ್ನು ಪ್ರಾರಂಭಿಸಿದರು. ಅಲ್ಲಿಂದ ಬಂದ ಸಂಬಳದಲ್ಲಿ ಅಲ್ಪ ಮೊತ್ತವನ್ನು ತನ್ನ ಬಳಿಯೇ ಇಟ್ಟುಕೊಂಡು ಉಳಿದ ಮೊತ್ತವನ್ನು ತಂಡಕ್ಕೆ ನೀಡಿದ್ದಾನೆ.

ಹೀಗಾಗಿ ಆಜಾದ್ ಅವರ ಇಡೀ ಜೀವನ ಪಕ್ಷಕ್ಕೆ ಮುಡಿಪಾಗಿತ್ತು. ಅವರು ಪಕ್ಷದ ಆರ್ಥಿಕ ಸ್ಥಿತಿಯನ್ನು ಸುಧಾರಿಸಲು ಪ್ರಯತ್ನಗಳನ್ನು ಮುಂದುವರೆಸಿದರು. ಅಷ್ಟೇ ಅಲ್ಲ, ತಂಡದ ಪ್ರತಿಯೊಂದು ಕೆಲಸವನ್ನೂ ಮಾಡುವುದರಲ್ಲಿ ಸದಾ ಮುಂದಿದ್ದ ಅವರು ತಂಡದಲ್ಲಿ 'ಕ್ವಿಕ್ ಸಿಲ್ವರ್' ಎಂದೇ ಕರೆಯಲ್ಪಡುತ್ತಿದ್ದರು.

ಕ್ರಾಂತಿ ಕರಪತ್ರ

ಕ್ರಮೇಣ 'ಹಿಂದೂಸ್ತಾನ್ ರಿಪಬ್ಲಿಕನ್ ಅಸೋಸಿಯೇಷನ್' ಶಾಖೆಗಳು ಉತ್ತರ ಭಾರತದ ಕಲ್ಕತ್ತಾದಿಂದ ಲಾಹೋರ್‌ಗೆ ಹರಡಿತು. ಇದರ ಕೇಂದ್ರ ಬನಾರಸ್ ಆಗಿತ್ತು. ರಾಮಪ್ರಸಾದ್ ಬಿಸ್ಮಿಲ್ ಆಯುಧ ಸಂಗ್ರಹಿಸುವ ಹೊಣೆ ಹೊತ್ತಿದ್ದ. ಆಯುಧಗಳನ್ನೆಲ್ಲ ಬನಾರಸ್ ನಲ್ಲಿ ಸಂಗ್ರಹಿಸಿ ಬೇರೆ ಬೇರೆ ಕೇಂದ್ರಗಳಿಗೆ ಕಳುಹಿಸಿದರೂ ಬಂದೂಕು,

ರಿವಾಲ್ವರ್ ಮೊದಲಾದ ನಾನಾ ಬಗೆಯ ಆಯುಧಗಳನ್ನು ಒಂದೆಡೆಯಿಂದ ಇನ್ನೊಂದೆಡೆಗೆ ಒಯ್ಯುವುದು ಸುಲಭದ ಮಾತಾಗಿರಲಿಲ್ಲ. ಇವುಗಳನ್ನು ಮೊದಲ ಅಥವಾ ಎರಡನೇ ದರ್ಜೆಯ ಕಂಪಾರ್ಟ್‌ಮೆಂಟ್‌ಗಳಲ್ಲಿ ಮಾತ್ರ ಸಾಗಿಸಬಹುದಾಗಿತ್ತು. ಹಲವು ತೊಂದರೆಗಳ ನಡುವೆಯೂ ಇವುಗಳನ್ನು ವಿವಿಧ ಕೇಂದ್ರಗಳಿಗೆ ಕಳುಹಿಸಲಾಗಿದೆ. ಈ ಮೂಲಕ ಪಕ್ಷದ ವಿವಿಧ ಕೇಂದ್ರಗಳಲ್ಲಿ ಅಪಾರ ಪ್ರಮಾಣದ ಶಸ್ತ್ರಾಸ್ತ್ರ ಸಂಗ್ರಹವಾಗಿದೆ. ಇದೀಗ ಸರ್ಕಾರಕ್ಕೆ ಎಚ್ಚರಿಕೆ ನೀಡಲು ತಂಡ ಚಿಂತನೆ ನಡೆಸಿದೆ.

ಒಂದು ಯೋಜನೆಯನ್ನು ತಯಾರಿಸಲಾಯಿತು, ಅದರ ಪ್ರಕಾರ ಕರಪತ್ರವನ್ನು ಮುದ್ರಿಸಲಾಯಿತು. ಈ ಕರಪತ್ರದಲ್ಲಿ ಪಕ್ಷದ ಉದ್ದೇಶಗಳನ್ನು ಪರಿಚಯಿಸಲಾಯಿತು ಮತ್ತು ಬ್ರಿಟಿಷ್ ಸರ್ಕಾರದ ವಿರುದ್ಧ ಕ್ರಾಂತಿಯನ್ನು ಪ್ರಾರಂಭಿಸಲು ಸಾರ್ವಜನಿಕರಿಗೆ ಮನವಿ ಮಾಡಲಾಯಿತು. ಈ ಫಾರ್ಮ್ ಹಳದಿ ಕಾಗದದ ಮೇಲೆ ಇತ್ತು. ಯೋಜನೆಯ ಪ್ರಕಾರ, ಫ್ಲೈಯರ್‌ಗಳನ್ನು ಒಂದೇ ದಿನದಲ್ಲಿ ಎಲ್ಲಾ ನಗರಗಳಲ್ಲಿ ಪ್ರದರ್ಶಿಸಬೇಕು ಎಂದು ಯೋಚಿಸಲಾಗಿದೆ. ಇದನ್ನು ಮಾಡದಿದ್ದಲ್ಲಿ ಪೊಲೀಸರು ಎಚ್ಚೆತ್ತು ಕರಪತ್ರಗಳನ್ನು ವಶಪಡಿಸಿಕೊಳ್ಳುತ್ತಾರೆ. ಇದರಿಂದಾಗಿ ಪಕ್ಷದ ಉದ್ದೇಶಗಳ ಬಗ್ಗೆ ಸಾರ್ವಜನಿಕರಿಗೆ ಪರಿಚಿತರಾಗಲು ಸಾಧ್ಯವಾಗುತ್ತಿಲ್ಲ. ಆದ್ದರಿಂದ, ಜನವರಿ 1925 ರಲ್ಲಿ ಒಂದು ದಿನ, ರಂಗೂನ್‌ನಿಂದ ಪೇಶಾವರದವರೆಗಿನ ಜನರು ಈ ಕರಪತ್ರಗಳನ್ನು ಒಟ್ಟಿಗೆ ನೋಡಿದರು. ಪಕ್ಷದ ಸದಸ್ಯರೇ ಈ ಕರಪತ್ರಗಳೊಂದಿಗೆ ಎಲ್ಲಾ ನಗರಗಳಿಗೆ ತೆರಳಿದರು. ಈ ಕರಪತ್ರಗಳನ್ನು ಪ್ರತಿ ಶಾಲೆ, ಕಾಲೇಜು, ಕಛೇರಿ, ಮಾರುಕಟ್ಟೆ, ದೇವಸ್ಥಾನ, ಮಸೀದಿ, ಚರ್ಚ್, ಗುರುದ್ವಾರ, ಸಿನಿಮಾ ಹಾಲ್ ಮತ್ತು ಇತರ ಎಲ್ಲ ಸಾರ್ವಜನಿಕ ಸ್ಥಳಗಳಲ್ಲಿ ಅಂಟಿಸಲಾಗಿದೆ. ಈ ಕೆಲಸವನ್ನು ಬಹಳ ಎಚ್ಚರಿಕೆಯಿಂದ ಮತ್ತು ಗೌಪ್ಯವಾಗಿ ಮಾಡಲಾಗಿತ್ತು, ಇದರ ಬಗ್ಗೆ ಯಾರೂ ಕಂಡುಹಿಡಿಯಲಿಲ್ಲ.

ಚಂದ್ರಶೇಖರ ಆಜಾದ್ ಅವರು ಬನಾರಸ್‌ನಲ್ಲಿ ಕರಪತ್ರಗಳನ್ನು ಅಂಟಿಸುವ ಮತ್ತು ಹಂಚುವ ಕೆಲಸವನ್ನು ಮಾಡಿದರು. ಬಹಳ ಜಾಣ್ಮೆಯಿಂದ ಕಚೇರಿಯ ನೌಕರರನ್ನು ತಮ್ಮ ಕಡೆ ಸೆಳೆದು ಕರಪತ್ರಗಳನ್ನು ಹಂಚಿದರು. ತಂಡದಲ್ಲಿ ಅವರ ಕೆಲಸ ಮೆಚ್ಚುಗೆಗೆ ಪಾತ್ರವಾಯಿತು.

ಈ ಕೆಲಸದಿಂದ ಕ್ರಾಂತಿಕಾರಿ ಪಕ್ಷವು ದೇಶದಾದ್ಯಂತ ಪ್ರಸಿದ್ಧವಾಯಿತು. ಗುಂಪಿನ ವಿಸ್ತರಣೆ ಇಷ್ಟು ಎಂದು ಯಾರೂ ಕನಸಿನಲ್ಲೂ ಊಹಿಸಿರಲಿಲ್ಲ. ಇದರಿಂದ ಸರ್ಕಾರ ಆತಂಕಕ್ಕೆ ಒಳಗಾಗಿದೆ. ಪೊಲೀಸ್ ಮತ್ತು ಗುಪ್ತಚರ ಇಲಾಖೆಗಳು ತಮ್ಮ ಎಲ್ಲಾ ಶಕ್ತಿಯೊಂದಿಗೆ ಗುಂಪನ್ನು ಹುಡುಕಲು ಪ್ರಾರಂಭಿಸಿದವು.

ಮೂರನೇ ಅಧ್ಯಾಯ

ಅಂತ್ಯ ಮತ್ತು ಅರ್ಥ

ಆರಂಭದಲ್ಲಿ ಕ್ರಾಂತಿ ಎಂಬ ಪದದ ಅರ್ಥ ಹಿಂಸೆಯ ಮೂಲಕ ಅಧಿಕಾರವನ್ನು ಬದಲಾಯಿಸುವುದು, ಆದರೆ ಇಂದು ಕ್ರಾಂತಿ ಎಂಬ ಪದವನ್ನು ಹಸಿರು ಕ್ರಾಂತಿ ಅಥವಾ ಕೈಗಾರಿಕಾ ಕ್ರಾಂತಿಯಂತಹ ಇತರ ಅರ್ಥಗಳಲ್ಲಿಯೂ ಬಳಸಲಾರಂಭಿಸಿದೆ. ಆದ್ದರಿಂದ, ಕ್ರಾಂತಿಯ ಹಾದಿಯಲ್ಲಿರುವ ಪ್ರಯಾಣಿಕರಿಗೆ, ದೇಶವನ್ನು ಸ್ವತಂತ್ರಗೊಳಿಸುವುದೇ ಪರಮೋಚ್ಚ ಗುರಿಯಾಗಿತ್ತು. ಇದರಲ್ಲಿ, ಸಂಪನ್ಮೂಲಗಳ ಶುದ್ಧತೆಗೆ ವಿಶೇಷ ಗಮನವನ್ನು ನೀಡಲಾಗಿಲ್ಲ. ಕ್ರಾಂತಿಕಾರಿಗಳು ಭಾರತದಲ್ಲಿ ಮಾತ್ರವಲ್ಲದೆ ಐರ್ಲೆಂಡ್ ಮತ್ತು ಸೋವಿಯತ್ ಒಕ್ಕೂಟದಲ್ಲಿಯೂ ಸಹ ತಮ್ಮ ಗುರಿಗಳನ್ನು ಸಾಧಿಸಲು ಹಿಂಸಾತ್ಮಕ ಮಾರ್ಗಗಳನ್ನು ಅಳವಡಿಸಿಕೊಂಡಿದ್ದರು. ಈ ಕ್ರಾಂತಿಕಾರಿಗಳಿಗೆ ಯಾವುದೇ ಆದಾಯದ ಮೂಲವಿರಲಿಲ್ಲ, ತಮ್ಮ ಗುರಿಯತ್ತ ಸಾಗಲು ಹಣದ ಅಗತ್ಯವಿತ್ತು, ಅದಕ್ಕಾಗಿ ದೇಣಿಗೆ ಕೇಳಿದ ನಂತರವೂ ಹಣದ ಕೊರತೆ ಅಥವಾ ಕೊರತೆ ಕಂಡುಬಂದಿತು, ಆದ್ದರಿಂದ ಅವರು ಅಸಹಾಯಕತೆಯಿಂದ ದರೋಡೆಗಳಿಗೆ ಆಶ್ರಯಿಸಬೇಕಾಯಿತು.

ಇಪ್ಪತ್ತನೇ ಶತಮಾನದ ಆರಂಭದಿಂದಲೂ, ಬಂಗಾಳದ ಕ್ರಾಂತಿಕಾರಿಗಳು ಡಕಾಯಿತಿಗಳನ್ನು ತಮ್ಮ ಕ್ರಾಂತಿಯ ವಿಧಾನದ ಒಂದು ಭಾಗವನ್ನಾಗಿ ಮಾಡಿಕೊಂಡಿದ್ದರು. ಪ್ರಸಿದ್ಧ ಬಂಗಾಳದ ಪತ್ರಿಕೆ 'ಯುಗಾಂತರ್' ನಲ್ಲಿನ ಲೇಖನವು ಕ್ರಾಂತಿಕಾರಿಗಳು ದರೋಡೆಕೋರರನ್ನು ಪವಿತ್ರ ಉದ್ದೇಶಕ್ಕಾಗಿ ಅನುಚಿತವೆಂದು ಪರಿಗಣಿಸಲಿಲ್ಲ ಎಂದು ತೋರಿಸುತ್ತದೆ.

ಒಂದು ಬೆಳಿಗ್ಗೆ ಕಲ್ಕತ್ತಾದ ವಿವಿಧ ನೆರೆಹೊರೆಗಳ ಪ್ರತಿನಿಧಿಗಳ ರಹಸ್ಯ ಸಭೆಯು ಸುಬೋಧ್ ಮಲಿಕ್ ಅವರ ಮನೆಯಲ್ಲಿ ನಡೆಯಿತು. ಈ ಘಟನೆ ನಡೆದದ್ದು 1906-7ರಲ್ಲಿ. ಪಿ.ಮಿತ್ರ ಇದರ ಅಧ್ಯಕ್ಷರಾಗಿದ್ದರು. ರಹಸ್ಯ ಸಮಿತಿಗೆ ಹಣ ಸಂಗ್ರಹಿಸಲು ದರೋಡೆ ಮಾಡುವ ಪ್ರಸ್ತಾಪ ಬಂದಿತು. ಈ ಬಗ್ಗೆ ಕೆಲವರು ಡಕಾಯಿತನ್ನು ದೇಶವಾಸಿಗಳ ಮನೆಗೆ ಹಾಕಬಾರದು ಆದರೆ ಸರ್ಕಾರದ ಖಜಾನೆಗೆ ಹಾಕಬೇಕು

ಎಂದು ಹೇಳಿದರು. ಈ ಕುರಿತು ಇನ್ನು ಕೆಲ ಸದಸ್ಯರು ಮಾತನಾಡಿ, ಸರ್ಕಾರದ ಖಜಾನೆ ಲೂಟಿ ಮಾಡಲು ಬೇಕಾದ ಅಧಿಕಾರ ಪಡೆಯಲು ಆರಂಭದಲ್ಲಿ ದೇಶವಾಸಿಗಳನ್ನು ದೋಚಬೇಕಾಗುತ್ತದೆ. ಇದಕ್ಕೆ ಶ್ರೀಮಂತರು ಹಣ ನೀಡುವುದಿಲ್ಲ ಎಂಬುದು ಸ್ಪಷ್ಟವಾಗಿದೆ. ನಂತರ, ಶ್ರೀ ಅರಬಿಂದೋ ಘೋಷ್ ಅವರು ಸ್ವಾತಂತ್ರ್ಯದ ಸಲುವಾಗಿ ಡಕಾಯಿತಿಯನ್ನು ಮಾಡುವ ರಾಜಕೀಯ ಅಪರಾಧವು ಸಂಪೂರ್ಣವಾಗಿ ಆಧಾರರಹಿತವಾಗಿದೆ ಎಂದು ವಿವರಿಸಿದರು. ಕೊನೆಯಲ್ಲಿ, ರಂಗ್‌ಪುರದ ಪ್ರತಿನಿಧಿಯೊಬ್ಬರು, ದರೋಡೆ ಸಮಯದಲ್ಲಿ ನಾವು ತಂದದ್ದಕ್ಕೆ ಸರಿಯಾಗಿ ಲೆಕ್ಕ ಹಾಕಬೇಕು ಮತ್ತು ಸ್ವಾತಂತ್ರ್ಯ ಪಡೆದ ನಂತರ, ಏನು ತೆಗೆದುಕೊಂಡರೂ ಅದನ್ನು ಯಾರಿಂದ ತೆಗೆದುಕೊಳ್ಳಲಾಗಿದೆಯೋ ಅವರಿಗೆ ನಿಖರವಾಗಿ ಹಿಂತಿರುಗಿಸಬೇಕು ಎಂದು ಹೇಳಿದರು. ಈ ಪ್ರಸ್ತಾವನೆಯನ್ನು ಅರವಿಂದ್ ಘೋಷ್ ಬೆಂಬಲಿಸಿದರು ಮತ್ತು ಅದನ್ನು ಅಂಗೀಕರಿಸಲಾಯಿತು.

ಈ ಕ್ರಾಂತಿಕಾರಿಗಳು ಈ ನಿಯಮವನ್ನು ಸಂಪೂರ್ಣವಾಗಿ ಅನುಸರಿಸಿದರು. ಲೂಟಿ ಮಾಡಿದ ಹಣದ ರಸೀದಿಯನ್ನು ಲೂಟಿ ಮಾಡಿದ ವ್ಯಕ್ತಿಯ ಮನೆಗೆ ಕಳುಹಿಸಲಾಗಿದೆ. 1916 ರಲ್ಲಿ, ಕಲ್ಕತ್ತಾದ ಗೋಪಾರ್ಯೆ ಪ್ರದೇಶದಲ್ಲಿ ದರೋಡೆ ನಡೆಯಿತು. ಈ ದರೋಡೆಯ ನೇತೃತ್ವವನ್ನು ಶ್ರೀ ಅತುಲ್ಯ ಘೋಷ್ ಮತ್ತು ಶ್ರೀ ಪುಲಿನ್ ಬ್ಯಾನರ್ಜಿ ವಹಿಸಿದ್ದರು. ನಂತರ, ಲೂಟಿ ಮಾಡಿದ ಮನೆಯ ಮಾಲೀಕರಿಗೆ ಒಂದು ಪತ್ರವನ್ನು ಕಳುಹಿಸಲಾಗಿದೆ, ಅದರಲ್ಲಿ ಬರೆಯಲಾಗಿದೆ - "ನಿಮ್ಮ ಖಾತೆಯಲ್ಲಿ, ನಮ್ಮ ಖಜಾನೆಯಲ್ಲಿ 9891 ರೂ. 5 ಪೈಸೆ ಸಾಲವಾಗಿ ಕೂಡಿಟ್ಟಿದೆ. ಸ್ವಾತಂತ್ರ್ಯಾನಂತರ ಈ ಹಣವನ್ನು ಬಡ್ಡಿ ಸಮೇತ ಹಿಂತಿರುಗಿಸಲಾಗುವುದು.

ಈ ಪೋಸ್ಟ್‌ಗಳ ಸಮರ್ಥನೆಯ ಮೇಲೆ ಬೆಳಕು ಚೆಲ್ಲುತ್ತಾ, ಶ್ರೀ ಮನ್ಮಥನಾಥ ಗುಪ್ತಾ ಅವರು ತಮ್ಮ 'ಭಗತ್ ಸಿಂಗ್ ಮತ್ತು ಅವರ ಯುಗ' ಪುಸ್ತಕದಲ್ಲಿ ಇದೇ ರೀತಿಯ ಅಭಿಪ್ರಾಯಗಳನ್ನು ವ್ಯಕ್ತಪಡಿಸಿದ್ದಾರೆ. ಅವರೇನೆಂದರೆ, "ಕ್ರಾಂತಿಕಾರಿಗಳು ತಮ್ಮ ಮನೆಯಿಂದಲೂ ಪಕ್ಷಕ್ಕೆ ಆಭರಣಗಳನ್ನು ಕದಿಯುತ್ತಿದ್ದರು. ಬಂಗಾಳದಲ್ಲಿ ಒಬ್ಬ ಕ್ರಾಂತಿಕಾರಿ ತನ್ನ ಮನೆಯನ್ನು ದರೋಡೆ ಮಾಡಿದನು. ಹಣವನ್ನು ಬಹಳ ಎಚ್ಚರಿಕೆಯಿಂದ ಲೆಕ್ಕ ಹಾಕಲಾಯಿತು. ಚಂದ್ರಶೇಖರ್ ಮೊದಲಾದವರೆಲ್ಲರೂ ಕಡು ಬಡತನದಲ್ಲಿ ಬದುಕುತ್ತಿದ್ದರು. ಐರ್ಲೆಂಡ್ ಮತ್ತು ರಷ್ಯಾದ ಕ್ರಾಂತಿಕಾರಿಗಳಿಂದ ದರೋಡೆಗಳನ್ನು ನಡೆಸಲಾಯಿತು. ಬಾಕು ಬಳಿ ನಡೆದ ದರೋಡೆಯಲ್ಲಿ ಸ್ಟಾಲಿನ್ ಕೂಡ ಭಾಗವಹಿಸಿದ್ದರು. ಇಂಗ್ಲೆಂಡ್‌ಗೆ ಸೋವಿಯತ್ ಒಕ್ಕೂಟದ ಮೊದಲ ರಾಯಭಾರಿಯಾಗಿದ್ದ ಕ್ರಾಸಿನ್ ಕೂಡ ದರೋಡೆಗಳಲ್ಲಿ ಭಾಗವಹಿಸಿದ್ದರು. ಇದನ್ನು

ವಿದೇಶಿ ಕ್ರಾಂತಿಕಾರಿಯಿಂದ ಬಲವಂತವಾಗಿ ಸಂಗ್ರಹಿಸಿದ ದೇಣಿಗೆ ಎಂದು ಕರೆಯಲಾಯಿತು. ದೇಶದ್ರೋಹ ಸಮಿತಿಯ ವರದಿಯ ಪ್ರಕಾರ, ದರೋಡೆ ಮಾಡಿದ ನಂತರ, ಕ್ರಾಂತಿಕಾರಿಗಳು ರಸೀದಿಯನ್ನು ಬಿಟ್ಟಿದ್ದರು - "ಇಷ್ಟು ಮೊತ್ತವನ್ನು ತೆಗೆದುಕೊಳ್ಳಲಾಗಿದೆ. ಭಾರತ ಸ್ವತಂತ್ರವಾದಾಗ ಋಣ ತೀರಿಸಲಾಗುವುದು.

ಕ್ರಾಂತಿಕಾರಿಗಳ ಮುಂದೆ ಹಣದ ಸಮಸ್ಯೆ ಯಾವಾಗಲೂ ಉಳಿಯಿತು. ಚಂದ್ರಶೇಖರ ಆಜಾದ್ ಅವರು ಕ್ರಾಂತಿಕಾರಿ ಪಕ್ಷಕ್ಕೆ ಸೇರಿದಾಗ ಅವರೂ ಪಕ್ಷದ ಸದಸ್ಯರಾಗಿದ್ದರಿಂದ ಈ ಸಮಸ್ಯೆಯನ್ನು ಎದುರಿಸಬೇಕಾಯಿತು. ಈ ಸಮಸ್ಯೆಯಿಂದ ತಂಡದ ಸದಸ್ಯರು ಆಹಾರ, ಬಟ್ಟೆಯಂತಹ ಮೂಲಭೂತ ಅವಶ್ಯಕತೆಗಳಿಗೂ ತೊಂದರೆ ಅನುಭವಿಸಬೇಕಾಯಿತು. ಕೆಲವೊಮ್ಮೆ ಸದಸ್ಯರಿಗೆ ಊಟದ ವ್ಯವಸ್ಥೆ ಕೂಡ ಕಷ್ಟವಾಯಿತು. ಕೆಲವೊಮ್ಮೆ ಆಹಾರ ಲಭ್ಯವಿಲ್ಲದಿದ್ದಾಗ, ಕ್ರಾಂತಿಕಾರಿಗಳು ಭಿಕ್ಷುಕರಿಗೆ ತೆರೆದಿರುವ ಲಂಗರ್‌ಗಳಿಗೆ ಹೋಗಿ ತಮ್ಮ ಹಸಿವನ್ನು ನೀಗಿಸಿಕೊಳ್ಳಬೇಕಾಗಿತ್ತು, ಆದರೆ ಆಜಾದ್ ಈ ಸ್ಥಳಗಳಲ್ಲಿ ತಿನ್ನುವುದು ತುಂಬಾ ಅವಮಾನಕರವಾಗಿದೆ. ಇದರೊಂದಿಗೆ ಇತರ ಹಲವು ಅಗತ್ಯಗಳೂ ತಂಡದ ಮುಂದಿದ್ದವು. ಈ ಎಲ್ಲಾ ಸಮಸ್ಯೆಗಳನ್ನು ಪರಿಹರಿಸಲು ಶ್ರೀಮಂತರ ಮನೆಗಳನ್ನು ದರೋಡೆ ಮಾಡಲು ಯೋಜನೆ ರೂಪಿಸಲಾಯಿತು.

ಗ್ಯಾಂಗ್ ಕಾರ್ಯಗಳಿಗಾಗಿ ದರೋಡೆಗಳು

ಬೇರೆ ದಾರಿ ಕಾಣದೆ ಗುಂಪು ದರೋಡೆಗೆ ಮುಂದಾಗಿದೆ. ಪಂಡಿತ್ ರಾಮಪ್ರಸಾದ್ ಬಿಸ್ಮಿಲ್ ದರೋಡೆಗಳಲ್ಲಿ ತಂಡವನ್ನು ಮುನ್ನಡೆಸುತ್ತಿದ್ದರು. ಪ್ರತಾಪಗಢ ಸಮೀಪದ ಹಳ್ಳಿಯೊಂದರ ಮುಖ್ಯಸ್ಥರೊಬ್ಬರ ಮನೆಯಲ್ಲಿ ಈ ತಂಡವು ಮೊದಲ ಬಾರಿಗೆ ದರೋಡೆ ನಡೆಸಿದೆ. ರಾಮಪ್ರಸಾದ್ ತನ್ನ ಸಹಚರರೊಂದಿಗೆ ದರೋಡೆಗೆ ಮುಂದಾಗಿದ್ದಾನೆ. ಗ್ರಾಮದ ಹೊರಗೆ ಅದೇ ಗ್ರಾಮದ ಕೆಲವರನ್ನು ಭೇಟಿಯಾದರು. ಹಳ್ಳಿಯ ಜನರು ಎಲ್ಲಿಗೆ ಹೋಗುತ್ತಿದ್ದಾರೆ ಎಂದು ಕೇಳಿದರು. ಈ ಕುರಿತು ಪಕ್ಷದ ಜನರನ್ನು ಗ್ರಾಮದ ಮುಖಂಡರ ಮನೆಯಲ್ಲಿ ಔತಣಕ್ಕೆ ಆಹ್ವಾನಿಸಲಾಗಿದೆ ಎಂದು ತಿಳಿಸಿದರು.

ಈ ದರೋಡೆಯಲ್ಲಿ ಚಂದ್ರಶೇಖರ್ ಆಜಾದ್ ಕೂಡ ಭಾಗಿಯಾಗಿದ್ದ. ಮುಖ್ಯಸ್ಥನ ಮನೆಯನ್ನು ತಲುಪಿದ ನಂತರ, ದರೋಡೆ ನಡೆಸುವ ಮೊದಲು, ಬಿಸ್ಮಿಲ್ ತನ್ನ ಸಹಚರರಿಗೆ ಸೂಚಿಸಿದನು: "ಗುಂಪಿನ ಗುರಿ ಕೇವಲ ಹಣವನ್ನು ಪಡೆಯುವುದು;

ಯಾರನ್ನೂ ಕೊಲ್ಲಲು ಅಲ್ಲ. ಆದ್ದರಿಂದ ಹಣವನ್ನು ಮಾತ್ರ ಲೂಟಿ ಮಾಡಬೇಕು ಮತ್ತು ಯಾರೂ ಯಾವುದೇ ಮಹಿಳೆಯೊಂದಿಗೆ ಅಸಭ್ಯವಾಗಿ ವರ್ತಿಸಬಾರದು ಎಂದು ಮನಸ್ಸಿನಲ್ಲಿಟ್ಟುಕೊಳ್ಳಬೇಕು. ಸಹಚರರು ಮನೆಯೊಳಗೆ ಪ್ರವೇಶಿಸಿದರು ಮತ್ತು ರಾಂಪ್ರಸಾದ್ ಬಿಸ್ಮಿಲ್ ಅವರೇ ಕೈಯಲ್ಲಿ ಪಿಸ್ತೂಲ್ ಹಿಡಿದು ಹೊರಗೆ ನಿಂತರು, ಆದ್ದರಿಂದ ಹೊರಗಿನಿಂದ ಯಾರಾದರೂ ಸಹಾಯಕ್ಕಾಗಿ ಬಂದರೆ ಅವರನ್ನು ಒಳಗೆ ಬಿಡುವುದಿಲ್ಲ.

ಗ್ಯಾಂಗ್ ಸದಸ್ಯರು ಒಳಗೆ ಲೂಟಿ ಮಾಡಲು ಪ್ರಾರಂಭಿಸಿದರು. ಮನೆಯಲ್ಲಿ ಕಿರುಚಾಟ ಕೇಳಿಸಿತು. ಮಹಿಳೆಯರನ್ನು ಯಾವುದೇ ರೀತಿಯಲ್ಲಿ ಬಲವಂತಪಡಿಸದಂತೆ ಸೂಚನೆ ನೀಡಲಾಗಿದ್ದು, ಅವರ ವರ್ತನೆಯ ಲಾಭ ಪಡೆದು ಮಹಿಳೆಯೊಬ್ಬರು ಚಂದ್ರಶೇಖರ್ ಆಜಾದ್ ಅವರ ಕೈಯಿಂದ ಪಿಸ್ತೂಲ್ ಕಸಿದುಕೊಂಡಿದ್ದಾರೆ. ಒಬ್ಬ ಮಹಿಳೆಯ ಮೇಲೆ ಕೈ ಹಾಕಲಾಗಲಿಲ್ಲ. ಕಿರುಚಾಟ ಕೇಳಿ ಗ್ರಾಮದ ಹಲವರು ಹೊರಗೆ ಜಮಾಯಿಸಿದ್ದು, ಅವರ ಸಂಖ್ಯೆ ಹೆಚ್ಚಾಗುತ್ತಿದೆ. ಅವರನ್ನು ತಡೆಯಲು ರಾಮಪ್ರಸಾದ್ ಬಿಸ್ಮಿಲ್ ನಿಂತಿದ್ದರು. ಪರಿಸ್ಥಿತಿ ಗಂಭೀರವಾಗಿದೆ, ಆದರೆ ಯಾರೂ ಸಾಯಲಿಲ್ಲ. ಆಗ ಬಿಸ್ಮಿಲ್ ತನ್ನ ಸಹಚರರನ್ನು ಓಡಿಹೋಗುವಂತೆ ಸೂಚಿಸಿದನು ಮತ್ತು ಎಲ್ಲಾ ಸಹಚರರು ಓಡಿಹೋದರು. ಇಲ್ಲಿಂದ ಏನನ್ನೂ ವಶಪಡಿಸಿಕೊಂಡಿಲ್ಲ, ವಾಸ್ತವವಾಗಿ ಒಂದು ಪಿಸ್ತೂಲ್ ಕಳೆದುಹೋಗಬೇಕಾಗಿತ್ತು. ಹೀಗಾಗಿ ಮೊದಲ ದರೋಡೆಯಲ್ಲೇ ಪಕ್ಷ ಸೋಲು ಕಂಡಿತು.

ಇದಾದ ನಂತರ ಜಮೀನುದಾರನ ಸ್ಥಳದಲ್ಲಿ ಎರಡನೇ ದರೋಡೆ ನಡೆಸಲಾಯಿತು. ಎಲ್ಲಾ ಕ್ರಾಂತಿಕಾರಿಗಳು ಮನೆಯೊಳಗೆ ಲೂಟಿ ಮಾಡಲು ಪ್ರಾರಂಭಿಸಿದರು. ಅಷ್ಟರಲ್ಲಿ ತಂಡದ ಸದಸ್ಯರೊಬ್ಬರು ಮನೆಯ ಯುವತಿಯನ್ನು ಗಮನಿಸಿದ್ದಾರೆ. ಅವನನ್ನು ನೋಡಿ ಆ ಸದಸ್ಯನ ಹೃದಯ ಕಲಕಿತು. ಅವನು ಆ ಹುಡುಗಿಯ ಜೊತೆ ಅನುಚಿತವಾಗಿ ವರ್ತಿಸಲು ಪ್ರಾರಂಭಿಸಿದನು. ಚಂದ್ರಶೇಖರ ಆಜಾದ್ ಅವರನ್ನು ನೋಡಿ ಹಾಗೆ ಮಾಡಬೇಡಿ ಎಂದು ತಾಕೀತು ಮಾಡಿದರೂ ಅವರ ಮಾತಿಗೆ ಕಿವಿಗೊಡಲಿಲ್ಲ. ಆಜಾದನ ಉದಾರ ಗುಣಕ್ಕೆ ಇದನ್ನು ಸಹಿಸಲಾಗಲಿಲ್ಲ; ಅವನು ಕೋಪಗೊಂಡು ತನ್ನ ಗುಂಪಿನ ಸದಸ್ಯನಿಗೆ ಗುಂಡು ಹಾರಿಸಿದನು. ಇದಾದ ಬಳಿಕ ಬಾಲಕಿಯೊಂದಿಗೆ ಅಸಭ್ಯವಾಗಿ ವರ್ತಿಸಿದ್ದಕ್ಕೆ ಕ್ಷಮೆಯಾಚಿಸಿ ಲೂಟಿ ಮಾಡದೆ ಅಲ್ಲಿಂದ ತೆರಳಿದ್ದಾನೆ. ಹೀಗಾಗಿ ಎರಡನೇ ದರೋಡೆಯಲ್ಲೂ ಏನೂ ಭಾಗಿಯಾಗಿಲ್ಲ.

ಪಕ್ಷದ ಕೆಲಸಕ್ಕಾಗಿ ಆಜಾದ್ ತನ್ನ ಸ್ನೇಹಿತರೊಬ್ಬರ ಬಳಿ ನಾಲ್ಕು ಸಾವಿರ ರೂಪಾಯಿ ಸಾಲ ಪಡೆದಿದ್ದರು. ಈ ಹಣವನ್ನು ಆರು ತಿಂಗಳ ನಂತರ ಬಡ್ಡಿ ಸಮೇತ

ಮರುಪಾವತಿ ಮಾಡಬೇಕಿತ್ತು. ಇದನ್ನು ಹಿಂದಿನ ಅಧ್ಯಾಯದಲ್ಲಿ ಉಲ್ಲೇಖಿಸಲಾಗಿದೆ. ಆ ಗೆಳೆಯನೂ ಈ ಹಣವನ್ನು ಬೇರೆಯವರಿಗೆ ಕೊಟ್ಟಿದ್ದ. ಒಂದು ದಿನ ಆ ಗೆಳೆಯ ಆಜಾದ್ ಬಳಿ ಬಂದು ತಾನು ಯಾರಿಂದ ಹಣ ತೆಗೆದುಕೊಂಡಿದ್ದಾನೋ ಅವನ ಹಣ ಕೇಳುತ್ತಿದ್ದಾನೆ ಎಂದು ಹೇಳಿದಾಗ ಕೇವಲ ಮೂರು ತಿಂಗಳು ಕಳೆದಿತ್ತು. ಹೀಗಾಗಿ ಹಣವನ್ನು ವಾಪಸ್ ನೀಡುವಂತೆ ಆಜಾದ್ ಗೆ ಮನವಿ ಮಾಡಿದರು. ಇದರಿಂದ ಆಜಾದ್ ತುಂಬಾ ಗೊಂದಲಕ್ಕೊಳಗಾದರು. ಅವನು ತನ್ನ ಪರಿಸ್ಥಿತಿಯನ್ನು ಆ ಸ್ನೇಹಿತನಿಗೆ ಹೇಳಿದನು ಮತ್ತು ಭರವಸೆಯಂತೆ ಆರು ತಿಂಗಳ ನಂತರ ಹಣವನ್ನು ಖಂಡಿತವಾಗಿಯೂ ಹಿಂತಿರುಗಿಸುವುದಾಗಿ ಹೇಳಿದನು.

ಈ ಬಗ್ಗೆ ವ್ಯಕ್ತಿ ತನ್ನ ಅಸಹಾಯಕತೆಯನ್ನು ಆತನ ಮುಂದೆ ವ್ಯಕ್ತಪಡಿಸಿ, ಈ ಸಮಯದಲ್ಲಿ ತನ್ನ ಬಳಿಯೂ ಹಣವಿಲ್ಲ, ಇಲ್ಲದಿದ್ದರೆ ತಾನೇ ಹಿಂದಿರುಗಿಸುತ್ತೇನೆ ಮತ್ತು ಹಣವನ್ನು ಹಿಂದಿರುಗಿಸುವುದು ತೀರಾ ಅಗತ್ಯ ಎಂದು ಹೇಳಿದರು. ತನ್ನ ಸ್ನೇಹಿತನ ಅಸಹಾಯಕತೆಯನ್ನು ಕಂಡು ಆಜಾದ್ ಶೀಘ್ರದಲ್ಲೇ ಹಣವನ್ನು ಅವನ ಮನೆಗೆ ತಲುಪಿಸುವುದಾಗಿ ಭರವಸೆ ನೀಡಿದನು.

ಸ್ನೇಹಿತರಿಗೆ ನೀಡಿದ ಭರವಸೆಯನ್ನು ಅನುಸರಿಸುವುದು ಅಗತ್ಯವಾಗಿತ್ತು, ಆದರೆ ಹಣವನ್ನು ಹೇಗೆ ಹಿಂದಿರುಗಿಸಬಹುದು. ಈ ಗೊಂದಲದಲ್ಲಿ ಸ್ವಲ್ಪ ಹೊತ್ತು ಆಲೋಚಿಸಿ ಆಜಾದ್ ಒಂದು ನಿರ್ಧಾರಕ್ಕೆ ಬಂದರು; ಅವರು ತಮ್ಮ ಮನಸ್ಸಿನಲ್ಲಿ ಕಾರ್ಯಕ್ರಮದ ರೂಪುರೇಷೆ ಮಾಡಿದರು.

ಆಜಾದ್ ದೆಹಲಿಯಲ್ಲಿದ್ದಾಗ. ಮಧ್ಯಾಹ್ನ ಅವನು ತನ್ನ ಯೋಜನೆಯನ್ನು ಕಾರ್ಯರೂಪಕ್ಕೆ ತರಲು ಹೊರಟನು ಮತ್ತು ಚಾಂದಿನಿ ಚೌಕ್ ತಲುಪಿದನು. ಚಾಂದಿನಿ ಚೌಕ್ ದೆಹಲಿಯ ಅತ್ಯಂತ ಜನನಿಬಿಡ ಮತ್ತು ಹೆಚ್ಚು ಜನನಿಬಿಡ ಸ್ಥಳಗಳಲ್ಲಿ ಒಂದಾಗಿದೆ. ಅವನ ಜೊತೆ ಇನ್ನೂ ಐದಾರು ಜನ ಗೆಳೆಯರಿದ್ದರು. ಸುಂದರವಾದ ಹೊಸ ಬಟ್ಟೆಗಳನ್ನು ಧರಿಸಿ, ಆಜಾದ್ ಆಭರಣದ ಅಂಗಡಿಯ ಮುಂದೆ ತಲುಪಿದನು. ಅವನು ತನ್ನ ಸ್ನೇಹಿತರನ್ನು ಹೊರಗೆ ನಿಲ್ಲುವಂತೆ ಹೇಳಿದನು ಮತ್ತು ಸ್ವತಃ ಅಂಗಡಿಯನ್ನು ಪ್ರವೇಶಿಸಿದನು. ಒಳಗೆ ಹೋದ ಅವರು ಆಭರಣದ ವ್ಯಾಪಾರಿಯೊಂದಿಗೆ ಆಭರಣದ ಮೌಲ್ಯ ಮತ್ತು ಇತರ ವಿಷಯಗಳ ಬಗ್ಗೆ ಮಾತನಾಡಲು ಪ್ರಾರಂಭಿಸಿದರು. ನಂತರ ಅವನು ತನ್ನ ಸಹಚರರಿಗೆ ಸೂಚಿಸಿದನು. ಸಿಗ್ನಲ್ ಸಿಕ್ಕಿದ ತಕ್ಷಣ ಹೊರಗೆ ನಿಂತಿದ್ದ ಗೆಳೆಯರೂ ಅಂಗಡಿಯೊಳಗೆ ಹೋದರು. ಅಕ್ಕಪಕ್ಕದಲ್ಲಿದ್ದವರಿಗೂ ಏನೂ ತಿಳಿಯದ ಕಾರಣ ಆಜಾದ್ ತನ್ನ ಸ್ನೇಹಿತರೊಂದಿಗೆ

ಸೇರಿ ಜ್ಯುವೆಲ್ಲರಿ ಅಂಗಡಿಯಲ್ಲಿದ್ದ ಹದಿನೈದು ಸಾವಿರ ರೂಪಾಯಿ ಲೂಟಿ ಮಾಡಿ ಓಡಿ ಹೋದ.

ಸಮಯಕ್ಕೆ ಸರಿಯಾಗಿ ಆ ಗೆಳೆಯನಿಗೆ ನಾಲ್ಕು ಸಾವಿರ ರೂಪಾಯಿ ಹಿಂತಿರುಗಿಸಲಾಯಿತು. ಹಣವನ್ನು ಹಿಂದಿರುಗಿಸಿದ ನಂತರ, ಅವನು ಅದನ್ನು ಎಲ್ಲಿಂದ ಪಡೆದುಕೊಂಡನು ಎಂದು ತಿಳಿದುಕೊಳ್ಳಲು ಸ್ನೇಹಿತ ಬಯಸಿದಾಗ, ಅವನು ಇಡೀ ಕಥೆಯನ್ನು ಹೇಳಿದನು. ಈ ಬಗ್ಗೆ ಸ್ನೇಹಿತ ಅಮಾಯಕರನ್ನು ಈ ರೀತಿ ದರೋಡೆ ಮಾಡುವುದು ಸರಿಯಲ್ಲ, ಅದನ್ನು ಪಾಪವೆಂದು ಪರಿಗಣಿಸಬೇಕು ಎಂದು ಹೇಳಿದರು. ಆಗ ಆಜಾದ್ ಹೇಳಿದರು, "ನನಗೆ, ದೇಶದ ಸ್ವಾತಂತ್ರ್ಯವು ಮೊದಲು ಬರುತ್ತದೆ, ಅದನ್ನು ಸಾಧಿಸಲು ನಾನು ಪಾಪ ಅಥವಾ ಪುಣ್ಯದ ಬಗ್ಗೆ ಯೋಚಿಸುವುದಿಲ್ಲ. ಈ ಶ್ರೀಮಂತರನ್ನು ದೋಚುವುದನ್ನು ನಾನು ಪಾಪವೆಂದು ಪರಿಗಣಿಸುವುದಿಲ್ಲ. ಈ ಜನರು ಬಡವರ ರಕ್ತ ಹೀರುವ ಮೂಲಕ ಶ್ರೀಮಂತರಾಗುತ್ತಾರೆ. ವಾಸ್ತವವಾಗಿ ಅವರ ಬಳಿ ಠೇವಣಿ ಇಡುವ ಹಣವೇ ದೇಶದ ಸಂಪತ್ತು, ಅದನ್ನು ದೇಶಕಾರ್ಯಕ್ಕೆ ಬಳಸುವುದು ಪಾಪವಲ್ಲ. ಇದನ್ನು ಕೇಳಿ ಅವನ ಸ್ನೇಹಿತ ಮೂಕನಾದನು.

ಚಂದ್ರಶೇಖರ ಆಜಾದ್ ಅವರ ಸಂಪೂರ್ಣ ಕ್ರಾಂತಿಕಾರಿ ಜೀವನವನ್ನು ಎರಡು ಭಾಗಗಳಾಗಿ ವಿಂಗಡಿಸಬಹುದು. ಕಾಕೋರಿ ಘಟನೆಯವರೆಗೂ ಅವರು 'ಹಿಂದೂಸ್ತಾನ್ ರಿಪಬ್ಲಿಕನ್ ಅಸೋಸಿಯೇಷನ್' ಸದಸ್ಯರಾಗಿದ್ದರು. ಇಲ್ಲಿ ಅವರು ಸಚೇಂದ್ರನಾಥ ಸನ್ಯಾಲ್ ಅವರ ನೇತೃತ್ವದಲ್ಲಿ ಕೆಲಸ ಮಾಡಿದರು, ರಾಮಪ್ರಸಾದ್ ಬಿಸ್ಮಿಲ್ ಮೊದಲಾದ ಕ್ರಾಂತಿಕಾರಿಗಳು ಅವರ ಸಹಚರರಾಗಿದ್ದರು. ಇದನ್ನು ಅವರ ಕ್ರಾಂತಿಕಾರಿ ಜೀವನದ ಮೊದಲಾರ್ಧ ಎಂದು ಕರೆಯಬಹುದು. ಈ ಘಟನೆಯ ನಂತರ ಅವರು ಭಗತ್ ಸಿಂಗ್ ಮೊದಲಾದವರ ಜೊತೆಗೂಡಿ ಕ್ರಾಂತಿಕಾರಿ ಚಟುವಟಿಕೆಗಳನ್ನು ನಡೆಸಿದರು. ಅದು ಅವನ ಜೀವನದ ಕೊನೆಯ ಭಾಗ ಎಂದು ಕರೆಯಲ್ಪಡುತ್ತದೆ.

ರಾಜ್ಯಪಾಲರ ಕಾರ್ಯದರ್ಶಿ ಎಂದು ಬಿಂಬಿಸಿ ವಂಚಿಸಿದ್ದಾರೆ

ಅವರ ನಂತರದ ಜೀವನದಲ್ಲಿ, ಈ ರೀತಿಯ ದರೋಡೆಗೆ ಯೋಜನೆಗಳನ್ನು ರೂಪಿಸಲಾಯಿತು, ಆದರೆ ಭಗತ್ ಸಿಂಗ್ ಸಾರ್ವಜನಿಕರನ್ನು ದರೋಡೆ ಮಾಡುವ ಪರವಾಗಿ ಇರಲಿಲ್ಲ. ಆದ್ದರಿಂದ, ದರೋಡೆಗಳನ್ನು ಮಾಡಲಾಗಿಲ್ಲ, ಆದರೆ ಸಾಮಾನ್ಯವಾಗಿ ಹಣವನ್ನು ಇತರ ವಿಧಾನಗಳ ಮೂಲಕ ಸಂಗ್ರಹಿಸಲಾಗುತ್ತದೆ. ಈಗ ಅವರದೇ ಪಕ್ಷದ ಅಧ್ಯಕ್ಷರಾಗಿದ್ದರು. ಒಮ್ಮೆ ಕಾನ್ಪುರದ ಒಬ್ಬ ಸೇಠ್‌ನಿಂದ

ರಾಜ್ಯಪಾಲರ ಕಾರ್ಯದರ್ಶಿ ಎಂದು ಹೇಳಿ ಹದಿನೈದು ಸಾವಿರ ರೂಪಾಯಿಗಳನ್ನು ಸುಲಿಗೆ ಮಾಡಿದ್ದರು.

ಘಟನೆ ಹೀಗಿದೆ - ರಾತ್ರಿ ಸುಮಾರು ಒಂಬತ್ತು ಗಂಟೆ. ಸೇಠ್ ದಿಲ್‌ಸುಖ್ ರೈ ತಮ್ಮ ಅಕೌಂಟೆಂಟ್‌ನೊಂದಿಗೆ ಲೆಕ್ಕಪತ್ರ ಪುಸ್ತಕಗಳನ್ನು ಪರಿಶೀಲಿಸುತ್ತಿದ್ದರು. ಆಗ ಸೇಠಜಿಯ ಸೇವಕನು ಹೋಗಿ ಯಾರೋ ಸಜ್ಜನರು ಅವರನ್ನು ಭೇಟಿಯಾಗಲು ಬಯಸುತ್ತಿದ್ದಾರೆಂದು ತಿಳಿಸಿದರು. ಸೇಠ್ಜಿ ಅವರು ತಮ್ಮೊಂದಿಗೆ ಮಾತನಾಡಲು ಲೆಕ್ಕಪರಿಶೋಧಕನನ್ನು ಕಳುಹಿಸಿದರು. ಮುನಿಮಜಿ ಅವರೊಂದಿಗೆ ಮಾತನಾಡಲು ಬಂದರು ಮತ್ತು ಹಿಂದಿರುಗಿದರು ಮತ್ತು ರಾಜ್ಯಪಾಲರ ಕಾರ್ಯದರ್ಶಿ ಬಂದಿದ್ದಾರೆ ಎಂದು ಹೇಳಿದರು. ಅವರ ಜೊತೆ ಒಬ್ಬ ಬಾಬು ಮತ್ತು ಒಬ್ಬ ಪ್ಯೂನ್ ಕೂಡ ಇದ್ದಾರೆ. ಅವರು ಇದೀಗ ನಿಮ್ಮನ್ನು ಭೇಟಿಯಾಗಲು ಬಯಸುತ್ತಾರೆ. ಇದನ್ನು ಕೇಳಿದ ಸೇಠ್ಜಿ ಸ್ವತಃ ಅವರನ್ನು ಭೇಟಿಯಾಗಲು ಹೋಗಿ ಗೌರವದಿಂದ ಒಳಗೆ ಕರೆತಂದರು. ಅವರನ್ನು ಬಹಳ ಗೌರವದಿಂದ ಕುಳಿತುಕೊಳ್ಳುವಂತೆ ಮಾಡಲಾಯಿತು. ಕೈಗಳನ್ನು ಮಡಚಿ, ಸೇಠಜಿ ಕಾರ್ಯದರ್ಶಿಯನ್ನು ಬರಲು ಕಾರಣವನ್ನು ಕೇಳಿದರು. ಈ ಕುರಿತು ಕಾರ್ಯದರ್ಶಿ, "ಯುದ್ಧಕ್ಕೆ ಸರ್ಕಾರಕ್ಕೆ ಹಣದ ಕೊರತೆಯಿದೆ, ಅದಕ್ಕಾಗಿಯೇ ಸರ್ಕಾರವು ಶ್ರೀಮಂತರಿಂದ ದೇಣಿಗೆ ಕೇಳುತ್ತಿದೆ. ಅದಕ್ಕಾಗಿಯೇ ನಾನು ರಾಜ್ಯಪಾಲರ ಪರವಾಗಿ ದೇಣಿಗೆ ಕೇಳಲು ನಿಮ್ಮ ಬಳಿಗೆ ಬಂದಿದ್ದೇನೆ.

"ನೀವು ಯಾಕೆ ನರಳಬೇಕು ಎಂದು ನನಗೆ ಹೇಳಬಹುದಿತ್ತು; ನಾನೇ ನಿಮ್ಮ ಸೇವೆಗೆ ಹಾಜರಾಗುತ್ತಿದ್ದೆ" ಎಂದು ಸೇಠ್ಜಿ ಹೇಳಿದರು.

"ನಾನು ನಿಮ್ಮ ಬಳಿಗೆ ಬಂದರೂ ಅಥವಾ ನೀವು ನನ್ನ ಬಳಿಗೆ ಬಂದರೂ ಏನು ವ್ಯತ್ಯಾಸವಿದೆ, ಅದು ಒಂದೇ ವಿಷಯ."

"ಸರ್, ನೀವು ನನ್ನ ಮನೆಗೆ ಬಂದಿರುವುದು ತುಂಬಾ ಉದಾತ್ತವಾಗಿದೆ. ನಾನು ಎಷ್ಟು ಸೇವೆಯನ್ನು ಮಾಡಬೇಕೆಂದು ದಯವಿಟ್ಟು ಹೇಳಿ? "

"ಸೇಠಜಿ, ಚಂದಾ ಗವರ್ನರ್ ಸಾಹೇಬರು ಜನರ ಆದಾಯ ತೆರಿಗೆಯನ್ನು ನೋಡಿ ಸ್ವತಃ ನಿರ್ಧರಿಸಿದ್ದಾರೆ, ಆದ್ದರಿಂದ ನಿಮ್ಮ ಹೆಸರಿನಲ್ಲಿ ಹದಿನೈದು ಸಾವಿರ ರೂಪಾಯಿಗಳನ್ನು ಬರೆಯಲಾಗಿದೆ."

ಮೊತ್ತವು ಸಾಕಷ್ಟು ದೊಡ್ಡದಾಗಿತ್ತು. ಸೇಠ್ಜಿ ನಿರುತ್ಸಾಹದಿಂದ ಕಾಣುತ್ತಿರುವುದನ್ನು ನೋಡಿದ ಕಾರ್ಯದರ್ಶಿ ಸಾಹಿಬ್ ತಮ್ಮ ಎರಡನೇ ನಡೆಯನ್ನು ಎಸೆದರು - "ನೀನು ಸಾಮಾನ್ಯ ಮನುಷ್ಯನಲ್ಲ. ನೀವು ಪಾವತಿಸುವ ಆದಾಯ ತೆರಿಗೆಯನ್ನು ಪರಿಗಣಿಸಿ,

ಈ ಮೊತ್ತವು ಹೆಚ್ಚು ಅಲ್ಲ. ಘನತೆವೆತ್ತ ರಾಜ್ಯಪಾಲರು ನಿಮ್ಮ ಬಗ್ಗೆ ತುಂಬಾ ಸಂತೋಷಪಟ್ಟಿದ್ದಾರೆ, ಅವರು ಮುಂದಿನ ವರ್ಷ ನಿಮಗೆ ರಾಯಬಹದ್ದೂರ್ ಎಂಬ ಬಿರುದನ್ನು ನೀಡಲಿದ್ದಾರೆ.

ರಾಯ್ ಬಹದ್ದೂರ್ ಶೀರ್ಷಿಕೆ ಕೇಳಿದ ನಂತರ ಸೇಠ್ ದಿಲ್ಸುಖರಾಯ್ ಅವರ ಸಂತೋಷಕ್ಕೆ ಮಿತಿಯೇ ಇರಲಿಲ್ಲ. ಸಿಕ್ಕ ಅವಕಾಶವನ್ನು ಸದುಪಯೋಗ ಪಡಿಸಿಕೊಂಡ ಕಾರ್ಯದರ್ಶಿ ಮತ್ತೊಮ್ಮೆ, "ಮುಂದಿನ ವರ್ಷ ಈ ಪಟ್ಟ ಕೊಡುವವರ ಪಟ್ಟಿಯಲ್ಲಿ ನಿಮ್ಮ ಹೆಸರೂ ಇದೆ. ಅರ್ಥಮಾಡಿಕೊಳ್ಳಿ, ನೀವು ರಾಯ್ ಬಹದ್ದೂರ್ ಆಗಿದ್ದೀರಿ. ಈಗ ಕೇವಲ ಔಪಚಾರಿಕತೆಗಳನ್ನು ಪೂರ್ಣಗೊಳಿಸಬೇಕಾಗಿದೆ.

ರಾಯ್ ಬಹದ್ದೂರ್ ಎಂಬ ಬಿರುದು ಪಡೆಯುವುದು ಆ ದಿನಗಳಲ್ಲಿ ದೊಡ್ಡ ಗೌರವವೆಂದು ಪರಿಗಣಿಸಲಾಗಿತ್ತು. ಹೀಗೆ ಇಷ್ಟೊಂದು ದೊಡ್ಡ ಗೌರವ ಸಿಕ್ಕಿದ ಬಗ್ಗೆ ಕೇಳಿದ ಸೇಠ್ಜಿ ಕಷ್ಟಪಟ್ಟು ತನ್ನ ಸಂತೋಷವನ್ನು ಹತ್ತಿಕ್ಕಲು ಸಾಧ್ಯವಾಯಿತು, ಇಲ್ಲದಿದ್ದರೆ ಅವರ ಹೃದಯವು ಸಂತೋಷದಿಂದ ಉಕ್ಕುತ್ತಿತ್ತು. ಈ ಸಮಯದಲ್ಲಿ ಅವನು ಏನು ಯೋಚಿಸುತ್ತಿದ್ದನೋ ಗೊತ್ತಿಲ್ಲ. ಇಲ್ಲಿ ಸೆಕ್ರೆಟರಿ ಸಾಹೇಬರು ಮತ್ತು ಅವರ ಸಹೋದ್ಯೋಗಿಗಳೂ ಸೇಠಜಿಯವರ ಆಲೋಚನೆಗಳನ್ನು ಅರ್ಥಮಾಡಿಕೊಂಡು ಮನದಲ್ಲೇ ನಗುತ್ತಿದ್ದರು. ಅವರು ಸೇಠ್ ಅವರನ್ನು ತುಂಬಾ ಹೊಗಳಿದರು ಮತ್ತು ಈಗ ಅವರ ಶೀರ್ಷಿಕೆಯನ್ನು ಯಾರೂ ಕಸಿದುಕೊಳ್ಳಲು ಸಾಧ್ಯವಿಲ್ಲ ಎಂದು ಅವರಿಗೆ ಸಂಪೂರ್ಣ ಭರವಸೆ ನೀಡಿದರು. ಸಂವಾದದಲ್ಲಿ ಸೇಠ್ಜಿ ಹದಿನೈದು ಸಾವಿರ ರೂಪಾಯಿ ದೇಣಿಗೆ ನೀಡಿದರು. ಕಾರ್ಯದರ್ಶಿ ತನ್ನೊಂದಿಗೆ ರಸೀದಿ ಪುಸ್ತಕವನ್ನು ತಂದಿದ್ದರು. ಜೊತೆಗೆ ಬಂದ ಬಾಬು ರಶೀದಿ ಮಾಡಿ ಸೇಠಜಿಗೆ ಕೊಟ್ಟರು. ಕಾರ್ಯದರ್ಶಿ ಸಾಹೇಬರು ತಮ್ಮ ಬಾಬು ಮತ್ತು ಪ್ಯೂನ್ ಜೊತೆ ನಡೆಯತೊಡಗಿದರು. ಬಡ ಸೇಠಜಿ ರಾಯಬಹದ್ದೂರ್ ಬಿರುದು ಸಿಕ್ಕ ಖುಷಿಯಲ್ಲಿ ಹುಚ್ಚೆದ್ದು ಕುಣಿದಾಡುತ್ತಿದ್ದ.

ಸ್ವಲ್ಪ ಸಮಯದೊಳಗೆ ಸೇವಕನು ಪೋಲೀಸರ ಆಗಮನದ ಬಗ್ಗೆ ಸೇಠಜಿಗೆ ತಿಳಿಸಿದನು. ಆಗ ಒಬ್ಬ ಸಿ.ಐ.ಡಿ. ಇನ್ಸ್ ಪೆಕ್ಟರ್ ನಾಲ್ಕೈದು ಪೊಲೀಸರೊಂದಿಗೆ ಒಳಗೆ ಬಂದರು. ಅವರು ಬಂದ ತಕ್ಷಣ, ಅವರು ಸೇಠಜಿಯನ್ನು ಕೇಳಿದರು, "ಇದೀಗ ನಿಮ್ಮ ಸ್ಥಳಕ್ಕೆ ಯಾರು ಬಂದಿದ್ದಾರೆ?"

"ಗವರ್ನರ್ ಸಾಹೇಬರ ಕಾರ್ಯದರ್ಶಿ ದೇಣಿಗೆ ಕೇಳಲು ಬಂದಿದ್ದರು." ಸೇಠ್ಜಿ ಹೇಳಿದರು.

"ಅವನ ಜೊತೆ ಬೇರೆ ಯಾರು ಇದ್ದರು?"

"ಅವನ ಜೊತೆಯಲ್ಲಿ ಅವನ ಗುಮಾಸ್ತ ಮತ್ತು ಒಬ್ಬ ಪ್ಯೂನ್ ಇದ್ದರು."

ಇನ್ಸ್ಪೆಕ್ಟರ್ ಅವನ ರೂಪ, ಗಾತ್ರ ಇತ್ಯಾದಿಗಳ ಬಗ್ಗೆ ಕೇಳಿದರು. ಸೇಠ್ಜಿ ಇಡೀ ಕಥೆಯನ್ನು ಹೇಳಿದರು. ಇದರ ಮೇಲೆ ಇನ್ಸ್ಪೆಕ್ಟರ್ ಕೇಳಿದರು, "ನೀವು ಅವರಿಗೆ ದೇಣಿಗೆ ನೀಡಿದ್ದೀರಾ?"

"ಹೌದು ಮಹನಿಯರೇ, ಆದೀತು ಮಹನಿಯರೇ!" ಸೇಠ್ಜಿ ಹೇಳಿದರು.

"ಎಷ್ಟು?"

"ಹದಿನೈದು ಸಾವಿರ ರೂಪಾಯಿ."

ಆಗ ಇನ್ಸ್ಪೆಕ್ಟರ್, "ಸೇಠ್ಜಿ, ನೀನು ಮೋಸ ಹೋಗಿದ್ದೀಯ, ನಿನಗೆ ದೊಡ್ಡ ವಂಚನೆ ನಡೆದಿದೆ. ಆ ಮೂವರು ಕಾರ್ಯದರ್ಶಿಗಳು, ಬಾಬುಗಳು ಅಥವಾ ಗುಮಾಸ್ತರಂತೆ ಇರಲಿಲ್ಲ. ಅವರು ಚಂದ್ರಶೇಖರ ಆಜಾದ್, ಭಗತ್ ಸಿಂಗ್ ಮತ್ತು ರಾಜಗುರು.

ಸೇಠ್ಜಿಯನ್ನು ಕತ್ತರಿಸಿದರೆ ರಕ್ತ ಬರುವುದಿಲ್ಲ; ಅವನು ಇಡೀ ಭೂಮಿ ತಿರುಗುವುದನ್ನು ನೋಡಲಾರಂಭಿಸಿದನು ಮತ್ತು ಇದ್ದಕ್ಕಿದ್ದಂತೆ ಅವನ ಕಿವಿಗಳನ್ನು ನಂಬಲಾಗಲಿಲ್ಲ. ಅನಗತ್ಯವಾಗಿ ಹದಿನೈದು ಸಾವಿರ ರೂಪಾಯಿ ಕಳೆದುಕೊಂಡಿದ್ದರು. ಅವನು ಅಕೌಂಟೆಂಟ್ ಮೇಲೆ ಕೋಪಗೊಂಡನು ಮತ್ತು ತನ್ನ ಸ್ವಂತ ಮೂರ್ಖತನದ ಬಗ್ಗೆ ಅಳುತ್ತಾನೆ.

ಗಡೋಡಿಯಾ ಅಂಗಡಿ ದರೋಡೆ

ಭಗತ್ ಸಿಂಗ್ ಬಂಧನದ ನಂತರವೂ ಆಜಾದ್ ಪಕ್ಷದ ಕೆಲಸವನ್ನು ಮುಂದುವರೆಸಿದರು. ಕೆಲವು ಬಾಂಬ್ ಕಾರ್ಖಾನೆಗಳು ಇನ್ನೂ ಕಾರ್ಯನಿರ್ವಹಿಸುತ್ತಿದ್ದವು, ಆದರೆ ಗುಂಪಿನ ಅನೇಕ ಪ್ರಮುಖ ಸದಸ್ಯರನ್ನು ಬಂಧಿಸಲಾಯಿತು. ಆಜಾದ್ ಅಂತಹ ಸಮಯದಲ್ಲಿ ಸದ್ದಿಲ್ಲದೆ ಕುಳಿತುಕೊಳ್ಳಲು ಕಲಿತಿರಲಿಲ್ಲ. ಆದ್ದರಿಂದ ಹಣದ ಕೊರತೆ ನೀಗಿಸಲು 1930ರ ಜೂನ್ 6ರಂದು ದೆಹಲಿಯ ಮೋಟಾರ್ ಕಂಪನಿಯೊಂದರಲ್ಲಿ ದರೋಡೆ ನಡೆಸಲಾಯಿತು. ಈ ದರೋಡೆಯನ್ನು ಗಡೋಡಿಯ ಸ್ಟೋರ್ ಎಂದು ಕರೆಯಲಾಗುತ್ತದೆ. ಈ ದರೋಡೆಯ ನೇತೃತ್ವವನ್ನು ಸ್ವತಃ ಚಂದ್ರಶೇಖರ್ ಆಜಾದ್ ವಹಿಸಿದ್ದರು. ಅವರಲ್ಲದೆ ತಂಡದ ಇತರ ಸದಸ್ಯರಾದ ಕಾಶಿರಾಮ್, ಧನ್ವಂತ್ರಿತ್ ಮತ್ತು ವಿದ್ಯಾಭೂಷಣ್ ಮೊದಲಾದವರೂ ಅವರೊಂದಿಗೆ ತೆರಳಿದ್ದರು. ಈ ದರೋಡೆಯಲ್ಲಿ ಹದಿಮೂರು ಸಾವಿರ ರೂ.

ಈ ದರೋಡೆಯ ಆಹ್ಲಾದಕರವಾದ ಆಶ್ಚರ್ಯಕರ ಅಂಶವೆಂದರೆ ಈ ದರೋಡೆಯನ್ನು ಕ್ರಾಂತಿಕಾರಿಗಳು ನಡೆಸಿದ್ದಾರೆ ಎಂದು ಈ ಅಂಗಡಿಯ ಮಾಲೀಕರಿಗೆ ತಿಳಿದಾಗ, ಅವರು ತನಿಖೆಗಾಗಿ ವಿಷಯವನ್ನು ಮುಂದುವರಿಸಲಿಲ್ಲ. ಲಾಹೋರ್ ಘಟನೆಯಲ್ಲಿ ಮಾಹಿತಿದಾರನಾಗಿದ್ದ ಅದೇ ಗುಂಪಿನ ಸದಸ್ಯ ಕೈಲಾಸಪತಿ ಹೇಳಿಕೆಯ ನಂತರ ಈ ದರೋಡೆ ಬೆಳಕಿಗೆ ಬಂದಿದೆ.

ಕಾಕೋರಿ ಘಟನೆ

ಸಾಧ್ಯವಿರುವ ಎಲ್ಲ ಪ್ರಯತ್ನಗಳನ್ನು ಮಾಡಿದರೂ ಕ್ರಾಂತಿಕಾರಿ ಪಕ್ಷಕ್ಕೆ ಹಣದ ಕೊರತೆ ಇತ್ತು. ಇದರಿಂದ ಪಕ್ಷದ ಕಾರ್ಯಕ್ರಮಗಳು ಸುಗಮವಾಗಿ ನಡೆಯಲು ಸಾಧ್ಯವಾಗಲಿಲ್ಲ. ಆದ್ದರಿಂದ ತಂಡವು ದೊಡ್ಡ ಹೆಜ್ಜೆ ಇಡಲು ನಿರ್ಧರಿಸಿದೆ. ಈ ವಿಷಯದ ಬಗ್ಗೆ ಪಂಡಿತ್ ರಾಮಪ್ರಸಾದ್ ಬಿಸ್ಮಿಲ್ ಅವರು ತಮ್ಮ ಆತ್ಮಚರಿತ್ರೆಯಲ್ಲಿ ಬರೆದಿದ್ದಾರೆ-

ಈ ವೇಳೆ ಸಮಿತಿಯ ಆರ್ಥಿಕ ಸ್ಥಿತಿ ತೀರಾ ಹದಗೆಟ್ಟಿತ್ತು. ಹಣವನ್ನು ನಿರ್ವಹಿಸಲು ಇದು ಸಂಪೂರ್ಣವಾಗಿ ಅಗತ್ಯವಾಗಿತ್ತು. ಆದರೆ ಅದು ಹೇಗೆ ಸಂಭವಿಸಬಹುದು? ಯಾರೊಬ್ಬರೂ ದೇಣಿಗೆ ನೀಡುತ್ತಿಲ್ಲ, ಸಾಲವೂ ಸಿಗುತ್ತಿಲ್ಲ ಎಂಬ ಕಾರಣಕ್ಕೆ ಪರಿಹಾರ ಕಂಡುಕೊಂಡ ಬಳಿಕ ದರೋಡೆಗೆ ಮುಂದಾಗಿದ್ದಾರೆ. ಆದರೆ ಯಾವುದೇ ನಿರ್ದಿಷ್ಟ ವ್ಯಕ್ತಿಯ ಆಸ್ತಿಯನ್ನು ಲೂಟಿ ಮಾಡುವುದು ನಮ್ಮ ಉದ್ದೇಶವಾಗಿರಲಿಲ್ಲ. ಯೋಚಿಸಿ, ಲೂಟಿ ಮಾಡಬೇಕಾದರೆ ಸರ್ಕಾರಿ ಆಸ್ತಿಯನ್ನು ಏಕೆ ಲೂಟಿ ಮಾಡಬಾರದು? ಈ ಗೊಂದಲದ ನಡುವೆ ಒಂದು ದಿನ ನಾನು ರೈಲಿನಲ್ಲಿ ಪ್ರಯಾಣಿಸುತ್ತಿದ್ದೆ. ಗಾರ್ಡ್ ಕಂಪಾರ್ಟ್‌ಮೆಂಟ್ ಬಳಿ ಕಾರಿನಲ್ಲಿ ಕುಳಿತಿದ್ದ. ಸ್ಟೇಷನ್ ಮಾಸ್ಟರ್ ಒಂದು ಬ್ಯಾಗ್ ತಂದು ಗಾರ್ಡ್ ಕಂಪಾರ್ಟ್ ಮೆಂಟ್ ಗೆ ಹಾಕಿದರು. ಸ್ವಲ್ಪ ಗಡಗಡ ಸದ್ದು ಕೇಳಿಸಿ ಕೆಳಗಿಳಿದು ನೋಡಿದಾಗ ಅಲ್ಲಿ ಕಬ್ಬಿಣದ ಪೆಟ್ಟಿಗೆ ಇಡಲಾಗಿತ್ತು. ಬ್ಯಾಗ್ ಹಾಕಿರಬೇಕು ಅಂದುಕೊಂಡೆ. ಅಲ್ಲದೆ ಮುಂದಿನ ನಿಲ್ದಾಣದಲ್ಲಿ ಬ್ಯಾಗ್ ಹಾಕುತ್ತಿರುವುದನ್ನು ನೋಡಿದೆ. ಕಬ್ಬಿಣದ ಪೆಟ್ಟಿಗೆಯನ್ನು ಕಂಪಾರ್ಟ್‌ಮೆಂಟ್‌ನಲ್ಲಿ ಸರಪಳಿಗಳಿಂದ ಕಟ್ಟಿ, ಬೀಗ ಹಾಕಲಾಗಿದ್ದು, ಅಗತ್ಯ ಬಿದ್ದಾಗ ಬೀಗ ತೆರೆದು ಹೊರ ತೆಗೆಯಬಹುದಿತ್ತು ಎಂದು ಅಂದಾಜಿಸಲಾಗಿದೆ. ಕೆಲವು ದಿನಗಳ ನಂತರ ಲಖನೌ ನಿಲ್ದಾಣಕ್ಕೆ ಹೋಗುವ ಅವಕಾಶ ಸಿಕ್ಕಿತು. ಹಮಾಲಿಗಳು ಕಬ್ಬಿಣದ ಕಂದಾಯ ಪೆಟ್ಟಿಗೆಗಳನ್ನು ಗಾಡಿಯಿಂದ ಇಳಿಸುವುದನ್ನು ನೋಡಿದೆ. ತಪಾಸಣೆಯ ನಂತರ ಅವುಗಳ ಮೇಲೆ ಚೈನ್ ಅಥವಾ

ಬೀಗ ಇಲ್ಲದಿರುವುದು ಕಂಡುಬಂದಿದ್ದು, ಅವುಗಳನ್ನು ಹಾಗೆಯೇ ಇರಿಸಲಾಗಿದೆ. ಆ ಕ್ಷಣದಲ್ಲಿ ನಾನು ಅವನನ್ನು ಹೊಡೆಯುತ್ತೇನೆ ಎಂದು ನಿರ್ಧರಿಸಿದೆ. ಆ ಕ್ಷಣದಲ್ಲಿಯೇ ರಾಗ ತನ್ನದಾಗಿಸಿಕೊಂಡಿತು. ತಕ್ಷಣ ಸ್ಥಳಕ್ಕೆ ಹೋಗಿ ಟೈಮ್ ಟೇಬಲ್ ನೋಡಿದಾಗ, ರೈಲು ಸಹರಾನ್‌ಪುರದಿಂದ ಲಖನೌಗೆ ಚಲಿಸುತ್ತದೆ ಮತ್ತು ದಿನಕ್ಕೆ ಹತ್ತು ಸಾವಿರ ರೂಪಾಯಿ ಆದಾಯ ಇರಬೇಕು ಎಂದು ಅಂದಾಜಿಸಲಾಗಿದೆ.

ಈ ಯೋಜನೆ ಪಂಡಿತ್ ರಾಮಪ್ರಸಾದ್ ಬಿಸ್ಮಿಲ್ ಅವರ ಮೆದುಳಿನ ಕೂಸು ಎಂಬುದು ಸ್ಪಷ್ಟವಾಗಿದೆ. ಆದ್ದರಿಂದ, ಇದಕ್ಕಾಗಿ ಆಗಸ್ಟ್ 9, 1925 ರಂದು ದಿನವನ್ನು ನಿಗದಿಪಡಿಸಲಾಯಿತು. ಇದಕ್ಕಾಗಿ, ಪಕ್ಷದ ಹತ್ತು ಯುವಕರನ್ನು ಆಯ್ಕೆ ಮಾಡಲಾಯಿತು - ಪಂಡಿತ್ ರಾಮಪ್ರಸಾದ್ ಬಿಸ್ಮಿಲ್, ಅಶ್ಫಾಕುಲ್ಲಾ ಖಾನ್, ರಾಜೇಂದ್ರನಾಥ್ ಲಾಹಿರಿ, ಚಂದ್ರಶೇಖರ್ ಆಜಾದ್, ಮನ್ಮಥನಾಥ್ ಗುಪ್ತಾ, ಬನ್ವಾರಿಲಾಲ್, ಸಚೇಂದ್ರನಾಥ್ ಬಕ್ಷಿ, ಮುರಾರಿಲಾಲ್, ಕೇಶವ್ ಚಕ್ರವರ್ತಿ ಮತ್ತು ಮುಕುಂದಿಲಾಲ್.

8 ಡೌನ್ ಪ್ಯಾಸೆಂಜರ್ ರೈಲು ಸಹರಾನ್‌ಪುರದಿಂದ ಓಡುತ್ತಿತ್ತು ಮತ್ತು ಎಲ್ಲಾ ನಿಲ್ದಾಣಗಳಿಂದ ಆದಾಯವನ್ನು ಸಂಗ್ರಹಿಸಿದ ನಂತರ ಅದು ಲಕ್ನೋವನ್ನು ತಲುಪಿತು. ಆದ್ದರಿಂದ, ನಿಗದಿತ ಸಮಯದಲ್ಲಿ ಈ ವೀರರು ತಮ್ಮ ಪ್ರಚಾರಕ್ಕೆ ಹೊರಟರು. ಮನ್ಮಥನಾಥ ಗುಪ್ತ ಅವರು ಈ ವಿಷಯದ ಬಗ್ಗೆ ಬರೆಯುತ್ತಾರೆ - “ನಾವು ಆಯುಧಗಳು, ಉಳಿಗಳು, ಘನಗಳು, ಸುತ್ತಿಗೆಗಳು ಮುಂತಾದವುಗಳೊಂದಿಗೆ 9 ರಂದು ಸಂಜೆ ಶಹಜಹಾನ್ಪುರದಿಂದ ಹೊರಟು ವಾಹನವನ್ನು ಹತ್ತಿದೆವು. ಬಂದೂಕುಗಳಿಂದ ಕಾವಲು ಕಾಯುತ್ತಿದ್ದ ಈ ರೈಲಿನಲ್ಲಿ ರೈಲ್ವೇ ನಿಧಿಯ ಹೊರತಾಗಿ ಕೆಲವು ನಿಧಿಯನ್ನೂ ಸಾಗಿಸಲಾಗುತ್ತಿತ್ತು. ಇದಲ್ಲದೇ ಕಾರಿನಲ್ಲಿ ಇನ್ನೂ ಹಲವು ಬಂದೂಕುಗಳಿದ್ದವು. ಕೆಲವು ಶ್ವೇತವರ್ಣೀಯರ ತುಕಡಿಗಳು ಆಯುಧಗಳೊಂದಿಗೆ ಸಹ ಇದ್ದವು, ಅದರಲ್ಲಿ ಬಹುಶಃ ಮೇಜರ್ ಕೂಡ ಉನ್ನತ ವರ್ಗದಲ್ಲಿದ್ದರು. ನಮ್ಮ ಸ್ಕೌಟ್ ಸುದ್ದಿ ನೀಡಿದಾಗ, ನಾವು ಗೊಂದಲಕ್ಕೊಳಗಾಗಿದ್ದೇವೆ. ಶ್ರೀ. ಅಶ್ಫಾಕ್ ಬಹುಶಃ ಜನರ ಮನಸ್ಸಿನಲ್ಲಿ ತನ್ನ ನಿಷೇಧವನ್ನು ಪುನಃ ಹೇರಲು ಪ್ರಯತ್ನಿಸಿದರು, ಆದರೆ ನಾವು ಸೋತಿದ್ದೇವೆ. ನಾವು ಹಿಂತಿರುಗುವುದು ಕಷ್ಟ ಮತ್ತು ಹಿಂತಿರುಗಲು ಸಹ ನಾವು ಬಯಸುವುದಿಲ್ಲ ಎಂದು ನಾವು ಮುನ್ನಡೆದಿದ್ದೇವೆ. ಒಂದು ಮುಖ್ಯವಾದ ವಿಷಯವೆಂದರೆ, ಅಶ್ಫಾಕ್ ನಿರಾಕರಿಸುತ್ತಿದ್ದರೂ, ಆದರೆ ಅವನ ಪ್ರಯತ್ನಗಳು ಫಲ ನೀಡಲಿಲ್ಲ ಮತ್ತು ನಾವು ಕೆಲಸ ಮಾಡಲು ಬಾಗಿದ್ದನ್ನು ಕಂಡು ಅವರು ತಮ್ಮ ಬೆಲ್ಟ್

ಅನ್ನು ಬಿಗಿಗೊಳಿಸಿದರು. ಅವನ ಸುಂದರವಾದ ದೊಡ್ಡ ಕಣ್ಣುಗಳು ಪ್ರಕಾಶಮಾನವಾಗಿ ಬೆಳಗಿದವು ಮತ್ತು ಅವನು ತನ್ನ ಪಾತ್ರವನ್ನು ನಿರ್ವಹಿಸಲು ಹೆಚ್ಚಿನ ಧೈರ್ಯ ಮತ್ತು ಸಂತೋಷದಿಂದ ತನ್ನನ್ನು ತಾನು ತೋರಿಸಿಕೊಂಡನು.

ಶ್ರೀ ಅಶ್ಫಾಕುಲ್ಲಾ, ರಾಜೇಂದ್ರ ಲಾಹಿರಿ ಮತ್ತು ಸಚೇಂದ್ರನಾಥ್ ಬಕ್ಷಿ ಎರಡನೇ ದರ್ಜೆಯ ಕಂಪಾರ್ಟ್‌ಮೆಂಟ್‌ನಲ್ಲಿ ಪ್ರಯಾಣಿಸುತ್ತಿದ್ದರು, ಇತರರು ಮೂರನೇ ತರಗತಿಯಲ್ಲಿ ಕುಳಿತಿದ್ದರು. ಕೆಲವು ಸದಸ್ಯರನ್ನು ವಿಶೇಷ ಉದ್ದೇಶಕ್ಕಾಗಿ ಎರಡನೇ ದರ್ಜೆಯ ಕಂಪಾರ್ಟ್‌ಮೆಂಟ್‌ನಲ್ಲಿ ಕೂರಿಸಲಾಗಿತ್ತು. ಚೈನ್ ಎಳೆದು ರೈಲನ್ನು ಕಾಕೋರಿಯಲ್ಲಿ ನಿಲ್ಲಿಸಬೇಕಾಗಿತ್ತು, ಆದರೆ ಮೂರನೇ ತರಗತಿಯ ಕಂಪಾರ್ಟ್‌ಮೆಂಟ್‌ನಲ್ಲಿನ ಸರಪಳಿಗಳು ಆಗಾಗ್ಗೆ ದೋಷಪೂರಿತವಾಗಿವೆ.

ಗುಂಪು ನಾಲ್ಕು ಹೊಸ ಮೌಸರ್ ಪಿಸ್ತೂಲ್‌ಗಳನ್ನು ಹೊಂದಿತ್ತು, ಪ್ರತಿಯೊಂದೂ ಐವತ್ತಕ್ಕೂ ಹೆಚ್ಚು ಕಾರ್ಟ್ರಿಜ್‌ಗಳು ಮತ್ತು ಇತರ ಸಣ್ಣ ಶಸ್ತ್ರಾಸ್ತ್ರಗಳನ್ನು ಹೊಂದಿತ್ತು. ಲಕ್ನೋ ಜಿಲ್ಲೆಯ ಕಾಕೋರಿ ಒಂದು ಸಣ್ಣ ಹಳ್ಳಿ. ಈ ಸ್ಥಳದಿಂದ ಸ್ವಲ್ಪ ದೂರವಿದ್ದಾಗ ಚೈನ್ ಎಳೆದು ವಾಹನ ನಿಲ್ಲಿಸಲಾಯಿತು. ರೈಲು ನಿಂತಾಗ, ಪ್ರಯಾಣಿಕರು ಕೆಳಗಿಳಿದು ಗಾರ್ಡ್ ಕಂಪಾರ್ಟ್‌ಮೆಂಟ್ ಕಡೆಗೆ ಹೋಗಲು ಪ್ರಾರಂಭಿಸಿದರು, ಕೆಲವರು ಕಿಟಕಿಯಿಂದ ತಲೆಯನ್ನು ಹೊರಗೆ ಹಾಕಲು ಪ್ರಾರಂಭಿಸಿದರು ಮತ್ತು ನಂತರ ಗಾರ್ಡ್ ಕೂಡ ಕೆಳಗಿಳಿದು ಚೈನ್ ಎಳೆದ ಕಂಪಾರ್ಟ್‌ಮೆಂಟ್ ಕಡೆಗೆ ಹೋಗಲು ಪ್ರಾರಂಭಿಸಿದರು. ಕ್ರಾಂತಿಕಾರಿಗಳು ತಕ್ಷಣ ತರಬೇತುದಾರರಿಂದ ಕೆಳಗೆ ಬಂದರು. ಅವರು ಪ್ರಯಾಣಿಕರಿಗೆ ಕೋಚ್‌ಗಳನ್ನು ಹತ್ತಲು ಆದೇಶಿಸಿದರು, ಆದರೆ ಕಾವಲುಗಾರನನ್ನು ನೆಲದ ಮೇಲೆ ಮಲಗಲು ಕೇಳಲಾಯಿತು, ಆದ್ದರಿಂದ ಅವನಿಲ್ಲದೆ ರೈಲು ಚಲಿಸಲು ಸಾಧ್ಯವಿಲ್ಲ. ಇಬ್ಬರು ವ್ಯಕ್ತಿಗಳು ಟ್ರ್ಯಾಕ್‌ನ ಎರಡೂ ಬದಿಯಲ್ಲಿ ಸ್ವಲ್ಪ ದೂರದಲ್ಲಿ ನಿಂತು, ಕೈಯಲ್ಲಿ ಮೌಸರ್ ಪಿಸ್ತೂಲ್‌ಗಳನ್ನು ಹಿಡಿದಿದ್ದರು, ಅದು ಸಾವಿರ ಗಜಗಳಷ್ಟು ದೂರಕ್ಕೆ ಹೊಡೆಯುತ್ತದೆ. ಆಕಾಶದ ಕಡೆಗೆ ಮಧ್ಯಂತರವಾಗಿ ಗುಂಡು ಹಾರಿಸಲು ಅವರನ್ನು ಕೇಳಲಾಯಿತು, ಆದರೆ ಒಬ್ಬ ಯುವಕ ಮೂರ್ಖತನದಿಂದ ಮುಂಭಾಗದ ಕಡೆಗೆ ಗುಂಡು ಹಾರಿಸಿದನು, ಅದು ಪ್ರಯಾಣಿಕರನ್ನು ಕೊಂದಿತು. ಆ ವ್ಯಕ್ತಿ ಬಹುಶಃ ಮಹಿಳಾ ಕಂಪಾರ್ಟ್‌ಮೆಂಟ್‌ನಲ್ಲಿ ಕುಳಿತಿದ್ದ ತನ್ನ ಹೆಂಡತಿಯನ್ನು ಸಮಾಧಾನಪಡಿಸಲು ಹೋಗುತ್ತಿದ್ದ.

ಪಕ್ಷದ ಉಳಿದ ಸದಸ್ಯರು ಗಾರ್ಡ್ ಕಂಪಾರ್ಟ್‌ಮೆಂಟ್‌ಗೆ ಹತ್ತಿದರು. ಕಬ್ಬಿಣದ ಪೆಟ್ಟಿಗೆಯನ್ನು ಹೊರತೆಗೆದರು. ಪೆಟ್ಟಿಗೆಯನ್ನು ತುಂಡುಗಳಾಗಿ ಮುರಿದು, ಅದರಿಂದ

ತೆಗೆದ ಚೀಲಗಳನ್ನು ಹಾಳೆಗಳೊಂದಿಗೆ ಕಟ್ಟಲಾಗಿತ್ತು. ಅದೇ ಸಮಯದಲ್ಲಿ ಲಕ್ನೋದಿಂದ ಇನ್ನೊಂದು ಮೇಲ್ ಅಥವಾ ಎಕ್ಸ್‌ಪ್ರೆಸ್ ರೈಲು ಕೂಡ ಬರುತ್ತಿತ್ತು. ಇದು ಎಲ್ಲೋ ನಿಲ್ಲಬಹುದು ಮತ್ತು ಅದರಲ್ಲಿ ಕೆಲವು ಶಸ್ತ್ರಸಜ್ಜಿತ ಜನರು ಇಲ್ಲದಿರಬಹುದು ಎಂಬ ಅನುಮಾನವೂ ಕ್ರಾಂತಿಕಾರಿಗಳಿಗೆ ಇತ್ತು. ಶ್ರೀ ಮನ್ಮಥನಾಥ ಗುಪ್ತರು ಈ ಘಟನೆಯನ್ನು ಹೀಗೆ ವಿವರಿಸಿದ್ದಾರೆ -

“ಬ್ಯಾಗ್‌ಗಳನ್ನು ಹೊರತೆಗೆದು ಹಾಳೆಯಲ್ಲಿ ಕಟ್ಟಲಾಗಿದೆ. ಈ ಸಮಯದಲ್ಲಿ ಲಕ್ನೋದಿಂದ ಯಾವುದೋ ಮೇಲ್ ಅಥವಾ ಎಕ್ಸ್‌ಪ್ರೆಸ್ ರೈಲು ಬರುತ್ತಿತ್ತು. ಆ ಕಾರು ಬಹಳ ಬಲದಿಂದ ಹಾದು ಹೋಗುತ್ತಿತ್ತು. ನಮ್ಮ ಹೃದಯ ಮಿಡಿಯುತ್ತಿತ್ತು. ಈ ವಾಹನ ಎಲ್ಲೋ ನಿಲ್ಲಿಸಿ ಅದರಿಂದ ಕೆಲವು ಶಸ್ತ್ರಧಾರಿಗಳು ಹೊರಬಂದರೆ, ನಮ್ಮಲ್ಲಿ ಇಬ್ಬರು-ನಾಲ್ಕು ಖಂಡಿತವಾಗಿಯೂ ಸಾಯುತ್ತೇವೆ ಎಂದು ನಾವು ಭಾವಿಸಿದ್ದೇವೆ. ಸರಿ, ಕಾರು ಹೇಗೋ ಸಾಗಿತು. ರೈಲು ನಮ್ಮಿಂದ ಹಾದು ಹೋಗುತ್ತಿದ್ದಾಗ ಬಂದೂಕುಗಳನ್ನು ಸ್ವಲ್ಪ ಹೊತ್ತು ಬಚ್ಚಿಟ್ಟು ರೈಲು ಹೊರಟಾಗ ನಮ್ಮ ಕೆಲಸ ಶುರುಮಾಡಿದೆವು. ನಾವು ಈ ಎಲ್ಲಾ ಕೆಲಸಗಳನ್ನು ಬಹುಬೇಗ, ಬಹುಶಃ ಹತ್ತು ನಿಮಿಷಗಳಲ್ಲಿ ಮುಗಿಸಿ, ಚೀಲಗಳೊಂದಿಗೆ ಪೊದೆಗಳ ಕಡೆಗೆ ಹೋದೆವು.

ಈ ಲೂಟಿಯ ನಂತರ ಕ್ರಾಂತಿಕಾರಿಗಳು ಲಕ್ನೋ ಕಡೆಗೆ ತೆರಳಿದರು. ದಾರಿಯಲ್ಲಿ ಹಣವನ್ನು ಹೊರತೆಗೆದು ಚರ್ಮದ ಚೀಲಗಳನ್ನು ಮಳೆಯ ನೀರಿನಲ್ಲಿ ಎಸೆಯಲಾಯಿತು ಮತ್ತು ನಂತರ ಎಲ್ಲರೂ ಲಕ್ನೋವನ್ನು ತಲುಪಿದರು. ಈ ದರೋಡೆಯಲ್ಲಿ ಈ ಯುವಕರ ಗುಂಪು ಯಾವುದೇ ರೀತಿಯ ವಿರೋಧವನ್ನು ಎದುರಿಸಲಿಲ್ಲ. ವಾಹನದಲ್ಲಿ ಹದಿನಾಲ್ಕು ಮಂದಿಯಿದ್ದು, ಅವರ ಬಳಿಯೂ ಶಸ್ತ್ರಾಸ್ತ್ರಗಳಿದ್ದವು. ಇಬ್ಬರು ಶಸ್ತ್ರಸಜ್ಜಿತ ಬಿಳಿ ಸೈನಿಕರೂ ಇದ್ದರು. ವಾಹನದ ಚಾಲಕ ಮತ್ತು ಇಂಜಿನಿಯರ್ ಹೆದರಿ ಶೌಚಾಲಯದಲ್ಲಿ ಅಡಗಿಕೊಂಡಿದ್ದರು. ಯಾರೂ ಅವರಿಗೆ ಏನನ್ನೂ ಹೇಳುವುದಿಲ್ಲ ಎಂದು ಭರವಸೆ ನೀಡಬೇಕೆಂದು ಪ್ರಯಾಣಿಕರಿಗೆ ಮುಂಚಿತವಾಗಿ ತಿಳಿಸಲಾಗಿತ್ತು; ಸರ್ಕಾರದ ಖಜಾನೆ ಮಾತ್ರ ಲೂಟಿಯಾಗುತ್ತದೆ. ಆದ್ದರಿಂದ, ಅವರು ಶಾಂತಿಯುತವಾಗಿ ಕುಳಿತುಕೊಳ್ಳಬೇಕು. ವಾಹನದ ಸುತ್ತಲೂ ಜನರು ಸುತ್ತುವರೆದಿದ್ದಾರೆ ಎಂದು ವಾಹನದಲ್ಲಿ ಕುಳಿತವರಿಗೆ ಅರ್ಥವಾಯಿತು, ಆದರೆ ಈ ಕೆಲಸವನ್ನು ಕೇವಲ ಹತ್ತು ಯುವಕರು ಮಾಡಿದ್ದಾರೆ, ಅವರಲ್ಲಿ ಹೆಚ್ಚಿನವರು ಇಪ್ಪತ್ತೆರಡು ವರ್ಷ ವಯಸ್ಸಿನವರು. ಹೌದು, ಈ ಎಲ್ಲಾ ಯುವಕರ ದೇಹಗಳು ಖಂಡಿತವಾಗಿಯೂ ಆರೋಗ್ಯಕರ ಮತ್ತು ಬಲವಾದವು.

ಈ ದರೋಡೆಯ ಯಶಸ್ಸು ಒಂದೆಡೆ ಗುಂಪನ್ನು ಸಾಲದಿಂದ ಮುಕ್ತಗೊಳಿಸಿದರೆ ಮತ್ತೊಂದೆಡೆ ಯುವಕರ ಧೈರ್ಯವೂ ಹೆಚ್ಚಿತು. ಇದರೊಂದಿಗೆ, ಹೊಸ ಶಸ್ತ್ರಾಸ್ತ್ರಗಳನ್ನು ಸಹ ಖರೀದಿಸಲಾಯಿತು ಮತ್ತು ಮುಂದಿನ ಯೋಜನೆ ಕೂಡ ಪ್ರಾರಂಭವಾಯಿತು.

ಬಂಧನಗಳ ಸರಣಿ

ಕಾಕೋರಿ ಘಟನೆ ಸರ್ಕಾರಕ್ಕೆ ಬಹಿರಂಗ ಎಚ್ಚರಿಕೆಯಂತಿತ್ತು. ಶೀಘ್ರದಲ್ಲೇ ಪೊಲೀಸರು ಸಕ್ರಿಯರಾದರು. ವಿವಿಧೆಡೆ ದಾಳಿ ನಡೆಸಿ ಶೋಧ ನಡೆಸಲಾಗಿದೆ. ಗುಪ್ತಚರ ಇಲಾಖೆಯೂ ತನ್ನ ಮಟ್ಟದಿಂದಲೇ ಹುಡುಕಾಟ ಆರಂಭಿಸಿತು. ದರೋಡೆಯಲ್ಲಿ ಕೇವಲ ಹತ್ತು ಮಂದಿ ಭಾಗವಹಿಸಿದ್ದರೂ ಸಹ ನಲವತ್ತು ಜನರನ್ನು ಶೀಘ್ರದಲ್ಲೇ ಬಂಧಿಸಲಾಯಿತು. ಈ ಪ್ರಕರಣಕ್ಕೆ ಯಾವುದೇ ಸಂಬಂಧವಿಲ್ಲದ ಜನರನ್ನು ಸಹ ಬಂಧಿಸಲಾಯಿತು. ಈ ರೀತಿಯ ಜನರನ್ನು ನಂತರ ಕೈಬಿಡಲಾಯಿತು.

ಬನ್ವಾರಿಲಾಲ್ ಮತ್ತು ಶಹಜಹಾನ್‌ಪುರದ ಇಂದುಭೂಷಣ್ ಮಿತ್ರ ಮತ್ತು ಕಾನ್ಪುರದ ಗೋಪಿಮೋಹನ್ ಅವರನ್ನು ಸಹ ಬಂಧಿಸಲಾಯಿತು, ಆದರೆ ಅವರಲ್ಲಿ ಮೊದಲ ಇಬ್ಬರು ಮಾಹಿತಿದಾರರಾದರು ಮತ್ತು ಗೋಪಿಮೋಹನ್ ಸಹಾ ಸರ್ಕಾರಿ ಸಾಕ್ಷಿಯಾಗಲು ಒಪ್ಪಿಕೊಂಡರು. ಈ ದರೋಡೆಯಲ್ಲಿ ಭಾಗವಹಿಸಿದ್ದ ಬನ್ವಾರಿಲಾಲ್ ತಪ್ಪೊಪ್ಪಿಗೆ ಸಾಕ್ಷಿಯೂ ಆದರು. ಈ ಜನರು ಪೊಲೀಸರಿಗೆ ಎಲ್ಲವನ್ನೂ ಹೇಳಿದರು, ಬನಾರಸ್ ಕೇಂದ್ರದಿಂದ ಯಾವುದೇ ಮಾಹಿತಿದಾರರು ಮಾತ್ರ ಸಿಗಲಿಲ್ಲ, ಆದ್ದರಿಂದ ಪೊಲೀಸರಿಗೆ ಈ ಕೇಂದ್ರದ ಬಗ್ಗೆ ಏನನ್ನೂ ಕಂಡುಹಿಡಿಯಲು ಸಾಧ್ಯವಾಗಲಿಲ್ಲ.

ಈ ನಾಲ್ವರನ್ನು ಹೊರತುಪಡಿಸಿ ಉಳಿದ ಇಪ್ಪತ್ನಾಲ್ಕು ಮಂದಿ ಆರೋಪಿಗಳೆಂದು ಸಾಬೀತಾಗಿದೆ. 21 ಮಂದಿಯನ್ನು ಬಂಧಿಸಲಾಗಿದ್ದು, ಅಶ್ಫಾಕುಲ್ಲಾ ಖಾನ್, ಚಂದ್ರಶೇಖರ್ ಆಜಾದ್ ಮತ್ತು ಸಚೇಂದ್ರನಾಥ್ ಬಕ್ಷಿ ಪೊಲೀಸರಿಗೆ ಸಿಕ್ಕಿಬೀಳಲಿಲ್ಲ. ಅವರು ತಲೆಮರೆಸಿಕೊಂಡಿದ್ದಾರೆ ಎಂದು ಘೋಷಿಸಲಾಯಿತು.

ನಂತರ ದಾಮೋದರ್ ಸ್ವರೂಪ್ ಸೇಠ್ ಅವರು ತೀವ್ರ ಅಸ್ವಸ್ಥರಾಗಿದ್ದರಿಂದ ಬಿಡುಗಡೆಗೊಂಡಿದ್ದರು. ಮಥುರಾ-ಆಗ್ರಾ ಕೇಂದ್ರದ ಶಿವಚರಣ್‌ಲಾಲ್ ಮತ್ತು ಒರೈ-ಕಾನ್ಪುರ ಕೇಂದ್ರದ ವೀರಭದ್ರ ತಿವಾರಿ ವಿರುದ್ಧದ ಪ್ರಕರಣವನ್ನು ನಿಗೂಢ ಅಪರಿಚಿತ ಕಾರಣಗಳಿಂದ ಕೈಬಿಡಲಾಗಿದೆ.

ದಾವೆ

ಉಳಿದ ಬಂಧಿತ ಆರೋಪಿಗಳನ್ನು ಈ ಕೆಳಗಿನ ಆರೋಪಗಳ ಮೇಲೆ ವಿಚಾರಣೆ ನಡೆಸಲಾಯಿತು -

1. ವಿಭಾಗ 121 - ಬ್ರಿಟಿಷ್ ಕ್ರೌನ್ ವಿರುದ್ಧ ಯುದ್ಧ ಘೋಷಣೆ.
2. ಸೆಕ್ಷನ್ 120 - ರಾಜಕೀಯೇತರ ಪಿತೂರಿ.
3. ವಿಭಾಗ 396 - ಕೊಲೆ ಮತ್ತು ದರೋಡೆ.
4. ವಿಭಾಗ 302 - ಕೊಲೆ.

ಈ ವೇಳೆ ಪಂಡಿತ್ ಜಗತ್ನಾರಾಯಣ ಮುಲ್ಲಾ ಅವರು ಸರ್ಕಾರದ ಪರವಾಗಿ ವಕಾಲತ್ತು ವಹಿಸಿದ್ದು, ದಿನಕ್ಕೆ 500 ರೂ. ಪಂಡಿತ್ ಗೋವಿಂದವಲ್ಲಭ ಪಂತ್, ಬಹದ್ದೂರ್ಜಿ, ಚಂದ್ರಭಾನ್ ಗುಪ್ತಾ ಮತ್ತು ಮೋಹನ್ ಲಾಲ್ ಸಕ್ಸೇನಾ ಆರೋಪಿಗಳ ವಕೀಲರಾಗಿದ್ದರು. ಈ ಪ್ರಕರಣದಲ್ಲಿ ಸರ್ಕಾರ ಹತ್ತು ಲಕ್ಷ ರೂಪಾಯಿಗೂ ಹೆಚ್ಚು ಖರ್ಚು ಮಾಡಿದೆ.

ಶ್ರೀ ಅಶ್ಫಾಕುಲ್ಲಾ ಖಾನ್ ಮತ್ತು ಶ್ರೀ ಸಚೇಂದ್ರನಾಥ್ ಬಕ್ಷಿ ಅವರನ್ನು ನಂತರ ಬಂಧಿಸಲಾಯಿತು, ಆದ್ದರಿಂದ ಅವರ ವಿರುದ್ಧದ ಪ್ರಕರಣವನ್ನು ಪ್ರತ್ಯೇಕವಾಗಿ ನಡೆಸಲಾಯಿತು.

ಅಲಂಕರಿಸಿ

ಕಾಕೋರಿ ಘಟನೆಯ ಈ ಎರಡು ಪ್ರಕರಣಗಳಲ್ಲಿ ಆರೋಪಿಗಳು ಈ ಕೆಳಗಿನ ಶಿಕ್ಷೆಗಳನ್ನು ಪಡೆದರು -

ಮರಣದಂಡನೆ - ಪಂಡಿತ್ ರಾಮಪ್ರಸಾದ್ ಬಿಸ್ಮಿಲ್, ಠಾಕೂರ್ ರೋಷನ್ ಸಿಂಗ್, ರಾಜೇಂದ್ರನಾಥ್ ಲಾಹಿರಿ ಮತ್ತು ಅಶ್ಫರ್ಕುಲ್ಲಾ ಖಾನ್.

ಕಾಲಾಪಾನಿ - ಸಚೇಂದ್ರನಾಥ್ ಸನ್ಯಾಲ್ ಮತ್ತು ಸಚೇಂದ್ರನಾಥ್ ಬಕ್ಷಿ.

ಹದಿನಾಲ್ಕು ವರ್ಷಗಳ ಸೆರೆವಾಸ - ಮನ್ಮಥನಾಥ ಗುಪ್ತ.

ಹತ್ತು ವರ್ಷಗಳ ಜೈಲು ಶಿಕ್ಷೆ - ಯೋಗೀಶ್ಚಂದ್ರ ಚಟರ್ಜಿ, ಮುಕುಂದಿಲಾಲ್, ಗೋವಿಂದಚರಣ್ ಕರ್, ರಾಜ್ಕುಮಾರ್ ಸಿಂಗ್ ಮತ್ತು ರಾಮಕೃಷ್ಣ ಖತ್ರಿ.

ಏಳು ವರ್ಷಗಳ ಸೆರೆವಾಸ - ವಿಷ್ಣುಶರಣ ಡಬ್ಲಿಶ್ ಮತ್ತು ಸುರೇಶ್ ಭಟ್ಟಾಚಾರ್ಯ.
ಐದು ವರ್ಷಗಳ ಜೈಲು ಶಿಕ್ಷೆ - ಭೂಪೇಂದ್ರನಾಥ್ ಸನ್ಯಾಲ್, ಪ್ರೇಮ್ ಕೃಷ್ಣ ಖನ್ನಾ ಮತ್ತು ರಾಮದುಲಾರೆ ದ್ವಿವೇದಿ.
ನಾಲ್ಕು ವರ್ಷಗಳ ಜೈಲು ಶಿಕ್ಷೆ - ಪ್ರನ್ವೇಶ್ ಚಟರ್ಜಿ

ಬನ್ವಾರಿ ಲಾಲ್ ತಪ್ಪೊಪ್ಪಿಗೆ ಸಾಕ್ಷಿಯಾಗಿದ್ದರೂ ಶಿಕ್ಷೆಯಿಂದ ತಪ್ಪಿಸಿಕೊಳ್ಳಲಾಗಲಿಲ್ಲ. ನ್ಯಾಯಾಲಯ ಆತನಿಗೆ ಐದು ವರ್ಷಗಳ ಶಿಕ್ಷೆಯನ್ನೂ ವಿಧಿಸಿದೆ.

ಮನ್ಮಥನಾಥ ಗುಪ್ತಾ, ಯೋಗೀಶ್ಚಂದ್ರ ಚಟರ್ಜಿ, ಮುಕುಂದಿಲಾಲ್, ಗೋವಿಂದ್ ಚರಣ್ ಕರ್, ವಿಷ್ಣುಶರಣ್ ಡಬ್ಲಿಶ್ ಮತ್ತು ಸುರೇಶ್ ಭಟ್ಟಾಚಾರ್ಯ ವಿರುದ್ಧ ಸರ್ಕಾರ ಮತ್ತೆ ಮೇಲ್ಮನವಿ ಸಲ್ಲಿಸಿತು. ಈ ಆರು ಆರೋಪಿಗಳ ಪೈಕಿ ಯೋಗೀಶ್ಚಂದ್ರ ಚಟರ್ಜಿ, ಮುಕುಂದಿಲಾಲ್ ಮತ್ತು ಗೋವಿಂದ್ ಚರಣ್ ಕರ್ ಅವರಿಗೆ ಹತ್ತು ವರ್ಷಗಳ ಜೈಲು ಶಿಕ್ಷೆ ವಿಧಿಸಲಾಯಿತು, ನಂತರ ಅವರ ಶಿಕ್ಷೆಯನ್ನು ಹೆಚ್ಚಿಸಲಾಯಿತು ಮತ್ತು ಕಾಲಾಪಾನಿ ಎಂದು ಬದಲಾಯಿಸಲಾಯಿತು ಮತ್ತು ವಿಷ್ಣುಶರಣ್ ದುಬ್ಲಿಶ್ ಮತ್ತು ಸುರೇಶ್ ಚಟ್ಟಾಚಾರ್ಯ ಅವರಿಗೆ ಏಳು ವರ್ಷಗಳ ಜೈಲು ಶಿಕ್ಷೆ ವಿಧಿಸಲಾಯಿತು. ಅದನ್ನು ಹತ್ತು ವರ್ಷಕ್ಕೆ ಇಳಿಸಲಾಯಿತು. ಚಿಕ್ಕ ವಯಸ್ಸಿನ ಕಾರಣ ಮನ್ಮಥನಾಥ ಗುಪ್ತರ ವಾಕ್ಯ ಹಾಗೆಯೇ ಉಳಿಯಿತು.

ತೀರ್ಪಿನ ನಂತರ

ಈ ನಿರ್ಧಾರದ ವಿರುದ್ಧ ಇಡೀ ದೇಶವೇ ಧ್ವನಿ ಎತ್ತಿತ್ತು. ಮರಣದಂಡನೆಯನ್ನು ರದ್ದುಗೊಳಿಸುವಂತೆ ದೇಶಾದ್ಯಂತ ಚಳವಳಿಗಳು ನಡೆದವು. ಸೆಂಟ್ರಲ್ ಅಸೆಂಬ್ಲಿಯ ಸದಸ್ಯರು ಸಹಿ ಅಭಿಯಾನವನ್ನು ನಡೆಸುವ ಮೂಲಕ ವೈಸ್‌ರಾಯ್‌ಗೆ ಕರುಣೆಗಾಗಿ ಮನವಿ ಮಾಡಿದರು. ಮರಣದಂಡನೆ ದಿನಾಂಕಗಳನ್ನು ಎರಡು ಬಾರಿ ಮುಂದೂಡಲಾಯಿತು. ಖಾಸಗಿ ಮಂಡಳಿಗೂ ಮನವಿ ಸಲ್ಲಿಸಿದರೂ ಫಲಿತಾಂಶ ಶೂನ್ಯ. ಅಂತಿಮವಾಗಿ ಬ್ರಿಟಿಷ್ ಸರ್ಕಾರವು ತನ್ನ ಕ್ರೌರ್ಯವನ್ನು ತೋರಿಸಿತು; ಡಿಸೆಂಬರ್ 17, 1927 ರಂದು ರಾಜೇಂದ್ರ ಲಾಹಿರಿ ಅವರನ್ನು ಗೊಂಡಾ ಜೈಲಿನಲ್ಲಿ ಮತ್ತು ಡಿಸೆಂಬರ್ 19 ರಂದು ರಾಮ್ಪ್ರಸಾದ್ ಬಿಸ್ಮಿಲ್ ಅವರನ್ನು ಗೋರಖ್‌ಪುರ ಜೈಲಿನಲ್ಲಿ ಇರಿಸಲಾಯಿತು, ಅದೇ ದಿನ ಅಶ್ಫಾಕುಲ್ಲಾ ಖಾನ್ ಅವರನ್ನು ಫೈಜಾಬಾದ್

ಜೈಲಿನಲ್ಲಿ ಮತ್ತು ಡಿಸೆಂಬರ್ 18 ರಂದು ಅಲಹಾಬಾದ್ ಜೈಲಿನಲ್ಲಿ ಇರಿಸಲಾಯಿತು. ರೋಷನ್ ಸಿಂಗ್ ಗಲ್ಲಿಗೇರಿಸಲಾಯಿತು.

ಈ ರೀತಿಯಾಗಿ ಈ ಗುಂಪು ವಿಭಜನೆಯಾಯಿತು. ಚಂದ್ರಶೇಖರ ಆಜಾದ್ ಮಾತ್ರ ಪೊಲೀಸರಿಗೆ ಸಿಕ್ಕಿಬೀಳಲಿಲ್ಲ. ಇದರೊಂದಿಗೆ ಅವರ ಕ್ರಾಂತಿಕಾರಿ ಜೀವನದ ಮೊದಲಾರ್ಧ ಕೊನೆಗೊಂಡಿತು.

ಅಧ್ಯಾಯ ನಾಲ್ಕು

ಮಧ್ಯಂತರ ಅವಧಿ

ಕಾಕೋರಿ ಘಟನೆಯ ನಂತರ ಚಂದ್ರಶೇಖರ್ ಆಜಾದ್ ಅವರನ್ನು ಪೊಲೀಸರು ಎಷ್ಟು ಪ್ರಯತ್ನಪಟ್ಟರೂ ಬಂಧಿಸಲು ಸಾಧ್ಯವಾಗಲಿಲ್ಲ. ಕಾಕೋರಿ ಘಟನೆಯ ನಿರ್ಧಾರದವರೆಗೂ ಆಜಾದ್ ಎಲ್ಲಿದ್ದಾರೆಂದು ಪಕ್ಷದ ಜನರಿಗೂ ತಿಳಿದಿರಲಿಲ್ಲ. ಶ್ರೀ ಮನ್ಮಥನಾಥ ಗುಪ್ತಾ ಅವರ ಪ್ರಕಾರ, ಈ ಘಟನೆಯ ನಂತರ, ಅವರು ತಂಡದ ಸದಸ್ಯರನ್ನು ತಮ್ಮ ಮನೆಗೆ ಹೋಗುವಂತೆ ಹೇಳಿದ್ದರು, ಆದರೆ ತಂಡದ ಸದಸ್ಯರಿಗೂ ಅವರ ಮನೆ ಉನ್ನಾವೋ ಅಥವಾ ಭಭ್ರಾ ಎಂದು ತಿಳಿದಿರಲಿಲ್ಲ.

ಈ ಪ್ರಕರಣದಲ್ಲಿ ಆತನ ಎಲ್ಲ ಸಹಚರರನ್ನು ಬಂಧಿಸಲಾಗಿತ್ತು. ಆದರೆ ಆಜಾದ್‌ನನ್ನು ಹುಡುಕಲು ಪೊಲೀಸರು ಬಾವಿ, ಕೊಳ ಇತ್ಯಾದಿಗಳನ್ನು ಹುಡುಕಿದರು. ಡಾ. ಭಗವಾಂದಾಸ್ ಮಹೋರ್ ಈ ವಿಷಯದ ಬಗ್ಗೆ ಬರೆದಿದ್ದಾರೆ -

"ಬಲಶಾಲಿ ಬ್ರಿಟಿಷ್ ಸರ್ಕಾರವು ಅವನನ್ನು ಬಂಧಿಸುವ ಪ್ರಯತ್ನದಲ್ಲಿ ಯಾವುದೇ ಕಲ್ಲನ್ನು ಬಿಡಲಿಲ್ಲ. ಆಜಾದ್ ಮೇಲೆ ಹಲವು ಸಾವಿರ ರೂಪಾಯಿ ಬಹುಮಾನ ಘೋಷಿಸಲಾಗಿತ್ತು. ಅವರು ಹೇಳಿದಂತೆ; ಎಲ್ಲಾ ಬಾವಿಗಳನ್ನು ಹುಡುಕಲಾಯಿತು, ನದಿಗಳನ್ನು ಧುಮುಕಲಾಯಿತು ಮತ್ತು ಗುಹೆಗಳನ್ನು ಹುಡುಕಲಾಯಿತು. ಆದರೆ ಆಜಾದ್ ರುದ್ರನಾರಾಯಣನೊಂದಿಗೆ ಪರಮ ಶಾಂತಿಯಿಂದ ಬದುಕುತ್ತಿದ್ದನು.

ಈ ಅವಧಿಯಲ್ಲಿ, ಅವರ ನಿವಾಸ ಝಾನ್ಸಿ ಮತ್ತು ಅದರ ಸುತ್ತಮುತ್ತಲಿನ ಪ್ರದೇಶಗಳು. ಈ ದಿನಗಳಲ್ಲಿ, ಝಾನ್ಸಿಯ ಪಕ್ಷದ ಕೇಂದ್ರವು ಅವರ ಅಡಗುತಾಣವಾಗಿತ್ತು. ಅಂತಹ ಪರಿಸ್ಥಿತಿಯಲ್ಲಿ ಕೆಲವು ದಿನಗಳವರೆಗೆ ಶಾಂತವಾಗಿರುವುದು ಅಗತ್ಯವಾಗಿತ್ತು. ಕಾಕೋರಿ ಘಟನೆಯಿಂದ ಭಗತ್ ಸಿಂಗ್

ಜೊತೆಗಿನ ಹೊಸ ಪಕ್ಷದ ಸಂಘಟನೆಯವರೆಗಿನ ಸಮಯವನ್ನು ಆಜಾದ್ ಅವರ ಕ್ರಾಂತಿಕಾರಿ ಜೀವನದ ಮಧ್ಯಂತರ ಅವಧಿ ಎಂದು ಕರೆಯಬಹುದು. ಈ ಅವಧಿಯಲ್ಲಿ ಅವರ ಈ ಕೆಳಗಿನ ಚಟುವಟಿಕೆಗಳು-

ಝಾನ್ಸಿಯಲ್ಲಿ

ಓಡಿಹೋಗುವಾಗ, ಅವನು ಮೊದಲು ಝಾನ್ಸಿಯನ್ನು ತಲುಪಿದನು. ಇಲ್ಲಿ ಅವರು ಮೋಟಾರ್ ಡ್ರೈವಿಂಗ್ ಮತ್ತು ಮೆಕ್ಯಾನಿಕ್ ಕೆಲಸ ಕಲಿತರು ಮತ್ತು ಬುಂದೇಲ್‌ಖಂಡ್ ಮೋಟಾರ್ ಕಂಪನಿಯಲ್ಲಿ ಕೆಲಸ ಮಾಡಿದರು. ಇಲ್ಲಿ ಕೆಲಸ ಮಾಡುತ್ತಿದ್ದಾಗ ಒಮ್ಮೆ ಅಪಘಾತಕ್ಕೀಡಾದರು. ಒಂದು ಕಾರು ಸ್ಟಾರ್ಟ್ ಆಗುತ್ತಿಲ್ಲ, ಅದರ ಹ್ಯಾಂಡಲ್ ಅನ್ನು ತಿರುಗಿಸಲು ಯಾರಿಗೂ ಸಾಧ್ಯವಾಗಲಿಲ್ಲ. ಅದನ್ನು ಆನ್ ಮಾಡಲು, ಆಜಾದ್ ಹ್ಯಾಂಡಲ್ ಅನ್ನು ಎಷ್ಟು ಬಲದಿಂದ ತಿರುಗಿಸಿದರು, ಅವರ ಕೈಯಲ್ಲಿ ಮೂಳೆಯು ಸ್ಥಳಾಂತರಿಸಲ್ಪಟ್ಟಿತು. ಕೂಡಲೇ ಅವರನ್ನು ಆಸ್ಪತ್ರೆಗೆ ಕರೆದೊಯ್ಯಲಾಯಿತು. ಆಪರೇಷನ್ ಮಾಡಲು, ಕ್ಲೋರೋಫಾರ್ಮ್ ಅನ್ನು ಉಸಿರಾಡುವ ಮೂಲಕ ಅವನನ್ನು ಪ್ರಜ್ಞಾಹೀನರನ್ನಾಗಿ ಮಾಡಬೇಕಾಗಿತ್ತು, ಆದರೆ ವೈದ್ಯರ ಈ ಅಭಿಪ್ರಾಯದಿಂದ ಆಜಾದ್ ಭಯಭೀತರಾಗಿದ್ದರು, ಏಕೆಂದರೆ ಕೆಲವೊಮ್ಮೆ ಒಬ್ಬ ವ್ಯಕ್ತಿಯು ಪ್ರಜ್ಞಾಹೀನ ಸ್ಥಿತಿಯಲ್ಲಿ ತನ್ನ ಗೌಪ್ಯ ವಿಷಯಗಳನ್ನು ಬಹಿರಂಗಪಡಿಸುತ್ತಾನೆ ಎಂದು ಅವರು ಕೇಳಿದ್ದರು. ಹಾಗಾಗಿ ಮೂರ್ಛೆ ಹೋಗದೆ ಆಪರೇಷನ್ ಮಾಡಲು ಆಜಾದ್ ಒಪ್ಪಿಗೆ ನೀಡಿದರೂ ವೈದ್ಯರು ಕಿವಿಗೊಡಲಿಲ್ಲ. ಆಜಾದ್ ಆಪರೇಷನ್ ಟೇಬಲ್ ನಿಂದ ಕೆಳಗಿಳಿದರು. ನಂತರ ಅವನ ಸ್ನೇಹಿತರು ಅವನನ್ನು ಪ್ರಜ್ಞೆ ತಪ್ಪಿಸುವಂತೆ ಹೇಗಾದರೂ ಮನವೊಲಿಸಿದರು.

ಬಹುಶಃ, ಅವರ ಪ್ರಜ್ಞಾಹೀನ ಸ್ಥಿತಿಯಲ್ಲಿ, ಅವರ ಬಾಯಿಯಿಂದ ಅಂತಹ ಕೆಲವು ವಿಷಯಗಳು ಹೊರಬಂದವು, ಇದರಿಂದಾಗಿ ಅವರು ಕ್ರಾಂತಿಕಾರಿ ಎಂದು ವೈದ್ಯರು ತಿಳಿದಿದ್ದಾರೆ. ಆಪರೇಷನ್ ಆದ ನಂತರ ವೈದ್ಯರು ಬಹಳ ಗೌರವದಿಂದ ಮಾತನಾಡುತ್ತಿದ್ದರು. ಆಸ್ಪತ್ರೆಯಿಂದ ಡಿಸ್ಚಾರ್ಜ್ ಮಾಡುವಾಗ ವೈದ್ಯರು ಹೇಳಿದರು - "ಈಗ ನಿಮ್ಮ ಕೈ ಚೆನ್ನಾಗಿದೆ. ಚಿಂತಿಸಬೇಡಿ. ದೇಶಕ್ಕಾಗಿ ನೀವು ನಿಮ್ಮ ಕೈಗಳನ್ನು ಧೈರ್ಯದಿಂದ ಬಳಸುತ್ತೀರಿ ಎಂದು ನಾನು ಭಾವಿಸುತ್ತೇನೆ.

ಆಜಾದ್ ಝಾನ್ಸಿಯಲ್ಲಿ ಮಾಸ್ಟರ್ ರುದ್ರನಾರಾಯಣ ಅವರ ಕಿರಿಯ ಸಹೋದರನಾಗಿ ವಾಸಿಸುತ್ತಿದ್ದರು. ಡಾ.ಮಾಹುರ್ ಅವರ ಪ್ರಕಾರ, ಪೊಲೀಸರು

ರುದ್ರನಾರಾಯಣನ ಮನೆಗೆ ಹಲವಾರು ಬಾರಿ ದಾಳಿ ನಡೆಸಿದ್ದರು, ಆದರೆ ಅವರು ಮುಂದೆ ನೋಡಿದ ನಂತರವೂ ಆಜಾದ್ ಅವರನ್ನು ಬಂಧಿಸಲು ಸಾಧ್ಯವಾಗಲಿಲ್ಲ, ಏಕೆಂದರೆ ಅವರ ಸ್ನೇಹಿತ ಆಜಾದ್ ಅವರ ನಡವಳಿಕೆಯು ಪೊಲೀಸರು ಅದೇ ವ್ಯಕ್ತಿ ಎಂದು ಊಹಿಸಲು ಸಾಧ್ಯವಾಗಲಿಲ್ಲ. ಮುಕ್ತನಾಗಿರುತ್ತಾನೆ ಮತ್ತು ಪೊಲೀಸರ ಬಳಿ ಅವನ ಯಾವುದೇ ಛಾಯಾಚಿತ್ರ ಇರಲಿಲ್ಲ, ಅದು ಅವನನ್ನು ಗುರುತಿಸಬಲ್ಲದು -

"ರುದ್ರನಾರಾಯಣನ ಮನೆಯನ್ನು ಮತ್ತೆ ಮತ್ತೆ ಶೋಧಿಸಲಾಯಿತು, ಆದರೆ ಸಂಪೂರ್ಣವಾಗಿ ಬಹಿರಂಗವಾಗಿ ವಾಸಿಸುತ್ತಿದ್ದ ಆಜಾದ್‌ನನ್ನು ಬಂಧಿಸಲಾಗಲಿಲ್ಲ. ಬಂದಿದ್ದ ಪೋಲೀಸರು ಮತ್ತು ಅವರ ಅಧಿಕಾರಿಗಳೊಂದಿಗೆ ಆಜಾದ್ ತಮಾಷೆ ಮಾಡುತ್ತಲೇ ಇದ್ದರು ಮತ್ತು ಆಜಾದ್ ಕಿಡಿಗೇಡಿಗಳ ಬಗ್ಗೆ ಅವರ ಕಥೆಗಳನ್ನು ಕೇಳುತ್ತಲೇ ಇದ್ದರು. ಪೊಲೀಸರು ಹೊರಟುಹೋದಾಗ, ಆಜಾದ್ ನಗುತ್ತಾ ನಮಗೆ ಹೇಳುತ್ತಿದ್ದರು - ಈ ವ್ಯಕ್ತಿಗಳು ನನ್ನನ್ನು ಬೋಗಿ ಮತ್ತು ಜಾದೂಗಾರನನ್ನಾಗಿ ಮಾಡಿದ್ದಾರೆ, ಅವರು ತುಂಬಾ ಸಾಮಾನ್ಯ ಜನರು. ಅವರು ಮ್ಯಾಜಿಸ್ಟ್ರೇಟ್ ಮುಂದೆ ಗುಲಾಮರಂತೆ ನಿಲ್ಲುತ್ತಾರೆ. ಈಗ ಹೇಳುತ್ತಿದ್ದ ಕುಮುದಿ ಸಿಂಗ್ ಅವರನ್ನೇ ತೆಗೆದುಕೊಳ್ಳಿ - ಕ್ರಾಂತಿಕಾರಿಗಳು ದೊಡ್ಡ ಕುಟುಂಬದಿಂದ ಬಂದವರು. ಈಗ ಅಶ್ಫಾಕುಲ್ಲಾ ಅವರನ್ನು ತೆಗೆದುಕೊಳ್ಳಿ, ಅವರನ್ನು ಉಪ ಮ್ಯಾಜಿಸ್ಟ್ರೇಟ್ ಎಂದು ಪರಿಗಣಿಸಬಹುದು.

ಝೂನ್ಸಿಯಲ್ಲಿ ವಾಸಿಸುತ್ತಿದ್ದಾಗ ಮೋಟಾರು ಕಂಪನಿಯ ಕೆಲಸದ ಹೊರತಾಗಿ ಕಾಡಿಗೆ ಹೋಗಿ ಟಾರ್ಗೆಟ್ ಶೂಟಿಂಗ್ ಅಭ್ಯಾಸ ಮಾಡುತ್ತಿದ್ದರು. ಈ ದಿನಗಳಲ್ಲಿ ಅವರು ಭಗವಾಂದಾಸ್ ಮಹೋರ್ ಅವರೊಂದಿಗೆ ನಿರಂತರ ಸಂಪರ್ಕದಲ್ಲಿದ್ದರು.

ಸನ್ಯಾಸಿಯಂತೆ ವೇಷ ಧರಿಸಿದ್ದರು

ಇದಾದ ನಂತರ, ಆಜಾದ್ ಧಿಮಾರ್‌ಪುರ ಗ್ರಾಮದ ಹೊರಗೆ ಗುಡಿಸಲು ನಿರ್ಮಿಸಿ ಸಂತನ ವೇಷದಲ್ಲಿ ವಾಸಿಸಲು ಪ್ರಾರಂಭಿಸಿದನು. ಹಾಗೆ ಮಾಡುವಂತೆ ಸಲಹೆ ನೀಡಿದವರು ರುದ್ರನಾರಾಯಣ. ಇಲ್ಲಿ ಅವರು ರಾಮಚರಿತ ಮಾನಸ ಪದ್ಯಗಳನ್ನು ಜನರಿಗೆ ಹೇಳುತ್ತಿದ್ದರು. ಆರಂಭದಲ್ಲಿ ಜನರು ಗುಡಿಸಲಿನಲ್ಲಿಯೇ ಆಹಾರ ಪದಾರ್ಥಗಳನ್ನು ನೀಡುತ್ತಿದ್ದರು, ಆದರೆ ನಂತರ ಆಜಾದ್ ಭಕ್ತರು ಜನರ ಮನೆಗಳಿಗೆ ಹೋಗಿ ಆಹಾರವನ್ನು ತಿನ್ನಲು ಪ್ರಾರಂಭಿಸಿದರು. ಇಲ್ಲಿ ಚಿಕ್ಕ ಮಕ್ಕಳಿಗೆ ಕಲಿಸಲು ಶಾಲೆಯನ್ನೂ ತೆರೆದರು. ಮೊದಲು ಶಾಲೆಯನ್ನು ತೆರೆದ ಆಕಾಶದ ಅಡಿಯಲ್ಲಿ

ಸ್ಥಾಪಿಸಲಾಯಿತು, ಆದರೆ ನಂತರ ಗ್ರಾಮದ ಶ್ರೀಮಂತ ವ್ಯಕ್ತಿ ಠಾಕೂರ್ ಮಲ್ಖಾನ್ ಸಿಂಗ್ ಈ ಕೆಲಸಕ್ಕೆ ತನ್ನ ಮನೆಯ ಕೋಣೆಯನ್ನು ನೀಡಿದರು. ನಂತರ, ಆ ದಿನಗಳಲ್ಲಿ ಬ್ರಹ್ಮಚಾರಿ ಎಂದು ಕರೆಯಲ್ಪಡುವ ಆಜಾದ್, ಠಾಕೂರ್ ಮಲ್ಖಾನ್ ಸಿಂಗ್ ಅವರ ಮನೆಯಲ್ಲಿ ವಾಸಿಸಲು ಪ್ರಾರಂಭಿಸಿದರು, ಏಕೆಂದರೆ ಮಲ್ಖಾನ್ ಸಿಂಗ್ ಮತ್ತು ಅವರ ಮೂವರು ಸಹೋದರರು ಕೆಲಸ ಮಾಡುತ್ತಿದ್ದರು ಮತ್ತು ಮನೆಯ ಹೊರಗೆ ವಾಸಿಸುತ್ತಿದ್ದರು. ಮನೆಯಲ್ಲಿ ಪುರುಷ ಸದಸ್ಯರ ಉಪಸ್ಥಿತಿಯಿಂದ ಮನೆಯ ಸುರಕ್ಷತೆಯನ್ನು ಖಾತ್ರಿಪಡಿಸಲಾಗಿದೆ. ಆಜಾದ್ ವಾಸ್ತವಿಕವಾಗಿ ಕುಟುಂಬದ ಸದಸ್ಯರಾದರು.

ರಾಜರ ಸಂಪರ್ಕದಲ್ಲಿ

ಈ ಅವಧಿಯಲ್ಲಿ ಅವರು ಅನೇಕ ರಾಜರು ಮತ್ತು ಜಮೀನ್ದಾರರ ಸಂಪರ್ಕವನ್ನು ಹೊಂದಿದ್ದರು. ಒಮ್ಮೆ ಓರ್ಚಾದ ರಾಜನು ತನ್ನ ದಿವಾನ್ ಮೊದಲಾದವರೊಡನೆ ಬೇಟೆಯಾಡಲು ಕಾಡಿಗೆ ಹೋಗುತ್ತಿದ್ದಾಗ ಆಜಾದನು ಸಂತನ ವೇಷದಲ್ಲಿ ಭೇಟಿಯಾದನು. ರಾಜಾ ಸಾಹೇಬರು ಬೇಟೆಗೆ ಹೋಗುವುದನ್ನು ನೋಡಿ ಆಜಾದರೂ ಅವರ ಜೊತೆ ಹೋಗುವ ಇಚ್ಛೆಯನ್ನು ವ್ಯಕ್ತಪಡಿಸಿದರು. ಒಬ್ಬ ಸನ್ಯಾಸಿ ಬೇಟೆಯಾಡುವ ಬಯಕೆಯನ್ನು ವ್ಯಕ್ತಪಡಿಸಿದಾಗ ರಾಜನಿಗೆ ಬಹಳ ಆಶ್ಚರ್ಯವಾಯಿತು. ಈ ಕುರಿತು ಆಜಾದ್ ಅವರು ತಮ್ಮನ್ನು ಕೇವಲ ಪಾದ್ರಿ ಎಂದು ಬಣ್ಣಿಸಿದರು. ಹಾಗಾಗಿ ಆತನಿಗೆ ಗನ್ ಕೂಡ ನೀಡಲಾಗಿದೆ. ರಾಜಾ ಸಾಹೇಬರು ಮತ್ತು ಅವರ ನೌಕರರೂ ಇದನ್ನು ನೋಡಿ ನಕ್ಕರು. ಬೇಟೆಯಾಡುವಾಗ, ಎಲ್ಲರೂ ತಮ್ಮ ತಮ್ಮ ಸ್ಥಳಗಳಲ್ಲಿ ನೆಲೆಸಿದರು. ಬಲವಾದ ಕಾಡುಹಂದಿ ಇತ್ತು. ರಾಜ ಮತ್ತು ಅವನ ಎಲ್ಲಾ ಉದ್ಯೋಗಿಗಳು ಅವನ ಮೇಲೆ ಗುಂಡುಗಳನ್ನು ಹಾರಿಸಿದರು, ಆದರೆ ಎಲ್ಲರೂ ತಮ್ಮ ಗುರಿಗಳನ್ನು ತಪ್ಪಿಸಿಕೊಂಡರು, ನಂತರ ಅಂತಿಮವಾಗಿ ಆಜಾದ್ ಗುರಿಯನ್ನು ತೆಗೆದುಕೊಂಡರು ಮತ್ತು ಅವರ ಮೊದಲ ಗುಂಡು ಹಂದಿಯನ್ನು ಕೊಲ್ಲಲಾಯಿತು. ಈ ಘಟನೆಯ ನಂತರ, ರಾಜಾ ಸಾಹೇಬರು ತಾವು ಸಂತ ಅಥವಾ ಪುರೋಹಿತರಲ್ಲ, ಆದರೆ ಕ್ರಾಂತಿಕಾರಿ ಎಂದು ದೃಢವಾಗಿ ನಂಬಿದ್ದರು. ಸ್ವತಃ ರಾಜಾ ಸಾಹೇಬರು ಸ್ವಾತಂತ್ರ್ಯ ಹೋರಾಟಗಾರರ ಬಗ್ಗೆ ಸಹಾನುಭೂತಿ ಹೊಂದಿದ್ದರು. ಈ ಪರಿಚಯ ಸ್ನೇಹಕ್ಕೆ ತಿರುಗಿತ್ತು. ಬಹಳ ಸಮಯದ ನಂತರ ಆಜಾದ್ ಅವರಿಗೆ ತಮ್ಮ ವಾಸ್ತವವನ್ನು ತಿಳಿಸಿದರು.

ಒಮ್ಮೆ ಬಡೇ ಲಾತ್ ಸಾಹೇಬರು ಓರ್ಚಾಗೆ ಬರಲು ಹೊರಟಿದ್ದರು. ಈ ಸಂದರ್ಭದಲ್ಲಿ ಅವರು ತಮ್ಮದೇ ಆದ ರೀತಿಯಲ್ಲಿ ಲಾತ್ ಸಾಹೇಬರನ್ನು ಸ್ವಾಗತಿಸಲು ಬಯಸುತ್ತಾರೆ ಎಂದು ಆಜಾದ್ ರಾಜನಿಗೆ ಮಾಹಿತಿ ಕಳುಹಿಸಿದರು. ಲಾತ್ ಸಾಹೇಬರು ರಾಜ್ಯದ ಅತಿಥಿಯಾಗಿ ಬರುತ್ತಿದ್ದಾರೆ, ಆದ್ದರಿಂದ ಅವರು (ಆಜಾದ್) ಈ ರೀತಿ ಏನನ್ನೂ ಮಾಡಬಾರದು ಎಂದು ರಾಜಾ ಸಾಹೇಬರು ಆಜಾದ್ ಅವರನ್ನು ವಿನಂತಿಸಿದ್ದರು.

ನಂತರ ಈ ರಾಜಾ ಸಾಹೇಬನು ಆಜಾದನನ್ನು ತನ್ನ ಹಿತಚಿಂತಕ ಸೇವಕರೊಬ್ಬರ ಪ್ರಭಾವದಿಂದ ವಂಚಿಸಲು ಒಪ್ಪಿಕೊಂಡನು ಎಂದು ಹೇಳಲಾಗುತ್ತದೆ. ಅವನ ಮತ್ತು ಈ ಸೇವಕನ ನಡುವೆ ಈ ಯೋಜನೆಯು ಚರ್ಚೆಯಾಗುತ್ತಿರುವಾಗ, ಆಜಾದ್ ಅಲ್ಲೇ ಮಲಗಿದ್ದನು. ಅನುಮಾನ ಬರದಿರಲು ರಾಜ ಜೋರಾಗಿ ಗೊರಕೆ ಹೊಡೆಯುತ್ತಿದ್ದ. ಇದಾದ ಕೂಡಲೇ ಅವಕಾಶ ಸಿಕ್ಕ ತಕ್ಷಣ ಅಲ್ಲಿಂದ ಓಡಿ ಹೋದರು.

ಸಾಧುವೇಶದಲ್ಲಿ ಉಳಿಯುವಂತೆ ಆಜಾದ್ ಅವರಿಗೆ ಸಲಹೆ ನೀಡಿದವರು ಮಾಸ್ಟರ್ ರುದ್ರನಾರಾಯಣ. ಅವನ ಸಹಾಯದಿಂದ ಆಜಾದ್ ರಾಜಾ ಸಾಹೇಬ್ ಖನಿಯಾಧಾನನ ಸಂಪರ್ಕಕ್ಕೆ ಬಂದನು. ಆಜಾದ್ ಮೊದಲು ಉತ್ತಮ ಮೋಟಾರ್-ಮೆಕಾನಿಕ್ ಆಗಿ ಅವರ ಬಳಿಗೆ ಹೋದರು. ನಂತರ ಅವರು ರಾಜಾ ಸಾಹೇಬರಿಗೆ ಅವರು ಕ್ರಾಂತಿಕಾರಿ ಎಂದು ಹೇಳಿದರು. ಮಾರ್ಚ್ 1928 ರಲ್ಲಿ, ರಾಜಾ ಸಾಹೇಬರು ಪಕ್ಷದ ಕೆಲಸಕ್ಕಾಗಿ ಕೆಲವು ಶಸ್ತ್ರಾಸ್ತ್ರಗಳನ್ನು ಸಹ ನೀಡುವುದಾಗಿ ಭರವಸೆ ನೀಡಿದ್ದರು.

ಈ ಸಮಯದಲ್ಲಿ ಭಗವಾಂದಾಸ್ ಮಹೋರ್ ಕೂಡ ಆಜಾದ್ ಜೊತೆ ವಾಸಿಸುತ್ತಿದ್ದರು. ಆಜಾದ್ ರಾಜ ಕಲ್ಯಾಜಿ ಸಿಂಗ್‌ದೇವ್‌ನ ನಿಷ್ಠಾವಂತ ವಿಶ್ವಾಸಿಯಾಗಿದ್ದರು. ಇಲ್ಲೇ ಇದ್ದುಕೊಂಡು ವಾಹನ ಚಾಲನೆ, ಬೇಟೆಯಾಡುವುದನ್ನೂ ಅಭ್ಯಾಸ ಮಾಡುತ್ತಿದ್ದರು. ರಾಜಾ ಸಾಹೇಬರೂ ಅವರ ಜೊತೆ ಬೇಟೆಗೆ ಹೋಗುತ್ತಿದ್ದರು. ರಾಜಾ ಸಾಹೇಬರು ಅವರೊಂದಿಗಿನ ನಿಕಟತೆಯನ್ನು ಅವರ ಉದ್ಯೋಗಿಗಳು ಮತ್ತು ಸಂಬಂಧಿಕರು ಅಸೂಯೆ ಪಟ್ಟರು, ಆದ್ದರಿಂದ ಆಜಾದ್ ಖನಿಯಾಧಾನವನ್ನು ತೊರೆದರು.

ಬೊಂಬಾಯಿಯಲ್ಲಿ

ಆಜಾದ್ ಬುಂದೇಲಖಂಡದ ನಂತರ ಅವರು ಮತ್ತೆ ಬಾಂಬೆಗೆ ಹೋದರು ಮತ್ತು ಅಲ್ಲಿ ಅವರು ಬಂದರಿನಲ್ಲಿ ಪೋರ್ಟರ್ ಆಗಿ ಕೆಲಸ ಮಾಡಿದರು ಎಂದು ಕೆಲವು

ಪುಸ್ತಕಗಳಲ್ಲಿ ವಿವರಿಸಲಾಗಿದೆ. ಅವರು ಹಗಲಿನಲ್ಲಿ ಹಡಗಿನಲ್ಲಿ ಸರಕುಗಳನ್ನು ಲೋಡ್ ಮಾಡಲು ಮತ್ತು ಇಳಿಸಲು ಕೆಲಸ ಮಾಡುತ್ತಿದ್ದರು, ಅದಕ್ಕಾಗಿ ಅವರಿಗೆ ಸಂಜೆ ಒಂಬತ್ತು ಅಣೆಗಳನ್ನು ನೀಡಲಾಗುತ್ತಿತ್ತು. ರಾತ್ರಿ 12 ಗಂಟೆಯವರೆಗೂ ಸಿನಿಮಾ ನೋಡಿ ಗೋದಾಮಿನಲ್ಲಿ ಅಥವಾ ಫುಟ್ ಪಾತ್ ನಲ್ಲಿ ಮಲಗುತ್ತಿದ್ದರು. ಈ ಸರಣಿಯು ಸುಮಾರು ಒಂದೂವರೆ ವರ್ಷಗಳ ಕಾಲ ಮುಂದುವರೆಯಿತು.

ಇಲ್ಲಿ ಅವರು ವೀರ್ ಸಾವರ್ಕರ್ ಅವರನ್ನು ಭೇಟಿಯಾದರು. ಸಾವರ್ಕರ್ ಅವರಿಗೆ ಕ್ರಾಂತಿಕಾರಿ ಹಾದಿಯ ತೊಂದರೆಗಳ ಬಗ್ಗೆ ತಿಳಿಸಿದರು ಮತ್ತು ಅವರಿಗೆ ಭಯಪಡಬೇಡಿ ಎಂದು ಸಲಹೆ ನೀಡಿದರು, ಇದು ಆಜಾದ್‌ಗೆ ಹೊಸ ಸ್ಫೂರ್ತಿ ನೀಡಿತು ಮತ್ತು ಅವರು ಪಕ್ಷವನ್ನು ಹೊಸದಾಗಿ ಸಂಘಟಿಸಲು ಬಾಂಬೆಯಿಂದ ಉತ್ತರದ ಕಡೆಗೆ ತೆರಳಿದರು.

ಅಧ್ಯಾಯ ಐದು

ನ್ಯೂ ಮಾರ್ನಿಂಗ್ ತಂಡದ ಮರುಸಂಘಟನೆ

ಕಾಕೋರಿ ಘಟನೆಯು 'ಹಿಂದೂಸ್ತಾನ್ ರಿಪಬ್ಲಿಕನ್ ಅಸೋಸಿಯೇಷನ್'ಗೆ ಶಾಪವಾಗಿದೆ. ಗುಂಪಿನ ಎಲ್ಲಾ ಪ್ರಮುಖ ಸದಸ್ಯರು ಸಿಕ್ಕಿಬಿದ್ದರು. ಅವರಲ್ಲಿ ನಾಲ್ವರಿಗೆ ಮರಣದಂಡನೆ ಮತ್ತು ಉಳಿದ ಸದಸ್ಯರಿಗೆ ದೀರ್ಘಾವಧಿಯ ಜೈಲು ಶಿಕ್ಷೆ ವಿಧಿಸಲಾಯಿತು. ಚಂದ್ರಶೇಖರ ಆಜಾದ್ ಮಾತ್ರ ಬದುಕಿದ್ದರು. ಪಕ್ಷವನ್ನು ಮರುಸಂಘಟಿಸುವ ಸಮಸ್ಯೆ ಎದುರಿಸುತ್ತಿದ್ದ ಅವರು, ಈ ಕಾರ್ಯಕ್ಕೆ ತಮ್ಮನ್ನು ತಾವು ತೊಡಗಿಸಿಕೊಂಡಿದ್ದರು. ಅದೃಷ್ಟವಶಾತ್ ಇದಕ್ಕೆ ಭಗತ್ ಸಿಂಗ್ ಅವರಂತಹ ಸಹಚರರು ಸಿಕ್ಕರು. ಇಲ್ಲಿಂದ ಅವರ ಕ್ರಾಂತಿಕಾರಿ ಜೀವನದ ಕೊನೆಯ ಭಾಗ ಪ್ರಾರಂಭವಾಗುತ್ತದೆ.

ಭಗತ್ ಸಿಂಗ್ ಭೇಟಿ

ಪಕ್ಷದ ಮರುಸಂಘಟನೆಗೆ ಸಂಬಂಧಿಸಿದಂತೆ ಆಜಾದ್ ಕಾನ್ಪುರ ತಲುಪಿದರು. ಇಲ್ಲಿ ಅವರು ಪ್ರಸಿದ್ಧ ಸ್ವಾತಂತ್ರ್ಯ ಹೋರಾಟಗಾರ, ಪತ್ರಕರ್ತ ಮತ್ತು ಸಮಾಜ ಸುಧಾರಕ ಗಣೇಶ್ ಶಂಕರ್ ವಿದ್ಯಾರ್ಥಿಯೊಂದಿಗೆ ತಂಗಿದ್ದರು. ಭಗತ್ ಸಿಂಗ್ ಕೂಡ ಇಲ್ಲಿಗೆ ಬಂದಿದ್ದರು. ಇಬ್ಬರೂ ಮೊದಲ ಬಾರಿಗೆ ಭೇಟಿಯಾದದ್ದು ಇಲ್ಲಿಯೇ. ಈ ಸಭೆಯನ್ನು ವಿವರಿಸುತ್ತಾ ಶ್ರೀ ಯಶಪಾಲ್ ಅವರು 'ಸಿಂಹವ್ಲೋಕ'ದಲ್ಲಿ ಬರೆದಿದ್ದಾರೆ -

"ಆಜಾದ್ ಒಳಗಿನ ಕೋಣೆಗೆ ಬಂದ ತಕ್ಷಣ, ವಿದ್ಯಾರ್ಥಿಜಿ ಬಳಿ ಅಪರಿಚಿತ ಆದರೆ ತೇಜಸ್ವಿ ಯುವಕ ಕುಳಿತಿರುವುದನ್ನು ಕಂಡನು. ಅವನನ್ನು ನೋಡಿದ ಆಜಾದ್ ಒಂದು ಕ್ಷಣ ನಿಂತೆ. ಆ ಯುವಕ ಎತ್ತರದ ಎತ್ತರ ಮತ್ತು ತೆಳ್ಳಗಿನ ದೇಹ ಹೊಂದಿದ್ದ. ಮೈಬಣ್ಣ ಸುಂದರವಾಗಿತ್ತು, ಕಣ್ಣುಗಳು ಚಿಕ್ಕದಾಗಿದ್ದವು. ಅವನ ಮುಖದಲ್ಲಿ ವಿಚಿತ್ರ ಭಾವವಿತ್ತು,

ಅವನ ಸಡಿಲವಾದ ಕೂದಲಿನ ಮೇಲೆ ನೇತಾಡುವ ಪೇಟ ಮತ್ತು ಅವನ ದೇಹದ ಮೇಲೆ ಕೋಟು ಮತ್ತು ಲುಂಗಿ ಇತ್ತು. ಅವರು ಆಜಾದ್ ಅವರನ್ನು ಆಕರ್ಷಿಸಿದರು.

"ಬನ್ನಿ ಪಂಡಿತ್ಜಿ!" ಆಜಾದ್ ಹಿಂಜರಿಯುವುದನ್ನು ಕಂಡು ವಿದ್ಯಾರ್ಥಿಜಿ ಕೋಪದಿಂದ ಹೇಳಿದರು.

ಕೆಲಸದಲ್ಲಿ ನಿರತನಾಗಿದ್ದ ಯುವಕ ತಲೆಯೆತ್ತಿ ನೋಡಿದನು. ಪಂಡಿತ್ಜಿಯ ರೂಪದಲ್ಲಿ, ಅವರು ಭವ್ಯ ವ್ಯಕ್ತಿತ್ವದ ಸುಂದರ ಯುವಕನನ್ನು ಕಂಡರು.

ಇದಾದ ನಂತರ ಇಬ್ಬರಿಗೂ ಪರಿಚಯವಾಯಿತು. ಇಬ್ಬರಿಗೂ ಒಂದೇ ರೀತಿಯ ಆಲೋಚನೆಗಳಿದ್ದವು. ಇಬ್ಬರೂ ಪರಸ್ಪರ ಪ್ರಭಾವ ಬೀರಿದರು. ಅವರ ಮೊದಲ ಭೇಟಿಯು ಜೀವಮಾನದ ಸ್ನೇಹಕ್ಕೆ ತಿರುಗಿತು. ಇದೊಂದು ಐತಿಹಾಸಿಕ ಸಭೆಯಾಗಿತ್ತು. ಭವಿಷ್ಯದ ಇತಿಹಾಸದಲ್ಲಿ ಭಾರತದ ಸ್ವಾತಂತ್ರ್ಯಕ್ಕಾಗಿ ಹೆಗಲಿಗೆ ಹೆಗಲು ಕೊಟ್ಟು ದುಡಿದು ಹೊಸ ಇತಿಹಾಸ ಸೃಷ್ಟಿಸಿದ ಮಾತೃಭೂಮಿಯ ಪ್ರೇಮಿಗಳಿಬ್ಬರ ಅವಿನಾಭಾವ ಮಿಲನವಿತ್ತು. ವೀರ್ ಚಂದ್ರಶೇಖರ್ ಆಜಾದ್ ಅವರ ಜೀವನದ ಕೊನೆಯ ಭಾಗವು ಭಗತ್ ಸಿಂಗ್ ಅವರನ್ನು ಭೇಟಿಯಾದ ನಂತರವೇ ಪ್ರಾರಂಭವಾಯಿತು.

ಅಥವಾ ದಳ ಹಿಂದೂಸ್ತಾನ್ ಸಮಾಜವಾದಿ ರಿಪಬ್ಲಿಕನ್ ಸೇನೆ

ಚಂದ್ರಶೇಖರ ಆಜಾದ್, ಭಗತ್ ಸಿಂಗ್ ಮತ್ತು ಅವರ ಇತರ ಒಡನಾಡಿಗಳು ಹೊಸ ಕ್ರಾಂತಿಕಾರಿ ಪಕ್ಷವನ್ನು ಸಂಘಟಿಸಲು ಪ್ರಾರಂಭಿಸಿದರು. ಇದಕ್ಕಾಗಿ ಉತ್ತರ ಭಾರತದ ಎಲ್ಲಾ ರಾಜ್ಯಗಳಲ್ಲಿ ಕ್ರಾಂತಿಕಾರಿ ಪಕ್ಷಗಳೊಂದಿಗೆ ಸಂಪರ್ಕವನ್ನು ಸ್ಥಾಪಿಸಲಾಯಿತು. ಇದಕ್ಕಾಗಿ ಶಿವ ವರ್ಮಾ ಬಂಗಾಳಕ್ಕೆ ಹೋಗಿ ಅಲ್ಲಿನ ಕ್ರಾಂತಿಕಾರಿಗಳನ್ನು ಭೇಟಿಯಾದರು. ಅವರು ಈ ಕ್ರಾಂತಿಕಾರಿಗಳಿಗೆ ಹೊಸ ಪಕ್ಷದಲ್ಲಿ ಸಹಕರಿಸಲು ವಿನಂತಿಸಿದರು, ಆದರೆ ಬಂಗಾಳದ ಕ್ರಾಂತಿಕಾರಿಗಳು ಈ ಪಕ್ಷಕ್ಕೆ ಸೇರಲು ಕೆಲವು ಷರತ್ತುಗಳನ್ನು ಹಾಕಲು ಬಯಸಿದ್ದರು. ಇವುಗಳಲ್ಲಿ ಮೊದಲ ಷರತ್ತು ಏನೆಂದರೆ, ಹೊಸ ಪಕ್ಷಕ್ಕೆ ಸೇರುವ ಎಲ್ಲಾ ರಾಜ್ಯಗಳ ಸದಸ್ಯರು ಬಂಗಾಳ ಪಕ್ಷದ ನಾಯಕನ ಅಡಿಯಲ್ಲಿ ಕೆಲಸ ಮಾಡಬೇಕಾಗುತ್ತದೆ ಮತ್ತು ಅವರು ಹೇಳಿದ ಎಲ್ಲವನ್ನೂ ಪಾಲಿಸಲು ಬದ್ಧರಾಗಿರುತ್ತಾರೆ. ಎರಡನೆಯ ಷರತ್ತೆಂದರೆ, ಹೊಸ ಪಕ್ಷವು ಸದಸ್ಯರನ್ನು ಮಾತ್ರ ಸೇರ್ಪಡೆಗೊಳಿಸುತ್ತದೆ, ಶಸ್ತ್ರಾಸ್ತ್ರ ಮತ್ತು ಹಣವನ್ನು ಸಂಗ್ರಹಿಸುತ್ತದೆ ಮತ್ತು ಸರ್ಕಾರದ ಗಮನ ಸೆಳೆಯುವ ಯಾವುದನ್ನೂ ಮಾಡುವುದಿಲ್ಲ. ಹೊಸ ಪಕ್ಷ ಕಟ್ಟಲು ಬಯಸುವ

ಯುವಕರಿಗೆ ಈ ಷರತ್ತುಗಳು ಸಮ್ಮತವಾಗಿರಲಿಲ್ಲ. ಪಕ್ಷದಲ್ಲಿನ ಈ ರೀತಿಯ ವೈಯಕ್ತಿಕ ಸರ್ವಾಧಿಕಾರದ ವಿರುದ್ಧ ಈ ಜನರು ಇದ್ದರು. ಎಲ್ಲಾ ರಾಜ್ಯಗಳ ಪಕ್ಷಗಳನ್ನು ಒಗ್ಗೂಡಿಸುವುದು ಅವರ ಉದ್ದೇಶವಾಗಿದ್ದರೂ ಸಹ, ಅವರು ಹೊಸ ಪಕ್ಷವನ್ನು ಪ್ರಜಾಪ್ರಭುತ್ವದ ಆಧಾರದ ಮೇಲೆ ಸಂಘಟಿಸಲು ಬಯಸಿದ್ದರು. ಬಂಗಾಳದ ಈ ಪಕ್ಷವು ತನ್ನದೇ ಆದ 'ಏಕಸ್ವಾಮ್ಯ'ವನ್ನು ಬಯಸಿತು, ಆದರೆ ಅವರು ಸಾರ್ವಜನಿಕರ ಮೇಲೆ ಯಾವುದೇ ಶಿಸ್ತು ಅಥವಾ ಪ್ರಭಾವವನ್ನು ಹೊಂದಿರಲಿಲ್ಲ. ಶಿವವರ್ಮ ಅವರನ್ನು ಸಂಪರ್ಕಿಸಲು ಬಂಗಾಳಕ್ಕೆ ಹೋದಾಗ, ಈ ಜನರಿಗೆ ರಾತ್ರಿಯಲ್ಲಿ ಅಲ್ಲಿ ಉಳಿಯಲು ವ್ಯವಸ್ಥೆ ಮಾಡಲು ಸಾಧ್ಯವಾಗಲಿಲ್ಲ. ಆದ್ದರಿಂದ, ಅವರಿಂದ ಸಹಕಾರದ ಭರವಸೆ ಕೈಬಿಡಲಾಯಿತು.

ಹೊಸ ಪಕ್ಷವನ್ನು ಸ್ಥಾಪಿಸಲು, ಕ್ರಾಂತಿಕಾರಿಗಳ ಸಭೆಯನ್ನು ಡಿಸೆಂಬರ್ 8, 1928 ರಂದು ಫಿರೋಜ್‌ಶಾ ಕೋಟ್ಲಾ ಕೋಟೆಯ ಅವಶೇಷಗಳಲ್ಲಿ ನಡೆಸಲಾಯಿತು (ಈ ದಿನಾಂಕವು ವಿಭಿನ್ನ ಪುಸ್ತಕಗಳಲ್ಲಿ ವಿಭಿನ್ನವಾಗಿದೆ, ಆದರೆ ಹೆಚ್ಚಿನ ಪುಸ್ತಕಗಳಲ್ಲಿ ಈ ದಿನಾಂಕ ಒಂದೇ ಆಗಿರುತ್ತದೆ). ಬಂಗಾಳವನ್ನು ಹೊರತುಪಡಿಸಿ ಉತ್ತರ ಭಾರತದ ಎಲ್ಲಾ ರಾಜ್ಯಗಳ ಪ್ರತಿನಿಧಿಗಳು ಇದರಲ್ಲಿ ಭಾಗವಹಿಸಿದ್ದರು. ಭಗತ್ ಸಿಂಗ್ ಮತ್ತು ಸುಖದೇವ್ ಪಂಜಾಬ್ ರಾಜ್ಯದ ಪ್ರತಿನಿಧಿಗಳಾಗಿದ್ದರು, ರಾಜಸ್ಥಾನದ ಕುಂದನ್‌ಲಾಲ್, ಶಿವ ವರ್ಮಾ, ಬ್ರಹ್ಮದತ್ ಮಿಶ್ರಾ, ಜೈದೇವ್, ವಿಜಯಕುಮಾರ್ ಸಿನ್ಹಾ ಮತ್ತು ಯುನೈಟೆಡ್ ಪ್ರಾವಿನ್ಸ್ (ಉತ್ತರ ಪ್ರದೇಶ) ಸುರೇಂದ್ರ ಪಾಂಡೆ ಮತ್ತು ಫಣೀಂದ್ರನಾಥ ಘೋಷ್ ಮತ್ತು ಮನಮೋಹನ್ ಬ್ಯಾನರ್ಜಿ ಬಿಹಾರ ರಾಜ್ಯದ ಪ್ರತಿನಿಧಿಗಳಾಗಿದ್ದರು. ಕೆಲವು ಅಪರಿಚಿತ ಅನಿವಾರ್ಯ ಕಾರಣಗಳಿಂದ ಚಂದ್ರಶೇಖರ್ ಆಜಾದ್ ಈ ಸಭೆಗೆ ಬರಲು ಸಾಧ್ಯವಾಗಲಿಲ್ಲ, ಆದರೆ ಅವರು ಈಗಾಗಲೇ ಭಗತ್ ಸಿಂಗ್ ಮತ್ತು ಶಿವ ವರ್ಮಾ ಅವರಿಗೆ ಸಭೆಯಲ್ಲಿ ಬಹುಮತದಿಂದ ಯಾವುದೇ ನಿರ್ಧಾರಗಳನ್ನು ತೆಗೆದುಕೊಳ್ಳುತ್ತಾರೆ, ಅವರು ಸ್ವೀಕರಿಸುತ್ತಾರೆ ಎಂದು ಹೇಳಿದ್ದರು.

ಇಲ್ಲಿಯವರೆಗೆ ವಿವಿಧ ರಾಜ್ಯಗಳ ಕ್ರಾಂತಿಕಾರಿ ಪಕ್ಷಗಳು ತಮ್ಮದೇ ಆದ ವಿಭಿನ್ನ ಹೆಸರುಗಳನ್ನು ಹೊಂದಿದ್ದವು. ಆದ್ದರಿಂದ, ಎಲ್ಲಾ ಪ್ರಾಂತ್ಯಗಳ ಪಕ್ಷಗಳನ್ನು ವಿಲೀನಗೊಳಿಸಿ ಹೊಸ ಅಖಿಲ ಭಾರತ ಪಕ್ಷವನ್ನು ರಚಿಸಲಾಯಿತು. ಈ ಹೊಸ ಸಂಘಟನೆಗೆ 'ಹಿಂದೂಸ್ತಾನ್ ಸಮಾಜವಾದಿ ಗಂಟಾಂತ್ರಿಕ ಸೇನಾ' ಎಂದು ಹೆಸರಿಸಲಾಯಿತು. ತಂಡದ ಸದಸ್ಯರೆಲ್ಲರೂ ಹೊಸಬರು. ಚಂದ್ರಶೇಖರ್ ಆಜಾದ್ ಸಹ ಯುವಕನಾಗಿದ್ದರೂ, ಇದಕ್ಕೂ ಮೊದಲು ಅವರು ರಾಮಪ್ರಸಾದ್ ಬಿಸ್ಮಿಲ್

ಮೊದಲಾದವರ ಜೊತೆ 'ಹಿಂದೂಸ್ತಾನ್ ರಿಪಬ್ಲಿಕನ್ ಅಸೋಸಿಯೇಷನ್' ನಲ್ಲಿ ಕೆಲಸ ಮಾಡಿದ್ದರು, ಇದರಿಂದಾಗಿ ಅವರು ಶಸ್ತ್ರಾಸ್ತ್ರ ಇತ್ಯಾದಿಗಳನ್ನು ನಿರ್ವಹಿಸುವಲ್ಲಿ ಉತ್ತಮ ಅನುಭವವನ್ನು ಹೊಂದಿದ್ದರು, ಆದರೆ ಇತರ ಹೊಸ ಜನರು ಈ ವಿಷಯದಲ್ಲಿ ಅನನುಭವಿಗಳಾಗಿದ್ದರು. ಆದ್ದರಿಂದ ಅವರನ್ನು 'ಹಿಂದೂಸ್ತಾನ್ ಸಮಾಜವಾದಿ ಗಣರಾಜ್ಯ ಸೇನೆ'ಯ ಕಮಾಂಡರ್-ಇನ್-ಚೀಫ್ ಮಾಡಲಾಯಿತು.

ಹೊಸ ಪಕ್ಷದ ಕೇಂದ್ರ ಸಮಿತಿ

ಈ ಹೊಸ ಸಂಘಟನೆಯ ಕೇಂದ್ರ ಸಮಿತಿಯನ್ನು ರಚಿಸಲಾಯಿತು, ಅದರಲ್ಲಿ ಪ್ರತಿ ರಾಜ್ಯದಿಂದ ಪ್ರತಿನಿಧಿಗಳು ಇದ್ದರು, ಅವರ ಹೆಸರುಗಳು ಈ ಕೆಳಗಿನಂತಿವೆ-

1. ಭಗತ್ ಸಿಂಗ್ (ಪಂಜಾಬ್)
2. ಚಂದ್ರಶೇಖರ್ (ಯುನೈಟೆಡ್ ಪ್ರಾಂತ್ಯಗಳು)
3. ಸುಖದೇವ್ (ಪಂಜಾಬ್)
4. ಶಿವ ವರ್ಮಾ (ಯುನೈಟೆಡ್ ಪ್ರಾಂತ್ಯಗಳು)
5. ವಿಜಯ್ ಕುಮಾರ್ (ಯುನೈಟೆಡ್ ಪ್ರಾಂತ್ಯಗಳು)
6. ಫಣೀಂದ್ರನಾಥ ಘೋಷ್ (ಬಿಹಾರ)
7. ಕುಂದನ್‌ಲಾಲ್ (ರಾಜಸ್ಥಾನ)

ಹೊಸ ಪಕ್ಷ ರಚನೆಯಲ್ಲಿ ಪಕ್ಷದ ಮೇಲೆ ಯಾವುದೇ ವ್ಯಕ್ತಿ ಹಿಡಿತ ಸಾಧಿಸುವುದಿಲ್ಲ ಎಂದು ಸ್ಪಷ್ಟಪಡಿಸಲಾಗಿದೆ. ಪಕ್ಷದ ಎಲ್ಲಾ ಆಸ್ತಿ ಕೇಂದ್ರ ಸಮಿತಿಯ ಹಿಡಿತದಲ್ಲಿ ಉಳಿಯುತ್ತದೆ. ಯಾವುದೇ ಕೆಲಸ ಮಾಡಿದರೂ ಅದನ್ನು ಮೊದಲು ಕೇಂದ್ರ ಸಮಿತಿ ಪರಿಗಣಿಸುತ್ತದೆ. ಬಹುಮತದ ಆಧಾರದ ಮೇಲೆ ಎಲ್ಲ ನಿರ್ಧಾರಗಳನ್ನು ತೆಗೆದುಕೊಳ್ಳಲಾಗುವುದು.

ಸಮಾಜವಾದಿ ಎಂಬ ಪದವನ್ನು ಈ ಹೊಸ ಪಕ್ಷದ ಹೆಸರಿನೊಂದಿಗೆ ವಿಶೇಷ ಅರ್ಥದೊಂದಿಗೆ ಸೇರಿಸಲಾಯಿತು, ಇದು ಮಾರ್ಕ್ಸ್ವಾದದ ಸಮಾಜವಾದಿ ತತ್ವಗಳ ಆಧಾರದ ಮೇಲೆ ಸಮಾಜವನ್ನು ಸ್ಥಾಪಿಸಲು ಮತ್ತು ಶೋಷಣೆಯನ್ನು ತೊಡೆದುಹಾಕಲು ಶ್ರಮಿಸುತ್ತದೆ ಎಂದು ಸೂಚಿಸುತ್ತದೆ.

ಸಶಸ್ತ್ರ ಕ್ರಾಂತಿಯ ಮೂಲಕ ಭಾರತದ ಸ್ವಾತಂತ್ರ್ಯಕ್ಕಾಗಿ ಪಕ್ಷವು ಕೆಲಸ ಮಾಡಲಿದೆ ಎಂದು ಈ ಸಭೆಯಲ್ಲಿ ಚರ್ಚಿಸಲಾಯಿತು, ಇದಕ್ಕಾಗಿ ಮುಖ್ಯವಾಗಿ ಹಣದ ಅಗತ್ಯವಿದೆ.

ಅದೊಂದು ರಹಸ್ಯ ಆಂದೋಲನವಾದ್ದರಿಂದ ದೇಣಿಗೆ ಮೂಲಕ ಹಣ ಸಂಗ್ರಹಿಸಲು ಸಾಧ್ಯವಾಗುತ್ತಿರಲಿಲ್ಲ. ಈ ಸಮಸ್ಯೆಯನ್ನು ಪರಿಹರಿಸಲು, ಡಕಾಯಿತಿಗಳಲ್ಲಿ ತೊಡಗಿಸಿಕೊಳ್ಳಲು ನಿರ್ಧರಿಸಲಾಯಿತು ಮತ್ತು ಸಾಧ್ಯವಾದಲ್ಲೆಲ್ಲಾ ಸರ್ಕಾರಿ ಬ್ಯಾಂಕ್‌ಗಳು, ಖಜಾನೆಗಳು ಅಥವಾ ಅಂಚೆ ಕಚೇರಿಗಳಲ್ಲಿ ಡಕಾಯಿತಿಗಳನ್ನು ತೊಡಗಿಸಿಕೊಳ್ಳಬೇಕೆಂದು ನಿರ್ಧರಿಸಲಾಯಿತು. ಸಾರ್ವಜನಿಕರ ನಡುವೆ ದರೋಡೆ ಮಾಡುವ ಮೂಲಕ, ಪಕ್ಷವು ತನ್ನ ಸಹಾನುಭೂತಿಯನ್ನು ಕಳೆದುಕೊಳ್ಳುತ್ತದೆ, ಆದ್ದರಿಂದ ಅದು ಪಕ್ಷಕ್ಕೆ ಹಾನಿಕಾರಕವೆಂದು ಪರಿಗಣಿಸಲಾಗಿದೆ.

ಪಕ್ಷದ ಪ್ರಾಂತೀಯ ಮತ್ತು ಅಂತರ-ಪ್ರಾಂತೀಯ ಸಂಘಟನೆ

ಈ ಸಭೆಯಲ್ಲಿ ಪಕ್ಷದ ಪ್ರಾಂತೀಯ ಮತ್ತು ಅಂತರ ಪ್ರಾಂತೀಯ ಸಂಘಟನೆಯ ಬಗ್ಗೆಯೂ ಚರ್ಚಿಸಲಾಯಿತು. ಭಗತ್ ಸಿಂಗ್ ಮತ್ತು ವಿಜಯಕುಮಾರ್ ಸಿನ್ಹಾ ಅವರಿಗೆ ಪಕ್ಷದ ಅಂತರ-ಪ್ರಾಂತೀಯ ಜವಾಬ್ದಾರಿಯನ್ನು ನೀಡಲಾಯಿತು, ಇದರಿಂದಾಗಿ ವಿವಿಧ ರಾಜ್ಯಗಳಲ್ಲಿನ ಪಕ್ಷದ ಘಟಕಗಳ ನಡುವಿನ ಸಂಬಂಧಗಳು ಸುಗಮವಾಗಿ ಉಳಿದಿವೆ. ಇದಲ್ಲದೆ, ಎಲ್ಲಾ ಪ್ರಾಂತ್ಯಗಳ ಸಂಘಟನಾ ಪ್ರತಿನಿಧಿಗಳನ್ನು ಸಹ ಮಾಡಲಾಯಿತು. ಶಿವ ವರ್ಮಾ ಅವರನ್ನು ಯುನೈಟೆಡ್ ಪ್ರಾಂತ್ಯದ ಸಂಘಟನಾ ಪ್ರತಿನಿಧಿಯಾಗಿ, ಪಂಜಾಬ್‌ನ ಸುಖದೇವ್, ಬಿಹಾರದ ಫಣೀಂದ್ರನಾಥ ಘೋಷ್ ಮತ್ತು ರಜಪೂತಾನದ ಕುಂದನ್‌ಲಾಲ್ ಅವರನ್ನು ಪ್ರತಿನಿಧಿಸಲಾಯಿತು.

ಈ ಮೂಲಕ 'ಹಿಂದೂಸ್ತಾನ್ ಸಮಾಜವಾದಿ ಗಣತಂತ್ರ ಸೇನೆ'ಯ ಈ ನೂತನ ಸಂಘಟನೆಯ ಅಧ್ಯಕ್ಷ ಸ್ಥಾನದ ಗೌರವ ಚಂದ್ರಶೇಖರ ಆಜಾದ್ ಅವರಿಗೆ ಲಭಿಸಿದೆ. ಹಾಗೆ ನೋಡಿದರೆ ಈ ಸಂಘಟನೆಯ ಉದ್ದೇಶಗಳಿಗೂ ಹಿಂದಿನ ಸಂಘಟನೆ 'ಹಿಂದೂಸ್ತಾನ್ ರಿಪಬ್ಲಿಕನ್ ಅಸೋಸಿಯೇಷನ್'ನ ಉದ್ದೇಶಗಳಿಗೂ ವಿಶೇಷ ವ್ಯತ್ಯಾಸವೇನೂ ಇರಲಿಲ್ಲ, ಆದರೆ ಹಿಂದಿನ ಪಕ್ಷದ ಹೆಸರು ಅದರ ಉದ್ದೇಶಗಳನ್ನು ಬಹಿರಂಗಪಡಿಸಲಿಲ್ಲ. ಈ ನಿಟ್ಟಿನಲ್ಲಿ ಮನ್ಮಥನಾಥ ಗುಪ್ತ ಬರೆಯುತ್ತಾರೆ -

"ಕಾಕೋರಿ ಯುಗದಲ್ಲಿ ಸಮಿತಿಯ ಹೆಸರು 'ಹಿಂದೂಸ್ತಾನ್ ರಿಪಬ್ಲಿಕನ್ ಅಸೋಸಿಯೇಷನ್' ಆಗಿತ್ತು. ಈ ಹೆಸರನ್ನು ಕಡಿಮೆ ಅಭಿವ್ಯಕ್ತ ಎಂದು ಪರಿಗಣಿಸಲಾಗಿದೆ, ಅಂದರೆ, ಪಕ್ಷದ ಉದ್ದೇಶವು ಈ ಹೆಸರಿನಿಂದ ಸಂಪೂರ್ಣವಾಗಿ ವ್ಯಕ್ತವಾಗಿಲ್ಲ ಎಂದು ತಿಳಿಯಲಾಗಿದೆ. ಆದ್ದರಿಂದ, ಅದನ್ನು ಹೆಚ್ಚು ಸ್ಪಷ್ಟಪಡಿಸಬೇಕು, ಅದರ ಪ್ರಕಾರ ಪಕ್ಷದ ಹೆಸರನ್ನು 'ಹಿಂದೂಸ್ತಾನ್ ರಿಪಬ್ಲಿಕನ್ ಸೋಷಿಯಲಿಸ್ಟ್ ಆರ್ಮಿ'

ಅಂದರೆ ಹಿಂದೂಸ್ತಾನ್ ಸಮಾಜವಾದಿ ಪ್ರಜಾತಾಂತ್ರಿಕ ಸೇನೆ ಎಂದು ಇಡಲಾಗಿದೆ. ಸಂಕ್ಷಿಪ್ತವಾಗಿ, ಇದು ಸಂಭವಿಸಿತು ಏಕೆಂದರೆ ಸಾಧನಗಳಲ್ಲಿ ಅಭಿವೃದ್ಧಿಯ ಬದಲಿಗೆ, ಕ್ರಾಂತಿಕಾರಿ ಚಳುವಳಿಯ ಗುರಿಯಲ್ಲಿ ಮಾತ್ರ ಅಭಿವೃದ್ಧಿ ಇತ್ತು. ಅದರಂತೆ ಹೆಸರನ್ನು ಬದಲಾಯಿಸಲಾಯಿತು. ಈ ಬದಲಾವಣೆಯು ಪಕ್ಷದ ಧ್ಯೇಯೋದ್ದೇಶದಲ್ಲಿ ಮತ್ತಷ್ಟು ವಿಕಾಸವಾಗಿದೆ ಎಂದು ಸೂಚಿಸುತ್ತದೆ. ಪಕ್ಷವು ಸಮಾಜವಾದ ಮತ್ತು ಕಾರ್ಮಿಕ ವರ್ಗದ ಸರ್ವಾಧಿಕಾರವನ್ನು ತನ್ನ ಗುರಿ ಎಂದು ಘೋಷಿಸಿತು.

ಪೊಲೀಸರೊಂದಿಗೆ ಸಂಘರ್ಷ

ಕಾಕೋರಿ ಘಟನೆಯ ನಂತರ ಪರಾರಿಯಾದ ನಂತರ, ಆಜಾದ್ ಸುಮಾರು ಎರಡು ವರ್ಷಗಳ ಕಾಲ ತನ್ನ ತಾಯಿಯನ್ನು ಭೇಟಿಯಾಗಲು ಸಾಧ್ಯವಾಗಲಿಲ್ಲ. ಅವರ ತಂದೆ ತೀರಿ ಹೋಗಿದ್ದರು. ಮುದುಕಿಯೂ ಕಾನ್ಪುರಕ್ಕೆ ಬಂದು ಬದುಕತೊಡಗಿದಳು. ಒಬ್ಬನೇ ಮಗನನ್ನು ಕಳೆದುಕೊಂಡು ನರಳುತ್ತಿದ್ದಳು. ದರೋಡೆ ನಡೆಸಿದ ನಂತರ ಆಜಾದ್ ಪರಾರಿಯಾಗಿದ್ದಾನೆ ಎಂದು ತಿಳಿದು ಬಂದಿದೆ. ಅವನ ಇತರ ಅನೇಕ ಒಡನಾಡಿಗಳು ಮರಣದಂಡನೆಗೆ ಗುರಿಯಾಗಿದ್ದರು ಅಥವಾ ದೀರ್ಘಾವಧಿಯ ಜೈಲು ಶಿಕ್ಷೆಯನ್ನು ಪಡೆದರು. ಸಿಕ್ಕಿಬಿದ್ದರೆ ಆಜಾದ್ ಗೆ ಶಿಕ್ಷೆ ಖಚಿತವಾಗಿತ್ತು. ಒಂದು ದಿನ ಆಜಾದ್ ತನ್ನ ತಾಯಿಯನ್ನು ಭೇಟಿಯಾಗಲು ಹೋದನು. ಬಹಳ ದಿನಗಳ ನಂತರ ತಾಯಿ ಮತ್ತು ಮಗ ಭೇಟಿಯಾದರು. ಭಗತ್ ಸಿಂಗ್ ಮತ್ತು ಸುಖದೇವ್ ಕೂಡ ಅಲ್ಲಿಗೆ ತಲುಪಲು ಸ್ವಲ್ಪ ಸಮಯವಾಗಿತ್ತು. ಭಗತ್ ಸಿಂಗ್ ತನ್ನ ಬಗ್ಗೆ ಪೊಲೀಸರಿಗೆ ತಿಳಿದಿದ್ದರಿಂದ ಓಡಿಹೋಗಬೇಕು ಎಂದು ಹೇಳಿದರು. ಆದರೆ ಅಪಾಯಗಳ ಜೊತೆ ಆಟವಾಡುವುದೊಂದೇ ಆಜಾದನ ಕೆಲಸವಾಗಿತ್ತು. ತುಂಬಿದ ಪಿಸ್ತೂಲು ಯಾವಾಗಲೂ ಅವನ ಬಳಿ ಇರುತ್ತಿತ್ತು. ಅವರು ಪೊಲೀಸರನ್ನು ಎದುರಿಸಲು ಒಪ್ಪಿಕೊಂಡರು. ಈ ರೀತಿಯ ಧೈರ್ಯವು ಅವರನ್ನು ತೊಂದರೆಗೆ ಸಿಲುಕಿಸುತ್ತದೆ ಎಂದು ಭಗತ್ ಸಿಂಗ್ ಅವರಿಗೆ ವಿವರಿಸಿದರು, ಆದ್ದರಿಂದ ಎಲ್ಲರೂ ಓಡಿಹೋದರು.

ಅಂತೆಯೇ ಒಮ್ಮೆ ಕಾನ್ಪುರದಲ್ಲಿ 'ಪ್ರತಾಪ' ಸಂಪಾದಕರಾದ ಶ್ರೀಯುತ್ ಗಣೇಶಶಂಕರ್ ವಿದ್ಯಾರ್ಥಿಜಿಯವರೊಂದಿಗೆ ಕುಳಿತಿದ್ದರು. ಆಗ ಆತ ಅಲ್ಲಿ ಹಾಜರಿರುವುದು ಪೊಲೀಸರಿಗೆ ಗೊತ್ತಾಗಿದೆ. ಆದ್ದರಿಂದ ಆಜಾದ್ ಮತ್ತು ಅವರ ಸಹಚರರೊಬ್ಬರು ಅವರ ತಾಯಿಯ ನಿವಾಸಕ್ಕೆ ಹೋದರು. ಅಲ್ಲಿ ರಾತ್ರಿ ಊಟ ಮಾಡಿದ ನಂತರ ಸಂಗಡಿಗರಿಬ್ಬರೂ ಮಲಗಿದರು. ಏತನ್ಮಧ್ಯೆ, ಆಜಾದ್

ವಿದ್ಯಾರ್ಥಿಜಿಯನ್ನು ದಾಟಿದ ತಕ್ಷಣ, ಒಬ್ಬ ಪೊಲೀಸ್ ಅಧಿಕಾರಿ ತನ್ನ ತಂಡದೊಂದಿಗೆ ಅಲ್ಲಿಗೆ ತಲುಪಿದರು. ಆಜಾದ್ ಆಗಲೇ ಅಲ್ಲಿಂದ ಹೊರಟು ಹೋಗಿದ್ದ. ಆಜಾದ್ ತನ್ನ ತಾಯಿಯ ಬಳಿ ಹೋಗಿದ್ದಾನೆ ಎಂದು ಯಾರೋ ಪೊಲೀಸರಿಗೆ ತಿಳಿಸಿದ್ದಾರೆ. ಪೊಲೀಸ್ ತಂಡ ಅಲ್ಲಿಗೆ ತಲುಪಿತು. ಬಾಗಿಲು ಒಳಗಿನಿಂದ ಲಾಕ್ ಆಗಿತ್ತು. ಪೊಲೀಸರು ಹೊರಗೆ ಬರುವುದನ್ನು ಕಂಡು ಸಹಚರರಿಬ್ಬರೂ ಎಚ್ಚರಗೊಂಡರು. ಆಜಾದ್ ಎದುರಿಸಲು ಸಿದ್ಧನಾದ.

ಇಬ್ಬರೂ ಸಹಚರರು ತಮ್ಮ ಪಿಸ್ತೂಲುಗಳನ್ನು ತೆಗೆದುಕೊಂಡರು. ಪೊಲೀಸರು ನಿರಂತರವಾಗಿ ಬಾಗಿಲು ಬಡಿಯುತ್ತಿದ್ದರು. ಬಾಗಿಲು ತೆರೆಯದಿರುವುದನ್ನು ನೋಡಿದ ಪೊಲೀಸ್ ಅಧಿಕಾರಿ ಬಾಗಿಲು ಒಡೆಯಲು ಆದೇಶಿಸಿದರು. ಬಾಗಿಲು ಮುರಿಯಲು ಪ್ರಾರಂಭಿಸಿತು. ಬಾಗಿಲು ಒಡೆದ ತಕ್ಷಣ ಆಜಾದ್ ಮತ್ತು ಆತನ ಸಹಚರರು ಪೊಲೀಸರ ಮೇಲೆ ಗುಂಡು ಹಾರಿಸಲು ಆರಂಭಿಸಿದರು. ಪ್ರತಿಯಾಗಿ, ಪೊಲೀಸರು ಕೂಡ ಗುಂಡು ಹಾರಿಸಲು ಪ್ರಾರಂಭಿಸಿದರು, ಆದರೆ ಇಬ್ಬರೂ ಸಹಚರರು ತಮ್ಮನ್ನು ಮುಚ್ಚಿಕೊಳ್ಳದಂತೆ ರಕ್ಷಿಸಿಕೊಂಡರು. ಹಲವು ಪೊಲೀಸರು ಗಾಯಗೊಂಡಿದ್ದಾರೆ. ಪೊಲೀಸ್ ಅಧಿಕಾರಿ ಕೋಪಗೊಂಡರು. ಸೈನಿಕರನ್ನು ಒಳಗೆ ಪ್ರವೇಶಿಸುವಂತೆ ಆಜ್ಞಾಪಿಸಿದನು. ಬಾಗಿಲು ಮುರಿದಿತ್ತು. ನೂರಾರು ಪೊಲೀಸರು ತಮ್ಮ ಶಸ್ತ್ರಾಸ್ತ್ರಗಳನ್ನು ಸಿದ್ಧವಾಗಿಟ್ಟುಕೊಂಡು ಒಳಗೆ ಹೋಗಲು ಸಿದ್ಧರಾದರು. ಇಲ್ಲಿ ಆಜಾದ್ ಮತ್ತು ಅವನ ಸಹಚರನ ಪಿಸ್ತೂಲುಗಳು ಖಾಲಿಯಾಗಿದ್ದವು. ಪೊಲೀಸರು ಒಳಗೆ ಪ್ರವೇಶಿಸುವ ಮುನ್ನವೇ ಸಹಚರರಿಬ್ಬರೂ ಮನೆಯ ಮಾಳಿಗೆಗೆ ಹೋಗಿ ಅಲ್ಲಿಂದ ಮತ್ತೊಂದು ಮಾಳಿಗೆಗೆ ಜಿಗಿದಿದ್ದಾರೆ. ಪೊಲೀಸರು ಆ ಮನೆಯನ್ನು ಸುತ್ತುವರಿದಿದ್ದರು. ಪೊಲೀಸರು ಗುಂಡುಗಳನ್ನು ಹಾರಿಸಲು ಪ್ರಾರಂಭಿಸಿದರು, ಇಬ್ಬರು ಕ್ರಾಂತಿಕಾರಿಗಳು ಛಾವಣಿಯ ಮೇಲೆ ಇಟ್ಟ ಇಟ್ಟಿಗೆಗಳಿಂದ ಪ್ರತಿಕ್ರಿಯಿಸಿದರು. ನಂತರ ಅವನ ಸ್ನೇಹಿತ ಶುಕ್ಲಾ ಒಬ್ಬಂಟಿಯಾಗಿ ಇಟ್ಟಿಗೆಗಳನ್ನು ಎಸೆಯಲು ಪ್ರಾರಂಭಿಸಿದನು, ಆಜಾದ್ ಒಂದು ಛಾವಣಿಯಿಂದ ಇನ್ನೊಂದು ಛಾವಣಿಗೆ ಹಾರಿ ನಾಪತ್ತೆಯಾದನು. ಪೊಲೀಸರು ಮೋಸ ಹೋದರು; ಇಬ್ಬರೂ ಸಹಚರರು ಛಾವಣಿಯಿಂದ ಇಟ್ಟಿಗೆಗಳನ್ನು ಎಸೆಯುತ್ತಿದ್ದಾರೆ ಎಂದು ಅವರು ಭಾವಿಸಿದರು. ಈ ಉನ್ಮಾದದಲ್ಲಿ ಪೊಲೀಸರು ಶುಕ್ಲಾ ಮೇಲೆ ಗುಂಡು ಹಾರಿಸುತ್ತಲೇ ಇದ್ದರು. ಆಜಾದ್ ತಪ್ಪಿಸಿಕೊಳ್ಳುವ ಬಗ್ಗೆ ಯಾರೂ ಗಮನ ಹರಿಸಲಿಲ್ಲ. ಪೊಲೀಸ್ ತಂಡ ಟೆರೇಸ್ ತಲುಪಿತು. ಅಲ್ಲಿ ಶುಕ್ಲಾ ಮೃತದೇಹ ಬಿಟ್ಟರೆ ಬೇರೇನೂ ಸಿಗಲಿಲ್ಲ. ಪೊಲೀಸರು ನೋಡುತ್ತಲೇ ಇದ್ದರು ಆಜಾದ್ ಮಾರುವೇಷದಲ್ಲಿ ಠಾಣೆ ತಲುಪಿ ಅಲ್ಲಿಂದ ದೆಹಲಿ ತಲುಪಿದರು.

ಪೊಲೀಸ್ ಅಧಿಕಾರಿಯ ಜೀವನ

ಚಂದ್ರಶೇಖರ್ ಆಜಾದ್ ಬಂಧನಕ್ಕೆ ಪೊಲೀಸ್ ಅಧಿಕಾರಿ ತಸ್ಸಾದುಕ್ ಹುಸೇನ್ ಅವರನ್ನು ವಿಶೇಷವಾಗಿ ನೇಮಿಸಲಾಗಿತ್ತು. ಆತನ ವಿರುದ್ಧ ಸಾಕ್ಷ್ಯಾಧಾರಗಳನ್ನು ಸಂಗ್ರಹಿಸಲು ಆತ ಶಕ್ತಿಮೀರಿ ಪ್ರಯತ್ನಿಸುತ್ತಿದ್ದ. ಆಜಾದ್ ಅವರಿಗೆ ಇದರ ಪರಿಚಯವಿಲ್ಲ. ಒಂದೊಮ್ಮೆ ತನ್ನ ಕೆಲಸ ಮುಗಿಸಬೇಕು ಎಂಬ ಯೋಚನೆ ಬಂದರೂ ಅದರಿಂದ ಪ್ರಯೋಜನವಿಲ್ಲ ಎಂದುಕೊಂಡ. ಕೊಂದರೆ ಬೇರೆಯವರು ಆ ಕೆಲಸ ಮಾಡಲು ಶುರು ಮಾಡುತ್ತಾರೆ.

ಆ ಅಧಿಕಾರಿ ಯಾವಾಗಲೂ ಅವನನ್ನು ಹಿಂಬಾಲಿಸುತ್ತಿದ್ದರು. ಆಜಾದ್ ದೆಹಲಿ ತಲುಪಿದಾಗ ಅವರೂ ದೆಹಲಿಗೆ ಬಂದರು. ಅವರು ನೆರಳಿನಂತೆ ಅವರೊಂದಿಗೆ ಇದ್ದರು. ಹೀಗಾಗಿ ಅವರಿಗೆ ತಕ್ಕ ಪಾಠ ಕಲಿಸುವುದು ಅನಿವಾರ್ಯವಾಯಿತು. ಒಂದು ದಿನ, ಸೂಕ್ತ ಕ್ಷಣವನ್ನು ಕಂಡು, ಆಜಾದ್ ಸ್ವತಃ ಅವನನ್ನು ತಲುಪಿ ತನ್ನ ಪಿಸ್ತೂಲನ್ನು ಅವನ ಎದೆಯ ಮೇಲೆ ಇಟ್ಟನು. ತಸ್ಸದುಕ್ ಹುಸೇನ್ ಬೆವರತೊಡಗಿದರು. ಅವನು ನಡುಗಲು ಪ್ರಾರಂಭಿಸಿದನು. ಅವನು ತನ್ನ ಸಾವನ್ನು ತನ್ನ ಮುಂದೆ ಮುಕ್ತ ವ್ಯಕ್ತಿಯಾಗಿ ನೋಡಲಾರಂಭಿಸಿದನು. ಅವನು ಕೊರಗುವ ಧ್ವನಿಯಲ್ಲಿ ದೇವರಲ್ಲಿ ಕ್ಷಮೆಯಾಚಿಸಲು ಪ್ರಾರಂಭಿಸಿದನು ಮತ್ತು ಅವರನ್ನು ಅನುಸರಿಸುವುದನ್ನು ನಿಲ್ಲಿಸುತ್ತೇನೆ ಎಂದು ಪ್ರತಿಜ್ಞೆ ಮಾಡಿದನು. ಈ ಹಿನ್ನೆಲೆಯಲ್ಲಿ ಆಜಾದ್ ಅವರಿಗೆ ಎಚ್ಚರಿಕೆ ನೀಡಿ ಅಲ್ಲಿಂದ ತೆರಳಿದರು. ಇದಾದ ನಂತರ ಅವರು ಮತ್ತೆ ಆಜಾದ್ ಅವರನ್ನು ಅನುಸರಿಸಲಿಲ್ಲ.

ಆಜಾದ್ ಅಂತಹ ಧೈರ್ಯದ ಕಾರ್ಯಗಳನ್ನು ಮಾಡುವುದರಲ್ಲಿ ಬಹಳ ಸಂತೋಷಪಟ್ಟರು. ಒಮ್ಮೆ ಅವರು ವೇಷ ಧರಿಸಿ ರೈಲಿನಲ್ಲಿ ಕಾನ್ಪುರಕ್ಕೆ ಬರುತ್ತಿದ್ದರು. ಈ ಬಗ್ಗೆ ಪೊಲೀಸರಿಗೆ ಮಾಹಿತಿ ಸಿಕ್ಕಿತ್ತು. ಪೊಲೀಸರು ಸಂಪೂರ್ಣ ಸನ್ನದ್ಧರಾಗಿದ್ದರು. ರೈಲು ನಿಲ್ದಾಣವನ್ನು ಎಲ್ಲಾ ಕಡೆಯಿಂದ ಸುತ್ತುವರಿಯಲಾಗಿತ್ತು. ವೇದಿಕೆಯ ಮೇಲೆ ಗೂಢಚಾರರ ಬಲೆ ಹಾಕಲಾಗಿತ್ತು. ಲಕ್ನೋದಿಂದ ಬಂದ ರೈಲು ನಿಗದಿತ ಸಮಯಕ್ಕೆ ಪ್ಲಾಟ್‌ಫಾರ್ಮ್‌ನಲ್ಲಿ ನಿಂತಿತು. ಆಜಾದ್ ವೇಷ ಧರಿಸಿ ಕಂಪಾರ್ಟ್ ಮೆಂಟ್ ನಿಂದ ಕೆಳಗಿಳಿದು ನಿರ್ಭಯವಾಗಿ ಗೂಢಚಾರರನ್ನು ದಾಟಿ ಗೇಟ್ ತಲುಪಿದ. ಅಲ್ಲಿ ಒಬ್ಬ ಇನ್ಸ್ ಪೆಕ್ಟರ್ ನಿಂತಿದ್ದರು. ಅವನು ಏನು ಮಾಡುವ ಮೊದಲು, ಅವಳು ತನ್ನ ಜೇಬಿನಲ್ಲಿ ತನ್ನ ಕೈಗಳನ್ನು ಇಟ್ಟು ಆಜಾದನಿಗೆ ದಾರಿ ಮಾಡಿಕೊಟ್ಟಳು. ನಗುತ್ತಾ, ಆಜಾದ್ ಗೇಟ್‌ನಿಂದ ಹೊರನಡೆದರು ಮತ್ತು ಪೊಲೀಸರು ನೋಡುತ್ತಲೇ ಇದ್ದರು.

ಕಾಕೋರಿ ಘಟನೆಯ ನಾಯಕರನ್ನು ಬಿಡುಗಡೆ ಮಾಡಲು ಯೋಜಿಸಿ

ಕಾಕೋರಿ ಘಟನೆಯ ವೀರರನ್ನು ಜೈಲಿನಿಂದ ಬಿಡುಗಡೆ ಮಾಡಲು 'ಹಿಂದೂಸ್ತಾನ್ ಸೋಷಿಯಲಿಸ್ಟ್ ರಿಪಬ್ಲಿಕನ್ ಆರ್ಮಿ' ಯೋಜಿಸಿತ್ತು. ತಮ್ಮ ಯೋಜನೆಯನ್ನು ಕಾರ್ಯಗತಗೊಳಿಸಲು, ಕ್ರಾಂತಿಕಾರಿಗಳಾದ ಚಂದ್ರಶೇಖರ ಆಜಾದ್, ವಿಜಯಕುಮಾರ್ ಸಿನ್ಹಾ, ಭಗತ್ ಸಿಂಗ್, ರಾಜಗುರು, ಬಟುಕೇಶ್ವರ್ ದತ್, ಶಿವ ವರ್ಮಾ, ಜೈದೇವ್ ಮುಂತಾದವರು ಆಗ್ರಾವನ್ನು ತಲುಪಿದರು, ಆದರೆ ಅವರಿಗೆ ಈ ಕೆಲಸದಲ್ಲಿ ಯಶಸ್ಸು ಸಿಗಲಿಲ್ಲ. ಅವರನ್ನು ಬಿಡುಗಡೆಗೊಳಿಸಿದ ತಂಡದಲ್ಲಿ ಡಾ.ಭಗವಾನದಾಸ್ ಮಹೋರ್ ಕೂಡ ಸೇರಿದ್ದರು ಮತ್ತು ಅವರು ಆಗಲೂ ವಿದ್ಯಾರ್ಥಿಯಾಗಿದ್ದರು. ಈ ಯೋಜನೆಯ ವೈಫಲ್ಯದ ಬಗ್ಗೆ, ಡಾ. ಮಹೂರ್ ಬರೆದಿದ್ದಾರೆ -

"ಶ್ರೀ ಯೋಗೀಶ್ಚಂದ್ರ ಚಟರ್ಜಿ ಅವರನ್ನು ಜೈಲಿನಿಂದ ಬಿಡುಗಡೆ ಮಾಡಬೇಕು ಎಂಬ ಕಾರಣಕ್ಕೆ ನಮ್ಮನ್ನು ಆಗ್ರಾಕ್ಕೆ ಕರೆಸಲಾಯಿತು. ಹೊರಗೆ ಬಂದ ಮೇಲೆ ದಾಳಿ ನಡೆಸಿ ರಕ್ಷಿಸುವ ಪ್ಲಾನ್ ಮಾಡಲಾಗಿತ್ತಾದರೂ ಸಫಲವಾಗಲಿಲ್ಲ. ಚಟರ್ಜಿಯನ್ನು ಒಂದು ಜೈಲಿನಿಂದ ಇನ್ನೊಂದು ಜೈಲಿಗೆ ಕಳುಹಿಸಬೇಕಾಗಿತ್ತು, ಆದರೆ ಆ ದಿನ ಅವರನ್ನು ಕಳುಹಿಸಲಿಲ್ಲ.

ಇದರ ನಂತರವೂ, ಈ ಗುಂಪಿನ ಎರಡು-ನಾಲ್ಕು ಸಹಚರರು ಆಗ್ರಾದಲ್ಲಿ ಉಳಿದರು, ಆದರೆ ಇನ್ನೂ ಈ ಯೋಜನೆ ಯಶಸ್ವಿಯಾಗಲಿಲ್ಲ. ಇದರಿಂದಾಗಿ ಅವರೂ ನಂತರ ನಿರಾಸೆಯಿಂದ ಮರಳಬೇಕಾಯಿತು.

ಅದೇ ರೀತಿ ಪಂಡಿತ್ ರಾಮ್ ಪ್ರಸಾದ್ ಬಿಸ್ಮಿಲ್ ಅವರನ್ನು ಜೈಲಿನಿಂದ ಬಿಡುಗಡೆ ಮಾಡಲು ಯೋಜನೆ ರೂಪಿಸಲಾಗಿತ್ತು, ಆದರೆ ಆತನನ್ನು ಅತ್ಯಂತ ಕಟ್ಟುನಿಟ್ಟಿನ ಪೊಲೀಸ್ ಕಾವಲು ಹಾಕಲಾಗಿತ್ತು. ಪರಿಣಾಮವಾಗಿ, ಇದು ಸಹ ವೈಫಲ್ಯಕ್ಕೆ ಕಾರಣವಾಯಿತು. ಗುಂಪಿನ ಜನರು ಅವನ ಬಗ್ಗೆ ತಿಳಿದುಕೊಳ್ಳಲು ಸಾಕಷ್ಟು ಪ್ರಯತ್ನಿಸಿದರು. ಭಗತ್ ಸಿಂಗ್ ಅವರನ್ನು ಯಾವುದೇ ಬೆಲೆಯಲ್ಲಿ ಮುಕ್ತಗೊಳಿಸಲು ಬಯಸಿದ್ದರು. ಈ ಸಂದರ್ಭದಲ್ಲಿ ಶ್ರೀ ಶಿವ ವರ್ಮಾ ಬರೆದಿದ್ದಾರೆ -

"ಎರಡು-ಮೂರು ದಿನಗಳ ನಂತರ, ವಿಜಯ್ ಬಂದು ಬಿಸ್ಮಿಲ್‌ನ ಮೇಲೆ ಪೊಲೀಸರ ಕಟ್ಟುನಿಟ್ಟು ಮತ್ತು ಜಾಗರೂಕತೆಯನ್ನು ವಿವರಿಸಿದರು, ಈಗ ನಾವು ಈ ಆಲೋಚನೆಯನ್ನು ತ್ಯಜಿಸಬೇಕಾಗಿದೆ, ಈ ಸುದ್ದಿಯು ಭಗತ್ ಸಿಂಗ್‌ನ ಎಲ್ಲಾ

ಕನಸುಗಳನ್ನು ಭಗ್ನಗೊಳಿಸಿತು. ಅನೇಕ ಪ್ರಯತ್ನಗಳ ನಂತರ, ನಾನು ಬಿಸ್ಮಿಲ್
ಬರೆದ ಗಜಲ್ ಅನ್ನು ನೋಡಿದೆ.

ಬಿಸ್ಮಿಲ್ ಕಾಕೋರಿ ಘಟನೆಯ ನಾಯಕ, ಆದ್ದರಿಂದ ಮರಣದಂಡನೆ ವಿಧಿಸಿದ
ನಂತರವೂ, ಅವನ ಮೇಲೆ ಪೊಲೀಸ್ ಕಾವಲು ಕಟ್ಟುನಿಟ್ಟಾಗಿತ್ತು. ಅವರು ಕಳುಹಿಸುವ
ಮತ್ತು ಅವರ ಬಳಿಗೆ ಬರುವ ವಸ್ತುಗಳನ್ನು ಕಟ್ಟುನಿಟ್ಟಾಗಿ ಗಮನಿಸಲಾಯಿತು. ಬಹುಶಃ
ಜೈಲು ಅಧಿಕಾರಿಗಳು ಅವರು ಬರೆದ ಈ ಗಜಲ್ ಅನ್ನು ಸಾಮಾನ್ಯ ಗಜಲ್ ಎಂದು
ಪರಿಗಣಿಸಿದ್ದಾರೆ; ಅದರಲ್ಲಿ ಅಡಗಿರುವ ಆಳವಾದ ಅರ್ಥವನ್ನು ಅವರು
ಅರ್ಥಮಾಡಿಕೊಳ್ಳಲು ಸಾಧ್ಯವಾಗಲಿಲ್ಲ. ಈ ಗಜಲ್‌ಗಳು ಈ ಕೆಳಗಿನಂತಿವೆ –

ಅಳಿಸಿ ಹೋಗಿರುವವನು ಮತ್ತೊಮ್ಮೆ
ಶುಭಾಶಯಗಳೊಂದಿಗೆ ಬಂದರೆ ಹೇಗೆ?

ಅವನ ಹೃದಯವು ನಾಶವಾದ
ನಂತರ ಅವನ ಸಂದೇಶವು ಬಂದರೆ ಏನು?

ಎಲ್ಲಾ ಭರವಸೆಗಳು ಹೋದವು,
ಎಲ್ಲಾ ಆಲೋಚನೆಗಳು ಹೋದವು.
ಆ ಸಮಯದಲ್ಲಿ ಮೆಸೆಂಜರ್
ಹೆಸರಿನೊಂದಿಗೆ ಬಂದರೆ ಏನು?

ಓ ಮುಗ್ಧ ಹೃದಯ,
ಈಗ ನೀನು ಈ ಪುಟ್ಟ ಗೆಳೆಯನಲ್ಲಿ ಮರೆಯಾಗುತ್ತೀಯ.
ನನ್ನ ವೈಫಲ್ಯಗಳ ನಂತರ
ಕೆಲಸ ಬಂದರೆ ಏನು.

ನಮ್ಮ ಜೀವಿತಾವಧಿಯಲ್ಲಿ ಆ ದೃಶ್ಯವನ್ನು ನಾವು
ನೋಡಬಹುದೆಂದು ನಾನು ಬಯಸುತ್ತೇನೆ.
ಕೆಲವು ಪ್ರಸಿದ್ಧ ವ್ಯಕ್ತಿಗಳು ಮಳೆಯಿಂದ

ತೊಂದರೆಗೆ ಸಿಲುಕಿದರೆ ಏನು?

ಬಿಸ್ಮಿಲ್ ಅವರ ಹಂಬಲವು
ಅವರ ಕೊನೆಯ ಉಸಿರಿಗೆ ಯೋಗ್ಯವಾಗಿತ್ತು.
ಬೆಳಗ್ಗೆ ಬಾಳ ಹೆಸರು ಬಂದರೆ?

ಈ ಪ್ರಕರಣದಲ್ಲಿ ಮರಣದಂಡನೆ ಶಿಕ್ಷೆಗೆ ಗುರಿಯಾಗಿರುವ

ವೀರಯೋಧರನ್ನು ಮುಕ್ತಗೊಳಿಸಲು ಕೂಡಲೇ ಪ್ರಯತ್ನ ನಡೆಸಬೇಕು, ಇಲ್ಲವಾದಲ್ಲಿ ಗಲ್ಲು ಶಿಕ್ಷೆಗೆ ಗುರಿಯಾಗುತ್ತಾರೆ ಎಂಬ ಸಂದೇಶವನ್ನು ಬಿಸ್ಮಿಲ್ ಅವರ ಮೂಲಕ ತಮ್ಮ ಸಹಚರರಿಗೆ ರವಾನಿಸಿದ್ದರು ಎಂಬುದು ಗಜಲ್ ನ ಈ ಸಾಲುಗಳಿಂದ ಸ್ಪಷ್ಟವಾಗುತ್ತದೆ. ಈ ಪ್ರಯತ್ನಗಳನ್ನು 1927 ರ ಆರಂಭದಲ್ಲಿ ಮಾಡಲಾಯಿತು.

ಆರನೇ ಅಧ್ಯಾಯ

ಆರೋಹಣ-ಅವರೋಹಣ: ಹೊಸ ಪ್ರಕ್ರಿಯೆಗಳು

ಸಶಸ್ತ್ರ ಕ್ರಾಂತಿಯ ಮೂಲಕ ಭಾರತವನ್ನು ಸ್ವತಂತ್ರಗೊಳಿಸುವುದು 'ಹಿಂದೂಸ್ತಾನ್ ಸಮಾಜವಾದಿ ರಿಪಬ್ಲಿಕನ್ ಆರ್ಮಿ'ಯ ಮುಖ್ಯ ಉದ್ದೇಶವಾಗಿತ್ತು. ಆಜಾದ್ ಅವರು ಇಲ್ಲಿಯವರೆಗೆ ಮಾಡಿದ ಯಾವುದೇ ಕೆಲಸದಿಂದ ವಿಶೇಷವಾಗಿ ತೃಪ್ತರಾಗಿರಲಿಲ್ಲ. ಇಡೀ ದೇಶದಲ್ಲಿ ಸಂಚಲನ ಮೂಡಿಸುವ ಮತ್ತು ಬ್ರಿಟಿಷ್ ಸರ್ಕಾರವನ್ನು ಭಯಭೀತಗೊಳಿಸುವ ಬೃಹತ್ ಸ್ಫೋಟವನ್ನು ಸೃಷ್ಟಿಸಲು ಅವರು ಬಯಸಿದ್ದರು. ಕಾಕತಾಳೀಯವೆಂಬಂತೆ ಇಂತಹ ಸಂದರ್ಭಗಳೂ ಹುಟ್ಟಿಕೊಂಡ ಕಾರಣ ಇಡೀ ದೇಶದ ಗಮನ ಈ ಪಕ್ಷದ ಕಾರ್ಯವೈಖರಿಯತ್ತ ಕೇಂದ್ರೀಕೃತವಾಗಿತ್ತು. ಲಾಹೋರ್ ಸಂಚು, ಅಸೆಂಬ್ಲಿ ಬಾಂಬ್ ಘಟನೆ, ವೈಸರಾಯ್ ರೈಲಿಗೆ ಬಾಂಬ್ ಎಸೆದ ಘಟನೆ ಇತ್ಯಾದಿಗಳು ಈ ಗುಂಪಿನ ಕ್ರಮಗಳು.

ಸೈಮನ್ ಆಯೋಗದ ಆಗಮನ

ನವೆಂಬರ್ 8, 1927 ರಂದು, ವೈಸರಾಯ್ ಭಾರತದಲ್ಲಿ ಆಡಳಿತ ಸುಧಾರಣೆಗಳನ್ನು ತನಿಖೆ ಮಾಡಲು ಸೈಮನ್ ಆಯೋಗವು ಇಂಗ್ಲೆಂಡ್‌ನಿಂದ ಭಾರತಕ್ಕೆ ಆಗಮಿಸಲಿದೆ ಎಂದು ಘೋಷಿಸಿದರು. ಈ ಆಯೋಗದಲ್ಲಿ ಭಾರತೀಯ ಸದಸ್ಯರಿರಲಿಲ್ಲ. ಇಂಗ್ಲೆಂಡಿನ ಪ್ರಸಿದ್ಧ ವಕೀಲ ಸರ್ ಜಾನ್ ಸೈಮನ್ ಇದರ ಅಧ್ಯಕ್ಷರಾಗಿದ್ದರು.

ಈ ಆಯೋಗವು ಫೆಬ್ರವರಿ 3, 1928 ರಂದು ಭಾರತವನ್ನು ತಲುಪಿತು. ಇತ್ತೀಚಿನ ದಿನಗಳಲ್ಲಿ ದೇಶದಲ್ಲಿ ಕೋಮುವಾದದ ಬೆತ್ತಲೆಯೊಂದು ನಡೆಯುತ್ತಿದೆ. ಭಾರತದ ಎಲ್ಲಾ ರಾಜಕೀಯ ಪಕ್ಷಗಳು ಈ ಆಯೋಗವನ್ನು ಬಹಿಷ್ಕರಿಸಲು ನಿರ್ಧರಿಸಿದವು. ಭಾರತಕ್ಕೆ ಆಗಮಿಸಿದ ದಿನದಂದು ದೇಶಾದ್ಯಂತ ಮುಷ್ಕರಗಳನ್ನು

ಆಚರಿಸಲಾಯಿತು. ಸೈಮನ್ ಬಾಂಬೆಗೆ ಬಂದಿಳಿದ ಕೂಡಲೇ ಕಪ್ಪು ಬಾವುಟಗಳನ್ನು ಪ್ರದರ್ಶಿಸಿ, 'ಸೈಮನ್ ಗೋ ಬ್ಯಾಕ್' ಎಂಬ ಘೋಷಣೆಗಳನ್ನು ಕೂಗಿದರು. ಆಯೋಗ ದೆಹಲಿಗೆ ಬಂದಾಗ ಇಲ್ಲೂ ಅದೇ ರೀತಿಯ ಸ್ವಾಗತ ಸಿಕ್ಕಿತು. ಅದೇ ಪರಿಸ್ಥಿತಿ ಮದ್ರಾಸ್‌ನಲ್ಲಿಯೂ ಚಾಲ್ತಿಯಲ್ಲಿದೆ, ಅಲ್ಲಿ ಪೊಲೀಸರು ಗುಂಡು ಹಾರಿಸಬೇಕಾಯಿತು, ಇದರಿಂದಾಗಿ ಮೂವರು ಪ್ರತಿಭಟನಾಕಾರರು ಸಾವನ್ನಪ್ಪಿದರು. ಕಲ್ಕತ್ತಾದಲ್ಲೂ ಪ್ರತಿಭಟನೆಗಳು ನಡೆದವು.

'ಹಿಂದೂಸ್ತಾನ್ ಸಮಾಜವಾದಿ ರಿಪಬ್ಲಿಕನ್ ಆರ್ಮಿ'ಯ ಕೇಂದ್ರ ಸಮಿತಿಯು ಲಾಹೋರ್ ತಲುಪಿದಾಗ ಸೈಮನ್ ಆಯೋಗದ ಮೇಲೆ ಬಾಂಬ್ ಎಸೆಯುವ ಮೂಲಕ ತನ್ನ ಅಸಮಾಧಾನವನ್ನು ವ್ಯಕ್ತಪಡಿಸಲು ನಿರ್ಧರಿಸಿತ್ತು, ಆದರೆ ಸಂಘಟನೆಯಲ್ಲಿ ಹಣದ ಕೊರತೆಯಿಂದ ಅದು ಸಾಧ್ಯವಾಗಲಿಲ್ಲ.

ಈ ಆಯೋಗವು ಅಕ್ಟೋಬರ್ 20, 1928 ರಂದು ಲಾಹೋರ್ ತಲುಪಿತು. ಇದನ್ನು ವಿರೋಧಿಸಿದ ಪ್ರತಿಭಟನಾಕಾರರ ನೇತೃತ್ವವನ್ನು ಲಾಲಾ ಲಜಪತ್ ರಾಯ್ ಇಲ್ಲಿ ನಡೆಸಿದರು. ಪ್ರತಿಭಟನಾಕಾರರ ಮುಂಚೂಣಿಯಲ್ಲಿ 'ನೌಜವಾನ್ ಭಾರತ್ ಸಭಾ'ದ ಯುವ ಸದಸ್ಯರು ಇದ್ದರು. 'ನೌಜವಾನ್ ಭಾರತ್ ಸಭಾ' ಸ್ಥಾಪಿಸಿದ್ದು ಭಗತ್ ಸಿಂಗ್. ಈ ವೇಳೆ ಈ ಸಭೆ 'ಹಿಂದೂಸ್ತಾನ್ ಸಮಾಜವಾದಿ ರಿಪಬ್ಲಿಕನ್ ಸೇನೆ'ಯ ಭಾಗವಾಗಿತ್ತು. ಈ ಬಹಿಷ್ಕಾರದಲ್ಲಿ ಲಾಲಾ ಲಜಪತ್ ರಾಯ್ ಅವರ ನೇತೃತ್ವದಲ್ಲಿ ಕೆಲಸ ಮಾಡಲು ಅದರ ಸದಸ್ಯರಿಗೆ ಸೂಚನೆ ನೀಡಲಾಯಿತು.

ಕಮಿಷನ್ ಬರುವುದನ್ನೇ ಎದುರು ನೋಡುತ್ತಿದ್ದ ಪ್ರತಿಭಟನಾಕಾರರ ದಂಡೇ ನಿಲ್ದಾಣದಲ್ಲಿ ನಿಂತಿತ್ತು. ಲಾಹೋರ್ ಅಧೀಕ್ಷಕ ಸ್ಕಾಟ್ ಅವರ ಇತರ ಅಧಿಕಾರಿಗಳು ಮತ್ತು ಪಕ್ಷಾಂತರಿಗಳೊಂದಿಗೆ ಅಲ್ಲಿ ಹಾಜರಿದ್ದರು. ಆಯೋಗವನ್ನು ಸುಲಭವಾಗಿ ಉಳಿಸಲು, ಅವರು ಸಹಾಯಕ ಸೂಪರಿಂಟೆಂಡೆಂಟ್ ಸೌಂಡರ್ಸ್ ಅವರನ್ನು ನೇಮಿಸಿದರು ಮತ್ತು ರಸ್ತೆಯಿಂದ ಗುಂಪನ್ನು ತೆಗೆದುಹಾಕಲು ಅಗತ್ಯವಿದ್ದರೆ ಲಾಠಿಚಾರ್ಜ್ ಅನ್ನು ಆಶ್ರಯಿಸಿದರು. ಸೌಂಡರ್ಸ್ ಮೊದಲು ಗುಂಪಿನ ಮೇಲೆ ಲಾಠಿ ಬೀಸಿದರು. ಪ್ರತಿಭಟನಾಕಾರರು ಅಲ್ಲಿ ಇಲ್ಲಿಗೆ ತೆರಳಿದರು. ದಾರಿ ತೆರೆಯಿತು; ಆದರೆ ಲಾಲಾ ಲಜಪತ್ ರಾಯ್ ಅವರು 'ನೌಜವಾನ್ ಭಾರತ್ ಸಭಾ' ಸದಸ್ಯರೊಂದಿಗೆ ಅವರ ಸ್ಥಾನದಲ್ಲಿ ನಿಂತರು. ಸೌಂಡರ್ಸ್ ಇದನ್ನು ಸ್ಕಾಟ್‌ಗೆ ತಿಳಿಸಿದರು ಮತ್ತು ಗುಂಪನ್ನು ಚದುರಿಸಲು ಸೈನಿಕರಿಗೆ ಆದೇಶಿಸಿದರು. ಜನಸಂದಣಿ ಕದಲಲಿಲ್ಲ. ಆಗ ಸೌಂಡರ್ಸ್ ದೊಣ್ಣೆಯಿಂದ ಗುಂಪಿನ ಮೇಲೆ ಹಲ್ಲೆ ನಡೆಸಿದ್ದಾರೆ. ಲಾಲಾಜಿಯವರ

ಹಿಂದೆ ದೊಡ್ಡ ಜನಸಮೂಹವಿತ್ತು. ಎದುರಿನಿಂದ ಲಾಠಿ ಚಾರ್ಜ್ ನಡೆಯುತ್ತಿತ್ತು. ಯುವಕರು ಲಾಲಾಜಿಯನ್ನು ಸುತ್ತುವರೆದು ಅವರನ್ನು ರಕ್ಷಿಸುತ್ತಿದ್ದರು. ಅಷ್ಟರಲ್ಲಾಗಲೇ ಸೌಂಡರ್ಸ್ ನ ಒಂದು ಕೋಲು ಲಾಲಾಜಿಯ ಕೊಡೆಯ ಮೇಲೆ ಬಿದ್ದಿತು. ಕೊಡೆ ಒಡೆದುಹೋಯಿತು. ಇದರ ನಂತರ ಸ್ಕಾಟ್ ಸ್ವತಃ ಹಸಿದ ತೋಳದಂತೆ ಪ್ರತಿಭಟನಾಕಾರರ ಮೇಲೆ ಧಾವಿಸಿದರು. ಲಾಲಾಜಿ ಅವರ ತಲೆ, ಭುಜ ಇತ್ಯಾದಿಗಳ ಮೇಲೆ ದೊಣ್ಣೆಗಳಿಂದ ಹೊಡೆದು ರಕ್ತಸ್ರಾವವಾಗಿದ್ದರು. ಈ ಬಗ್ಗೆ ಲಾಲಾಜಿ ಅವರು, "ಪೊಲೀಸರ ಕ್ರೂರ ಕ್ರಮಗಳನ್ನು ಪ್ರತಿಭಟಿಸಿ ಪ್ರತಿಭಟನಾಕಾರರನ್ನು ಅಮಾನತುಗೊಳಿಸಬೇಕು" ಎಂದು ಹೇಳಿದರು. ಆದ್ದರಿಂದ, ಅವರ ಆದೇಶದ ಮೇರೆಗೆ ಪ್ರದರ್ಶನವನ್ನು ನಿಲ್ಲಿಸಲಾಯಿತು.

ಅದೇ ದಿನ ಸಂಜೆ ಲಾಹೋರ್‌ನ ಮೋರಿಗೇಟ್ ಮೈದಾನದಲ್ಲಿ ಪೊಲೀಸರ ಈ ಅಮಾನುಷ ಕ್ರಮವನ್ನು ವಿರೋಧಿಸಿ ಸಭೆ ನಡೆಸಲಾಯಿತು. ಉಪ ಪೊಲೀಸ್ ವರಿಷ್ಠಾಧಿಕಾರಿ ನೀಲ್ ಕೂಡ ಅಲ್ಲಿ ನಿಂತಿದ್ದರು. ಆಗ ಲಾಲಾಜಿಯವರು ತಮ್ಮ ಭಾಷಣದಲ್ಲಿ ಹೀಗೆ ಹೇಳಿದರು.

“ನಿರಾಯುಧ ಜನರ ಮೇಲೆ ಇಂತಹ ಕ್ರೂರ ದಾಳಿಯನ್ನು ನಡೆಸುವ ಸರ್ಕಾರವನ್ನು ಸುಸಂಸ್ಕೃತ ಸರ್ಕಾರ ಎಂದು ಕರೆಯಲಾಗುವುದಿಲ್ಲ ಮತ್ತು ಅಂತಹ ಸರ್ಕಾರವು ಬದುಕಲು ಸಾಧ್ಯವಿಲ್ಲ. ಈ ಸರ್ಕಾರದ ಪೊಲೀಸರು ನನ್ನ ಮೇಲೆ ಮಾಡಿರುವ ದಾಳಿ ಮುಂದೊಂದು ದಿನ ಈ ಸರ್ಕಾರವನ್ನು ಮುರಿಯಲಿದೆ ಎಂದು ಸವಾಲು ಹಾಕುತ್ತೇನೆ. ನನ್ನ ಮೇಲೆ ಉಂಟಾದ ಹೊಡೆತವು ಭಾರತದಲ್ಲಿ ಬ್ರಿಟಿಷರ ಆಡಳಿತದ ಹೆಣದ ಕೊನೆಯ ಮೊಳೆ ಎಂದು ಸಾಬೀತುಪಡಿಸುತ್ತದೆ ಎಂದು ನಾನು ಘೋಷಿಸುತ್ತೇನೆ.

ಇದಾದ ನಂತರ ಲಾಲಾಜಿ ಅವರನ್ನು ಆಸ್ಪತ್ರೆಗೆ ಕರೆದೊಯ್ಯಲಾಯಿತು ಮತ್ತು ಅಲ್ಲಿ ಅವರು ಘಟನೆಯ ನಂತರ 29 ನೇ ದಿನದಂದು 17 ನವೆಂಬರ್ 1928 ರಂದು ಗಾಯಗೊಂಡ ಕಾರಣ ನಿಧನರಾದರು.

ಲಾಲಾಜಿಯವರ ನಿಧನದಿಂದ ಇಡೀ ದೇಶವೇ ಶೋಕಸಾಗರದಲ್ಲಿ ಮುಳುಗಿತು. ಪೊಲೀಸರ ಈ ಅಮಾನುಷ ಕೃತ್ಯಕ್ಕೆ ಎಲ್ಲೆಡೆ ಖಂಡನೆ ವ್ಯಕ್ತವಾಗಿದೆ. ಕ್ರಾಂತಿಕಾರಿಗಳು ಸೇಡು ತೀರಿಸಿಕೊಳ್ಳಲು ತಾಳ್ಮೆ ಕಳೆದುಕೊಂಡರು.

ಸೌಂಡರ್ಸ್ ಕೊಲೆ

ಲಾಲಾಜಿಯವರ ಮರಣದ ಸಮಯದಲ್ಲಿ, 'ಹಿಂದೂಸ್ತಾನ್ ಸಮಾಜವಾದಿ ರಿಪಬ್ಲಿಕನ್ ಆರ್ಮಿ'ಯ ಕೆಲವು ಸದಸ್ಯರು ಲಾಹೋರ್‌ನಲ್ಲಿದ್ದರು. ಹಾಗಾಗಿ ಈ ಕೊಲೆಗೆ

ಸೇಡು ತೀರಿಸಿಕೊಳ್ಳಲು ಯೋಜನೆ ಆರಂಭಿಸಿದರು. ಈ ಗುಂಪಿನ ಯಾವುದೇ ಕೆಲಸವನ್ನು ಕೇಂದ್ರ ಸಮಿತಿಯ ಬಹುಪಾಲು ಸದಸ್ಯರು ತೆಗೆದುಕೊಂಡ ನಿರ್ಧಾರದ ಪ್ರಕಾರ ಮಾಡಲಾಯಿತು. ಫಣೀಂದ್ರನಾಥ್ ಮತ್ತು ಶಿವ ವರ್ಮಾ ಲಾಹೋರ್‌ನಲ್ಲಿ ಇಲ್ಲದಿದ್ದರೂ, ಇತರ ಎಲ್ಲ ಸದಸ್ಯರು ಈ ಯೋಜನೆಯ ಪರವಾಗಿದ್ದಾರೆ. ತಕ್ಷಣ ನಿರ್ಧಾರ ತೆಗೆದುಕೊಳ್ಳಬೇಕಾಗಿತ್ತು ಮತ್ತು ಇಷ್ಟು ಬೇಗ ಈ ಇಬ್ಬರು ಸದಸ್ಯರನ್ನು ಕರೆಯುವುದು ಸಾಧ್ಯವಿರಲಿಲ್ಲ, ಆದ್ದರಿಂದ 1928 ರ ಡಿಸೆಂಬರ್ ಮೊದಲ ವಾರದಲ್ಲಿ ಲಾಹೋರ್‌ನ ಮಜಾಂಗ್ ಮೊಹಲ್ಲಾದ ಮನೆಯೊಂದರಲ್ಲಿ ಸಮಿತಿ ಸಭೆ ನಡೆಸಿ ಸೇಡು ತೀರಿಸಿಕೊಳ್ಳಲು ನಿರ್ಧರಿಸಲಾಯಿತು. ತೆಗೆದುಕೊಳ್ಳಲಾಗಿದೆ.

ಯೋಜನೆ ರೂಪರೇಖೆ

ಲಾಹೋರ್ ಪೊಲೀಸ್ ವರಿಷ್ಠಾಧಿಕಾರಿ ಸ್ಕಾಟ್ ಅವರನ್ನು ಕೊಲ್ಲಲು ಯೋಜನೆ ರೂಪಿಸಲಾಗಿತ್ತು. ಇದನ್ನು ಕಾರ್ಯರೂಪಕ್ಕೆ ತರಲು ಚಂದ್ರಶೇಖರ್ ಆಜಾದ್, ಭಗತ್ ಸಿಂಗ್, ಶಿವರಾಂ, ರಾಜಗುರು ಮತ್ತು ಜೈಗೋಪಾಲ್ ಎಂಬ ನಾಲ್ವರು ಯುವಕರ ತಂಡವನ್ನು ನೇಮಿಸಲಾಗಿತ್ತು. ಕೆಲ ದಿನಗಳ ಹಿಂದೆ ಸ್ಕಾಟ್‌ನ ಚಲನವಲನವನ್ನು ವೀಕ್ಷಿಸಲು ಮತ್ತು ಆತನ ಚಟುವಟಿಕೆಗಳನ್ನು ವೀಕ್ಷಿಸಲು ಜೈಗೋಪಾಲ್ ಅವರನ್ನು ನಿಯೋಜಿಸಲಾಗಿತ್ತು. ಜೈಗೋಪಾಲ್ ಇದೆಲ್ಲದರ ಲೆಕ್ಕಾಚಾರ ಹಾಕತೊಡಗಿದರು.

ನಿಗದಿತ ದಿನದಂದು, ಡಿಸೆಂಬರ್ 15, 1928 ರಂದು, ಜೈಗೋಪಾಲ್ ಅವರನ್ನು ಸ್ವಲ್ಪ ಮುಂಚಿತವಾಗಿ ಪೊಲೀಸ್ ಕಚೇರಿಗೆ ಕಳುಹಿಸಲಾಯಿತು. ಅವರು ಸೈಕಲ್ ಸಮೇತ ಬಂದರು. ಬೈಸಿಕಲ್ ಅನ್ನು ಆಫೀಸಿನ ಗೇಟಿನ ಮುಂದೆ ನಿಲ್ಲಿಸಿದ್ದೇನೋ ಎಂಬಂತೆ. ಕೊಲೆಯನ್ನು ಭಗತ್ ಸಿಂಗ್ ಮತ್ತು ರಾಜಗುರು ಮಾಡಬೇಕಿತ್ತು. ಚಂದ್ರಶೇಖರ ಆಜಾದ್ ಗೇಟ್ ಎದುರು ಡಿ.ಎ.ವಿ. ಕಾಲೇಜಿನ ಗೋಡೆಯೊಳಗೆ ಅಡಗಿ ಕುಳಿತಿದ್ದರು. ಭಗತ್ ಸಿಂಗ್ ಮತ್ತು ರಾಜಗುರು ಕೊಲೆ ಮಾಡಿ ಓಡಿಹೋದಾಗ ಅವರನ್ನು ಹಿಂಬಾಲಿಸುವವರನ್ನು ತಡೆಯುವ ಜವಾಬ್ದಾರಿಯನ್ನು ಅವರಿಗೆ ವಹಿಸಲಾಯಿತು. ಈ ಕೆಲಸವನ್ನು ಮಾಡುವುದರಲ್ಲಿ ಅವರು ಬಹಳ ನಿಪುಣರಾಗಿದ್ದರು. ಬೈಸಿಕಲ್ ಅನ್ನು ರಸ್ತೆಯ ಮೇಲೆ ನಿಲ್ಲಿಸುವ ಉದ್ದೇಶವೇನೆಂದರೆ, ಬುಲೆಟ್ ಬಲಿಯಾದವರಿಗೆ ತಪ್ಪಿದರೆ, ಅವನನ್ನು ಬೈಸಿಕಲ್ನಲ್ಲಿ ಹಿಂಬಾಲಿಸಬಹುದು.

ನಿಗದಿತ ಸಮಯಕ್ಕೆ ಎಲ್ಲರೂ ತಮ್ಮ ತಮ್ಮ ಸ್ಥಳಗಳನ್ನು ತಲುಪಿದರು. ಇಲ್ಲಿ ಮಾಡಿದ ತಪ್ಪೆಂದರೆ ಜೈಗೋಪಾಲ್ ಅವರು ಸಾಂಡರ್ಸ್ ಅವರನ್ನು ಸ್ಕಾಟ್ ಎಂದು

ತಪ್ಪಾಗಿ ಭಾವಿಸಿದ್ದರು. ಸೌಂಡರ್ಸ್ ತನ್ನ ಮೋಟಾರ್‌ಸೈಕಲ್‌ನಲ್ಲಿ ಕಚೇರಿ ಗೇಟ್‌ಗೆ ಬಂದ ತಕ್ಷಣ, ಜೈಗೋಪಾಲ್ ಸಿಗ್ನಲ್ ಮಾಡಿದರು ಮತ್ತು ರಾಜಗುರು ತಕ್ಷಣವೇ ಅವರ ಕುತ್ತಿಗೆಗೆ ಗುಂಡು ಹಾರಿಸಿದರು. ಸೌಂಡರ್ಸ್ ತಕ್ಷಣ ಮೋಟಾರ್ ಸೈಕಲ್ ಸಮೇತ ಕೆಳಗೆ ಬಿದ್ದ. ಇದರ ನಂತರ, ಯಾವುದೇ ಕಲ್ಲನ್ನು ಬಿಡದಂತೆ ನೋಡಿಕೊಳ್ಳಲು, ಭಗತ್ ಸಿಂಗ್ ಅವರ ತಲೆಗೆ ಇನ್ನೂ ನಾಲ್ಕೈದು ಗುಂಡುಗಳನ್ನು ಹಾರಿಸಿದರು. ಕೆಲಸ ಮುಗಿದ ನಂತರ ಇಬ್ಬರೂ ಡಿ.ಎ.ವಿ. ಕಾಲೇಜು ಆವರಣದ ಕಡೆಗೆ ಸಾಗಿತು. ಈ ವೇಳೆ ಕಚೇರಿಯ ವರಾಂಡದಲ್ಲಿ ನಿಂತಿದ್ದ ಕಾನ್‌ಸ್ಟೆಬಲ್ ಕೂಗಾಡಲು ಆರಂಭಿಸಿದ. ಆಗ ಟ್ರಾಫಿಕ್ ಇನ್‌ಸ್ಪೆಕ್ಟರ್ ಫರ್ನ್ ಮತ್ತು ಇತರ ಇಬ್ಬರು ಕಾನ್‌ಸ್ಟೆಬಲ್‌ಗಳು ಅವರನ್ನು ಬೆನ್ನಟ್ಟಲು ಓಡಿದರು. ಭಗತ್ ಸಿಂಗ್ ಫರ್ನ್ ಮೇಲೆ ಗುಂಡು ಹಾರಿಸಿದ. ಅವನು ಕೆಳಗೆ ಬಾಗಿ ತನ್ನನ್ನು ರಕ್ಷಿಸಿಕೊಂಡನು, ಆದರೆ ಈ ಪ್ರಯತ್ನದಲ್ಲಿ ಅವನು ಬಿದ್ದನು, ಇತರ ಸೈನಿಕರು ಗಾಬರಿಯಾದರು, ಆದರೆ ಅವರು ಅವನನ್ನು ಬೆನ್ನಟ್ಟುವುದನ್ನು ನಿಲ್ಲಿಸಲಿಲ್ಲ. ಈ ವೇಳೆ ಆಜಾದ್ ತನ್ನ ಮೌಸರ್ ಪಿಸ್ತೂಲ್ ತೋರಿಸಿ ಓಡಿಹೋಗುವಂತೆ ಎಚ್ಚರಿಕೆ ನೀಡಿದ್ದಾನೆ. ಚನನ್ ಸಿಂಗ್ ಹೆಚ್ಚು ಶೌರ್ಯವನ್ನು ತೋರಿಸಲು ಬಯಸಿದ್ದರು; ಅವನು ಬೆನ್ನಟ್ಟುವುದನ್ನು ನಿಲ್ಲಿಸಲಿಲ್ಲ. ನಂತರ ಆಜಾದ್ ಗುಂಡು ಹಾರಿಸಿದರು, ಗುರಿ ನಿಖರವಾಗಿತ್ತು, ಆದ್ದರಿಂದ ಅವರೂ ಶಾಶ್ವತವಾಗಿ ಕೆಳಗೆ ಬಿದ್ದರು.

ಚನನಸಿಂಗ್ ಬಿದ್ದ ನಂತರ ಅವರನ್ನು ಹಿಂಬಾಲಿಸುವ ಧೈರ್ಯ ಯಾರಿಗೂ ಇರಲಿಲ್ಲ. ಚಂದ್ರಶೇಖರ ಆಜಾದ್, ಭಗತ್ ಸಿಂಗ್ ಮತ್ತು ರಾಜಗುರು ಡಿ.ಎ.ವಿ. ಕಾಲೇಜು ಹಾಸ್ಟೆಲ್ ತಲುಪಿದೆ. ಅಲ್ಲಿಂದ ಚಂದ್ರಶೇಖರ ಆಜಾದ್ ಮತ್ತು ರಾಜಗುರು ಸೈಕಲ್‌ನಲ್ಲಿ ಹಿಂದಿನ ಗೇಟ್ ಮೂಲಕ ಹೊರಟರು. ಸ್ವಲ್ಪ ಸಮಯದ ನಂತರ, ಭಗತ್ ಸಿಂಗ್ ತನ್ನ ಸಹಚರನೊಬ್ಬನ ಕೋಟು, ಪ್ಯಾಂಟ್, ಟೋಪಿ ಮತ್ತು ಸ್ವಲ್ಪ ಹಣವನ್ನು ತೆಗೆದುಕೊಂಡು ಹೊರಟನು.

ಈಗ ಪೊಲೀಸರು ಸಂಪೂರ್ಣ ಅಲರ್ಟ್ ಆಗಿದ್ದರು. ಲಾಹೋರ್‌ಗೆ ಎಲ್ಲಾ ಕಡೆಯಿಂದ ದಿಗ್ಬಂಧನ ಹಾಕಲಾಯಿತು. ಗಮನಿಸಬೇಕಾದ ಸಂಗತಿಯೆಂದರೆ, ಭಗತ್ ಸಿಂಗ್ ತನ್ನನ್ನು ಹಿಂಬಾಲಿಸುತ್ತಿದ್ದ ಫರ್ನ್ ಮೇಲೆ ಗುಂಡು ಹಾರಿಸಿದಾಗ, ಅವನನ್ನು ಇಬ್ಬರು ಸೈನಿಕರು ಗುರುತಿಸಿದರು, ಆದ್ದರಿಂದ ಅವನಿಗೆ ನಗರವನ್ನು ಬಿಡಲು ಕಷ್ಟವಾಯಿತು. ಇದನ್ನು ಗಮನದಲ್ಲಿಟ್ಟುಕೊಂಡು ಅವರು ತಮ್ಮ ಕೂದಲು ಮತ್ತು ಗಡ್ಡವನ್ನು ಕತ್ತರಿಸಿದ್ದಾರೆ.

ಲಾಹೋರ್‌ನಿಂದ ನಿರ್ಗಮನ

ಲಾಹೋರ್‌ನಲ್ಲಿ ಜಮಾಯಿಸಿದ ಗುಂಪಿನ ಇತರ ಜನರು ಶೀಘ್ರದಲ್ಲೇ ಫಿರೋಜ್‌ಪುರ, ಅಮೃತಸರ ಮುಂತಾದ ಸ್ಥಳಗಳಿಗೆ ಒಬ್ಬೊಬ್ಬರಾಗಿ ಹೋದರು, ಆದರೆ ಈ ಮೂವರಿಗೆ ಹೊರಡುವುದು ಅಷ್ಟು ಸುಲಭವಲ್ಲ. ಆದ್ದರಿಂದ, ಇದಕ್ಕಾಗಿ ವಿಶೇಷ ಸಾಧನವನ್ನು ಆಶ್ರಯಿಸಲಾಗಿದೆ. ಭಗತ್ ಸಿಂಗ್ ಈಗ ಮೋನಾ ಆಗಿದ್ದಾನೆ ಎಂದು ಈಗಾಗಲೇ ಬರೆಯಲಾಗಿದೆ, ಆದ್ದರಿಂದ ಲಾಹೋರ್‌ನಿಂದ ಹೊರಬರಲು ನಾಟಕವನ್ನು ಪ್ರದರ್ಶಿಸಬೇಕಾಗಿತ್ತು. ಇದರಲ್ಲಿ ಖ್ಯಾತ ಕ್ರಾಂತಿಕಾರಿ ಭಗವತಿ ಚರಣ್ ವರ್ಮಾ ಅವರ ಪತ್ನಿ ದುರ್ಗಾದೇವಿ ಅವರ ಸಹಾಯವನ್ನು ಪಡೆಯಲಾಯಿತು, ಅವರು ಕ್ರಾಂತಿಕಾರಿ ಮತ್ತು ಈ ಗುಂಪಿನ ಸದಸ್ಯರೂ ಆಗಿದ್ದರು. ತಂಡದ ಸದಸ್ಯರು ಅವಳನ್ನು ದುರ್ಗಾ ಭಾಭಿ ಎಂದು ಕರೆದರು. ದುರ್ಗಾ ಭಾಭಿ ಗೋರಿ ಮೇಮ್ ಆದರು ಮತ್ತು ಭಗತ್ ಸಿಂಗ್ ಸಾಹೇಬರಾದರು ಮತ್ತು ರಾಜಗುರು ಅವರ ಸೇವಕರಾದರು. ಕಲ್ಕತ್ತಾ ಮೇಲ್ ಲಾಹೋರ್‌ನಿಂದ ಬೆಳಿಗ್ಗೆ ಆರು ಗಂಟೆಗೆ ಓಡುತ್ತಿತ್ತು. ಹಾಗಾಗಿ ಮೂವರೂ ಸರಿಯಾದ ಸಮಯಕ್ಕೆ ನಿಲ್ದಾಣ ತಲುಪಿದರು. ಭಗತ್ ಸಿಂಗ್ ತನ್ನ ಮೇಲಂಗಿಯ ಕಾಲರ್ ಅನ್ನು ಮೇಲಕ್ಕೆತ್ತಿದ್ದ. ಚಳಿಗಾಲವಾಗಿದ್ದರಿಂದ ಯಾರಿಗೂ ಅನುಮಾನ ಬರಲಿಲ್ಲ. ವೇದಿಕೆಯಲ್ಲಿ ಅಲ್ಲೊಂದು ಇಲ್ಲೊಂದು ಪೊಲೀಸರಿದ್ದರು. ದುರ್ಗಾ ಭಾಭಿಯ ಪುಟ್ಟ ಮಗು ಶಚಿ ಭಗತ್ ಸಿಂಗ್ ಮಡಿಲಲ್ಲಿದ್ದಳು. ಮಗುವಿನ ಹಿಂದೆ ಮುಖ ಮುಚ್ಚಿಕೊಂಡು ನಡೆಯುತ್ತಿದ್ದ. ಅವರ ಮತ್ತು ರಾಜಗುರು ಅವರ ಜೇಬಿನಲ್ಲಿ ತುಂಬಿದ ಪಿಸ್ತೂಲ್‌ಗಳಿದ್ದವು, ಇದರಿಂದ ಪೊಲೀಸರೊಂದಿಗೆ ಎನ್‌ಕೌಂಟರ್‌ನ ಸಂದರ್ಭದಲ್ಲಿ ಅವು ಉಪಯುಕ್ತವಾಗುತ್ತವೆ. ಅಂತಹ ಗಂಭೀರ ಪರಿಸ್ಥಿತಿಯಲ್ಲಿ, ಈ ನಾಟಕದಲ್ಲಿ ತನ್ನ ಮಗುವಿಗೆ ದುರ್ಗಾ ಭಾಭಿಯ ಸಹಕಾರವು ಖಂಡಿತವಾಗಿಯೂ ದೊಡ್ಡ ತ್ಯಾಗವಾಗಿದೆ; ಅದೊಂದು ಶ್ಲಾಘನೀಯ ಸಾಹಸವಾಗಿತ್ತು. ಈ ಕೆಲಸಕ್ಕಾಗಿ ಅವರನ್ನು ಸಾಕಷ್ಟು ಪ್ರಶಂಸಿಸಲಾಗುವುದಿಲ್ಲ. ಈ ಜನ ಫಸ್ಟ್ ಕ್ಲಾಸ್ ಟಿಕೆಟ್ ತೆಗೆದುಕೊಂಡು ಕಂಪಾರ್ಟ್‌ಮೆಂಟ್ ನಲ್ಲಿ ಕುಳಿತು ಲಾಹೋರ್ ನಿಂದ ಕಲ್ಕತ್ತಾಗೆ ಹೊರಟು ಪೊಲೀಸರ ಕಣ್ಣಿಗೆ ಮಣ್ಣೆರೆಚಿದರು.

ಚಂದ್ರಶೇಖರ್ ಆಜಾದ್ ಅವರು ವೇಷ ಕಲೆಯಲ್ಲಿ ಪ್ರವೀಣರಾಗಿದ್ದರು, ಇದನ್ನು ಮೊದಲೇ ಚರ್ಚಿಸಲಾಗಿದೆ. ಆದ್ದರಿಂದ, ಅವರು ಇತರ ಕೆಲವು ಸಹಚರರೊಂದಿಗೆ ಮಥುರಾದ ಪಾಂಡವರ ಗುಂಪನ್ನು ರಚಿಸಿದರು ಮತ್ತು ಸ್ವತಃ ಅವರ ಗುರುಗಳಾದರು.

ಹಣೆಯಲ್ಲಿ ಶ್ರೀಗಂಧದ ತಿಲಕ, ಕೈಯಲ್ಲಿ ರಾಮನಮಿ ಉತ್ತರೀಯ ಮತ್ತು ಗೀತಾ ಕೀರ್ತನೆಯೊಂದಿಗೆ ಅದೇ ರೈಲಿನ ಇನ್ನೊಂದು ಕಂಪಾರ್ಟ್‌ಮೆಂಟ್‌ನಲ್ಲಿ ಕುಳಿತು ಲಕ್ನೋಗೆ ಹೋದರು. ಪೊಲೀಸ್ ಬಲೆ ಬೀಸಲಾಯಿತು.

ಈ ಘಟನೆಯನ್ನು ಶ್ರೀ ಮನ್ಮಥನಾಥ ಗುಪ್ತರು ಈ ಕೆಳಗಿನ ಮಾತುಗಳಲ್ಲಿ ಸಂಕ್ಷಿಪ್ತವಾಗಿ ವಿವರಿಸಿದ್ದಾರೆ -

"ಸ್ವಲ್ಪ ಸಮಯದಲ್ಲಿ, ಇಡೀ ಪಂಜಾಬ್‌ನ ಪೊಲೀಸರು ಅಲರ್ಟ್ ಆದರು ಮತ್ತು ಸಾಮ್ರಾಜ್ಯಶಾಹಿಯ ನಾಯಿಗಳು ಎಲ್ಲೆಡೆ ಸುತ್ತಾಡಲು ಪ್ರಾರಂಭಿಸಿದವು. ಭಗತ್ ಸಿಂಗ್, ರಾಜಗುರು ಮತ್ತು ಆಜಾದ್ ಡಿ.ಎ.ವಿ. ಅವರು ಕಾಲೇಜು ಆವರಣವನ್ನು ತೊರೆದರು, ಆದರೆ ಅವರು ಇನ್ನೂ ಲಾಹೋರ್‌ನಲ್ಲಿದ್ದರು ಮತ್ತು ಲಾಹೋರ್ ತುಂಬಾ ಬಿಸಿಯಾಗಿತ್ತು. ಭಗತ್ ಸಿಂಗ್ ತನ್ನ ಕೂದಲನ್ನು ಕತ್ತರಿಸಿದನು ಮತ್ತು ಅವನು ತನ್ನೊಂದಿಗೆ ದುರ್ಗಾದೇವಿ ಮತ್ತು ಅವಳ ಮಗು ಶಚಿಯನ್ನು ಕರೆದುಕೊಂಡು ಐಷಾರಾಮಿಯಾಗಿ ಪ್ರಥಮ ದರ್ಜೆಯಲ್ಲಿ ರೈಲಿನಲ್ಲಿ ಪ್ರಯಾಣಿಸಿದನೆಂದು ಹೇಳಲಾಗುತ್ತದೆ. ರಾಜಗುರು ಅವರ ಕ್ರಮಬದ್ಧರಾದರು. ಚಂದ್ರಶೇಖರ್ ಆಜಾದ್ ಯಾತ್ರಿಕರ ಗುಂಪನ್ನು ರಚಿಸಿದರು ಮತ್ತು ಪಾಂಡೆಯಾಗಿ ಲಾಹೋರ್‌ನಿಂದ ಹೊರಟರು.

ಭಗತ್ ಸಿಂಗ್ ಸಾಹೇಬ್ ಮತ್ತು ಆಜಾದ್ ಮೀಮ್ಸ್ ಆದರು ಎಂದು ಕೆಲವು ಪುಸ್ತಕಗಳಲ್ಲಿ ಬರೆಯಲಾಗಿದೆ, ಆದರೆ ಇದನ್ನು ಸುಲಭವಾಗಿ ಒಪ್ಪಿಕೊಳ್ಳಲಾಗುವುದಿಲ್ಲ ಏಕೆಂದರೆ ಆಜಾದ್ ಅವರ ಸುಂದರವಾದ, ಪುಲ್ಲಿಂಗ ನಿರ್ಮಾಣದ ದೇಹವನ್ನು ಒಂದು ಮೀಮ್ ಆಗಿ ಕಲ್ಪಿಸುವುದು ಹಾಸ್ಯಾಸ್ಪದವಾಗಿದೆ. ಅಂತಹ ದೇಹವನ್ನು ಎಷ್ಟು ಮರೆಮಾಡಿದರೂ, ಅದು ಇನ್ನೂ ತನ್ನದೇ ಆದ ಕಥೆಯನ್ನು ಹೇಳುತ್ತದೆ ನಾನು ಮನುಷ್ಯ; ಮಹಿಳೆ ಇಲ್ಲ. ಆದ್ದರಿಂದ, ದುರ್ಗಾ ಭಾಭಿಯೇ ಮೇಮ್ ಆದಳು ಎಂದು ಸ್ಥಿರವಾಗಿ ತೋರುತ್ತದೆ. ಇದು ಹೆಚ್ಚಿನ ಪುಸ್ತಕಗಳಲ್ಲಿ ಬರೆಯಲ್ಪಟ್ಟಿದೆ ಮತ್ತು ಇದು ಸಮರ್ಥನೆಯಾಗಿದೆ.

ಕೆಲವು ಪುಸ್ತಕಗಳಲ್ಲಿ ರಾಜಗುರು ಮತ್ತು ಆಜಾದ್ ಅಮೃತಸರದಲ್ಲಿ ಬಂದಿಳಿದರು ಎಂದು ಬರೆಯಲಾಗಿದೆ, ಆದರೆ ಇತರ ಕೆಲವು ಪುಸ್ತಕಗಳ ಪ್ರಕಾರ ಅವರು ಲಕ್ನೋದಲ್ಲಿ ಬಂದಿಳಿದರು. ಅದು ಇರಲಿ, ಅವರು ಯಶಸ್ಸಿನೊಂದಿಗೆ ಲಾಹೋರ್ ತೊರೆದರು.

ಇದಾದ ನಂತರ ಕಲ್ಕತ್ತಾಗೆ ತೆರಳಿದ ಭಗತ್ ಸಿಂಗ್ ಅಲ್ಲಿಂದ ಪಕ್ಷಕ್ಕಾಗಿ ರಹಸ್ಯವಾಗಿ ಕೆಲಸ ಮಾಡಲು ಆರಂಭಿಸಿದರು. ಕೆಲವು ದಿನಗಳವರೆಗೆ; ಅಂದರೆ, ಈ

ಗುಂಪಿನ ಚಟುವಟಿಕೆಗಳು ಸುಮಾರು ನಾಲ್ಕೂವರೆ ತಿಂಗಳುಗಳವರೆಗೆ ಮುಚ್ಚಲ್ಪಟ್ಟಿವೆ. ಈ ಸಮಯದಲ್ಲಿ ಇದನ್ನು ಮಾಡುವುದು ಅಗತ್ಯವಾಗಿತ್ತು, ಏಕೆಂದರೆ ಸೌಂಡರ್ಸ್ ಹತ್ಯೆಯಿಂದಾಗಿ ಪೊಲೀಸರು ತೀವ್ರ ಎಚ್ಚರಿಕೆಯಿಂದ ವರ್ತಿಸುತ್ತಿದ್ದರು.

ಅಸೆಂಬ್ಲಿಯಲ್ಲಿ ಸ್ಫೋಟ

ಸೌಂಡರ್ಸ್ ಅನ್ನು ಯಮಲೋಕಕ್ಕೆ ಕಳುಹಿಸಿದ ನಂತರ, ಕಲ್ಕತ್ತಾದಲ್ಲಿದ್ದ ಸಮಯದಲ್ಲಿ, ಭಗತ್ ಸಿಂಗ್ ಬಾಂಬ್ ತಯಾರಿಕೆಯಲ್ಲಿ ನುರಿತ ಕ್ರಾಂತಿಕಾರಿಗಳನ್ನು ಸಂಪರ್ಕಿಸಿದರು ಮತ್ತು ಅವರ ಸಹಾಯದಿಂದ ಯುನೈಟೆಡ್ ಪ್ರಾವಿನ್ಸ್ ಮತ್ತು ಪಂಜಾಬ್‌ನಲ್ಲಿ ಬಾಂಬ್ ತಯಾರಿಕೆ ಕಾರ್ಖಾನೆಗಳನ್ನು ತೆರೆಯಲಾಯಿತು ಮತ್ತು ಬಾಂಬ್‌ಗಳ ತಯಾರಿಕೆಯನ್ನು ಪ್ರಾರಂಭಿಸಲಾಯಿತು.

'ಹಿಂದೂಸ್ತಾನ್ ಸಮಾಜವಾದಿ ರಿಪಬ್ಲಿಕನ್ ಸೇನೆ'ಯ ಕೇಂದ್ರ ಸಮಿತಿಯು ಸೆಂಟ್ರಲ್ ಅಸೆಂಬ್ಲಿಯಲ್ಲಿ ಬಾಂಬ್ ಎಸೆಯಲು ನಿರ್ಧರಿಸಿತು, ಆದರೆ ಅದರ ಉದ್ದೇಶವು ಸರ್ಕಾರದ ವಿರುದ್ಧ ತನ್ನ ವಿರೋಧವನ್ನು ವ್ಯಕ್ತಪಡಿಸುವುದು ಮಾತ್ರ, ಯಾರನ್ನೂ ಕೊಲ್ಲುವುದು ಅಲ್ಲ. ಬಾಂಬ್ ಸ್ಫೋಟ ನಡೆಸಿದ ಸದಸ್ಯರಿಗೆ, ಯಾರಿಗೂ ಹಾನಿಯಾಗದಂತೆ ಅಂತಹ ಸ್ಥಳದಲ್ಲಿ ಬಾಂಬ್ ಎಸೆಯಬೇಕೆಂದು ಸ್ಪಷ್ಟವಾಗಿ ಹೇಳಲಾಗಿದೆ; ಇದಲ್ಲದೆ, ಈ ಬಾಂಬ್‌ಗಳು ಸಾಮಾನ್ಯ ಬಾಂಬ್‌ಗಳಾಗಿದ್ದು ಅದು ಯಾರಿಗೂ ಹಾನಿಯಾಗಲಿಲ್ಲ. ಚಂದ್ರಶೇಖರ ಆಜಾದ್, ಭಗತ್ ಸಿಂಗ್ ಮತ್ತು ಪಕ್ಷದ ಇತರ ಸದಸ್ಯರಿಗೆ ಈ ರೀತಿಯ ಏನಾದರೂ ಮಾಡಬೇಕೆಂಬ ಆಸೆ ಈಗಾಗಲೇ ಇತ್ತು. ನಿರ್ಧಾರವನ್ನು ತೆಗೆದುಕೊಂಡ ನಂತರ, ಸಾಂಡರ್ಸ್ ಹತ್ಯೆ ಪ್ರಕರಣದಲ್ಲಿ ಪೊಲೀಸರು ಸಕ್ರಿಯವಾಗಿ ಹುಡುಕುತ್ತಿರುವ ಕಾರಣ ಭಗತ್ ಸಿಂಗ್ ಅವರನ್ನು ಬಾಂಬ್ ಎಸೆಯುವ ಕಾರ್ಯದಿಂದ ದೂರ ಇಡಲಾಯಿತು. ಈ ನಿರ್ಧಾರ ಕೈಗೊಂಡಾಗ ಭಗತ್ ಸಿಂಗ್ ಇರಲಿಲ್ಲ, ಆದರೆ ಈ ನಿರ್ಧಾರದ ಬಗ್ಗೆ ಅವರಿಗೆ ತಿಳಿಸಿದಾಗ, ಅವರು ಅಚಲರಾದರು; ಈ ಕೆಲಸವನ್ನು ಅವರಿಗೆ ಮಾತ್ರ ವಹಿಸಬೇಕು ಎಂದರು. ಚಂದ್ರಶೇಖರ ಆಜಾದ್ ಅವರಿಗೆ ಇದು ಬೇಕಾಗಿಲ್ಲ, ಬಹಳ ಮನವೊಲಿಸಿದರೂ ಭಗತ್ ಸಿಂಗ್ ಒಪ್ಪಲಿಲ್ಲ. ಪಕ್ಷದ ಕೇಂದ್ರ ಸಮಿತಿಯು ಭಗತ್ ಸಿಂಗ್ ಅವರ ಹೆಸರನ್ನು ಬಹುಮತದೊಂದಿಗೆ ಅಂಗೀಕರಿಸಿತು, ಏಕೆಂದರೆ ಅವರು ಇದಕ್ಕೆ ಅತ್ಯಂತ ಅರ್ಹ ವ್ಯಕ್ತಿ ಎಂದು ಪರಿಗಣಿಸಲ್ಪಟ್ಟರು. ಬಹುಮತದ ನಿರ್ಧಾರವನ್ನು ಆಜಾದ್ ಸಹ ಒಪ್ಪಿಕೊಳ್ಳಬೇಕಾಯಿತು.

ಇದಾದ ನಂತರ ಯೋಜನೆಯ ರೂಪುರೇಷೆ ತಯಾರಿಸಲಾಯಿತು. ಬಾಂಬ್ ಸ್ಫೋಟದ ನಂತರ ಕ್ರಾಂತಿಕಾರಿಗಳು ಓಡಿಹೋಗಬೇಕು ಎಂದು ಚಂದ್ರಶೇಖರ ಆಜಾದ್ ಅಭಿಪ್ರಾಯಪಟ್ಟರು. ಇದಕ್ಕಾಗಿ ವಿಧಾನಸಭೆಗೂ ಬಂದಿದ್ದರು. ಕೂಲಂಕುಷವಾಗಿ ಪರಿಶೀಲಿಸಿದ ನಂತರ ವಿಧಾನಸಭೆಯಿಂದ ತಪ್ಪಿಸಿಕೊಳ್ಳುವುದು ಕಷ್ಟವೇನಲ್ಲ ಎಂದು ಮನವರಿಕೆಯಾಯಿತು. ಇದಕ್ಕಾಗಿ ಅವರು ಎಲ್ಲಿಗೆ ಓಡಿಹೋಗುತ್ತಾರೆ ಮತ್ತು ಮೋಟಾರ್ ಎಲ್ಲಿ ನಿಲ್ಲಿಸುತ್ತಾರೆ ಎಂಬ ನಕ್ಷೆಯನ್ನು ಸಹ ತಯಾರಿಸಿದ್ದರು, ಆದರೆ ಭಗತ್ ಸಿಂಗ್ ಅವರ ಅಭಿಪ್ರಾಯವು ಇದಕ್ಕಿಂತ ಸಂಪೂರ್ಣವಾಗಿ ಭಿನ್ನವಾಗಿತ್ತು. ಅವರು ಓಡಿಹೋಗಲು ಬಯಸಲಿಲ್ಲ, ಆದರೆ ಬಂಧಿಸುವುದು ಉತ್ತಮ ಎಂದು ಭಾವಿಸಿದರು. ಇದಕ್ಕೆ ಅವರ ವಾದವೆಂದರೆ ಬಂಧನದ ನಂತರವೇ ಪಕ್ಷದ ವಿಚಾರಗಳು ದೇಶದೊಳಗೆ ಮತ್ತು ವಿದೇಶದಲ್ಲಿ ಜನರಿಗೆ ಹರಡಲು ಸಾಧ್ಯ, ಏಕೆಂದರೆ ನ್ಯಾಯಾಲಯದಲ್ಲಿ ಎಲ್ಲರ ಮುಂದೆ ತಮ್ಮ ಅಭಿಪ್ರಾಯಗಳನ್ನು ವ್ಯಕ್ತಪಡಿಸಬಹುದು. ಅಂತಿಮವಾಗಿ ಭಗತ್ ಸಿಂಗ್ ಅವರ ಮಾತುಗಳನ್ನು ಅಂಗೀಕರಿಸಲಾಯಿತು. ಮನ್ಮಥನಾಥ ಗುಪ್ತಾ ನೀಡಿದ ಒಂದು ಖಾತೆಯ ಪ್ರಕಾರ, ಭಗತ್ ಸಿಂಗ್ ಅವರಿಗೆ ಸುಖದೇವ್ ಅವರು ಸಲಹೆ ನೀಡಿದರು. ಸುಖದೇವ್ ಅವರ ಅಭಿಪ್ರಾಯದಲ್ಲಿ, ಭಗತ್ ಸಿಂಗ್ ಮಾತ್ರ ಪಕ್ಷದ ಆದರ್ಶಗಳು ಮತ್ತು ಗುರಿಗಳನ್ನು ನ್ಯಾಯಾಲಯದ ಮುಂದೆ ಅತ್ಯುತ್ತಮ ರೂಪದಲ್ಲಿ ಪ್ರಸ್ತುತಪಡಿಸಲು ಸಾಧ್ಯವಾಯಿತು -

ಸಿಕ್ಕಿಬಿದ್ದ ನಂತರ, ಭಗತ್ ಸಿಂಗ್ ಮಾತ್ರ ಪಕ್ಷದ ತತ್ವಗಳು, ಆದರ್ಶಗಳು, ಉದ್ದೇಶಗಳು ಮತ್ತು ಬಾಂಬ್ ಸ್ಫೋಟದ ರಾಜಕೀಯ ಮಹತ್ವವನ್ನು ನ್ಯಾಯಾಲಯದ ವೇದಿಕೆಯಿಂದ ಸರಿಯಾಗಿ ಪ್ರಸ್ತುತಪಡಿಸಬಹುದು ಎಂದು ಅವರು ಹೇಳಿದರು. ಈ ನಿಟ್ಟಿನಲ್ಲಿ ಕೇಂದ್ರ ಸಮಿತಿ ಸಭೆಗೂ ಮುನ್ನ ಭಗತ್ ಸಿಂಗ್ ಅವರೇ ಈ ಕೆಲಸ ಮಾಡುವಂತೆ ಮನವಿ ಮಾಡಲಾಗಿತ್ತು. ಕೇಂದ್ರ ಸಮಿತಿಯ ಇತರ ಸದಸ್ಯರು ತಮ್ಮ ಅಭಿಪ್ರಾಯಗಳನ್ನು ಸ್ವೀಕರಿಸಲು ಸಾಧ್ಯವಾಗದಿದ್ದಾಗ, ಅವರು ಪ್ರತ್ಯೇಕವಾಗಿ ಹೋಗಿ ಭಗತ್ ಸಿಂಗ್ ಅವರೊಂದಿಗೆ ಮಾತನಾಡಿದರು. ನಿಮ್ಮನ್ನು ಹೊರತುಪಡಿಸಿ ಬೇರೆ ಯಾರೂ ಪಕ್ಷದ ಉದ್ದೇಶವನ್ನು ಉಳಿಸಿಕೊಳ್ಳಲು ಸಾಧ್ಯವಿಲ್ಲ ಎಂದು ನಿಮಗೆ ತಿಳಿದಿರುವಾಗ, ನಿಮ್ಮ ಜಾಗದಲ್ಲಿ ಬೇರೆಯವರು ಬಾಂಬ್ ಎಸೆಯಲು ಹೋಗುತ್ತಾರೆ ಎಂದು ಕೇಂದ್ರ ಸಮಿತಿಗೆ ನಿರ್ಧರಿಸಲು ಏಕೆ ಅವಕಾಶ ನೀಡಿದ್ದೀರಿ.

ಈ ಹಿಂದೆಯೇ ಬಟುಕೇಶ್ವರ್ ದತ್ ಮತ್ತು ವಿಜಯ್‌ಕುಮಾರ್ ಸಿನ್ಹಾ ಹೆಸರಿನಲ್ಲಿ ಬಾಂಬ್ ಇಡಲು ತೀರ್ಮಾನಿಸಲಾಗಿತ್ತು ಎಂಬುದು ಗಮನಾರ್ಹ. ಬುಟ್ಕೇಶ್ವರದತ್ತನ

ಈ ಮಾತುಗಳಿಂದ ಭಗತ್ ಸಿಂಗ್ ದುಃಖಿತನಾದನು ಮತ್ತು ಅವನು ದತ್ತನಿಗೆ ಹೇಳಿದನು-

"ನಾನು ವಿಧಾನಸಭೆಯಲ್ಲಿ ಬಾಂಬ್ ಎಸೆಯಲು ಹೋಗುತ್ತೇನೆ, ಕೇಂದ್ರ ಸಮಿತಿಯು ನನ್ನ ಮಾತನ್ನು ಒಪ್ಪಿಕೊಳ್ಳಬೇಕು. ನೀನು ನನಗೆ ಮಾಡಿದ ಅವಮಾನಕ್ಕೆ ನಾನು ಉತ್ತರಿಸುವುದಿಲ್ಲ. ಇದಾದ ನಂತರ ನೀನು ನನ್ನೊಂದಿಗೆ ಮಾತನಾಡಲೇ ಇಲ್ಲ"

ಭಗತ್ ಸಿಂಗ್ ಜೊತೆಗೆ ಬಾಂಬ್ ಎಸೆಯುವಲ್ಲಿ ಬಟುಕೇಶ್ವರ್ ದತ್ ಅವರನ್ನು ಸಹವರ್ತಿಯಾಗಿ ಮಾಡಲಾಗಿತ್ತು.

ಇದಕ್ಕೆ ಯಾರೂ ಆಜಾದ್ ಅವರ ಹೆಸರನ್ನು ಮಂಡಿಸಲಿಲ್ಲ, ಏಕೆಂದರೆ ಅವರು ಇಂತಹ ವಿಷಯಗಳಲ್ಲಿ ಭಾಗವಹಿಸದಿರುವುದು ಪಕ್ಷದ ಭವಿಷ್ಯಕ್ಕೆ ಒಳ್ಳೆಯದು ಎಂದು ಸದಸ್ಯರೆಲ್ಲರ ಅಭಿಪ್ರಾಯ.

ಕೇಂದ್ರ ಅಸೆಂಬ್ಲಿಯಲ್ಲಿ ಎರಡು ಮಸೂದೆಗಳನ್ನು ಪರಿಚಯಿಸಲಾಯಿತು - ಸಾರ್ವಜನಿಕ ಸುರಕ್ಷತಾ ಮಸೂದೆ ಮತ್ತು ಕೈಗಾರಿಕಾ ವಿವಾದ ಮಸೂದೆ. ಮೊದಲ ಮಸೂದೆಯ ಉದ್ದೇಶ ರಾಜಕೀಯ ಚಳುವಳಿಗಳನ್ನು ಹತ್ತಿಕ್ಕುವುದು ಮತ್ತು ಎರಡನೇ ಮಸೂದೆಯ ಉದ್ದೇಶವು ಮುಷ್ಕರ ಮಾಡುವ ಹಕ್ಕನ್ನು ಕಾರ್ಮಿಕರನ್ನು ಕಸಿದುಕೊಳ್ಳುವುದು. ಹಾಗಾಗಿ ಈ ಮಸೂದೆಗಳು ವಿವಾದಕ್ಕೆ ಕಾರಣವಾಗಿದ್ದವು. ಅಸೆಂಬ್ಲಿಯು ಈ ಮಸೂದೆಗಳನ್ನು ತಿರಸ್ಕರಿಸಿದರೂ ಸರ್ಕಾರವು ವೈಸರಾಯ್ ವಿಶೇಷ ಅಧಿಕಾರದೊಂದಿಗೆ ಅಂಗೀಕರಿಸುತ್ತದೆ ಎಂದು ಸಾರ್ವಜನಿಕರು ನಂಬಿದ್ದರು.

ಈ ಎರಡೂ ವಿಧೇಯಕಗಳ ನಿರ್ಣಯವನ್ನು ಏಪ್ರಿಲ್ 8, 1929 ರಂದು ಅಸೆಂಬ್ಲಿಯಲ್ಲಿ ನೀಡಬೇಕಾಗಿತ್ತು. ಆದ್ದರಿಂದ, ವಿಧಾನಸಭೆಯ ನಾಮನಿರ್ದೇಶಿತ ಸದಸ್ಯರ ಶಿಫಾರಸಿನ ಮೇರೆಗೆ ಭಗತ್ ಸಿಂಗ್ ಮತ್ತು ಬಟುಕೇಶ್ವರ್ ದತ್ಗೆ ಪಾಸ್‌ಗಳನ್ನು ಮಾಡಲಾಯಿತು. ಇಬ್ಬರೂ ಖಾಕಿ ಅಂಗಿ ಮತ್ತು ನೆಕ್‌ಚೀಫ್‌ಗಳನ್ನು ಧರಿಸಿದ್ದರು. ಜೈದೇವ್ ಕಪೂರ್ ಅವರನ್ನು ಅಸೆಂಬ್ಲಿಯಲ್ಲಿ ಸೂಕ್ತ ಸ್ಥಳದಲ್ಲಿ ಕುಳಿತುಕೊಳ್ಳುವಂತೆ ಮಾಡಿದರು, ಅಲ್ಲಿಂದ ಬಾಂಬ್ ಎಸೆಯುವಲ್ಲಿ ಯಾವುದೇ ಅನಾನುಕೂಲತೆ ಉಂಟಾಗುವುದಿಲ್ಲ ಮತ್ತು ಯಾರಿಗೂ ಗಾಯವಾಗುವುದಿಲ್ಲ.

ವಿಧಾನಸಭೆ ಕಲಾಪ ಆರಂಭವಾಯಿತು. ಸಾರ್ವಜನಿಕ ಸುರಕ್ಷತಾ ಮಸೂದೆಗೆ ಭಾರೀ ವಿರೋಧ ವ್ಯಕ್ತವಾಗಿತ್ತು. ಎರಡನೇ ಕೈಗಾರಿಕಾ ವಿವಾದ ಮಸೂದೆಯನ್ನು ಅಂಗೀಕರಿಸಲಾಯಿತು. (ಈ ವಿಷಯದ ಬಗ್ಗೆ ವಿವಿಧ ಪುಸ್ತಕಗಳಲ್ಲಿ ವಿಭಿನ್ನ

ವಿವರಣೆಗಳಿವೆ. ಮನ್ಮಥನಾಥ ಗುಪ್ತರ ಅಭಿಪ್ರಾಯದ ಪ್ರಕಾರ, ಇದು ಪರಿಸ್ಥಿತಿ, ಇದನ್ನು ಉಲ್ಲೇಖಿಸಲಾಗಿದೆ, ಆದರೆ ಇತರ ಕೆಲವು ಪುಸ್ತಕಗಳ ಪ್ರಕಾರ, ವಿಧಾನಸಭೆಯು ಎರಡೂ ಮಸೂದೆಗಳನ್ನು ತಿರಸ್ಕರಿಸಿದೆ, ಆದರೆ ಅವುಗಳನ್ನು ಅನುಮೋದಿಸಲಾಗಿದೆ. ವೈಸ್‌ರಾಯ್‌ನ ವಿಶೇಷ ಅಧಿಕಾರ, ಅಂಗೀಕಾರದ ಘೋಷಣೆಯನ್ನು ಮಾಡಲಿತ್ತು.) ಸ್ಪೀಕರ್ ತನ್ನ ನಿರ್ಧಾರವನ್ನು ಪ್ರಕಟಿಸಲು ಎದ್ದು ನಿಂತ ತಕ್ಷಣ, ಭಗತ್ ಸಿಂಗ್ ಮತ್ತು ಬಟುಕೇಶ್ವರ್ ದತ್ ತಮ್ಮ ಸ್ಥಳಗಳಲ್ಲಿ ಎದ್ದುನಿಂತರು. ಭಗತ್ ಸಿಂಗ್ ಸರ್ಕಾರಿ ಬೆಂಚುಗಳ ಹಿಂದಿನ ಖಾಲಿ ಜಾಗದ ಮೇಲೆ ಬಾಂಬ್ ಎಸೆದ. ಭಾರಿ ಸ್ಫೋಟ ಸಂಭವಿಸಿದೆ. ಎಲ್ಲರೂ ದಿಗ್ಭ್ರಮೆಗೊಂಡರು. ಅವರಿಗೆ ಏನೂ ಅರ್ಥವಾಗುವ ಮುನ್ನವೇ ಮತ್ತೊಂದು ಬಾಂಬ್ ಎಸೆಯಲಾಯಿತು. ಇದರಿಂದ ಜನರು ಪ್ರಜ್ಞೆ ಕಳೆದುಕೊಂಡಿದ್ದಾರೆ. ಸರ್ ಜಾರ್ಜ್ ಶುಸ್ಟರ್ ಮೇಜಿನ ಕೆಳಗೆ ಅಡಗಿಕೊಂಡರು. ಈ ತರಾತುರಿಯಲ್ಲಿ ಡಿಕ್ಕಿಯಾಗಿ ಸಣ್ಣಪುಟ್ಟ ಗಾಯವೂ ಆಗಿದೆ. ಇಡೀ ಸಭಾಂಗಣ ನೀಲಿ ಹೊಗೆಯಿಂದ ತುಂಬಿತ್ತು. ಇಬ್ಬರೂ 'ಇಂಕ್ವಿಲಾಬ್ ಜಿಂದಾಬಾದ್' ಮತ್ತು 'ಸಾಮ್ರಾಜ್ಯಶಾಹಿಗೆ ಸಾವು' ಎಂಬ ಘೋಷಣೆಗಳನ್ನು ಎತ್ತಿದರು ಮತ್ತು ಕರಪತ್ರಗಳನ್ನು ಎಸೆದರು.

"ಕಿವುಡರು ಕೇಳುವಂತೆ ಮಾಡಲು ಇದು ದೊಡ್ಡ ಧ್ವನಿಯನ್ನು ತೆಗೆದುಕೊಳ್ಳುತ್ತದೆ." ಇದೇ ಸಂದರ್ಭದಲ್ಲಿ ಮಾತನಾಡಿದ ಫ್ರೆಂಚ್ ಅರಾಜಕತಾವಾದಿ ಹುತಾತ್ಮ ವ್ಯಾಲನ್ ಅವರ ಈ ಅಮರ ಪದಗಳೊಂದಿಗೆ ನಾವು ನಮ್ಮ ಕೆಲಸವನ್ನು ಸಮರ್ಥಿಸಬಹುದೇ?

ಆಡಳಿತ ಸುಧಾರಣೆಗಳ ಹೆಸರಿನಲ್ಲಿ ಕಳೆದ ಹತ್ತು ವರ್ಷಗಳಲ್ಲಿ ಬ್ರಿಟಿಷರು ನಮ್ಮ ದೇಶಕ್ಕೆ ಮಾಡಿದ ಅವಮಾನದ ಖಂಡನೀಯ ಕಥೆಯನ್ನು ಪುನರಾವರ್ತಿಸಲು ನಾವು ಬಯಸುವುದಿಲ್ಲ. ಸಂಸತ್ತಿನ ಈ ಸಭೆಯು ಭಾರತೀಯ ರಾಷ್ಟ್ರೀಯ ನಾಯಕರಿಗೆ ಮಾಡಿದ ಅವಮಾನಗಳನ್ನು ಸಹ ಉಲ್ಲೇಖಿಸಬಾರದು.

ಸೈಮನ್ ಆಯೋಗದ ಹೆಸರಿನಲ್ಲಿ, ಕೆಲವರು ಮೂಳೆಗಳ ಸಂಭವನೀಯ ಚೇತರಿಕೆಯ ಮೇಲೆ ತಮ್ಮ ಭರವಸೆಯನ್ನು ಇಟ್ಟುಕೊಂಡಿದ್ದಾರೆ ಮತ್ತು ಪತ್ತೆಯಾದ ತಾಜಾ ಮೂಳೆಗಳ ವಿಭಜನೆಯ ಬಗ್ಗೆಯೂ ಹೋರಾಡುತ್ತಿದ್ದಾರೆ ಎಂದು ನಾವು ಸ್ಪಷ್ಟಪಡಿಸಲು ಬಯಸುತ್ತೇವೆ. ಅದೇ ಸಮಯದಲ್ಲಿ, ಸರ್ಕಾರವು ಸಾರ್ವಜನಿಕ ಸುರಕ್ಷತಾ ಮಸೂದೆ ಮತ್ತು ಕೈಗಾರಿಕಾ ವಿವಾದ ಮಸೂದೆಯಂತಹ ದಮನಕಾರಿ ಕಾನೂನುಗಳನ್ನು ಭಾರತೀಯ ಜನರ ಮೇಲೆ ಹೇರುತ್ತಿದೆ. ಇದರೊಂದಿಗೆ ಅವರು ವಿಧಾನಸಭೆಯ ಮುಂದಿನ ಅಧಿವೇಶನಕ್ಕೆ ಪತ್ರಿಕಾ ಅಧಿವೇಶನ ವಿಧೇಯಕವನ್ನು

ಕಾಯ್ದಿರಿಸಿದ್ದಾರೆ. ಬಹಿರಂಗವಾಗಿ ಕೆಲಸ ನಿರ್ವಹಿಸುತ್ತಿದ್ದ ಕಾರ್ಮಿಕ ಮುಖಂಡರನ್ನು ನಿರ್ದಾಕ್ಷಿಣ್ಯವಾಗಿ ಬಂಧಿಸಿರುವುದು ಸರಕಾರದ ನಿಲುವು ಏನೆಂಬುದನ್ನು ಸ್ಪಷ್ಟಪಡಿಸುತ್ತದೆ.

ಈ ಅತ್ಯಂತ ಪ್ರಚೋದನಕಾರಿ ಸನ್ನಿವೇಶಗಳಲ್ಲಿ, 'ಹಿಂದೂಸ್ತಾನ್ ಸಮಾಜವಾದಿ ರಿಪಬ್ಲಿಕನ್ ಆರ್ಮಿ', ತನ್ನ ಜವಾಬ್ದಾರಿಯನ್ನು ಸಂಪೂರ್ಣ ಗಂಭೀರತೆಯಿಂದ ಅರಿತು, ತನ್ನ ಸೈನ್ಯಕ್ಕೆ ಈ ಕೆಲಸವನ್ನು ಮಾಡುವಂತೆ ಆದೇಶಿಸಿದೆ, ಇದರಿಂದ ಕಾನೂನಿನ ಈ ಅವಮಾನಕರ ಅಪಹಾಸ್ಯವನ್ನು ನಿಲ್ಲಿಸಲಾಗಿದೆ. ವಿದೇಶಿ ಸರ್ಕಾರದ ಶೋಷಣೆಯ ಅಧಿಕಾರಶಾಹಿ ಏನೇ ಮಾಡಿದರೂ ಅದರ ಬೆತ್ತಲೆ ರೂಪವನ್ನು ಸಾರ್ವಜನಿಕರ ಮುಂದೆ ತರುವುದು ಸಂಪೂರ್ಣವಾಗಿ ಅವಶ್ಯಕ.

ಜನರ ಚುನಾಯಿತ ಪ್ರತಿನಿಧಿಗಳು ತಮ್ಮ ಕ್ಷೇತ್ರಗಳಿಗೆ ಹಿಂತಿರುಗಿ ಮುಂಬರುವ ಕ್ರಾಂತಿಗೆ ಜನರನ್ನು ಸಿದ್ಧಪಡಿಸಬೇಕು. ಅಸಹಾಯಕ ಭಾರತೀಯ ಜನರ ಪರವಾಗಿ ಸಾರ್ವಜನಿಕ ಸುರಕ್ಷತಾ ಮಸೂದೆ ಮತ್ತು ಕೈಗಾರಿಕಾ ವಿವಾದಗಳ ಮಸೂದೆ, ಲಾಲಾಜಿಯವರ ಕ್ರೂರ ಹತ್ಯೆಯ ವಿರುದ್ಧ ಪ್ರತಿಭಟಿಸುವಾಗ, ಇತಿಹಾಸವು ಹಲವು ಬಾರಿ ಪುನರಾವರ್ತಿತವಾಗಿದೆ ಎಂಬುದನ್ನು ನಾವು ಒತ್ತಿಹೇಳಲು ಬಯಸುತ್ತೇವೆ, ಅದು ವ್ಯಕ್ತಿಯೇ ಎಂದು ಸರ್ಕಾರ ತಿಳಿಯಬೇಕು. ಕೊಲೆಗೆ ಜವಾಬ್ದಾರರು. ಇದನ್ನು ಮಾಡುವುದು ಸುಲಭ, ಆದರೆ ನೀವು ಆಲೋಚನೆಗಳನ್ನು ಕೊಲ್ಲಲು ಸಾಧ್ಯವಿಲ್ಲ. ದೊಡ್ಡ ಸಾಮ್ರಾಜ್ಯಗಳು ನಾಶವಾದವು, ಆದರೆ ಆಲೋಚನೆಗಳು ಜೀವಂತವಾಗಿ ಉಳಿದಿವೆ. ಫ್ರಾನ್ಸ್‌ನ ಬೌರ್ಬನ್‌ಗಳು ಮತ್ತು ರಷ್ಯಾದ ಝಾರ್ ನಾಶವಾದವು, ಆದರೆ ಕ್ರಾಂತಿಕಾರಿಗಳು ವಿಜಯದ ಯಶಸ್ಸಿನೊಂದಿಗೆ ಹೋದರು.

ನಾವು ಮಾನವ ಜೀವನವನ್ನು ಪವಿತ್ರವೆಂದು ಪರಿಗಣಿಸುತ್ತೇವೆ. ಪ್ರತಿಯೊಬ್ಬ ಮನುಷ್ಯನು ಸಂಪೂರ್ಣ ಶಾಂತಿ ಮತ್ತು ಸ್ವಾತಂತ್ರ್ಯವನ್ನು ಅನುಭವಿಸುವ ಉಜ್ವಲ ಭವಿಷ್ಯವನ್ನು ನಾವು ನಂಬುತ್ತೇವೆ. ಮಾನವ ರಕ್ತವನ್ನು ಚೆಲ್ಲುವ ನಮ್ಮ ಬಲವಂತದಿಂದ ನಾವು ದುಃಖಿತರಾಗಿದ್ದೇವೆ. ಆದರೆ ಕ್ರಾಂತಿಗೆ ಮನುಷ್ಯರ ತ್ಯಾಗ ಅಗತ್ಯ. ಕ್ರಾಂತಿ ಚಿರಾಯುವಾಗಲಿ"

ಈ ಫಾರ್ಮ್ ಅನ್ನು ಗುಂಪಿನ ಕಮಾಂಡರ್-ಇನ್-ಚೀಫ್ ಪರವಾಗಿ ಬರೆಯಲಾಗಿದೆ; ಸಹಿಯ ಬದಲಿಗೆ ಬಾಲರಾಜ್ ಎಂದು ಬರೆಯಲಾಗಿದೆ.

ಈ ಘಟನೆಯನ್ನು ಶ್ರೀ ಮನ್ಮಥನಾಥ ಗುಪ್ತರು ಈ ಕೆಳಗಿನ ಮಾತುಗಳಲ್ಲಿ ವಿವರಿಸಿದ್ದಾರೆ -

"ಈ ಘಟನೆ ನಡೆದದ್ದು 1929ರ ಏಪ್ರಿಲ್ 8ರಂದು. ಆಗ ಕೇಂದ್ರ ಅಸೆಂಬ್ಲಿಯಲ್ಲಿ ಸಾರ್ವಜನಿಕ ಸುರಕ್ಷತೆ ಎಂಬ ಮಸೂದೆಯನ್ನು ಪರಿಗಣನೆಗೆ ಇಡಲಾಗಿತ್ತು. ಎರಡೂ ಕಡೆಯಿಂದ ಹಗ್ಗ ಜಗ್ಗಾಟ ನಡೆಯಿತು. 'ವ್ಯಾಪಾರ ವಿವಾದಗಳ' ಮಸೂದೆಯನ್ನು ಬಹುಮತದಿಂದ ಅಂಗೀಕರಿಸಲಾಯಿತು ಮತ್ತು ಅಧ್ಯಕ್ಷ ಪಟೇಲ್ ಅವರು 'ಸಾರ್ವಜನಿಕ ಸುರಕ್ಷತಾ ಮಸೂದೆ' ಕುರಿತು ತಮ್ಮ ನಿರ್ಧಾರವನ್ನು ನೀಡಲು ಸಿದ್ಧರಾಗಿದ್ದರು, ಎಲ್ಲರೂ ಅವರ ಮೇಲೆ ಕೇಂದ್ರೀಕರಿಸಿದರು. ಅದು ಬಹಳ ಸಂಭ್ರಮದ ಸಮಯ. ಹೀಗಿರುವಾಗ ಅಸೆಂಬ್ಲಿ ಭವನದ ಪ್ರೇಕ್ಷಕರ ಗ್ಯಾಲರಿಯಿಂದ ಏಕಾಏಕಿ ಭೀಕರ ಬಾಂಬ್ ಬಿದ್ದಿದ್ದು, ಬಿದ್ದ ತಕ್ಷಣ ಭಯದ ಹೊಗೆ ಆವರಿಸಿದೆ. ಸರ್ ಜಾರ್ಜ್ ಶುಸ್ಟರ್ ಮತ್ತು ಸರ್ ಬಮಂಜಿ ದಲಾಲ್ ಅವರಂತಹ ಕೆಲವರಿಗೆ ಸಣ್ಣಪುಟ್ಟ ಗಾಯಗಳಾಗಿವೆ. ಇಬ್ಬರು ಯುವಕರು ಬಾಂಬ್ ಎಸೆದಿದ್ದರು. ಒಬ್ಬನ ಹೆಸರು ಸರ್ದಾರ್ ಭಗತ್ ಸಿಂಗ್ ಮತ್ತು ಇನ್ನೊಬ್ಬನ ಹೆಸರು ಬಟುಕೇಶ್ವರ್ ದತ್.

ಪೂರ್ವನಿರ್ಧರಿತ ಯೋಜನೆಯಂತೆ, ಈ ಇಬ್ಬರು ನಾಯಕರು ತಮ್ಮನ್ನು ಬಂಧಿಸಿದರು. ಇದಾದ ನಂತರ ನ್ಯಾಯದ ಸುದೀರ್ಘ ನಾಟಕವನ್ನು ಆಡಲಾಯಿತು. ಅಂತಿಮವಾಗಿ ಭಗತ್ ಸಿಂಗ್, ರಾಜಗುರು ಮತ್ತು ಬಟುಕೇಶ್ವರ್ ದತ್‌ರನ್ನು ಗಲ್ಲಿಗೇರಿಸಲಾಯಿತು ಮತ್ತು ಅನೇಕ ಇತರ ಕ್ರಾಂತಿಕಾರಿಗಳಿಗೆ ವಿವಿಧ ರೀತಿಯ ಸೆರೆವಾಸಕ್ಕೆ ಕಾರಣವಾಯಿತು, ಇದನ್ನು ಸೂಕ್ತ ಸ್ಥಳಗಳಲ್ಲಿ ನಂತರ ವಿವರಿಸಲಾಗುವುದು.

ವೈಸರಾಯ್ ಕಾರನ್ನು ಸ್ಫೋಟಿಸುವ ಯೋಜನೆ

ಅಸೆಂಬ್ಲಿ ಬಾಂಬ್ ಪ್ರಕರಣದಲ್ಲಿ ಭಗತ್ ಸಿಂಗ್ ಮತ್ತು ಬಟುಕೇಶ್ವರ್ ದತ್ ಅವರನ್ನು ಬಂಧಿಸಿದ ನಂತರ, ಅವರ ಮೇಲೂ ಸೌಂಡರ್ಸ್ ಹತ್ಯೆಯ ಪ್ರಕರಣವನ್ನು ವಿಧಿಸಲಾಯಿತು ಮತ್ತು ಅವರ ಗುಂಪಿನ ಅನೇಕ ಸದಸ್ಯರನ್ನು ಈ ಹತ್ಯೆಗೆ ಸಂಬಂಧಿಸಿದಂತೆ ಬಂಧಿಸಲಾಯಿತು. ಆದ್ದರಿಂದ, ಗುಂಪು ಒಂದು ರೀತಿಯಲ್ಲಿ ವಿಘಟಿತವಾಯಿತು. ಅದೇನೇ ಇದ್ದರೂ, ಆಜಾದ್ ಈ ಗುಂಪಿನ ಕಮಾಂಡರ್ ಆಗಿದ್ದರು ಮತ್ತು ಅವರು ಸಮರ್ಥ, ಧೈರ್ಯಶಾಲಿ ಮತ್ತು ಕಷ್ಟಪಟ್ಟು ದುಡಿಯುವ ಕಮಾಂಡರ್‌ನ ಎಲ್ಲಾ ಗುಣಗಳನ್ನು ಹೊಂದಿದ್ದರು. ಇದರೊಂದಿಗೆ ಭಗವತಿ ಚರಣ್ ಬೋಹ್ರಾ, ಅವರ ಪತ್ನಿ ದುರ್ಗಾದೇವಿ, ಸುಶೀಲಾ ದೀದಿ, ಶ್ರೀ ಯಶಪಾಲ್ ಮೊದಲಾದ ಸಮರ್ಥ ಕ್ರಾಂತಿಕಾರಿಗಳೂ ಜೊತೆಗಿದ್ದರು. ಹೀಗಾಗಿ ತಂಡದ ಕೆಲಸ ಮುಂದುವರೆಯಿತು.

ಈ ಕಾರ್ಯಕ್ರಮದಡಿ ವೈಸರಾಯ್ ವಿಶೇಷ ರೈಲನ್ನು ಬಾಂಬ್‌ನಿಂದ ಸ್ಫೋಟಿಸುವ ಯೋಜನೆ ರೂಪಿಸಲಾಗಿತ್ತು. ಇದಕ್ಕೂ ಮೊದಲು ಅಕ್ಟೋಬರ್ 27, 1929 ಎಂದು ನಿಗದಿಪಡಿಸಲಾಗಿತ್ತು. ಆದರೆ ನಂತರ ಕೆಲವು ಅನಿವಾರ್ಯ ಕಾರಣಗಳಿಂದ ಆ ದಿನ ಈ ಕೆಲಸ ಸಾಧ್ಯವಾಗಲಿಲ್ಲ. ಆಗ ಇದಕ್ಕೆ 1929ರ ಡಿಸೆಂಬರ್ 23ರಂದು ದಿನ ನಿಗದಿಯಾಯಿತು.

ಈ ಕೆಲಸಕ್ಕಾಗಿ ಬಹಳ ದೀರ್ಘವಾದ ತಯಾರಿ ನಡೆಸಬೇಕಿತ್ತು. ಈ ಕುರಿತು ಪರಿಶೀಲನೆ ನಡೆಸಲು ತಂಡದ ಸದಸ್ಯನೊಬ್ಬನನ್ನು ಸನ್ಯಾಸಿಯ ವೇಷದಲ್ಲಿ ನಿಜಾಮುದ್ದೀನ್‌ಗೆ ಕಳುಹಿಸಲಾಗಿತ್ತು. ಅಂದು ಕೊಲ್ಹಾಪುರದಿಂದ ದೆಹಲಿಗೆ ವೈಸರಾಯ್ ರೈಲು ಬರಬೇಕಿತ್ತು. ಇದಕ್ಕೂ ಕೆಲವು ದಿನಗಳ ಹಿಂದೆ ರೈಲ್ವೆ ಮಾರ್ಗದ ಕೆಳಗೆ ಬಾಂಬ್‌ಗಳನ್ನು ಹಾಕಲಾಗಿತ್ತು. ಈ ಬಾಂಬುಗಳನ್ನು ನೂರಾರು ಗಜಗಳಷ್ಟು ದೂರದಲ್ಲಿರುವ ಬ್ಯಾಟರಿಗೆ ಜೋಡಿಸಲಾಗಿತ್ತು. ಅಲ್ಲಿಂದ ಸ್ವಿಚ್ ಒತ್ತಿದರೆ ಸ್ಫೋಟ ಸಂಭವಿಸುವ ಸಾಧ್ಯತೆಯಿದೆ, ಇಲ್ಲದಿದ್ದರೆ ವಾಹನಗಳು ಹಲವಾರು ದಿನಗಳವರೆಗೆ ಓಡುತ್ತಲೇ ಇದ್ದವು, ಆದರೆ ಯಾವುದೇ ಹಾನಿ ಸಂಭವಿಸಿಲ್ಲ. ವೈಸರಾಯ್ ಅವರ ವಾಹನ ಅದರ ಮೇಲೆ ಹಾದು ಹೋದಾಗ ಸ್ವಿಚ್ ಆನ್ ಆಗಿತ್ತು. ಸ್ಫೋಟವು ಭಯಾನಕವಾಗಿತ್ತು, ಆದರೆ ಅದೃಷ್ಟವಶಾತ್ ವೈಸರಾಯ್ ಉಳಿಸಲಾಯಿತು; ಕೆಲವೇ ಸೆಕೆಂಡುಗಳಷ್ಟು ವಿಳಂಬವಾಯಿತು. ಇದರ ಪರಿಣಾಮವಾಗಿ ವೈಸರಾಯ್ ಯಾವುದೇ ಗಾಯಗಳಿಲ್ಲದೆ ಪಾರಾಗಿದ್ದಾರೆ, ಆದರೆ ಅವರ ವಿಭಾಗದ ಹಿಂದಿನ ಮೂರನೇ ವಿಭಾಗವು ಸ್ಫೋಟಿಸಿತು.

ಈ ಘಟನೆ ಮತ್ತೆ ಸಂಚಲನ ಮೂಡಿಸಿದೆ. ಪೊಲೀಸರು ಆಗಲೇ ಅಲರ್ಟ್ ಆಗಿದ್ದರು; ಈಗ ಇನ್ನಷ್ಟು ಉದ್ರೇಕಗೊಂಡ ಅವಳು ಮೊದಲಿಗಿಂತ ಹೆಚ್ಚು ತನ್ನ ಪ್ರಯತ್ನವನ್ನು ತೀವ್ರಗೊಳಿಸಿದಳು.

1930ರ ಲಾಹೋರ್‌ನ ಕಾಂಗ್ರೆಸ್ ಅಧಿವೇಶನದಲ್ಲಿ ಮೊದಲ ಬಾರಿಗೆ, ಒಂದು ಕಡೆ ಭಾರತಕ್ಕೆ ಸಂಪೂರ್ಣ ಸ್ವಾತಂತ್ರ್ಯಕ್ಕಾಗಿ ಬೇಡಿಕೆಯನ್ನು ಸಲ್ಲಿಸಲಾಯಿತು, ಇನ್ನೊಂದು ಕಡೆ ಈ ಘಟನೆಯನ್ನು ಖಂಡಿಸಲಾಯಿತು. ಅದರ ಮುಖ್ಯ ಭಾಗಗಳು ಈ ಕೆಳಗಿನಂತಿವೆ -

"ಈ ಕಾಂಗ್ರೆಸ್ ವೈಸ್‌ರಾಯ್ ರೈಲಿನಲ್ಲಿ ಬಾಂಬ್ ಸ್ಫೋಟದ ಕೃತ್ಯವನ್ನು ಖಂಡಿಸುತ್ತದೆ ಮತ್ತು ಅಂತಹ ಕ್ರಮಗಳು ಕಾಂಗ್ರೆಸ್‌ನ ಉದ್ದೇಶಗಳಿಗೆ ಪ್ರತಿಕೂಲವಲ್ಲ ಆದರೆ ರಾಷ್ಟ್ರೀಯ ಹಿತಾಸಕ್ತಿಗೆ ಪೂರ್ವಾಗ್ರಹ ಪೀಡಿತವಾಗಿದೆ ಎಂದು ತನ್ನ

ನಿರ್ಣಯವನ್ನು ಪುನರುಚ್ಚರಿಸುತ್ತದೆ. "ಈ ಕಾಂಗ್ರೆಸ್ ಘನತೆವೆತ್ತ ವೈಸರಾಯ್, ಶ್ರೀಮತಿ ಇರ್ವಿನ್ ಮತ್ತು ಬಡ ಸೇವಕರು ಸೇರಿದಂತೆ ಅವರ ಸಹಚರರನ್ನು ಅವರ ಅದೃಷ್ಟದಿಂದ ಪಾರು ಮಾಡಿದ್ದಕ್ಕಾಗಿ ಅಭಿನಂದಿಸುತ್ತದೆ."

ವೈಸರಾಯ್ ರೈಲಿಗೆ ಬಾಂಬ್ ಹಾಕುವ ಪ್ರಯತ್ನ ವಿಫಲವಾದ ನಂತರವೂ ಚಂದ್ರಶೇಖರ ಆಜಾದ್ ನೇತೃತ್ವದಲ್ಲಿ ಗುಂಪು ಸಕ್ರಿಯವಾಗಿತ್ತು. ಇದಾದ ನಂತರವೂ ಅನೇಕ ಸ್ಥಳಗಳಲ್ಲಿ ಬಾಂಬ್ ಸ್ಫೋಟಗಳು ನಡೆದವು, ದರೋಡೆ ಮತ್ತು ಕೊಲೆಗೆ ಯೋಜನೆಗಳನ್ನು ರೂಪಿಸಲಾಯಿತು; ಆದರೆ ಈ ಎಲ್ಲಾ ಯೋಜನೆಗಳಲ್ಲಿ ಯಾವುದೇ ವಿಶೇಷ ಯಶಸ್ಸನ್ನು ಸಾಧಿಸಲಾಗಿಲ್ಲ. ಈ ಗುಂಪಿನ ಸದಸ್ಯರನ್ನು ಬಂಧಿಸುವಲ್ಲಿ ಪೊಲೀಸರು ನಿರತರಾಗಿದ್ದರು. ಆಗಸ್ಟ್ 1930 ರಲ್ಲಿ, ಈ ಗುಂಪಿನ ನಾಲ್ಕು ಸದಸ್ಯರು - ರೂಪಚಂದ್, ಇಂದರ್ಪಾಲ್, ಜಹಾಂಗೀರ್ ಲಾಲ್ ಮತ್ತು ಕುಂದನ್ಲಾಲ್ ಅನ್ನು ಬಂಧಿಸಲಾಯಿತು. ಇದರ ನಂತರ ಇನ್ನೂ ಕೆಲವು ಸದಸ್ಯರನ್ನು ಸೆರೆಹಿಡಿಯಲಾಯಿತು; ಒಟ್ಟು ಇಪ್ಪತ್ತಾರು ಸದಸ್ಯರನ್ನು ಪೊಲೀಸರು ಬಂಧಿಸಿದರು, ಆದರೆ ಪಕ್ಷದ ಅಧ್ಯಕ್ಷ ಚಂದ್ರಶೇಖರ್ ಆಜಾದ್, ಯಶಪಾಲ್, ಸುಶೀಲಾ ದೀದಿ, ದುರ್ಗಾ ಭಾಭಿ, ಹಂಸರಾಜ್ ಮತ್ತು ಪ್ರಕಾಶವತಿ ಮುಂತಾದವರು ಪೊಲೀಸರಿಗೆ ಸಿಕ್ಕಿಬೀಳಲು ಸಾಧ್ಯವಾಗಲಿಲ್ಲ. ಹೀಗಾಗಿ ಆತ ತಲೆಮರೆಸಿಕೊಂಡಿದ್ದಾನೆ ಎಂದು ಘೋಷಿಸಲಾಗಿದೆ.

ಸುಖದೇವರಾಜ್ ಕೂಡ ಪೊಲೀಸರಿಗೆ ಸಿಕ್ಕಿಬಿದ್ದಿರಲಿಲ್ಲ. ತಲೆಮರೆಸಿಕೊಂಡಿರುವ ಆರೋಪಿಗಳ ಹುಡುಕಾಟದಲ್ಲಿ ಪೊಲೀಸ್ ಮಾಹಿತಿದಾರರು ತಿರುಗಾಡುತ್ತಿದ್ದರು. ಒಂದು ದಿನ ಲಾಹೋರ್‌ನ ಶಾಲಿಮಾರ್ ಪಾರ್ಕ್‌ನಲ್ಲಿ ಸುಖದೇವ್‌ರಾಜ್ ಮತ್ತೊಬ್ಬ ಯುವಕನೊಂದಿಗೆ ಇದ್ದಾನೆ ಎಂಬ ಮಾಹಿತಿ ಪೊಲೀಸರಿಗೆ ಸಿಕ್ಕಿತು. ಹೀಗಾಗಿ ಪೊಲೀಸರು ಅವರನ್ನು ಸುತ್ತುವರಿದಿದ್ದಾರೆ. ಸುಖದೇವ್‌ರಾಜ್‌ನ ಯಾವುದೇ ಕುರುಹು ಇರಲಿಲ್ಲ, ಆದರೆ ಪೊಲೀಸರೊಂದಿಗೆ ಹೊಡೆದಾಟದಲ್ಲಿ ಜಗದೀಶ್‌ರಾಜ್ ಎಂಬ ಯುವಕ ಗುಂಡು ಹಾರಿಸಿದ್ದಾನೆ.

ಈ ಬಂಧಿತ ವ್ಯಕ್ತಿಗಳು ವಿಚಾರಣೆಯಲ್ಲಿ ವಿವಿಧ ರೀತಿಯ ಶಿಕ್ಷೆಗಳನ್ನು ಪಡೆದರು. ಗುಲಾಬ್ ಸಿಂಗ್, ಜಹಾಂಗೀರ್ಲಾಲ್ ಮತ್ತು ಅಮ್ರಿಕ್ ಸಿಂಗ್ ಅವರಿಗೆ ಮೊದಲು ಮರಣದಂಡನೆ ವಿಧಿಸಲಾಯಿತು, ಆದರೆ ನಂತರ ಅಮ್ರಿಕ್ ಸಿಂಗ್ ಅವರನ್ನು ಬಿಡುಗಡೆ ಮಾಡಲಾಯಿತು ಮತ್ತು ಉಳಿದ ಇಬ್ಬರಿಗೆ ಕಾಲಾಪಾನಿ ಮತ್ತು ಉಳಿದ ಆರೋಪಿಗಳಿಗೆ ವಿವಿಧ ರೀತಿಯ ಜೈಲು ಶಿಕ್ಷೆ ವಿಧಿಸಲಾಯಿತು.

ಏಳನೇ ಅಧ್ಯಾಯ

ನ್ಯಾಯ ಮತ್ತು ಸ್ವಾತಂತ್ರ್ಯದ ನಾಟಕ

ಕ್ರಾಂತಿಯ ಹಾದಿ ಹೂವಿನ ಹಾಸಿಗೆಯಲ್ಲ; ಇದು ಕತ್ತಿಯ ಅಂಚು. ಈ ಹಾದಿಯಲ್ಲಿ ಸಾಗುವ ಪ್ರತಿಯೊಬ್ಬ ಪ್ರಯಾಣಿಕನಿಗೆ ಈ ಕಹಿ ಸತ್ಯ ತಿಳಿದಿದೆ. ಆದ್ದರಿಂದ, ಅದರ ಮೇಲೆ ನಡೆಯಲು ಯಾವುದೇ ಸಾಮಾನ್ಯ ವ್ಯಕ್ತಿಯ ಶಕ್ತಿಯಲ್ಲಿಲ್ಲ; ಕೆಲವು ನಿಜವಾದ ಪುತ್ರರು ಮಾತ್ರ ಅದರ ಮೇಲೆ ನಡೆಯಲು ಸಮರ್ಥರಾಗಿದ್ದಾರೆ. ಸದಾ ತನ್ನ ಪ್ರಾಣವನ್ನು ಕೈಯಲ್ಲಿ ಹಿಡಿದುಕೊಳ್ಳುವ ಧೀರ ವ್ಯಕ್ತಿ ಮಾತ್ರ ಈ ಮಾರ್ಗವನ್ನು ಅಳವಡಿಸಿಕೊಳ್ಳಲು ಸಾಧ್ಯ ಎಂಬುದು ಸತ್ಯ. ಚಂದ್ರಶೇಖರ ಆಜಾದ್ ಅವರಂತಹ ಕ್ರಾಂತಿಕಾರಿಗಳು ಅಂತಹ ಧೀರರು.

ಅಸೆಂಬ್ಲಿ ಬಾಂಬ್ ಪ್ರಕರಣ

'ಹಿಂದೂಸ್ತಾನ್ ರಿಪಬ್ಲಿಕನ್ ಅಸೋಸಿಯೇಷನ್'ನಲ್ಲಿ ಅವರ ಆರಂಭಿಕ ಕ್ರಾಂತಿಕಾರಿ ವೃತ್ತಿಜೀವನದಲ್ಲಿ, ಅವರು ಆಜಾದ್ ದಳದಲ್ಲಿ ವಿಶೇಷ ಸ್ಥಾನವನ್ನು ಗಳಿಸಿದ್ದರು. ಅವರ ಅದಮ್ಯ ಉತ್ಸಾಹ ಮತ್ತು ತೀವ್ರ ಜಾಗರೂಕತೆಯಿಂದ ತಂಡದಲ್ಲಿ ಅವರನ್ನು 'ಕ್ವಿಕ್ ಸಿಲ್ವರ್' (ಮರ್ಕ್ಯುರಿ) ಎಂದು ಕರೆಯಲಾಯಿತು. ಆಜಾದ್ ತಮ್ಮ ಕ್ರಾಂತಿಕಾರಿ ಜೀವನದುದ್ದಕ್ಕೂ ತಮ್ಮ ಹೆಸರನ್ನು ಸಾರ್ಥಕಗೊಳಿಸಿದ್ದರು. ಅವರು ಅನೇಕ ಹಗರಣಗಳಲ್ಲಿ ಭಾಗವಹಿಸಿದ್ದರು; ಅವರನ್ನು ಹಿಡಿಯಲು ಪೊಲೀಸರು ಶತಪ್ರಯತ್ನ ನಡೆಸಿದರೂ ಪಾದರಸವನ್ನು ಕೈಯಿಂದ ಹಿಡಿಯಲು ಸಾಧ್ಯವಾಗಿರಲಿಲ್ಲ. ಅವರು ಹಿಡಿಯಲ್ಪಡಲಿಲ್ಲ; ಬರಲಿಲ್ಲ.

ಇಲ್ಲಿ, ಭಗತ್ ಸಿಂಗ್ ಮತ್ತು ಬಟುಕೇಶ್ವರ್ ದತ್ ಅವರು ವಿಧಾನಸಭೆಯಲ್ಲಿ ಸ್ಫೋಟವನ್ನು ಉಂಟುಮಾಡಿದ ನಂತರ ತಮ್ಮನ್ನು ಬಂಧಿಸಿದರು. ಪರಿಣಾಮವಾಗಿ, ಅವರನ್ನು ಬಂಧಿಸಲಾಯಿತು ಮತ್ತು ಮೊದಲು ಕೊತ್ವಾಲಿ, ಚಾಂದಿನಿ ಚೌಕ್‌ಗೆ ಕರೆದೊಯ್ಯಲಾಯಿತು. ಇಲ್ಲಿ ಅವರು ಹೇಳಿಕೆ ನೀಡಲು ನಿರಾಕರಿಸಿದರು, ಏಕೆಂದರೆ

ಅವರು ನ್ಯಾಯಾಲಯದಲ್ಲಿ ಹೇಳಿಕೆ ನೀಡಲು ಬಯಸಿದ್ದರು. ಬಳಿಕ ಸಿವಿಲ್ ಲೈನ್ ಪೊಲೀಸ್ ಠಾಣೆಯ ಲಾಕಪ್‌ನಲ್ಲಿ ಇರಿಸಲಾಗಿತ್ತು. ಭಗತ್ ಸಿಂಗ್ ಅವರ ತಂದೆ ಸರ್ದಾರ್ ಕಿಶನ್ ಸಿಂಗ್ ಅವರನ್ನು ಭೇಟಿಯಾಗಲು ಬಂದರು, ಆದರೆ ಅವರನ್ನು ಭೇಟಿ ಮಾಡಲು ಅವಕಾಶ ನೀಡಲಿಲ್ಲ.

ಏಪ್ರಿಲ್ 22, 1929 ರಂದು ಅವರನ್ನು ಪೊಲೀಸ್ ಲಾಕಪ್‌ನಿಂದ ದೆಹಲಿ ಜೈಲಿಗೆ ಕಳುಹಿಸಲಾಯಿತು. ಸರ್ದಾರ್ ಕಿಶನ್ ಸಿಂಗ್ ಅವರನ್ನು ಮೇ 3 ರಂದು ಅವರ ವಕೀಲ ಅಸಫ್ ಅಲಿ ಅವರೊಂದಿಗೆ ಜೈಲಿನಲ್ಲಿ ಭೇಟಿಯಾದರು. ಸರ್ದಾರ್ ಕಿಶನ್ ಸಿಂಗ್ ತನ್ನ ಎಲ್ಲಾ ಶಕ್ತಿಯಿಂದ ಈ ಪ್ರಕರಣವನ್ನು ಹೋರಾಡಲು ಬಯಸಿದ್ದರೂ, ಆದರೆ ಭಗತ್ ಸಿಂಗ್ ತನ್ನ ಸ್ವಂತ ಸುರಕ್ಷತೆಗಾಗಿ ಪ್ರಕರಣದ ವಿರುದ್ಧ ಹೋರಾಡಲು ವಿರೋಧಿಸಿದನು.

ಪ್ರಕರಣವನ್ನು ಮೇ 7, 1929 ರಂದು ಹೆಚ್ಚುವರಿ ಮ್ಯಾಜಿಸ್ಟ್ರೇಟ್ ಶ್ರೀ. ಹೂವಿನ ಅಂಗಳದಲ್ಲಿ ಆರಂಭವಾಗಿ ಜೈಲಿನಲ್ಲೇ ದರ್ಬಾರು ನಡೆದಿದೆ. ಸರ್ಕಾರವು ತನ್ನ ಕಡೆಯನ್ನು ಮಂಡಿಸಿದ ನಂತರ, ಭಗತ್ ಸಿಂಗ್ ಮತ್ತು ಬಟುಕೇಶ್ವರ್ ದತ್ ಹೇಳಿಕೆಯನ್ನು ನೀಡುವಂತೆ ಕೇಳಲಾಯಿತು, ಆದರೆ ಅವರು ಹೇಳಿಕೆ ನೀಡಲು ನಿರಾಕರಿಸಿದರು 'ನಾವು ನಮ್ಮ ಹೇಳಿಕೆಯನ್ನು ಸೆಷನ್ಸ್ ನ್ಯಾಯಾಧೀಶರ ನ್ಯಾಯಾಲಯದಲ್ಲಿ ನೀಡುತ್ತೇವೆ' ಎಂದು ಹೇಳಿದರು. ಆದ್ದರಿಂದ, ಪ್ರಕರಣವನ್ನು ಸೆಷನ್ಸ್ ನ್ಯಾಯಾಧೀಶ ಮಿಡಲ್ಟನ್ ನ್ಯಾಯಾಲಯಕ್ಕೆ ಕಳುಹಿಸಲಾಗಿದೆ. ಈ ನ್ಯಾಯಾಲಯವು ದೆಹಲಿ ಜೈಲಿನಲ್ಲಿಯೂ ನಡೆಯಿತು ಮತ್ತು ಪ್ರಕರಣದ ವಿಚಾರಣೆಯು ಜೂನ್ 4, 1929 ರಿಂದ ಪ್ರಾರಂಭವಾಯಿತು. ಇಲ್ಲಿ ಭಗತ್ ಸಿಂಗ್ ತನ್ನ ಪ್ರಸಿದ್ಧ ಐತಿಹಾಸಿಕ ಭಾಷಣವನ್ನು ನೀಡಿದರು. ಅವರ ಈ ಭಾಷಣ ಪಕ್ಷದ ಉದ್ದೇಶಗಳ ಮೇಲೆ ಸುಂದರ ಬೆಳಕು ಚೆಲ್ಲುತ್ತದೆ. ಅದರ ಕೆಲವು ಭಾಗಗಳನ್ನು ಇಲ್ಲಿ ಪ್ರಸ್ತುತಪಡಿಸಲಾಗಿದೆ-

"ನಮ್ಮ ವಿರುದ್ಧ ಗಂಭೀರ ಅಪರಾಧಗಳ ಆರೋಪಗಳನ್ನು ಮಾಡಲಾಗಿದೆ. ಈ ಸಮಯದಲ್ಲಿ ನಮ್ಮ ನಡವಳಿಕೆಯನ್ನು ಸ್ಪಷ್ಟಪಡಿಸಲು ನಾವು ಬಯಸುತ್ತೇವೆ. ಈ ವಿಷಯದಲ್ಲಿ ಈ ಕೆಳಗಿನ ಪ್ರಶ್ನೆಗಳು ಉದ್ಭವಿಸುತ್ತವೆ -

1. ನೀವು ಸದನದಲ್ಲಿ ಬಾಂಬ್ ಎಸೆಯಲು ಹೋಗಿದ್ದೀರಾ? ಹೌದಾದರೆ ಅದಕ್ಕೆ ಕಾರಣವೇನು?

2. ಕೆಳ ನ್ಯಾಯಾಲಯ ಮಾಡಿರುವ ಆರೋಪ ನಿಜವೋ ಸುಳ್ಳೋ?

ಮೊದಲ ಪ್ರಶ್ನೆಯ ಮೊದಲಾರ್ಧವು ಸ್ವೀಕಾರಾರ್ಹವಾಗಿದೆ, ಆದರೆ ಕೆಲವು ಸಹೋದ್ಯೋಗಿಗಳು ಘಟನೆಯ ತಪ್ಪು ವಿವರಗಳನ್ನು ಪ್ರಸ್ತುತಪಡಿಸಿದ್ದಾರೆ. ಬಾಂಬ್ ಎಸೆಯುವ ಜವಾಬ್ದಾರಿಯನ್ನು ನಾವು ಸ್ವೀಕರಿಸುತ್ತೇವೆ. ಆದ್ದರಿಂದ, ನಮ್ಮ ಹೇಳಿಕೆಯನ್ನು ಸರಿಯಾಗಿ ಮೌಲ್ಯಮಾಪನ ಮಾಡಬಹುದು ಎಂದು ನಾವು ಭಾವಿಸುತ್ತೇವೆ. ಉದಾಹರಣೆಗೆ, 'ಅವರು ನಮ್ಮಲ್ಲಿ ಒಬ್ಬರ ಕೈಯಿಂದ ಪಿಸ್ತೂಲನ್ನು ಕಸಿದುಕೊಂಡರು' ಎಂದು ನಾವು ಸೂಚಿಸಲು ಬಯಸುತ್ತೇವೆ. ಇದು ಉದ್ದೇಶಪೂರ್ವಕ ಸುಳ್ಳು. ವಾಸ್ತವವಾಗಿ, ನಾವು ಶರಣಾಗುವ ಸಮಯದಲ್ಲಿ, ನಮ್ಮಿಬ್ಬರ ಕೈಯಲ್ಲಿ ಪಿಸ್ತೂಲ್ ಇರಲಿಲ್ಲ. ನಾವು ಬಾಂಬ್ ಎಸೆಯುವುದನ್ನು ನೋಡಿದ್ದೇವೆ ಎಂದು ಹೇಳಿದ ಸಹೃದಯರು ಈ ಹಸಿ ಸುಳ್ಳನ್ನು ಹೇಳಲು ಹಿಂಜರಿಯಲಿಲ್ಲ. ನ್ಯಾಯದ ಪರಿಶುದ್ಧತೆ ಮತ್ತು ನಿಷ್ಪಕ್ಷಪಾತವನ್ನು ರಕ್ಷಿಸುವ ಉದ್ದೇಶ ಹೊಂದಿರುವವರು ಸತ್ಯಗಳಿಂದ ತಮ್ಮದೇ ಆದ ತೀರ್ಮಾನಗಳನ್ನು ತೆಗೆದುಕೊಳ್ಳುತ್ತಾರೆ ಎಂದು ನಾವು ಭಾವಿಸುತ್ತೇವೆ.

ಮೊದಲ ಪ್ರಶ್ನೆಯ ಕೊನೆಯ ಭಾಗವು ಸ್ವಲ್ಪ ವಿವರವಾಗಿ ಉತ್ತರಿಸಬೇಕಾಗಿದೆ, ಆದ್ದರಿಂದ ನಾವು ಈಗ ಐತಿಹಾಸಿಕ ಸ್ವರೂಪವನ್ನು ಪಡೆದಿರುವ ಈ ಘಟನೆಗೆ ಕಾರಣವಾದ ಉದ್ದೇಶಗಳು ಮತ್ತು ಸಂದರ್ಭಗಳನ್ನು ಪೂರ್ಣ ಮತ್ತು ಮುಕ್ತ ರೂಪದಲ್ಲಿ ವಿವರಿಸಬಹುದು. ಕೆಲವು ಪೊಲೀಸ್ ಅಧಿಕಾರಿಗಳು ಜೈಲಿನಲ್ಲಿ ನಮ್ಮನ್ನು ಭೇಟಿಯಾದರು, ಅವರಲ್ಲಿ ಕೆಲವರು ಪ್ರಶ್ನಾರ್ಹ ಘಟನೆಯ ನಂತರ, ಲಾರ್ಡ್ ಇರ್ವಿನ್ ಅವರು ಉಭಯ ಸದನಗಳ ಜಂಟಿ ಅಧಿವೇಶನವನ್ನು ಉದ್ದೇಶಿಸಿ ಮಾತನಾಡುವಾಗ, ನಾವು ಬಾಂಬ್ ಎಸೆದು ಯಾವುದೇ ವ್ಯಕ್ತಿಯನ್ನು ಕೊಂದಿಲ್ಲ ಎಂದು ಹೇಳಿದರು. ಒಂದು ಸಂವಿಧಾನದ ಮೇಲೆಯೇ ದಾಳಿ ಮಾಡಲಾಗಿದೆ, ಆಗ ಈ ಘಟನೆಯ ಮಹತ್ವವನ್ನು ಸರಿಯಾಗಿ ಮೌಲ್ಯಮಾಪನ ಮಾಡಲಾಗಿಲ್ಲ ಎಂದು ನಾವು ಭಾವಿಸಿದ್ದೇವೆ.

ಮನುಕುಲದ ಮೇಲಿನ ನಮ್ಮ ಪ್ರೀತಿ ಯಾರಿಗಿಂತ ಕಡಿಮೆಯಿಲ್ಲ. ಆದ್ದರಿಂದ, ಯಾವುದೇ ವ್ಯಕ್ತಿಯ ಮೇಲೆ ದ್ವೇಷವನ್ನು ಹೊಂದಿರುವ ಪ್ರಶ್ನೆಯೇ ಉದ್ಭವಿಸುವುದಿಲ್ಲ. ಇದಕ್ಕೆ ವ್ಯತಿರಿಕ್ತವಾಗಿ, ನಮ್ಮ ದೃಷ್ಟಿಯಲ್ಲಿ ಮಾನವ ಜೀವನವು ಎಷ್ಟು ಪವಿತ್ರವಾಗಿದೆ ಎಂದರೆ ಅದನ್ನು ಪದಗಳಲ್ಲಿ ವಿವರಿಸಲಾಗುವುದಿಲ್ಲ.

ಪ್ರಾರಂಭದಿಂದಲೂ ತನ್ನ ನಿಷ್ಪ್ರಯೋಜಕತೆಯನ್ನು ಮಾತ್ರವಲ್ಲದೆ ಹಾನಿಕಾರಕ ದೂರಗಾಮಿ ಶಕ್ತಿಯನ್ನು ಪ್ರದರ್ಶಿಸಿದ ಸಂಸ್ಥೆಗೆ ನಮ್ಮ ಪ್ರಾಯೋಗಿಕ ಪ್ರತಿರೋಧವನ್ನು

ವ್ಯಕ್ತಪಡಿಸುವುದು ನಮ್ಮ ಗುರಿಯಾಗಿತ್ತು. ನಾವು ಹೆಚ್ಚು ಯೋಚಿಸಿದಷ್ಟೂ, ಈ ಸಭೆಯ ಅಸ್ತಿತ್ವದ ಉದ್ದೇಶವು ಭಾರತದ ಬಡತನ ಮತ್ತು ಅಸಹಾಯಕತೆಯನ್ನು ಜಗತ್ತಿಗೆ ಪ್ರದರ್ಶಿಸುವುದಾಗಿದೆ ಮತ್ತು ಇದು ದಬ್ಬಾಳಿಕೆಯ ಮತ್ತು ನಿರಂಕುಶ ಸರ್ಕಾರಕ್ಕೆ ಉದಾಹರಣೆಯಾಗಿದೆ ಎಂಬ ತೀರ್ಮಾನಕ್ಕೆ ಬಂದಿದ್ದೇವೆ. ಶಕ್ತಿ ಸಂಕೇತವಾಗಿ ಮಾರ್ಪಟ್ಟಿದೆ.

ಜನಪ್ರತಿನಿಧಿಗಳ ಬೇಡಿಕೆಗಳನ್ನು ಮತ್ತೆ ಮತ್ತೆ ಕಸದ ಬುಟ್ಟಿಗೆ ಎಸೆಯಲಾಗುತ್ತಿದೆ. ಸದನವು ಅಂಗೀಕರಿಸಿದ ಪವಿತ್ರ ನಿರ್ಣಯಗಳನ್ನು ತಥಾಕಥಿತ ಭಾರತೀಯ ಸಂಸತ್ತಿನಿಂದ ಅವಮಾನಗಳಿಂದ ತುಳಿಯಲಾಗುತ್ತಿದೆ. ದಮನಕಾರಿ ಮತ್ತು ಅನಿಯಂತ್ರಿತ ಕಾನೂನುಗಳನ್ನು ನಿಲ್ಲಿಸಲು ಸಂಬಂಧಿಸಿದ ಪ್ರಸ್ತಾಪಗಳನ್ನು ಅತ್ಯಂತ ಅವಮಾನಕರವಾಗಿ ನಿರ್ಲಕ್ಷಿಸಲಾಗಿದೆ ಮತ್ತು ಚುನಾಯಿತ ಪ್ರತಿನಿಧಿಗಳು ತಿರಸ್ಕರಿಸಿದ ಸರ್ಕಾರಿ ಕಾನೂನುಗಳು ಮತ್ತು ಪ್ರಸ್ತಾವನೆಗಳನ್ನು ಸಹ ಸರ್ಕಾರವು ಸ್ವಇಚ್ಛೆಯಿಂದ ಅನುಮೋದಿಸುತ್ತಿದೆ.

ಸಂಕ್ಷಿಪ್ತವಾಗಿ ಹೇಳುವುದಾದರೆ, ನಮ್ಮ ಪ್ರಾಮಾಣಿಕ ಪ್ರಯತ್ನಗಳ ಹೊರತಾಗಿಯೂ, ಭಾರತದ ಕೋಟಿಗಟ್ಟಲೆ ಜನರ ಕಷ್ಟಪಟ್ಟು ದುಡಿದ ಹಣವನ್ನು ವ್ಯಯಿಸುತ್ತಿರುವ ಪ್ರತಿಷ್ಠೆಯನ್ನು ಉಳಿಸಿಕೊಳ್ಳಲು ಅಂತಹ ಸಂಸ್ಥೆಯ ಅಸ್ತಿತ್ವವನ್ನು ಹೇಗೆ ಸಮರ್ಥಿಸಿಕೊಳ್ಳಬಹುದು ಎಂಬುದನ್ನು ಅರ್ಥಮಾಡಿಕೊಳ್ಳಲು ನಮಗೆ ಸಾಧ್ಯವಾಗುತ್ತಿಲ್ಲ. ಕೇವಲ ಅರ್ಥಹೀನ ಮತ್ತು ದುಷ್ಟ ಪಿತೂರಿಯಾಗಿ ಉಳಿದಿದೆ.

ಹೀಗಾಗಿ, ಭಾರತದ ಈ ಅಸಹಾಯಕ ಅಧೀನಕ್ಕೆ ಮುಂಚಿತವಾಗಿ ಯೋಜಿಸಿ ಸಾರ್ವಜನಿಕ ಸಮಯ ಮತ್ತು ಹಣವನ್ನು ವ್ಯರ್ಥ ಮಾಡುವ ನಾಯಕರ ವರ್ತನೆಯ ಸಮರ್ಥನೆಯನ್ನು ಅರ್ಥಮಾಡಿಕೊಳ್ಳಲು ನಮಗೆ ಸಾಧ್ಯವಾಗುತ್ತಿಲ್ಲ. ಕೈಗಾರಿಕಾ ವಿವಾದ ವಿಧೇಯಕ ಮಂಡನೆಯಾದಾಗ ಈ ವಿಚಾರ ಹಾಗೂ ಕಾರ್ಮಿಕ ಮುಖಂಡರ ವ್ಯಾಪಕ ಬಂಧನಗಳ ಬಗ್ಗೆ ಗಂಭೀರ ಚಿಂತನೆ ನಡೆಸಿದ್ದು, ಈ ವಿವಾದದ ಬಗ್ಗೆ ಖುದ್ದು ಮಾಹಿತಿ ಪಡೆಯಲು ವಿಧಾನಸಭೆಗೆ ಬಂದಾಗ ನಮ್ಮ ನಂಬಿಕೆ, ನಂಬಿಕೆಯೂ ಸ್ಪಷ್ಟವಾಯಿತು. ಶೋಷಕರ ಉಸಿರುಗಟ್ಟಿಸುವ ಶಕ್ತಿ ಮತ್ತು ಅಮಾಯಕ ಕಾರ್ಮಿಕರ ಅಧೀನತೆಯ ಭಯಾನಕ ಸ್ಮಾರಕವಾಗಿ ಮಾರ್ಪಟ್ಟಿರುವ ಸಂಸ್ಥೆಯಿಂದ ಲಕ್ಷಾಂತರ ಕಾರ್ಮಿಕರು ಏನನ್ನೂ ಪಡೆಯುವುದಿಲ್ಲ.

ಇಡೀ ದೇಶದ ಪ್ರತಿನಿಧಿಗಳನ್ನು ನಾವು ಅಮಾನವೀಯ ಮತ್ತು ಅನಾಗರಿಕ ಎಂದು ಕರೆಯುವ ರೀತಿಯಲ್ಲಿ ಅವಮಾನಿಸಲಾಗಿದೆ. ಇದರೊಂದಿಗೆ, ದೇಶದ ಕೋಟಿಗಟ್ಟಲೆ

ಹಸಿದ ಮತ್ತು ಬಡ ಜನರ ಮೂಲಭೂತ ಹಕ್ಕುಗಳಿಂದ ಮತ್ತು ಆರ್ಥಿಕ ಕಲ್ಯಾಣದ ಏಕೈಕ ಸಾಧನದಿಂದ ವಂಚಿತವಾಗಿದೆ.

ಮೂಕ ಮತ್ತು ಅಸಹಾಯಕ ಕಾರ್ಮಿಕರ ಸ್ಥಿತಿಯ ಬಗ್ಗೆ ನಮ್ಮಂತೆಯೇ ಸಹಾನುಭೂತಿ ಹೊಂದಿರುವ ಯಾವುದೇ ವ್ಯಕ್ತಿ ಈ ದೃಶ್ಯವನ್ನು ಶಾಂತವಾಗಿ ವೀಕ್ಷಿಸಲು ಸಾಧ್ಯವಿಲ್ಲ ಮತ್ತು ಆ ಶೋಷಕರ ಆರ್ಥಿಕ ರಚನೆಯನ್ನು ನಿರ್ಮಿಸಲು ಮೌನವಾಗಿ ತಮ್ಮ ಪ್ರಾಣವನ್ನು ತ್ಯಾಗ ಮಾಡಿದ ಕಾರ್ಮಿಕರ ಬಗ್ಗೆ ಹೃದಯದಲ್ಲಿ ಕನಿಕರವಿದೆ. ತನ್ನ ಜೀವ ಮತ್ತು ರಕ್ತವನ್ನು ಸುರಿಸಿದ ಈ ಸರ್ಕಾರವು ಇದಕ್ಕೆ ಹೆಚ್ಚು ಬೆಂಬಲ ನೀಡುತ್ತಿದೆ, ದಯೆಯಿಲ್ಲದ ದಬ್ಬಾಳಿಕೆಯ ಪರಿಣಾಮವಾಗಿ ಏರುತ್ತಿರುವ ಆತ್ಮದ ದನಿಯನ್ನು ಹತ್ತಿಕ್ಕಲು ಸಾಧ್ಯವಿಲ್ಲ. ಪರಿಣಾಮವಾಗಿ, ನಾವು ಗವರ್ನರ್ ಜನರಲ್ ಕಾರ್ಯಕಾರಿ ಮಂಡಳಿಯ ಮಾಜಿ ಕಾನೂನು ಸದಸ್ಯರನ್ನು ಲೇಟ್ ಆಗಿ ನೇಮಿಸಿದ್ದೇವೆ. ಮಿಸ್ಟರ್. ಸಿ.ಆರ್. ತನ್ನ ಮಗನಿಗೆ ಬರೆದ ಪತ್ರದಲ್ಲಿ ದಾಸ್ ಅವರ ಮಾತುಗಳಿಂದ ಸ್ಫೂರ್ತಿ; ಇದರರ್ಥ ಇಂಗ್ಲೆಂಡ್ ತನ್ನ ದುಃಸ್ವಪ್ನದಿಂದ ಎಚ್ಚರಗೊಳ್ಳಲು ಬಾಂಬ್ ಅಗತ್ಯವಿದೆ ಮತ್ತು ತಮ್ಮ ಹೃದಯ ವಿದ್ರಾವಕ ನೋವನ್ನು ವ್ಯಕ್ತಪಡಿಸಲು ಬೇರೆ ದಾರಿಯಿಲ್ಲದವರ ಪರವಾಗಿ ನಾವು ಬಾಂಬ್ ಅನ್ನು ಅಸೆಂಬ್ಲಿಯ ನೆಲದ ಮೇಲೆ ಎಸೆದಿದ್ದೇವೆ. ಕಿವುಡರಿಗೆ ನಮ್ಮ ಧ್ವನಿಯನ್ನು ಕೇಳುವಂತೆ ಮಾಡುವುದು ಮತ್ತು ಅವರನ್ನು ನಿರ್ಲಕ್ಷಿಸುವವರಿಗೆ ಸಮಯದ ಎಚ್ಚರಿಕೆಗಳನ್ನು ತಿಳಿಸುವುದು ನಮ್ಮ ಏಕೈಕ ಉದ್ದೇಶವಾಗಿತ್ತು. ಎದುರಿನ ಪರಿಸ್ಥಿತಿಯ ಬಗ್ಗೆ ತಲೆ ಕೆಡಿಸಿಕೊಳ್ಳದೆ ನಾಗಾಲೋಟದಲ್ಲಿ ಓಡುತ್ತಿರುವವರಿಗೆ ಎಚ್ಚರಿಕೆ ನೀಡಿದ್ದೇವೆ.

ಹಿಂದಿನ ವಿಭಾಗಗಳಲ್ಲಿ ನಾವು ಕಾಲ್ಪನಿಕ ಅಹಿಂಸೆ ಎಂಬ ಪದವನ್ನು ಬಳಸಿದ್ದೇವೆ. ನಾವು ಅವುಗಳನ್ನು ವಿವರಿಸಲು ಬಯಸುತ್ತೇವೆ. ನಮ್ಮ ದೃಷ್ಟಿಯಲ್ಲಿ, ಬಲವನ್ನು ಆಕ್ರಮಣಕಾರಿ ರೀತಿಯಲ್ಲಿ ಬಳಸಿದಾಗ ಅದು ಅನ್ಯಾಯವಾಗಿದೆ ಮತ್ತು ನಮ್ಮ ದೃಷ್ಟಿಯಲ್ಲಿ ಇದು ಹಿಂಸೆಯಾಗಿದೆ. ಆದರೆ ನಿರ್ದಿಷ್ಟ ಉದ್ದೇಶವನ್ನು ಸಾಧಿಸಲು ಬಲವನ್ನು ಬಳಸಿದಾಗ, ನೈತಿಕ ದೃಷ್ಟಿಕೋನದಿಂದ ಅದನ್ನು ಸಮರ್ಥಿಸಲಾಗುತ್ತದೆ. ಅಧಿಕಾರದ ಬಳಕೆಯನ್ನು ಸಂಪೂರ್ಣವಾಗಿ ಹೊರಗಿಡುವುದು ಕೇವಲ ಕಾಲ್ಪನಿಕ ತಪ್ಪು. ಈ ದೇಶದಲ್ಲಿ ಒಂದು ಹೊಸ ಚಳುವಳಿ ಹುಟ್ಟಿಕೊಂಡಿದೆ, ಅದರ ಬಗ್ಗೆ ನಾವು ಪೂರ್ವ ಮಾಹಿತಿ ನೀಡಿದ್ದೇವೆ. ಈ ಆಂದೋಲನವು ಗುರು ಗೋಬಿಂದ್ ಸಿಂಗ್, ಶಿವಾಜಿ, ಕಮಲ್ ಪಾಷಾ ಮತ್ತು ರಿಜಾ ಖಾನ್, ವಾಷಿಂಗ್ಟನ್ ಮತ್ತು ಗ್ಯಾರಿ ಬಾಲ್ಡಿ ಮತ್ತು ಲಫಯೆಟ್ಟೆ ಮತ್ತು ಲೆನಿನ್ ಅವರ ಕೃತಿಗಳಿಂದ ಸ್ಫೂರ್ತಿ ಪಡೆಯುತ್ತದೆ.

ವಿದೇಶಿ ಸರ್ಕಾರಗಳು ಮತ್ತು ಭಾರತೀಯ ಸಾರ್ವಜನಿಕ ನಾಯಕರು ಈ ಚಳವಳಿಯತ್ತ ಕಣ್ಣು ಮುಚ್ಚಿದ್ದಾರೆ ಮತ್ತು ಕಿವುಡ ಕಿವಿಗೆ ಬಿದ್ದಿದ್ದಾರೆ ಎಂದು ನಾವು ಭಾವಿಸಿದ್ದೇವೆ. ಆದ್ದರಿಂದ, ನಮ್ಮ ಧ್ವನಿ ಕೇಳದಿರುವಂತಹ ಸ್ಥಳಗಳಲ್ಲಿ ಎಚ್ಚರಿಕೆ ನೀಡುವುದು ನಮ್ಮ ಕರ್ತವ್ಯ ಎಂದು ನಾವು ಭಾವಿಸಿದ್ದೇವೆ. ಈ ಘಟನೆಯಲ್ಲಿ ಸಣ್ಣಪುಟ್ಟ ಗಾಯಗಳಿಗೆ ಒಳಗಾದವರ ಬಗ್ಗೆ ನಮಗೆ ಯಾವುದೇ ವೈಯಕ್ತಿಕ ದ್ವೇಷವಾಗಲಿ, ದ್ವೇಷವಾಗಲಿ ಇರಲಿಲ್ಲ. ವಿಧಾನಸಭೆಯಲ್ಲಿ ಉದ್ದೇಶಪೂರ್ವಕವಾಗಿ ಬಾಂಬ್ ಎಸೆದಿದ್ದೇವೆ. ಸತ್ಯವು ಸ್ವತಃ ಸ್ಪಷ್ಟವಾಗಿದೆ. ನಮ್ಮ ಉದ್ದೇಶವನ್ನು ನಮ್ಮ ಕೆಲಸದ ಫಲಿತಾಂಶಗಳಿಂದ ನಿರ್ಣಯಿಸಬೇಕು ಮತ್ತು ಕಾಲ್ಪನಿಕ ಸಂದರ್ಭಗಳು ಮತ್ತು ಪೂರ್ವಾಗ್ರಹಗಳಿಂದ ಅಲ್ಲ ಎಂದು ನಾವು ವಿನಂತಿಸುತ್ತೇವೆ. ಸರ್ಕಾರದ ತಜ್ಞರು ನೀಡಿದ ಪುರಾವೆಗಳ ಹೊರತಾಗಿಯೂ, ನಾವು ಅಸೆಂಬ್ಲಿ ಕಟ್ಟಡಕ್ಕೆ ಎಸೆದ ಬಾಂಬ್‌ಗಳಿಂದ ಖಾಲಿ ಬೆಂಚ್‌ಗೆ ಸಣ್ಣ ಹಾನಿ ಮತ್ತು ಹತ್ತಕ್ಕಿಂತ ಕಡಿಮೆ ಜನರಿಗೆ ಸಣ್ಣ ಗೀರುಗಳು ಉಂಟಾಗಿರುವುದು ನಿಜ. ಸರ್ಕಾರಿ ವಿಜ್ಞಾನಿಗಳು ಇದನ್ನು ಪವಾಡ ಎಂದು ಕರೆದಿದ್ದಾರೆ, ಆದರೆ ನಮ್ಮ ದೃಷ್ಟಿಯಲ್ಲಿ ಇದು ಸಂಪೂರ್ಣವಾಗಿ ವೈಜ್ಞಾನಿಕ ಪ್ರಕ್ರಿಯೆಯಾಗಿದೆ. ಮೊದಲನೆಯದಾಗಿ, ಬೆಂಚು ಮತ್ತು ಡೆಸ್ಕ್‌ಗಳ ನಡುವಿನ ಖಾಲಿ ಜಾಗದಲ್ಲಿ ಬಾಂಬ್‌ಗಳು ಸ್ಫೋಟಗೊಂಡವು, ಎರಡನೆಯದಾಗಿ, ಸ್ಫೋಟದಿಂದ ಕೇವಲ ಎರಡು ಅಡಿ ದೂರದಲ್ಲಿ ನಿಂತಿದ್ದ ಜನರು, ಶ್ರೀ ರಾವ್, ಶ್ರೀ ಶಂಕರ್ ರಾವ್ ಮತ್ತು ಶ್ರೀ. ಜಾರ್ಜ್ ಶುಸ್ಟರ್, ಆ ವ್ಯಕ್ತಿಗಳು ಯಾವುದೇ ನೋಯಿಸಲಿಲ್ಲ ಅಥವಾ ಗೀಚಿದರು. ಬಾಂಬ್‌ಗಳಲ್ಲಿ ಪೊಟ್ಯಾಸಿಯಮ್ ಕ್ಲೋರೇಟ್ ಮತ್ತು ಪಿಕ್ರೇಟ್‌ನಂತಹ ಶಕ್ತಿಯುತ ಅಂಶಗಳಿಂದ ತುಂಬಿದ್ದರೆ, ಅವು ತಡೆಗೋಡೆಗಳನ್ನು ನಾಶಪಡಿಸುತ್ತವೆ ಮತ್ತು ಸ್ಫೋಟದ ಸ್ಥಳದಿಂದ ಬಹಳ ದೂರದಲ್ಲಿ ಕುಳಿತಿರುವ ಜನರು ಸಹ ಗಾಯಗೊಂಡರು. ಅವರು ಇನ್ನೂ ಹೆಚ್ಚು ಶಕ್ತಿಶಾಲಿ ಅಂಶಗಳನ್ನು ತುಂಬಿದ್ದರೆ, ಅವರು ವಿಧಾನಸಭೆಯ ಹೆಚ್ಚಿನ ಸದಸ್ಯರ ಜೀವನವನ್ನು ಕೊನೆಗೊಳಿಸಬಹುದಿತ್ತು. ಪ್ರಮುಖರು ಕುಳಿತಿದ್ದ ಸರ್ಕಾರಿ ಪೆಟ್ಟಿಗೆಗಳಲ್ಲಿಯೂ ಅವುಗಳನ್ನು ಎಸೆಯಬಹುದಿತ್ತು. ಎಲ್ಲಾ ನಂತರ, ನಾವು ಮಾಡಬಹುದಾದುದೆಂದರೆ, ಆ ಸಮಯದಲ್ಲಿ ಗ್ಯಾಲರಿಯಲ್ಲಿ ಕುಳಿತಿದ್ದ ಸ್ಪೀಕರ್ ಸರ್ ಜಾನ್ ಸೈಮನ್ ಮೇಲೆ ದಾಳಿ ಮಾಡುವುದು, ಅವರ ದುರದೃಷ್ಟಕರ ಆಯೋಗವು ದೇಶದ ಪ್ರತಿಯೊಬ್ಬ ಸಂವೇದನಾಶೀಲ ವ್ಯಕ್ತಿಯಿಂದ ಅಸಹ್ಯಕರವಾಗಿದೆ.

ಈ ನ್ಯಾಯಾಲಯದ ಮುಂದೆ ಕ್ರಾಂತಿಯ ಅರ್ಥವನ್ನು ಸ್ಪಷ್ಟಪಡಿಸುವಾಗ ಭಗತ್ ಸಿಂಗ್ ಹೇಳಿದ್ದರು -

"ಕ್ರಾಂತಿಯಲ್ಲಿ ಮಾರಕ ಆಯುಧಗಳಿಗೆ ಯಾವುದೇ ಪ್ರಮುಖ ಸ್ಥಾನವಿಲ್ಲ! ವೈಯಕ್ತಿಕ ಸೇಡು ತೀರಿಸಿಕೊಳ್ಳುವುದಕ್ಕೂ ಅವಕಾಶವಿಲ್ಲ. ಕ್ರಾಂತಿಯು ಬಾಂಬ್ ಮತ್ತು ಪ್ರತೀಕಾರದ ಸಂಸ್ಕೃತಿಯಲ್ಲ. ಕ್ರಾಂತಿಯ ಮೂಲಕ ನಮ್ಮ ಉದ್ದೇಶವೆಂದರೆ ಅನ್ಯಾಯದ ಆಧಾರದ ಮೇಲೆ ವ್ಯವಸ್ಥೆಯಲ್ಲಿ ಬದಲಾವಣೆಯಾಗಬೇಕು. ನಿರ್ಮಾಪಕರು ಮತ್ತು ಕಾರ್ಮಿಕರು ಸಮಾಜದ ಅತ್ಯಗತ್ಯ ಭಾಗಗಳು, ಆದರೂ ಜನರನ್ನು ಶೋಷಣೆ ಮಾಡುವುದು ಅವರ ಮೂಲಭೂತ ಹಕ್ಕುಗಳು ಮತ್ತು ಅವರ ಶ್ರಮದ ಫಲವನ್ನು ಕಸಿದುಕೊಳ್ಳುತ್ತದೆ. ಒಂದೆಡೆ, ಎಲ್ಲರಿಗೂ ಅನ್ನ ನೀಡುವ ರೈತರು ಹಸಿವಿನಿಂದ ಸಾಯುತ್ತಿದ್ದಾರೆ, ಪ್ರಪಂಚದಾದ್ಯಂತದ ಮಾರುಕಟ್ಟೆಗಳಿಗೆ ಬಟ್ಟೆಗಳನ್ನು ಪೂರೈಸುವ ನೇಕಾರರು ತಮ್ಮ ಮತ್ತು ತಮ್ಮ ಮಕ್ಕಳನ್ನು ಮುಚ್ಚುವಷ್ಟು ಬಟ್ಟೆಗಳನ್ನು ಪಡೆಯಲು ಸಾಧ್ಯವಾಗುತ್ತಿಲ್ಲ, ಮತ್ತು ಕಟ್ಟಡ ನಿರ್ಮಾಣ, ಕಮ್ಮಾರ ಕೆಲಸ ಮತ್ತು ಮರಗೆಲಸವು ವಿಫಲವಾಗಿದೆ, ದುಡಿಯುವ ಜನರು ಭವ್ಯವಾದ ಅರಮನೆಗಳನ್ನು ನಿರ್ಮಿಸಿದ ನಂತರವೂ ಕೊಳೆಗೇರಿಗಳಲ್ಲಿ ವಾಸಿಸುತ್ತಾರೆ ಮತ್ತು ಸಾಯುತ್ತಾರೆ. ಮತ್ತೊಂದೆಡೆ ಬಂಡವಾಳಶಾಹಿಗಳು, ಶೋಷಕರು, ಸಮಾಜಕ್ಕೆ ಕ್ರಿಮಿಕೀಟಗಳಂತೆ ಬದುಕುತ್ತಿರುವ ಜನರು ತಮ್ಮ ಇಷ್ಟಾರ್ಥಗಳನ್ನು ಈಡೇರಿಸಿಕೊಳ್ಳಲು ಕೋಟ್ಯಂತರ ರೂಪಾಯಿಗಳನ್ನು ನೀರಿನಂತೆ ಖರ್ಚು ಮಾಡುತ್ತಿದ್ದಾರೆ. ಈ ತೀವ್ರ ಅಸಮಾನತೆಗಳು ಮತ್ತು ಅಭಿವೃದ್ಧಿ ಅವಕಾಶಗಳ ಕೃತಕ ಸಮಾನತೆಯು ಸಮಾಜವನ್ನು ಅರಾಜಕತೆಯತ್ತ ಕೊಂಡೊಯ್ಯುತ್ತಿದೆ.

"ಇದನ್ನು ನಿರ್ಲಕ್ಷಿಸಿದರೆ ಮತ್ತು ಪ್ರಸ್ತುತ ಆಡಳಿತ ವ್ಯವಸ್ಥೆಯು ಮೊಳಕೆಯೊಡೆಯುವ ನೈಸರ್ಗಿಕ ಶಕ್ತಿಗಳ ಹಾದಿಯನ್ನು ನಿರ್ಬಂಧಿಸಿದರೆ ಮತ್ತು ಈ ಅನುಕ್ರಮವು ಮುಂದುವರಿದರೆ, ನಂತರ ಭಯಾನಕ ಹೋರಾಟವು ಉದ್ಭವಿಸುವುದು ಖಚಿತ, ಇದರ ಪರಿಣಾಮವಾಗಿ ಎಲ್ಲಾ ಪ್ರತಿಬಂಧಕ ಅಂಶಗಳನ್ನು ಎಸೆಯಲಾಗುತ್ತದೆ ಮತ್ತು ಶ್ರಮಜೀವಿಗಳು ವರ್ಗದ ಪ್ರಾಬಲ್ಯ ಇರುತ್ತದೆ, ಇದರಿಂದ ಕ್ರಾಂತಿಯ ಗುರಿಯನ್ನು ಸಾಧಿಸಬಹುದು. ಕ್ರಾಂತಿ ಮನುಕುಲದ ಜನ್ಮಸಿದ್ಧ ಹಕ್ಕು. ಸ್ವಾತಂತ್ರ್ಯವು ಎಲ್ಲಾ ಮಾನವರ ಜನ್ಮಸಿದ್ಧ ಹಕ್ಕು, ಅದನ್ನು ಯಾವುದೇ ಸಂದರ್ಭದಲ್ಲೂ ಕಸಿದುಕೊಳ್ಳಲಾಗುವುದಿಲ್ಲ. ದುಡಿಯುವ ವರ್ಗವೇ ಸಮಾಜದ ನಿಜವಾದ ಆಧಾರ. ಜನರ ಸಾರ್ವಭೌಮತ್ವವನ್ನು ಸ್ಥಾಪಿಸುವುದು ಕಾರ್ಮಿಕರ ಅಂತಿಮ ಗುರಿಯಾಗಿದೆ. ಈ ಆದರ್ಶಗಳು ಮತ್ತು ನಂಬಿಕೆಗಾಗಿ ನಾವು ನ್ಯಾಯಾಲಯದಿಂದ ನಮಗೆ ನೀಡಲಾಗುವ ಎಲ್ಲಾ ತೊಂದರೆಗಳನ್ನು ಎದುರಿಸುತ್ತೇವೆ. ಈ ಬಲಿಪೀಠದ ಮೇಲೆ ನಮ್ಮ ಯೌವನವನ್ನು ಧೂಪದಂತೆ ಸುಡಲು ನಾವು ಒಪ್ಪಿದ್ದೇವೆ. ಈ ಮಹಾನ್ ಗುರಿಗಾಗಿ

ಯಾವುದೇ ತ್ಯಾಗವನ್ನು ತುಂಬಾ ದೊಡ್ಡದಾಗಿ ಪರಿಗಣಿಸಲಾಗುವುದಿಲ್ಲ. ಕ್ರಾಂತಿಯ ಪ್ರಗತಿಗಾಗಿ ನಾವು ತೃಪ್ತಿಯಿಂದ ಕಾಯುತ್ತೇವೆ. ಇಂಕ್ವಿಲಾಬ್-ಜಿಂದಾಬಾದ್.

ಭಗತ್ ಸಿಂಗ್ ಅವರ ಈ ಭಾಷಣ ಸಹಜವಾಗಿಯೇ ಅವರ ಮತ್ತು ಅವರ ಪಕ್ಷದ ಕಡೆಗೆ ದೇಶದ ಗಮನ ಸೆಳೆಯಿತು. ಈ ಪ್ರಕರಣದಲ್ಲಿ ತನ್ನನ್ನು ತಾನು ಸಮರ್ಥಿಸಿಕೊಳ್ಳುವ ಪ್ರಯತ್ನವನ್ನೇ ಮಾಡಲಿಲ್ಲ. ನ್ಯಾಯಾಲಯದ ಪ್ರಕ್ರಿಯೆಗಳು ಜೂನ್ 10, 1929 ರಂದು ಪೂರ್ಣಗೊಂಡಿತು ಮತ್ತು ಎರಡು ದಿನಗಳ ನಂತರ ಜೂನ್ 12 ರಂದು ತೀರ್ಪು ಪ್ರಕಟಿಸಲಾಯಿತು, ಇದರಲ್ಲಿ ಭಗತ್ ಸಿಂಗ್ ಮತ್ತು ಬಟುಕೇಶ್ವರ್ ದತ್ ಇಬ್ಬರಿಗೂ ಜೀವಾವಧಿ ಶಿಕ್ಷೆ ವಿಧಿಸಲಾಯಿತು. ಇದರ ನಂತರ, ಭಗತ್ ಸಿಂಗ್ ಅವರನ್ನು ಪಂಜಾಬ್‌ನ ಕುಖ್ಯಾತ ಜೈಲು ಮಿಯಾನ್‌ವಾಲಿಗೆ ಕಳುಹಿಸಲಾಯಿತು ಮತ್ತು ಬಟುಕೇಶ್ವರ್ ದತ್ ಅವರನ್ನು ಲಾಹೋರ್ ಕೇಂದ್ರ ಕಾರಾಗೃಹಕ್ಕೆ ಕಳುಹಿಸಲಾಯಿತು.

ಭಗತ್ ಸಿಂಗ್ ತನ್ನನ್ನು ತಾನು ಸಮರ್ಥಿಸಿಕೊಳ್ಳುವುದರಿಂದ ಯಾವುದೇ ಫಲಿತಾಂಶವನ್ನು ನೀಡುವುದಿಲ್ಲ ಎಂದು ತಿಳಿದಿದ್ದರು, ಆದ್ದರಿಂದ ಅವರು ಅದಕ್ಕಾಗಿ ಯಾವುದೇ ಪ್ರಯತ್ನವನ್ನು ಮಾಡಲಿಲ್ಲ. ಅವರ ಮೇಲೆ ತಿಳಿಸಿದ ಭಾಷಣದ ಉದ್ದೇಶವು ಅವರ ಅಭಿಪ್ರಾಯಗಳ ಬಗ್ಗೆ ಜನರಿಗೆ ಅರಿವು ಮೂಡಿಸುವುದು ಮಾತ್ರ. ಅವರ ಉದ್ದೇಶವನ್ನು ಮತ್ತಷ್ಟು ಉತ್ತೇಜಿಸಲು, ಅವರು ಪಂಜಾಬ್ ಹೈಕೋರ್ಟ್‌ನಲ್ಲಿ ಈ ನಿರ್ಧಾರದ ವಿರುದ್ಧ ಮೇಲ್ಮನವಿ ಸಲ್ಲಿಸಿದರು.

ಈ ಮನವಿಯನ್ನು ಲಾಹೋರ್ ಹೈಕೋರ್ಟ್‌ನಲ್ಲಿ ನ್ಯಾಯಮೂರ್ತಿ ಫೋರ್ಡ್ ಮತ್ತು ಜಸ್ಟಿಸ್ ಅಡಿಸನ್ ಅವರ ಮುಂದೆ ವಿಚಾರಣೆ ನಡೆಸಲಾಯಿತು. ಇಲ್ಲಿಯೂ ಭಗತ್ ಸಿಂಗ್ ತನ್ನ ಉದ್ದೇಶಗಳ ಬಗ್ಗೆ ಹೇಳಿಕೆ ನೀಡಿದ್ದಾನೆ. ಈ ಹೇಳಿಕೆಯಲ್ಲಿ ಅವರು ಅಪರಾಧಿ ಅಲ್ಲ, ಆದರೆ ತಾಯ್ನಾಡಿನ ಸ್ವಾತಂತ್ರ್ಯಕ್ಕಾಗಿ ಹೋರಾಡುವ ಯೋಧ ಎಂದು ಸಾಬೀತುಪಡಿಸಲು ಬಯಸಿದ್ದರು. ಯಾವುದೇ ಅಪರಾಧಿಯನ್ನು ತನ್ನ ಉದ್ದೇಶವನ್ನು ಗಮನದಲ್ಲಿಟ್ಟುಕೊಂಡು ಶಿಕ್ಷಿಸಬೇಕು ಎಂಬ ಅಂಶಕ್ಕೆ ಅವರು ವಿಶೇಷ ಒತ್ತು ನೀಡಿದರು-

"ಆರೋಪಿಯ ಉದ್ದೇಶ ತಿಳಿಯದ ಹೊರತು ಆತನ ನಿಜವಾದ ಉದ್ದೇಶ ಗೊತ್ತಾಗುವುದಿಲ್ಲ. ಉದ್ದೇಶವನ್ನು ಸಂಪೂರ್ಣವಾಗಿ ಮರೆತರೆ, ಯಾವುದೇ ವ್ಯಕ್ತಿಗೆ ನ್ಯಾಯವನ್ನು ನೀಡಲಾಗುವುದಿಲ್ಲ, ಏಕೆಂದರೆ ಉದ್ದೇಶವನ್ನು ನಿರ್ಲಕ್ಷಿಸಿದರೆ, ಪ್ರಪಂಚದ ಮಹಾನ್ ಸೇನಾಪತಿಗಳು ಸಾಮಾನ್ಯ ಕೊಲೆಗಾರರಾಗಿ ಕಾಣಿಸಿಕೊಳ್ಳುತ್ತಾರೆ. ಸರ್ಕಾರದ ತೆರಿಗೆಯನ್ನು ಸಂಗ್ರಹಿಸುವ ಹೆಚ್ಚಿನ ಜನರನ್ನು

ಕಳ್ಳರು ಮತ್ತು ವಂಚಕರು ಎಂದು ನೋಡಲಾಗುತ್ತದೆ ಮತ್ತು ನ್ಯಾಯಾಧೀಶರು ಸಹ ಕೊಲೆಯ ಆರೋಪಕ್ಕೆ ಒಳಗಾಗುತ್ತಾರೆ. ಈ ರೀತಿಯಾಗಿ, ಸಾಮಾಜಿಕ ವ್ಯವಸ್ಥೆ ಮತ್ತು ನಾಗರಿಕತೆಯು ರಕ್ತಪಾತ, ಕಳ್ಳತನ ಮತ್ತು ವಂಚನೆಗೆ ಇಳಿಯುತ್ತದೆ. ಉದ್ದೇಶವನ್ನು ನಿರ್ಲಕ್ಷಿಸಿದರೆ ಸಮಾಜದ ಜನರಿಂದ ನ್ಯಾಯವನ್ನು ನಿರೀಕ್ಷಿಸಲು ಸರ್ಕಾರಕ್ಕೆ ಯಾವ ಹಕ್ಕಿದೆ? ಉದ್ದೇಶವನ್ನು ನಿರ್ಲಕ್ಷಿಸಿದರೆ, ನಂತರ ಧಾರ್ಮಿಕ ಬೋಧನೆಯು ಸುಳ್ಳಿನ ಪ್ರಚಾರದಂತೆ ಗೋಚರಿಸುತ್ತದೆ ಮತ್ತು ಪ್ರತಿಯೊಬ್ಬ ಪ್ರವಾದಿಯು ಲಕ್ಷಾಂತರ ಅಜ್ಞಾನಿ ಮತ್ತು ಮುಗ್ಧ ಜನರನ್ನು ದಾರಿ ತಪ್ಪಿಸುವ ಆರೋಪವನ್ನು ಎದುರಿಸುತ್ತಾನೆ. ಉದ್ದೇಶವನ್ನು ಮರೆತರೆ, ನಂತರ ಯೇಸುಕ್ರಿಸ್ತನು ತೊಂದರೆ ಕೊಡುವವನಾಗಿ, ಶಾಂತಿ ಭಂಗಗಾರನಾಗಿ ಮತ್ತು ದಂಗೆಯ ಬೋಧಕನಾಗಿ ಕಾಣುತ್ತಾನೆ ಮತ್ತು ಕಾನೂನಿನ ಮಾತುಗಳಲ್ಲಿ ಅಪಾಯಕಾರಿ ವ್ಯಕ್ತಿತ್ವ ಎಂದು ಪರಿಗಣಿಸಲ್ಪಡುತ್ತಾನೆ, ಆದರೆ ನಾವು ಅವನನ್ನು ಆರಾಧಿಸುತ್ತೇವೆ; ನಮ್ಮ ಹೃದಯದಲ್ಲಿ ಅವರ ಬಗ್ಗೆ ಅಪಾರ ಗೌರವವಿದೆ.

ಲಾಹೋರ್ ಹೈಕೋರ್ಟ್ ಈ ಮೇಲ್ಮನವಿಯನ್ನು ತಿರಸ್ಕರಿಸಿ ಹಿಂದಿನ ನ್ಯಾಯಾಲಯದ ಶಿಕ್ಷೆಯನ್ನು ಎತ್ತಿ ಹಿಡಿದಿದೆ. ಭಗತ್ ಸಿಂಗ್ ಜೂನ್ 15, 1929 ರಿಂದ ಜೈಲುಗಳಲ್ಲಿ ರಾಜಕೀಯ ಕೈದಿಗಳಿಗೆ ಸೌಲಭ್ಯಗಳ ಕುರಿತು ಆಮರಣಾಂತ ಉಪವಾಸವನ್ನು ಪ್ರಾರಂಭಿಸಿದರು. ಈ ಸುದ್ದಿಯನ್ನು ಸ್ವೀಕರಿಸಿದ ಬಟುಕೇಶ್ವರ್ ದತ್ ಅವರು ಅದೇ ದಿನದಿಂದ ಲಾಹೋರ್ ಸೆಂಟ್ರಲ್ ಜೈಲಿನಲ್ಲಿ ಅವರನ್ನು ಬೆಂಬಲಿಸಿ ಉಪವಾಸ ಸತ್ಯಾಗ್ರಹವನ್ನು ಪ್ರಾರಂಭಿಸಿದರು. ಮಿಯಾನ್ವಾಲಿ ಜೈಲಿನಲ್ಲಿ ಭಗತ್ ಸಿಂಗ್ ಒಬ್ಬನೇ ಇದ್ದ. ಈಗ ಅವರು ಸಾಂಡರ್ಸ್ ಹತ್ಯೆ ಪ್ರಕರಣದಲ್ಲಿ ವಿಚಾರಣೆಯನ್ನು ಎದುರಿಸಲಿದ್ದಾರೆ. ಈ ಕೊಲೆ ಪ್ರಕರಣದ ಇತರ ಆರೋಪಿಗಳು ಲಾಹೋರ್ ಕೇಂದ್ರ ಕಾರಾಗೃಹದಲ್ಲಿದ್ದರು. ಆದ್ದರಿಂದ, ಜೂನ್ 17, 1929 ರಂದು, ಅವರು ಲಾಹೋರ್ ಕೇಂದ್ರ ಕಾರಾಗೃಹಕ್ಕೆ ವರ್ಗಾಯಿಸಲು ಪಂಜಾಬ್ ರಾಜ್ಯದ ಜೈಲುಗಳ ಇನ್ಸ್ಪೆಕ್ಟರ್ ಜನರಲ್ಗೆ ಅರ್ಜಿಯನ್ನು ಸಲ್ಲಿಸಿದರು. ಅವರ ಬೇಡಿಕೆಯನ್ನು ಅಂಗೀಕರಿಸಲಾಯಿತು ಮತ್ತು ಈ ತಿಂಗಳ ಕೊನೆಯ ವಾರದಲ್ಲಿ ಅವರನ್ನು ಲಾಹೋರ್ ಕೇಂದ್ರ ಕಾರಾಗೃಹಕ್ಕೆ ಕಳುಹಿಸಲಾಯಿತು.

ಲಾಹೋರ್ ಕೇಸ್ ಕೇಸ್

ಲಾಹೋರ್ ಕೇಸ್ ಎಂದೂ ಕರೆಯಲ್ಪಡುವ ಸೌಂಡರ್ಸ್ ಕೊಲೆ ಪ್ರಕರಣದ ವಿಚಾರಣೆಯು ಜುಲೈ 10, 1929 ರಂದು ಲಾಹೋರ್ ಮ್ಯಾಜಿಸ್ಟ್ರೇಟ್ ಶ್ರೀ ಕೃಷ್ಣ ಅವರ

ನ್ಯಾಯಾಲಯದಲ್ಲಿ ಪ್ರಾರಂಭವಾಯಿತು. ಭಗತ್ ಸಿಂಗ್ ಮತ್ತು ಬಟುಕೇಶ್ವರ್ ದತ್ ಉಪವಾಸದಲ್ಲಿದ್ದರು, ಆದ್ದರಿಂದ ಅವರನ್ನು ಸ್ಟ್ರೆಚರ್‌ನಲ್ಲಿ ನ್ಯಾಯಾಲಯಕ್ಕೆ ಕರೆತರಲಾಯಿತು. ಇದಾದ ಬಳಿಕ ಈ ಪ್ರಕರಣದ ಇತರ ಆರೋಪಿಗಳೂ ಅವರ ಬೆಂಬಲಕ್ಕೆ ಉಪವಾಸ ಸತ್ಯಾಗ್ರಹ ಆರಂಭಿಸಿದ್ದರು. ಜುಲೈ 14, 1929 ರಂದು, ಭಗತ್ ಸಿಂಗ್ ತನ್ನ ಬೇಡಿಕೆಗಳ ಬಗ್ಗೆ ಭಾರತ ಸರ್ಕಾರದ ಗೃಹ ಸದಸ್ಯರಿಗೆ ಪತ್ರವನ್ನು ಕಳುಹಿಸಿದನು, ಅದು ಕೈದಿಗಳಿಗೆ ಸೌಲಭ್ಯಗಳನ್ನು ಕೇಳಿತು. ಈ ಬೇಡಿಕೆಗಳಿಗೆ ಸರಕಾರ ಮಹತ್ವ ನೀಡುತ್ತಿಲ್ಲ, ಮುಷ್ಕರ ಮುಂದುವರಿದಿದೆ. ಖೈದಿಗಳ ಆರೋಗ್ಯವು ದಿನದಿಂದ ದಿನಕ್ಕೆ ಹದಗೆಡುತ್ತಲೇ ಇತ್ತು, ಭಗತ್ ಸಿಂಗ್ ಅವರ ತೂಕ ಆರಂಭದಲ್ಲಿ 133 ಪೌಂಡ್‌ಗಳಷ್ಟಿತ್ತು, ಇದು ಜುಲೈ 30 ರವರೆಗೆ ವಾರಕ್ಕೆ ಸುಮಾರು 5 ಪೌಂಡ್‌ಗಳಷ್ಟು ಕುಸಿಯುತ್ತಲೇ ಇತ್ತು ಮತ್ತು ನಂತರ ಸ್ಥಿರವಾಯಿತು.

ಜತಿಂದಾಸ್ ಆಮರಣಾಂತ ಉಪವಾಸದಲ್ಲಿ ಮಡಿದ

ಈ ಉಪವಾಸ ಸತ್ಯಾಗ್ರಹದಲ್ಲಿ ಜತೀಂದಾಸ್ (ಯತೀಂದ್ರನಾಥ ದಾಸ್) ಸ್ಥಿತಿ ದಿನದಿಂದ ದಿನಕ್ಕೆ ಹದಗೆಟ್ಟಿತು. ಇದು ಇಡೀ ದೇಶದಲ್ಲಿ ಸಂಚಲನ ಮೂಡಿಸಿತ್ತು. ಅವರು ಸಾವಿನ ಕಡೆಗೆ ಸ್ಥಿರವಾಗಿ ಚಲಿಸಲು ಪ್ರಾರಂಭಿಸಿದರು. ಮೋತಿಲಾಲ್ ನೆಹರು, ಜವಾಹರಲಾಲ್ ನೆಹರು ಮೊದಲಾದ ನಾಯಕರು ಪತ್ರಿಕೆಗಳ ಮೂಲಕ ಈ ವಿಷಯದ ಬಗ್ಗೆ ಧ್ವನಿ ಎತ್ತಿದರು. ಡಾ.ಗೋಪಿನಾಥ್ ಭಾರ್ಗವ, ಪುರುಷೋತ್ತಮ ದಾಸ್ ಟಂಡನ್ ಮೊದಲಾದ ನಾಯಕರು ಈ ಜೈಲು ತಲುಪಿದರು. ಅವರು ಉಪವಾಸವನ್ನು ಮುರಿಯಲು ಮತ್ತು ಜತಿಂದಾಸ್‌ನ ಜೀವವನ್ನು ಉಳಿಸಲು ಪ್ರಯತ್ನಿಸಿದರು, ಆದರೆ ಅವರು ಯಶಸ್ವಿಯಾಗಲಿಲ್ಲ. ಅವರನ್ನು ಭೇಟಿಯಾದ ನಂತರ, ಪಂಡಿತ್ ಜವಾಹರಲಾಲ್ ನೆಹರು ಅವರು ಜತಿಂದಾಸ್ ಅವರ ದಯನೀಯ ಸ್ಥಿತಿಯನ್ನು ವಿವರಿಸುತ್ತಾ ಹೇಳಿದರು -

ಯತೀಂದ್ರದಾಸ್ ಅವರ ಸ್ಥಿತಿ ತುಂಬಾ ಗಂಭೀರವಾಗಿದೆ. ಅವನು ತುಂಬಾ ದುರ್ಬಲನಾಗಿದ್ದಾನೆ, ಅವನಿಗೆ ತಿರುಗುವ ಶಕ್ತಿಯೂ ಇಲ್ಲ. ಅವನು ತುಂಬಾ ನಿಧಾನವಾಗಿ ಮಾತನಾಡುತ್ತಾನೆ. ವಾಸ್ತವವಾಗಿ, ಅವನು ಸಾವಿನ ಕಡೆಗೆ ಚಲಿಸುತ್ತಿದ್ದಾನೆ. ಈ ವೀರ ಯುವಕರ ಯಾತನೆ ಕಂಡು ನನಗೆ ಅತೀವ ದುಃಖವಾಯಿತು. ತಮ್ಮ ಪ್ರಾಣವನ್ನೇ ಪಣಕ್ಕಿಟ್ಟು ಈ ಹೋರಾಟಕ್ಕೆ ಕೈಜೋಡಿಸಿರುವ ಹಾಗಿದೆ. ರಾಜಕೀಯ ಕೈದಿಗಳನ್ನು ರಾಜಕೀಯ ಕೈದಿಗಳಂತೆ ಪರಿಗಣಿಸಬೇಕೆಂದು

ಅವರು ಬಯಸುತ್ತಾರೆ. ಈ ತಪಸ್ಸಿಗೆ ಯಶಸ್ಸಿನ ಕಿರೀಟ ದೊರೆಯುತ್ತದೆ ಎಂಬ ಸಂಪೂರ್ಣ ನಂಬಿಕೆ ನನಗಿದೆ."

ಈ ಉಪವಾಸದ ಸಹಾನುಭೂತಿಯಲ್ಲಿ, ಅನೇಕ ಇತರ ಜೈಲುಗಳಲ್ಲಿ ಉಪವಾಸಗಳನ್ನು ಆಚರಿಸಲಾಯಿತು. ಈ ಉಪವಾಸದಿಂದಾಗಿ ವಿಚಾರಣೆಯ ದಿನಾಂಕಗಳೂ ಬದಲಾಗುತ್ತಲೇ ಇದ್ದವು. ನಂತರ ಪಂಜಾಬ್ ಜೈಲು ಸಮಿತಿಯು ಸುಧಾರಣೆಗಳ ಬೇಡಿಕೆಗಳನ್ನು ಪರಿಗಣಿಸಲು ಉಪಸಮಿತಿಯನ್ನು ರಚಿಸಿತು. ಆದ್ದರಿಂದ, ಸೆಪ್ಟೆಂಬರ್ 2, 1929 ರಂದು ಜತಿಂದಾಸ್ ಹೊರತುಪಡಿಸಿ ಎಲ್ಲರೂ ಉಪವಾಸವನ್ನು ಮುರಿದರು. ಈ ಉಪಸಮಿತಿ ಕೂಡ ಜತಿಂದಾಸ್ ಬಿಡುಗಡೆಗೆ ಶಿಫಾರಸು ಮಾಡಿತು, ಆದರೆ ಸರ್ಕಾರವು ಜಾಮೀನು ಇಲ್ಲದೆ ಬಿಡುಗಡೆಯನ್ನು ಸ್ವೀಕರಿಸಲಿಲ್ಲ ಮತ್ತು ಜತಿಂದಾಸ್ ಜಾಮೀನು ಪತ್ರಕ್ಕೆ ಸಹಿ ಹಾಕಲು ನಿರಾಕರಿಸಿದರು. ಜತಿಂದಾಸ್, ಭಗತ್ ಸಿಂಗ್ ಮೊದಲಾದವರ ಸ್ಥಿತಿ ನೋಡಿ ಎರಡು ದಿನಗಳ ನಂತರ ಮತ್ತೆ ಉಪವಾಸ ಆರಂಭಿಸಿದರು. ಅಂತಿಮವಾಗಿ, ಸೆಪ್ಟೆಂಬರ್ 13, 1929 ರಂದು, 1:05 ಕ್ಕೆ, ಜತಿಂದಾಸ್ ನಿಧನರಾದರು. ನೇತಾಜಿ ಸುಭಾಷ್ ಚಂದ್ರ ಬೋಸ್ ಅವರ ದೇಹವನ್ನು ಲಾಹೋರ್‌ನಿಂದ ಕಲ್ಕತ್ತಾಗೆ ಕಳುಹಿಸಲು 600 ರೂ. ಆದ್ದರಿಂದ ಅವರ ದೇಹವನ್ನು ಕಲ್ಕತ್ತಾಗೆ ಕಳುಹಿಸಲಾಯಿತು, ಅಲ್ಲಿ ಅವರ ಅಂತ್ಯಕ್ರಿಯೆಯಲ್ಲಿ ಲಕ್ಷಾಂತರ ಜನರು ಗೌರವ ಸಲ್ಲಿಸಿದರು.

ವಿಚಾರಣಾ ನ್ಯಾಯಾಲಯದ ಅಡಿಯಲ್ಲಿ

ಮೇ 1, 1930 ರಂದು, ವಿಶೇಷ ಸುಗ್ರೀವಾಜ್ಞೆಯ ಅಡಿಯಲ್ಲಿ ಪ್ರಕರಣವನ್ನು ನ್ಯಾಯಾಧಿಕರಣಕ್ಕೆ ಹಸ್ತಾಂತರಿಸಲಾಯಿತು. ಇದು ಮೂವರು ನ್ಯಾಯಾಧೀಶರನ್ನು ಹೊಂದಿತ್ತು, ಅವರನ್ನು ಲಾಹೋರ್ ಹೈಕೋರ್ಟ್‌ನ ಮುಖ್ಯ ನ್ಯಾಯಾಧೀಶರು ನೇಮಿಸಿದರು. ಆರೋಪಿಗಳ ಉಪಸ್ಥಿತಿಯಿಲ್ಲದೆ ನ್ಯಾಯಾಲಯದ ಕಲಾಪಗಳನ್ನು ನಡೆಸುವ ಅಧಿಕಾರವನ್ನು ಈ ನ್ಯಾಯಮಂಡಳಿಗೆ ನೀಡಲಾಯಿತು.

ಮೇ 5 ರಂದು, ಲಾಹೋರ್‌ನ ಈ ನ್ಯಾಯಮಂಡಳಿಯ ಪೂಂಚ್ ಹೌಸ್‌ನಲ್ಲಿ ಪ್ರಕರಣದ ವಿಚಾರಣೆ ಪ್ರಾರಂಭವಾಯಿತು. ಈ ಆರೋಪಿಗಳು ದೇಶಭಕ್ತಿ ಗೀತೆಗಳನ್ನು ಹಾಡಿದರು ಮತ್ತು ಈ ಎಲ್ಲಾ ಕಾನೂನು ಪ್ರಕ್ರಿಯೆಗಳು ಕೇವಲ ನೆಪ ಎಂದು ನಂಬಿದ್ದರು. ಆದ್ದರಿಂದ, ಅವರು ನ್ಯಾಯಾಲಯದ ಪ್ರತಿ ಪ್ರಕ್ರಿಯೆಯಲ್ಲಿ ಅಡೆತಡೆಗಳನ್ನು ಸೃಷ್ಟಿಸಿದರು. ಒಮ್ಮೆ ಇದೇ ರೀತಿಯ ಘಟನೆಯಲ್ಲಿ,

ನ್ಯಾಯಾಧಿಕರಣದ ಅಧ್ಯಕ್ಷ ನ್ಯಾಯಮೂರ್ತಿ ಕೋಲ್ಡ್‌ಸ್ಟ್ರೀಮ್, ಆರೋಪಿಗಳನ್ನು ಕೋಲು ಮತ್ತು ಬೂಟುಗಳಿಂದ ಹೊಡೆಯಲು ಪೊಲೀಸರಿಗೆ ಆದೇಶಿಸಿದರು. ಪೋಲೀಸರೂ ಹಾಗೆಯೇ ಮಾಡಿದರು. ಆದ್ದರಿಂದ ಆರೋಪಿಗಳು ಎರಡನೇ ದಿನದಿಂದ ನ್ಯಾಯಾಲಯದ ಕಲಾಪವನ್ನು ಬಹಿಷ್ಕರಿಸಿದರು ಮತ್ತು ನ್ಯಾಯಮೂರ್ತಿ ಕೋಲ್ಡ್‌ಸ್ಟ್ರೀಮ್ ಅವರನ್ನು ಬದಲಾಯಿಸಬೇಕೆಂದು ಒತ್ತಾಯಿಸಿದರು. ಈ ದಿನ ಆರೋಪಿಗಳು ಪೊಲೀಸರಿಂದ ಅನುಚಿತವಾಗಿ ವರ್ತಿಸಿದ್ದರು. ಈ ಕ್ರಮವನ್ನು ನ್ಯಾಯಮಂಡಳಿಯ ಭಾರತೀಯ ಸದಸ್ಯ ನ್ಯಾಯಮೂರ್ತಿ ಅಗಾ ಹೈದರ್ ಟೀಕಿಸಿದರು, ಆದ್ದರಿಂದ ಕೋಲ್ಡ್‌ಸ್ಟ್ರೀಮ್ ಜೊತೆಗೆ ಅಗಾ ಹೈದರ್ ಅವರನ್ನು ಸಹ ಬದಲಾಯಿಸಲಾಯಿತು ಮತ್ತು ನ್ಯಾಯಮೂರ್ತಿ ಜಿ.ಸಿ.ಹಿಲ್ಟನ್, ನ್ಯಾಯಮೂರ್ತಿ ಅಬ್ದುಲ್ ಖಾದಿರ್ ಮತ್ತು ನ್ಯಾಯಮೂರ್ತಿ ಜೆ.ಕೆ ಅವರನ್ನು ಒಳಗೊಂಡ ಹೊಸ ನ್ಯಾಯಮಂಡಳಿಯನ್ನು ರಚಿಸಲಾಯಿತು. ನಲ್ಲಿಗಳು ಇದ್ದವು.

ಆದರೂ ಆರೋಪಿಗಳು ನ್ಯಾಯಾಲಯದ ಬಹಿಷ್ಕಾರ ಮುಂದುವರಿಸಿದರು. ನ್ಯಾಯಮೂರ್ತಿ ಕೋಲ್ಡ್ ಸ್ಟ್ರೀಮ್ ತಮ್ಮ ವರ್ತನೆಗೆ ಕ್ಷಮೆಯಾಚಿಸಬೇಕು ಎಂದು ಭಗತ್ ಸಿಂಗ್ ಹೇಳಿದ್ದಾರೆ. ಸರ್ಕಾರವು ನ್ಯಾಯಮೂರ್ತಿ ಕೋಲ್ಡ್‌ಸ್ಟ್ರೀಮ್ ಅನ್ನು ದೀರ್ಘ ರಜೆಯ ಮೇಲೆ ಕಳುಹಿಸಿದೆ ಮತ್ತು ಸರ್ಕಾರವು ಈ ಬೇಡಿಕೆಯನ್ನು ಹೇಗೆ ಒಪ್ಪಿಕೊಳ್ಳುತ್ತದೆ.

ನಿರ್ಧಾರ

ನ್ಯಾಯಾಧಿಕರಣದಲ್ಲಿ ಆರೋಪಿಗಳ ಗೈರುಹಾಜರಿಯಲ್ಲಿ ಕಲಾಪಗಳು ನಡೆದವು. ಇದರ ನಂತರ, ನ್ಯಾಯಾಲಯವು ಆಗಸ್ಟ್ 26, 1930 ರಂದು ತನ್ನ ಕೆಲಸವನ್ನು ಪೂರ್ಣಗೊಳಿಸಿತು. ನಂತರ ಆರೋಪಿಗಳಿಗೆ ತಮ್ಮ ವಾದದಲ್ಲಿ ಏನಾದರೂ ಹೇಳಲು ಬಯಸಿದರೆ ಅಥವಾ ವಕೀಲರನ್ನು ನೇಮಿಸಲು ಬಯಸಿದರೆ ಅಥವಾ ಯಾವುದೇ ಸಾಕ್ಷಿಯನ್ನು ಹಾಜರುಪಡಿಸಲು ಬಯಸಿದರೆ, ಅವರು ಹಾಗೆ ಮಾಡಬಹುದು ಎಂದು ಸಂದೇಶವನ್ನು ಕಳುಹಿಸಲಾಯಿತು. ಆರೋಪಿಗೆ ಈ ನಾಟಕದ ಅರ್ಥ ಅರ್ಥವಾಯಿತು; ಏಕೆಂದರೆ ಎಲ್ಲಾ ಪ್ರಕ್ರಿಯೆಗಳು ಮುಗಿದ ನಂತರ, ಈಗ ತೀರ್ಪು ಮಾತ್ರ ನೀಡಲಾಗುವುದು, ಆದ್ದರಿಂದ ಅವರು ಅದನ್ನು ತಿರಸ್ಕರಿಸಿದರು.

ಈ ಪ್ರಕರಣದ ತೀರ್ಪು ಅಕ್ಟೋಬರ್ 7, 1930 ರಂದು ಪ್ರಕಟವಾಯಿತು. ಆರೋಪಿಗಳು ನ್ಯಾಯಾಲಯವನ್ನು ಬಹಿಷ್ಕರಿಸಿದ್ದರು, ಆದ್ದರಿಂದ ನ್ಯಾಯಾಧಿಕರಣದ

ವಿಶೇಷ ಸಂದೇಶವಾಹಕರು ಜೈಲಿನಲ್ಲಿಯೇ ತೀರ್ಪು ನೀಡಿದರು. ತೀರ್ಪಿನ ಪ್ರಕಾರ, ಆರೋಪಿಗಳಿಗೆ ಈ ಕೆಳಗಿನ ಶಿಕ್ಷೆಗಳನ್ನು ನೀಡಲಾಗಿದೆ -

ಮರಣ ದಂಡನೆ	-	ಭಗತ್ ಸಿಂಗ್, ರಾಜಗುರು ಮತ್ತು ಸುಖದೇವ್.
ಕಪ್ಪು ನೀರಿನ ಶಿಕ್ಷೆ	-	ಕಮಲನಾಥ್ ತಿವಾರಿ, ಜೈದೇವ್ ಕಪೂರ್, ವಿಜಯ್ಕುಮಾರ್ ಸಿನ್ಹಾ, ಶಿವ ವರ್ಮಾ, ಗಯಾ ಪ್ರಸಾದ್, ಮಹಾವೀರ್ ಸಿಂಗ್ ಮತ್ತು ಕಿಶೋರಿಲಾಲ್.
7 ವರ್ಷಗಳ ಜೈಲು ಶಿಕ್ಷೆ	-	ಕುಂದನ್ಲಾಲ್.
3 ವರ್ಷಗಳ ಜೈಲು ಶಿಕ್ಷೆ	-	ಪ್ರೇಮದಾಸ್.

ಇವರಲ್ಲದೆ ಜಿತೇಂದ್ರ ಸನ್ಯಾಲ್, ಮಾಸ್ಟರ್ ಆಶಾರಾಮ್, ಅಜಯ್ ಘೋಷ್, ದೇಶರಾಜ್ ಮತ್ತು ಸುರೇಂದ್ರನಾಥ್ ಪಾಂಡೆ ಅವರನ್ನು ಬಿಡುಗಡೆ ಮಾಡಲಾಯಿತು.

ತೀರ್ಪಿನ ನಂತರ

ನ್ಯಾಯಾಲಯದ ತೀರ್ಪಿನ ನಂತರ, ಲಾಹೋರ್ನಲ್ಲಿ ಸೆಕ್ಷನ್ 144 ಅನ್ನು ವಿಧಿಸಲಾಯಿತು, ಇದರ ಅಡಿಯಲ್ಲಿ ನಗರದಲ್ಲಿ ಯಾವುದೇ ರೀತಿಯ ಪ್ರದರ್ಶನ, ಸಭೆ ಅಥವಾ ಪೋಸ್ಟರ್ಗಳನ್ನು ಹಾಕುವುದನ್ನು ನಿಷೇಧಿಸಲಾಗಿದೆ. ಇಷ್ಟೆಲ್ಲಾ ಮುನ್ನೆಚ್ಚರಿಕೆಗಳನ್ನು ತೆಗೆದುಕೊಂಡರೂ, ಅಂದು ಸಂಜೆ, ಯಾವುದೇ ಮುನ್ಸೂಚನೆ ನೀಡದೆ, ಲಾಹೋರ್ ಮುನ್ಸಿಪಾಲಿಟಿಯ ಮೈದಾನದಲ್ಲಿ ಬೃಹತ್ ಸಭೆ ನಡೆಯಿತು, ಇದರಲ್ಲಿ ಇಡೀ ಕಾನೂನು ಪ್ರಕ್ರಿಯೆಗಳು ಟೀಕೆಗೆ ಗುರಿಯಾದವು. ಕಟ್ಟುನಿಟ್ಟಿನ ಭದ್ರತೆಯ ಹೊರತಾಗಿಯೂ, ಪತ್ರಕರ್ತರು ತಮ್ಮ ಪತ್ರಿಕೆಗಳಲ್ಲಿ ಲೇಖನಗಳೊಂದಿಗೆ ಪ್ರಕಟಿಸಿದ ಭಗತ್ ಸಿಂಗ್ ಮತ್ತು ಅವರ ಸಹಚರರ ಫೋಟೋಗಳನ್ನು ಹೇಗೆ ಪಡೆದರು ಎಂಬುದು ತಿಳಿದಿಲ್ಲ.

ಈ ಮರಣದಂಡನೆಯನ್ನು ಪ್ರತಿಭಟಿಸಿ ದೇಶಾದ್ಯಂತ ಪ್ರತಿಭಟನೆಗಳು, ಮುಷ್ಕರಗಳು ಇತ್ಯಾದಿಗಳ ಮಹಾಪೂರವೇ ನಡೆಯಿತು. ಲಾಹೋರ್ನಲ್ಲಿ ಡಿ.ಎ.ವಿ

ಕೆಲ ಕಾಲೇಜು ವಿದ್ಯಾರ್ಥಿಗಳು ಪ್ರೊಫೆಸರ್ ಜೊತೆ ಸೇರಿ ಪೊಲೀಸರ ಮೇಲೆ ಹಲ್ಲೆ ನಡೆಸಿದ್ದಾರೆ. ವಿದ್ಯಾರ್ಥಿ ಸಂಘದ ಕರೆ ಮೇರೆಗೆ ಅಕ್ಟೋಬರ್ 8 ರಂದು ಮುಷ್ಕರ ನಡೆದಿತ್ತು. ಹೆಚ್ಚಿನ ಶಿಕ್ಷಣ ಸಂಸ್ಥೆಗಳು ಸ್ವಯಂಚಾಲಿತವಾಗಿ ಮುಚ್ಚಲ್ಪಟ್ಟವು. ಇಂತಹ ವಾತಾವರಣ ಇಡೀ ದೇಶದಲ್ಲಿತ್ತು.

ಭಗತ್ ಸಿಂಗ್ ಅವರ ತಂದೆ ವೈಸರಾಯ್‌ಗೆ ಅರ್ಜಿಯನ್ನು ಸಲ್ಲಿಸಿದರು, ಸೌಂಡರ್ಸ್ ಹತ್ಯೆಯ ದಿನದಂದು ಭಗತ್ ಸಿಂಗ್ ಕಲ್ಕತ್ತಾದಲ್ಲಿದ್ದರು ಎಂದು ಸಾಬೀತುಪಡಿಸಲು ಅವಕಾಶವನ್ನು ನೀಡಬೇಕೆಂದು ವಿನಂತಿಸಿದರು, ಆದರೆ ಭಗತ್ ಸಿಂಗ್ ಈ ಕ್ರಮವನ್ನು ಸಾರ್ವಜನಿಕವಾಗಿ ತನ್ನ ತಂದೆಗೆ ಪ್ರತಿಭಟಿಸಿದರು. ಆಪ್ತಸಮಾಲೋಚನೆಗೂ ಮನವಿ ಸಲ್ಲಿಸಲಾಗಿತ್ತು. ಮಹಾಮಾನ ಮದನ್ ಮೋಹನ್ ಮಾಳವೀಯ ಕರುಣೆಗಾಗಿ ವೈಸ್‌ರಾಯ್‌ಗೆ ಮನವಿ ಮಾಡಿದರು. ದೇಶಾದ್ಯಂತ ಜನರು ತಮ್ಮ ಮರಣದಂಡನೆಯನ್ನು ಬದಲಾಯಿಸಲು ಧ್ವನಿ ಎತ್ತಿದರು, ಎಲ್ಲೆಡೆಯಿಂದ ಜನರು ಸಹಿ ಅಭಿಯಾನಗಳನ್ನು ಪ್ರಾರಂಭಿಸಿದರು ಮತ್ತು ವೈಸ್‌ರಾಯ್‌ಗೆ ಜ್ಞಾಪನೆಗಳನ್ನು ಕಳುಹಿಸಿದರು, ಆದರೆ ಅವರ ಫಲಿತಾಂಶ ಶೂನ್ಯವಾಗಿತ್ತು ಮತ್ತು ಮಾರ್ಚ್ 23, 1931 ರಂದು, ಈ ಮೂವರು ವೀರರನ್ನು ಲಾಹೋರ್‌ನಲ್ಲಿ ಗಲ್ಲಿಗೇರಿಸಲಾಯಿತು. .

ಗಲ್ಲಿಗೇರಿದ ನಂತರವೂ ದೇಶದ ಸಿಟ್ಟು ಕಡಿಮೆಯಾಗಲಿಲ್ಲ. ಸರ್ಕಾರದ ಈ ಕ್ರಮವನ್ನು ದೇಶದಾದ್ಯಂತ ಪತ್ರಿಕೆಗಳು ಖಂಡಿಸಿವೆ. ಆ ಸಮಯದಲ್ಲಿ ಮಹಾತ್ಮ ಗಾಂಧಿಯವರು ಭಾರತದ ರಾಜಕೀಯದಲ್ಲಿ ಪ್ರಾಬಲ್ಯ ಹೊಂದಿದ್ದರು. ಫೆಬ್ರವರಿ 1931 ರಲ್ಲಿ, ಅವರು ವೈಸರಾಯ್ ಲಾರ್ಡ್ ಇರ್ವಿನ್ ಅವರೊಂದಿಗೆ ಒಪ್ಪಂದಕ್ಕೆ ಸಹಿ ಹಾಕಿದರು, ಇದನ್ನು ಗಾಂಧಿ-ಇರ್ವಿನ್ ಒಪ್ಪಂದ ಎಂದು ಕರೆಯಲಾಗುತ್ತದೆ. ಈ ಒಪ್ಪಂದದ ವರದಿಗಾಗಿ ಭಾರತದ ಜನರು ಬಹಳ ನಿರೀಕ್ಷೆಯೊಂದಿಗೆ ಕಾಯುತ್ತಿದ್ದರು. ಗಾಂಧೀಜಿ ಈ ವೀರರನ್ನು ಗಲ್ಲಿಗೇರಿಸುವುದರಿಂದ ರಕ್ಷಿಸುತ್ತಾರೆ ಎಂಬ ಸಂಪೂರ್ಣ ನಂಬಿಕೆಯನ್ನು ಅವರು ಹೊಂದಿದ್ದರು, ಆದರೆ ಒಪ್ಪಂದದ ವರದಿ ಪ್ರಕಟವಾದಾಗ, ಅವರ ಭರವಸೆಯೆಲ್ಲವೂ ಹುಸಿಯಾಯಿತು; ಒಪ್ಪಂದದಲ್ಲಿ ಈ ವಿಷಯದ ಪ್ರಸ್ತಾಪವೇ ಇರಲಿಲ್ಲ. ಹೌದು, ಜೈಲಿನಲ್ಲಿದ್ದ ಎಲ್ಲ ಕಾಂಗ್ರೆಸ್ ಸತ್ಯಾಗ್ರಹಿಗಳನ್ನು ಬಿಡುಗಡೆ ಮಾಡುವುದಾಗಿ ಘೋಷಿಸಲಾಗಿತ್ತು. ಗಾಂಧೀಜಿಯವರ ಈ ಕಾರ್ಯವನ್ನು ಸಾಕಷ್ಟು ಟೀಕಿಸಲಾಯಿತು. ಈ ಕುರಿತು ವಿವಿಧೆಡೆ ಪತ್ರಕರ್ತರು ಪ್ರಶ್ನೆಗಳನ್ನು ಕೇಳಿದರು. ಈ ನೇಣಿಗೇರಿದ ಕೆಲವು ದಿನಗಳ ನಂತರ, ಅವರು ಕರಾಚಿ ಕಾಂಗ್ರೆಸ್ ಅಧಿವೇಶನದಲ್ಲಿ ಪಾಲ್ಗೊಳ್ಳಲು ಅಲ್ಲಿಗೆ ಹೋದಾಗ, ಅವರಿಗೆ ಕಪ್ಪು ಬಾವುಟ ತೋರಿಸಲಾಯಿತು.

ಈ ನೇಣಿಗೇರಿದ ನಂತರ, ಪಂಜಾಬ್‌ನ ವಿವಿಧ ಸ್ಥಳಗಳಲ್ಲಿ ಸಭೆಗಳು ನಡೆದವು. ಜನರು ತಮ್ಮ ರಕ್ತದಿಂದ ಬರೆಯುವ ಮೂಲಕ ಸೇಡು ತೀರಿಸಿಕೊಳ್ಳಲು ಪ್ರಮಾಣ ಮಾಡಿದರು. ರೈತರು ತೆರಿಗೆ ಕಟ್ಟುವುದನ್ನು ನಿಲ್ಲಿಸಿದ್ದಾರೆ. ಭಗತ್ ಸಿಂಗ್ ಅವರಿಗೆ ದೇವತೆಯಂತಿದ್ದರು. ಅವರ ವರ್ಣಚಿತ್ರಗಳು ವೇಗವಾಗಿ ಮಾರಾಟವಾಗತೊಡಗಿದವು. ಈ ವೀರರ ವೀರರ ಜೀವನ ಚರಿತ್ರೆಗಳನ್ನು ಒಳಗೊಂಡ ಪುಸ್ತಕಗಳು ದೇಶಾದ್ಯಂತ ಪ್ರಕಟವಾಗತೊಡಗಿದವು. ತನಗೆ ಸಾವಿನ ನೆರಳು ಎಂದು ಸರ್ಕಾರ ಪರಿಗಣಿಸಿದೆ. ಪರಿಣಾಮವಾಗಿ ಈ ಚಿತ್ರಗಳು ಮತ್ತು ಪುಸ್ತಕಗಳನ್ನು ನಿಷೇಧಿಸಲಾಯಿತು.

ಈ ವೀರರ ಹುತಾತ್ಮತೆಯೊಂದಿಗೆ, ಭಾರತೀಯ ಕ್ರಾಂತಿಕಾರಿಗಳ ಇತಿಹಾಸದಲ್ಲಿ ಒಂದು ಅಧ್ಯಾಯ ಕೊನೆಗೊಂಡಿತು.

ಅಷ್ಟರಲ್ಲಿ ಆಜಾದ್ ಪಾತ್ರ

ಭಗತ್ ಸಿಂಗ್ ಮೊದಲಾದವರನ್ನು ಬಂಧಿಸಿದ ನಂತರವೂ ಚಂದ್ರಶೇಖರ ಆಜಾದ್ ಸುಮ್ಮನೆ ಕೂರಲಿಲ್ಲ. ಇದಾದ ನಂತರವೂ ಅವರು ಏನೇನೋ ಮಾಡುತ್ತಲೇ ಇದ್ದರು. ವೈಸರಾಯ್ ಕಾರನ್ನು ಬಾಂಬ್ ನಿಂದ ಸ್ಫೋಟಿಸುವ ಪ್ರಯತ್ನವೂ ಇದನ್ನು ದೃಢಪಡಿಸುತ್ತದೆ. ಇದರೊಂದಿಗೆ ಅವರು ಪಂಡಿತ್ ಮೋತಿಲಾಲ್ ನೆಹರು ಮತ್ತು ಅವರ ಪುತ್ರ ಪಂಡಿತ್ ಜವಾಹರಲಾಲ್ ನೆಹರೂ ಅವರನ್ನು ಭೇಟಿಯಾದರು. ಕಾಂಗ್ರೆಸ್ ಮತ್ತು ಅವರ ತತ್ತ್ವಗಳ ನಡುವೆ ವ್ಯತ್ಯಾಸಗಳಿದ್ದರೂ, ಇಬ್ಬರ ಗುರಿಗಳು ಒಂದೇ ಆಗಿದ್ದವು. ನೆಹರೂ ಕುಟುಂಬದೊಂದಿಗೆ ಅವರ ಸಂಬಂಧವು ಸೌಹಾರ್ದಯುತವಾಗಿತ್ತು. ಈ ಕುಟುಂಬದ ತತ್ವಗಳು ಮತ್ತು ಕಾಂಗ್ರೆಸ್ಸಿನ ತತ್ವಗಳ ನಡುವೆ ವ್ಯತ್ಯಾಸವಿದ್ದರೂ, ಎರಡೂ ಒಂದೇ ಗುರಿಗಳನ್ನು ಹೊಂದಿದ್ದವು. ನೆಹರೂ ಕುಟುಂಬದೊಂದಿಗೆ ಅವರ ಸಂಬಂಧವು ಸೌಹಾರ್ದಯುತವಾಗಿತ್ತು. ಈ ಕುಟುಂಬವು ಕ್ರಾಂತಿಕಾರಿಗಳನ್ನು ಬಹಿರಂಗವಾಗಿ ಬೆಂಬಲಿಸದಿದ್ದರೂ, ಅದು ಖಂಡಿತವಾಗಿಯೂ ಈ ವೀರರ ಬಗ್ಗೆ ಸಹಾನುಭೂತಿ ಹೊಂದಿತ್ತು. 1930ರಲ್ಲಿ ಅವರು ತಲೆಮರೆಸಿಕೊಂಡಿದ್ದ ದಿನಗಳಲ್ಲಿ ಅಲಹಾಬಾದ್‌ನ ಆನಂದ ಭವನಕ್ಕೆ ಹೋಗಿದ್ದರು ಎಂದು ಹೇಳಲಾಗುತ್ತದೆ. ಅಲ್ಲಿ ಪಂಡಿತ್ ಮೋತಿಲಾಲ್ ನೆಹರೂ ಅವರನ್ನು ಭೇಟಿಯಾದರು. ಪಂಡಿತ್ ನೆಹರೂ ಅವರಿಗೆ ಹಿಂಸೆಯ ಮಾರ್ಗವನ್ನು ತೊರೆಯುವಂತೆ ಸಲಹೆ ನೀಡಿದ್ದರು, ಅದನ್ನು ಆಜಾದ್ ನಯವಾಗಿ ತಿರಸ್ಕರಿಸಿದರು. ನನಗೆ ಅಹಿಂಸೆಯಲ್ಲಿ ನಂಬಿಕೆ ಇಲ್ಲ ಎಂದ ಅವರು, ಕಾಂಗ್ರೆಸ್ ನ ಅಹಿಂಸಾ ನೀತಿಯಿಂದಾಗಿ ಬ್ರಿಟಿಷರು ಭಾರತ ಬಿಟ್ಟು

ತೊಲಗುತ್ತಾರೆ ಎಂದು ಭಾವಿಸಿರಲಿಲ್ಲ. ಬ್ರಿಟಿಷರನ್ನು ಓಡಿಸಲು ಹಿಂಸೆ ಅಗತ್ಯವೆಂದು ಅವರು ಪರಿಗಣಿಸಿದ್ದರು. ಇದಾದ ನಂತರ ಪಂಡಿತ್ ಜವಾಹರಲಾಲ್ ನೆಹರೂ ಅವರಿಗೆ ಬಹಳ ಆಶ್ಚರ್ಯವಾಯಿತು. ಆಜಾದ್ ರನ್ನು ಈ ವಿಷಯದಲ್ಲಿ ಹುಷಾರಾಗಿರು ಎಂದು ಕೇಳಿಕೊಂಡರು, ಆದರೆ ಆಜಾದ್ ಈ ಎಲ್ಲದರ ಬಗ್ಗೆ ತಲೆಕೆಡಿಸಿಕೊಳ್ಳಲಿಲ್ಲ! ಆತ ಬದುಕಿರುವವರೆಗೂ ಆತನನ್ನು ಹಿಡಿಯಲು ಪೊಲೀಸರಿಗೆ ಸಾಧ್ಯವಿಲ್ಲ ಎಂದು ಮಾತ್ರ ಹೇಳಬೇಕಿತ್ತು. ಈ ದಿನಗಳಲ್ಲಿ ಗಾಂಧಿ-ಇರ್ವಿನ್ ಒಪ್ಪಂದದ ಬಗ್ಗೆ ಮಾತುಕತೆಗಳು ನಡೆಯುತ್ತಿದ್ದವು. ಈ ನಿಟ್ಟಿನಲ್ಲಿ, ಈ ಒಪ್ಪಂದದಲ್ಲಿ ತಮ್ಮ ಪ್ರಾಣವನ್ನು ಪಣಕ್ಕಿಡುತ್ತಿರುವ ಕ್ರಾಂತಿಕಾರಿಗಳಿಗೆ ಏನು ಮಾಡಬೇಕೆಂದು ಆಜಾದ್ ನೆಹರೂಜಿಯನ್ನು ಕೇಳಿದ್ದರು? ಪಂಡಿತ್ ನೆಹರೂ ಬಹುಶಃ ಇದಕ್ಕೆ ಯಾವುದೇ ಉತ್ತರವನ್ನು ನೀಡಲು ಸಾಧ್ಯವಾಗಲಿಲ್ಲ, ಏಕೆಂದರೆ ಈ ಒಪ್ಪಂದದ ನಂತರವೂ ಈ ವೀರರನ್ನು ರಕ್ಷಿಸಲಾಗುವುದಿಲ್ಲ ಎಂದು ಅವರಿಗೆ ತಿಳಿದಿತ್ತು. ಈ ಒಪ್ಪಂದದಲ್ಲಿ, ಗಾಂಧೀಜಿ ಇರ್ವಿನ್ ಅವರೊಂದಿಗೆ ಮಾತನಾಡುತ್ತಿದ್ದರು ಮತ್ತು ಅವರ ತತ್ವಗಳ ಬಗ್ಗೆ ಅವರು ಹೆಚ್ಚು ಇಷ್ಟಪಡುತ್ತಿದ್ದರು, ಆದರೆ ಈ ಕ್ರಾಂತಿಕಾರಿಗಳನ್ನು ರಕ್ಷಿಸಬೇಕೆಂದು ನೆಹರೂಜಿಗೆ ಹೃದಯಪೂರ್ವಕ ಬಯಕೆ ಇತ್ತು. ಭಗತ್ ಸಿಂಗ್ ಮೊದಲಾದವರನ್ನು ಗಲ್ಲಿಗೇರಿಸಿದಾಗ ಅವರು ಅನುಭವಿಸಿದ ದುಃಖವನ್ನು ವ್ಯಕ್ತಪಡಿಸುತ್ತಾ ಅವರು ಹೀಗೆ ಹೇಳಿದ್ದರು -

"ಭಗತ್ ಸಿಂಗ್ ಮತ್ತು ಅವರ ಒಡನಾಡಿಗಳ ಕೊನೆಯ ದಿನಗಳಲ್ಲಿ ನಾನು ಮೌನವಾಗಿದ್ದೆ, ಏಕೆಂದರೆ ನಾನು ಮಾತನಾಡಿದರೆ ಮರಣದಂಡನೆ ರದ್ದುಗೊಳ್ಳುವ ಸಾಧ್ಯತೆಯು ದೂರವಾಗುತ್ತದೆ ಎಂದು ನನಗೆ ತಿಳಿದಿತ್ತು. ಕುದಿಯುತ್ತಿರುವಂತೆ ಭಾಸವಾದರೂ ನಾನು ಮೌನವಾಗಿದ್ದೆ. ನಾವೆಲ್ಲರೂ ಒಟ್ಟಾಗಿ ಅವರನ್ನು ಉಳಿಸಲು ಸಾಧ್ಯವಾಗಲಿಲ್ಲ, ಅವರು ನಮಗೆ ತುಂಬಾ ಪ್ರಿಯರಾಗಿದ್ದರು ಮತ್ತು ಅವರ ಮಹಾನ್ ತ್ಯಾಗ ಮತ್ತು ಧೈರ್ಯವು ಭಾರತದ ಯುವಕರಿಗೆ ಸ್ಫೂರ್ತಿಯಾಗಿದೆ. ನಮ್ಮ ಅಸಹಾಯಕತೆಯಿಂದ ದೇಶವು ದುಃಖಿತವಾಗುತ್ತದೆ, ಆದರೆ ಅದೇ ಸಮಯದಲ್ಲಿ ನಮ್ಮ ದೇಶವು ಈ ಸ್ವರ್ಗೀಯ ಆತ್ಮದ ಬಗ್ಗೆ ಹೆಮ್ಮೆಪಡುತ್ತದೆ ಮತ್ತು ಇಂಗ್ಲೆಂಡ್ ನಮ್ಮೊಂದಿಗೆ ರಾಜಿ ಮಾಡಿಕೊಳ್ಳುವ ಬಗ್ಗೆ ಮಾತನಾಡುವಾಗ, ಭಗತ್ ಸಿಂಗ್ ಅವರ ಮೃತ ದೇಹವನ್ನು ನಾವು ಮರೆಯಬಾರದು.

ಕ್ರಾಂತಿಕಾರಿಗಳೊಂದಿಗೆ ನೆಹರೂಜಿಯವರ ಸಹಾನುಭೂತಿಯಿಂದಾಗಿ, ಲಾಹೋರ್ ಘಟನೆಯ ಮಾಹಿತಿದಾರರಲ್ಲಿ ಒಬ್ಬರಾದ ಕೈಲಾಸಪತಿ ಅವರ ಹೆಸರನ್ನು ಸಹ ಉಲ್ಲೇಖಿಸಿದ್ದಾರೆ. ಈ ನಿಟ್ಟಿನಲ್ಲಿ ಮನ್ಮಥನಾಥ ಗುಪ್ತ ಬರೆಯುತ್ತಾರೆ-

"ಅವರ ಸ್ಮರಣೆ ಅದ್ಭುತವಾಗಿತ್ತು. ಹೇಳಿಕೆಯಲ್ಲಿ ಅವರು ಲಾಹೋರ್‌ನಿಂದ ಕಲ್ಕತ್ತಾಕ್ಕೆ ಇಪ್ಪತ್ತು ಜನರ ಹೆಸರನ್ನು ತೆಗೆದುಕೊಂಡರು. ಅವರು ಕ್ರಾಂತಿಕಾರಿಯಾದ ಅದೇ ಉತ್ಸಾಹದಿಂದ ಅವರು ಮಾಹಿತಿದಾರರಾದರು. ಅವರು ಆಗಾಗಲೀ, ಈಗಾಗಲೀ ಕಾಳಜಿ ವಹಿಸಿಲ್ಲ. ಅವರು ತಮ್ಮ ಹೇಳಿಕೆಯಲ್ಲಿ ಪಂಡಿತ್ ಜವಾಹರಲಾಲ್ ಅವರನ್ನು ಹೊಗಳಿದ್ದರು, ಹಾಗಾದರೆ ಯಾರು ಉಳಿಯುತ್ತಾರೆ?

ನೆಹರೂಜಿಯವರು ಕ್ರಾಂತಿಕಾರಿಗಳ ಬಗ್ಗೆ ಸಂಪೂರ್ಣ ಸಹಾನುಭೂತಿ ಹೊಂದಿದ್ದರೂ, ಅವರು ಏನನ್ನೂ ಮಾಡಲು ಸಾಧ್ಯವಾಗಲಿಲ್ಲ ಎಂಬುದು ಸ್ಪಷ್ಟವಾಗಿದೆ.

ಭಗತ್ ಸಿಂಗ್ ನನ್ನು ಬಿಡುಗಡೆ ಮಾಡಲು ಆಜಾದ್ ನ ಪ್ರಯತ್ನ

1930 ರಲ್ಲಿ, ಕಾಂಗ್ರೆಸ್ ಚಳುವಳಿಯು ತೀವ್ರ ಸ್ವರೂಪದಲ್ಲಿತ್ತು, ಆದ್ದರಿಂದ ಕ್ರಾಂತಿಕಾರಿ ಪಕ್ಷವು ತನ್ನ ಕಾರ್ಯವೈಖರಿಯನ್ನು ತೀವ್ರಗೊಳಿಸಲು ನಿರ್ಧರಿಸಿತು. ಈ ಸಮಯದಲ್ಲಿ ಭಗತ್ ಸಿಂಗ್ ಅವರಂತಹ ಪಕ್ಷದ ಅನೇಕ ಸದಸ್ಯರು ಜೈಲಿನಲ್ಲಿದ್ದರು, ಆದರೆ ಆಜಾದ್ ಮೌನವಾಗಿ ಕುಳಿತುಕೊಳ್ಳಲಿಲ್ಲ, ಈ ಸಮಯದಲ್ಲಿ ಅವರು ತಮ್ಮ ಪ್ರಮುಖ ಸಹವರ್ತಿ ಭಗವತಿ ಚರಣ್ ಅವರನ್ನು ಜೈಲಿನಿಂದ ಬಿಡಿಸಲು ಯೋಜನೆ ರೂಪಿಸಲು ಯೋಚಿಸಿದರು. ಅವರು ಯೋಜನೆಯ ವಿವಿಧ ಅಂಶಗಳನ್ನು ಪರಿಗಣಿಸಿದರು. ಭಗತ್ ಸಿಂಗ್ ನನ್ನು ಗಲ್ಲಿಗೇರಿಸಲು ಸರ್ಕಾರ ಮುಂದಾಗಿತ್ತು. ಇಂತಹ ಹೊತ್ತಿನಲ್ಲಿ ಜೈಲಿನಿಂದ ಹೊರಬಂದಿದ್ದರೆ ಇಡೀ ವಿಶ್ವವೇ ಅಲ್ಲೋಲಕಲ್ಲೋಲವಾಗುತ್ತಿತ್ತು. ಅದನ್ನು ಜಾರಿಗೊಳಿಸುವ ಮೂಲಕ ಆಜಾದ್ ಸರ್ಕಾರದ ಬೇರುಗಳನ್ನು ಅಲುಗಾಡಿಸಲು ಬಯಸಿದ್ದರು.

ಆಜಾದ್ ಮತ್ತು ಭಗವತಿ ಚರಣ್ ಈ ಯೋಜನೆಗೆ ಎಷ್ಟು ತಯಾರಿ ನಡೆಸಬೇಕು ಎಂದು ಹಲವಾರು ದಿನಗಳವರೆಗೆ ಯೋಚಿಸುತ್ತಿದ್ದರು. ಕಾರ್ಯಾಚರಣೆಯ ಸಮಯದಲ್ಲಿ ಕೆಲವು ಪೊಲೀಸರು ಮತ್ತು ಪಕ್ಷದ ಸದಸ್ಯರನ್ನು ಕೊಲ್ಲುವುದು ಅನಿವಾರ್ಯವಾಗಿತ್ತು, ಇದಕ್ಕಾಗಿ ಬಾಂಬ್‌ಗಳು, ಪಿಸ್ತೂಲ್‌ಗಳು ಇತ್ಯಾದಿಗಳೂ ಬೇಕಾಗಿದ್ದವು. ಇದಲ್ಲದೇ ಈ ಎಲ್ಲ ಸಂಗತಿಗಳನ್ನು ಮರೆಮಾಚಲು ಜೈಲಿನ ಸಮೀಪವೇ ಒಂದೋ ಎರಡೋ ಕಾರು ಹಾಗೂ ಮನೆ ಬಾಡಿಗೆಗೆ ಪಡೆಯಬೇಕಿತ್ತು. ಈ ಯೋಜನೆಯಲ್ಲಿ ಮಹಿಳೆಯರನ್ನು ಸೇರಿಸಬೇಕೆ ಅಥವಾ ಬೇಡವೇ ಎಂಬುದನ್ನು ಸಹ ಪರಿಗಣಿಸಲಾಗಿದೆ. ಯೋಜನೆ ನಿರ್ಧಾರವಾದ ನಂತರ ಯಶಪಾಲ್, ಸುಖದೇವ್ರಾಜ್, ಧನ್ವಂತರಿ ಮೊದಲಾದವರ ಬಳಿಯೂ ಹೇಳಲಾಗಿದ್ದು, ಈ ಯೋಜನೆಯಲ್ಲಿ

ದುರ್ಗಾದೇವಿ ಮತ್ತು ಸುಶೀಲಾ ದೀದಿ ಅವರ ಸಹಕಾರವನ್ನು ತೆಗೆದುಕೊಳ್ಳಲು ನಿರ್ಧರಿಸಲಾಯಿತು.

ಲಾಹೋರ್‌ನ ಬಹವಾಲ್‌ಪುರ ರಸ್ತೆಯಲ್ಲಿ ಬಾಡಿಗೆಗೆ ಮನೆಯೊಂದನ್ನು ತೆಗೆದುಕೊಳ್ಳಲಾಗಿದೆ. ಇಲ್ಲಿ ವಾಸಿಸುವವರ ಬಗ್ಗೆ ಯಾರಿಗೂ ಯಾವುದೇ ಸಂದೇಹವಿಲ್ಲ ಎಂದು ಖಚಿತಪಡಿಸಿಕೊಳ್ಳಲು, ಇಬ್ಬರು ಮಹಿಳಾ ಸದಸ್ಯರು ಅಲ್ಲಿ ವಾಸಿಸಲು ಪ್ರಾರಂಭಿಸಿದರು. ಅಕ್ಕಪಕ್ಕದ ಜನರೆಲ್ಲ ಇಲ್ಲಿ ಕುಟುಂಬವೊಂದು ನೆಲೆಸಿದೆ ಎಂದು ಭಾವಿಸಿದ್ದರು.

ಇದಕ್ಕಾಗಿ ಜೂನ್ 1, 1930 ರ ಭಾನುವಾರವನ್ನು ನಿಗದಿಪಡಿಸಲಾಯಿತು. ಭಗತ್ ಸಿಂಗ್ ಮತ್ತು ಬಟುಕೇಶ್ವರ್ ದತ್ ಲಾಹೋರ್ ಕೇಂದ್ರ ಕಾರಾಗೃಹದಲ್ಲಿದ್ದರು ಮತ್ತು ಲಾಹೋರ್ ಪ್ರಕರಣದ ಇತರ ಆರೋಪಿಗಳು ಬೋರ್ಸ್ಟಾಲ್ ಜೈಲಿನಲ್ಲಿದ್ದರು. ಒಂದೇ ಒಂದು ಪ್ರಕರಣವಿದ್ದು, ಈ ಪ್ರಕರಣದ ಎಲ್ಲ ಆರೋಪಿಗಳು ಭಾನುವಾರ ವಾರಕ್ಕೊಮ್ಮೆ ಭೇಟಿಯಾಗಲು ಅವಕಾಶ ನೀಡಲು ಸರ್ಕಾರ ಒಪ್ಪಿಗೆ ನೀಡಿತ್ತು. ಅಂದು ಭಗತ್ ಸಿಂಗ್ ಮತ್ತು ದತ್ ಅವರನ್ನು ಪೊಲೀಸರು ಸೆಂಟ್ರಲ್ ಜೈಲಿನಿಂದ ಬೋರ್ಸ್ಟಾಲ್ ಜೈಲಿಗೆ ಕರೆದುಕೊಂಡು ಹೋಗಬೇಕಿತ್ತು. ಪೊಲೀಸರು ಭಗತ್ ಸಿಂಗ್ ಮತ್ತು ಬಟುಕೇಶ್ವರ ದತ್ ಅವರನ್ನು ಜೈಲಿನ ಗೇಟ್‌ನಿಂದ ಸ್ವಲ್ಪ ದೂರದಲ್ಲಿ ನಿಲ್ಲಿಸಿದ ಮೋಟಾರು ವಾಹನದಲ್ಲಿ ಕುಳಿತುಕೊಳ್ಳಲು ಕರೆದೊಯ್ಯುವಾಗ, ಪೊಲೀಸರ ಮೇಲೆ ಬಾಂಬ್ ಮತ್ತು ರಿವಾಲ್ವರ್‌ಗಳಿಂದ ದಾಳಿ ಮಾಡಬೇಕೆಂದು ಮತ್ತು ಅವರ ವಾಹನವನ್ನು ಬಲಭಾಗದಲ್ಲಿ ಸಿದ್ಧವಾಗಿ ಇಡಬೇಕೆಂದು ನಿರ್ಧರಿಸಲಾಯಿತು. ಸ್ಥಳ.. ಕ್ರಾಂತಿಕಾರಿಗಳು ಮತ್ತು ಪೊಲೀಸರ ನಡುವೆ ಘರ್ಷಣೆಯಾದಾಗ, ಭಗತ್ ಸಿಂಗ್ ಮತ್ತು ಬಟುಕೇಶ್ವರ ದತ್ ಈ ಕಾರಿನಲ್ಲಿ ಕುಳಿತುಕೊಳ್ಳಬೇಕು ಮತ್ತು ಚಾಲಕ ಅವರನ್ನು ಕರೆದೊಯ್ಯುತ್ತಾನೆ. ಪೊಲೀಸರ ಮೇಲೆ ದಾಳಿ ಮಾಡಲು ಕ್ರಾಂತಿಕಾರಿಗಳ ಎರಡು ಗುಂಪುಗಳನ್ನು ರಚಿಸಲಾಯಿತು. ಭಗವತಿ ಚರಣ್ ನೇತೃತ್ವದ ತಂಡವೊಂದು ಬಾಂಬ್ ದಾಳಿ ನಡೆಸಲಿದೆ. ಇತರ ಗುಂಪು ರಿವಾಲ್ವರ್‌ಗಳನ್ನು ಬಳಸಿ ಪೊಲೀಸರನ್ನು ಬೆನ್ನಟ್ಟುವುದನ್ನು ತಡೆಯಿತು. ಅದರ ನಾಯಕ ಚಂದ್ರಶೇಖರ ಆಜಾದ್.

ಈ ಯೋಜನೆಗಾಗಿ ಭಗತ್ ಸಿಂಗ್ ಅವರನ್ನೂ ಸಂಪರ್ಕಿಸಿ ಸಲಹೆ ಪಡೆಯಲಾಯಿತು. ಕೇಂದ್ರ ಕಾರಾಗೃಹಕ್ಕೆ ಹೋಲಿಸಿದರೆ ಬೋರ್ಸ್ಟಾಲ್ ಜೈಲಿನಲ್ಲಿ ಪೊಲೀಸ್ ಭದ್ರತೆ ಕಡಿಮೆ ಇತ್ತು. ಆದುದರಿಂದ ಬೋರ್ಸ್ಟಾಲ್ ಜೈಲಿನ ಹೊರಗೆ ಪೊಲೀಸರ ಮೇಲೆ ದಾಳಿ ನಡೆಸಿದರೆ ಒಳ್ಳೆಯದು, ಆದರೆ ಬೋರ್ಸ್ಟಾಲ್ ಜೈಲು

ಮುಖ್ಯ ರಸ್ತೆಯಿಂದ ಸ್ವಲ್ಪ ದೂರದಲ್ಲಿತ್ತು, ಆದ್ದರಿಂದ ಭಗತ್ ಸಿಂಗ್ ಮತ್ತು ಬಟುಕೇಶ್ವರ ದತ್ ಮೋಟಾರು ವಾಹನವನ್ನು ಹತ್ತುವ ಹೊತ್ತಿಗೆ ಕೇಂದ್ರ ಜೈಲು ಪೊಲೀಸರು ಕೂಡ ಇಲ್ಲಿಗೆ ತಲುಪಬಹುದು ಮತ್ತು ಅವರು ಎರಡನೇ ಬಾರಿಗೆ ಅವರನ್ನು ಮತ್ತೆ ಎದುರಿಸಬೇಕಾಗುತ್ತದೆ. ಅಂತಿಮವಾಗಿ, ಕೇಂದ್ರ ಕಾರಾಗೃಹದ ಹೊರಗೆ ದಾಳಿ ನಡೆಸಲು ಯೋಜನೆ ರೂಪಿಸಲಾಯಿತು. ಯೋಜನೆ ರೋಚಕವಾಗಿತ್ತು. ಎರಡೂ ಕಡೆಯಿಂದ ಕೆಲವರು ಸಾಯುತ್ತಾರೆ ಎಂಬುದು ಖಚಿತವಾಗಿತ್ತು, ಆದರೆ ಕ್ರಾಂತಿಕಾರಿಗಳಿಗೆ ಸಾವಿನ ಭಯವಿರಲಿಲ್ಲ. ಅವರು ಹಾಗೆ ಮಾಡಲು ತಮ್ಮ ಕೈಲಾದಷ್ಟು ಪ್ರಯತ್ನಿಸಿದರು. ಈ ಬಗ್ಗೆ ಭಗತ್ ಸಿಂಗ್ ಮತ್ತು ದತ್ ಅವರಿಗೂ ತಿಳಿಸಲಾಗಿತ್ತು.

ಭಗವತಿ ಚರಣ್ ಸಾವು

ಈ ಯೋಜನೆಗಾಗಿ ಬಾಂಬ್‌ಗಳನ್ನು ತಯಾರಿಸಲಾಗಿದೆ, ಆದ್ದರಿಂದ ಭಗವತಿ ಚರಣ್ ಅವುಗಳ ಉಪಯುಕ್ತತೆಯನ್ನು ನೋಡಲು ಅವುಗಳನ್ನು ಮೊದಲೇ ಪರೀಕ್ಷಿಸಲು ಯೋಚಿಸಿದರು. ಈ ಪರೀಕ್ಷೆಗಾಗಿ, ಮೇ 28, 1930 ರಂದು ಅವರು ಇಬ್ಬರು ಕ್ರಾಂತಿಕಾರಿಗಳಾದ ಸುಖದೇವರಾಜ್ ಮತ್ತು ಬಚ್ಚನ್ ಅವರೊಂದಿಗೆ ರವಿಯ ದಡವನ್ನು ತಲುಪಿದರು ಮತ್ತು ರವಿಯನ್ನು ದಾಟಿ ಕಾಡಿಗೆ ಹೋದರು.

ಇಲ್ಲಿ ಇತರ ಕ್ರಾಂತಿಕಾರಿಗಳು ಬಹವಲ್ಪುರ ರಸ್ತೆಯಲ್ಲಿರುವ ಮನೆಯಲ್ಲಿದ್ದರು. ಯೋಜನೆ ಕಾರ್ಯರೂಪಕ್ಕೆ ಬರಲು ಕೇವಲ ಎರಡು ದಿನಗಳು ಮಾತ್ರ ಉಳಿದಿವೆ, ಆದ್ದರಿಂದ ಇಲ್ಲಿದ್ದ ಜನರು ಶಸ್ತ್ರಾಸ್ತ್ರಗಳನ್ನು ಸ್ವಚ್ಛಗೊಳಿಸಲು ಪ್ರಾರಂಭಿಸಿದರು. ಆಜಾದ್ ಎಲ್ಲರಿಗೂ ಬೇರೆ ಬೇರೆ ಕೆಲಸಗಳನ್ನು ಕೊಟ್ಟಿದ್ದರಿಂದ ಎಲ್ಲರೂ ತಮ್ಮ ತಮ್ಮ ಕೆಲಸಗಳನ್ನು ಮಾಡತೊಡಗಿದರು. ಇದೇ ವೇಳೆ ಗಾಯಗೊಂಡ ಸುಖದೇವರಾಜ್ ಕುದುರೆ ಗಾಡಿಯಲ್ಲಿ ಬರುತ್ತಿರುವುದು ಕಂಡು ಬಂತು. ಅವರು ನೋವಿನಿಂದ ನರಳುತ್ತಿದ್ದರು, ಅತಿಯಾದ ರಕ್ತಸ್ರಾವದಿಂದ ಕೆಂಪಾಗಿದ್ದ ಅವರ ಕಾಲಿಗೆ ಬಟ್ಟೆಯ ಬ್ಯಾಂಡೇಜ್ ಕಟ್ಟಲಾಗಿತ್ತು. ಗಾಡಿಯಿಂದ ಕೆಳಗಿಳಿಸಿ ಒಳಗೆ ಕರೆದುಕೊಂಡು ಹೋದರು. ನಂತರ ಬಾಂಬ್ ಪರೀಕ್ಷೆಯ ವೇಳೆ ಭಗವತಿ ಚರಣ್ ಕೈಯಲ್ಲಿ ಬಾಂಬ್ ಸ್ಫೋಟಗೊಂಡಿದ್ದು, ಇದರಿಂದ ಆತನ ಕೈ ಹಾರಿ ಹೋಗಿದೆ ಎಂದು ತಿಳಿದು ಬಂದಿದೆ. ಇದರಿಂದ ಸುಖದೇವರಾಜ್ ಅವರ ಕಾಲಿಗೆ ಗಂಭೀರ ಗಾಯವಾಗಿದೆ. ಭಗವತಿ ಚರಣ್ ಸ್ಥಿತಿ ತುಂಬಾ ಗಂಭೀರವಾಗಿತ್ತು. ಈ ಬಗ್ಗೆ ಇತರ ಸದಸ್ಯರಿಗೆ ತಿಳಿಸಲು ಅವರು

ಸುಖದೇವ್ ಅವರನ್ನು ಇಲ್ಲಿಗೆ ಕಳುಹಿಸಿದ್ದರು. ಈ ಘಟನೆಯನ್ನು ವಿವರಿಸುವಾಗ ವೀರೇಂದ್ರ ಹೀಗೆ ಬರೆಯುತ್ತಾರೆ -

"ಸುಖದೇವರಾಜ್ ಅವರನ್ನು ಬಿಡಲು ಇಷ್ಟವಿರಲಿಲ್ಲ. ಆದರೆ ಭಗವತಿ ಚರಣ್ ಅವರಿಗೆ, 'ಬದುಕುಳಿಯುವ ಭರವಸೆ ಇಲ್ಲ. ನಾನು ತುಂಬಾ ರಕ್ತವನ್ನು ಕಳೆದುಕೊಂಡಿದ್ದೇನೆ, ನಾನು ಇನ್ನು ಮುಂದೆ ಬದುಕಲು ಸಾಧ್ಯವಿಲ್ಲ. ನೀವು ನನ್ನನ್ನು ಬಹವಾಲ್‌ಪುರ ರಸ್ತೆಗೆ ಕರೆದೊಯ್ಯಲು ಸಾಧ್ಯವಿಲ್ಲ. ಈ ಪರಿಸ್ಥಿತಿಗೆ ಹೋಗುವುದರಿಂದ ಯಾರಾದರೂ ಅನುಮಾನಾಸ್ಪದರಾಗಬಹುದು ಮತ್ತು ನನ್ನ ಇತರ ಸಹೋದ್ಯೋಗಿಗಳು ಕೆಲವು ತೊಂದರೆಗಳನ್ನು ಎದುರಿಸಬಹುದು ಎಂದು ನಾನು ಬಯಸುವುದಿಲ್ಲ. ಆದುದರಿಂದ ಈಗ ನನ್ನನ್ನು ಇಲ್ಲೇ ಬಿಟ್ಟುಬಿಡು ಮತ್ತು ನೀನು ಹೋಗಿ ಉಳಿದ ಒಡನಾಡಿಗಳಿಗೆ ಎಚ್ಚರಿಕೆ ನೀಡಿ! ಈಗ ನನ್ನ ಬಗ್ಗೆ ಚಿಂತಿಸಬೇಡ. ಏನಾಗುತ್ತದೆಯೋ ಅದನ್ನು ನೋಡಲಾಗುವುದು. "

ಈ ಘಟನೆಯ ಸುದ್ದಿ ತಿಳಿದ ಗುಂಪಿನಲ್ಲಿದ್ದವರೆಲ್ಲರೂ ಅಪಾರ ದುಃಖವನ್ನು ಅನುಭವಿಸಿದರು. ಕ್ರಾಂತಿಕಾರಿಗಳಿಗೆ ಸಾವಿನ ಭಯ ಇರಲಿಲ್ಲವಾದರೂ, ಭಗತ್ ಸಿಂಗ್ ನನ್ನು ಬಿಡಿಸುವಾಗ ಅವರು ಕೊಲ್ಲಲ್ಪಟ್ಟಿದ್ದರೆ, ಇದರಿಂದ ಯಾರೂ ದುಃಖಿತರಾಗುತ್ತಿರಲಿಲ್ಲ; ಅವನು ಈ ರೀತಿ ಸಾಯುತ್ತಾನೆ ಎಂದು ಯಾರೂ ಊಹಿಸಿರಲಿಲ್ಲ.

ಅವನು ಇನ್ನೂ ಬದುಕಿದ್ದಾನೋ ಇಲ್ಲವೋ ಎಂಬುದರ ಬಗ್ಗೆ ಯಾರೂ ಏನನ್ನೂ ಹೇಳಲು ಸಾಧ್ಯವಿಲ್ಲ. ಹೀಗಾಗಿ ಅವರನ್ನು ಅಲ್ಲಿಂದ ವಾಪಸ್ ಕರೆತರಲು ಇಬ್ಬರು ಮೂವರು ಯುವಕರ ಜತೆ ಯಶ್ಪಾಲ್ ಆ ಸ್ಥಳಕ್ಕೆ ತೆರಳಿದ್ದರು. ಅವರ ಸ್ಥಿತಿ ತುಂಬಾ ಗಂಭೀರವಾಗಿತ್ತು. ಸಾವು ತುಂಬಾ ಹತ್ತಿರವಾಗಿತ್ತು, ಅವರು ಕೆಲವು ಗಂಟೆಗಳ ಕಾಲ ಅತಿಥಿಯಾಗಿದ್ದರು. ಅವನ ಕೊನೆಯ ಆಸೆಯೆಂದರೆ ಆಜಾದ್ ಸಾಯುವ ಮೊದಲು ಅವನನ್ನು ನೋಡಬೇಕೆಂದು; ಇದರೊಂದಿಗೆ, ಭಗತ್ ಸಿಂಗ್ ಅವರನ್ನು ಜೈಲಿನಿಂದ ಬಿಡುಗಡೆ ಮಾಡುವ ಯೋಜನೆಯನ್ನು ನಿಲ್ಲಿಸಬಾರದು ಎಂದು ಅವರು ಯಶಪಾಲ್‌ಗೆ ಹೇಳಿದರು, ಈ ಯೋಜನೆಯಲ್ಲಿ ಭಾಗವಹಿಸಲು ಸಾಧ್ಯವಾಗದಿದ್ದಕ್ಕಾಗಿ ಅವರು ತಮ್ಮ ಜೀವನದ ಕೊನೆಯ ಕ್ಷಣಗಳವರೆಗೆ ತೀವ್ರ ದುಃಖದಲ್ಲಿದ್ದರು.

ಅವರು ನೋವಿನಿಂದ ಬಳಲುತ್ತಿದ್ದರು. ಪ್ರತಿ ಕ್ಷಣವೂ ಅವನ ಸ್ಥಿತಿ ಹದಗೆಡುತ್ತಿತ್ತು. ಆದ್ದರಿಂದ, ಅವನನ್ನು ಕೈ ಅಥವಾ ಭುಜದ ಮೇಲೆ ಎತ್ತಿ ಅಲ್ಲಿಂದ ಸಾಗಿಸಲು ಸಾಧ್ಯವಾಗಲಿಲ್ಲ. ಯಶಪಾಲ್ ತನ್ನ ಸಹಚರನೊಬ್ಬನನ್ನು ಅಲ್ಲಿಯೇ ಇಟ್ಟುಕೊಂಡು

ನಗರದ ಕಡೆಗೆ ಹೋದನು, ಆದ್ದರಿಂದ ಸ್ಟ್ರೆಚರ್ ಅಥವಾ ಹಾಸಿಗೆಯ ವ್ಯವಸ್ಥೆ ಮಾಡಿ ಮತ್ತು ಸಾಧ್ಯವಾದರೆ, ವೈದ್ಯರನ್ನು ಸಹ ಕರೆತರಬಹುದು, ಆದರೆ ಅವನು ನಿರ್ಗಮಿಸಿದ ಸ್ವಲ್ಪ ಸಮಯದ ನಂತರ ಭಗವತೀ ಚರಣವೂ ಇಹಲೋಕ ತ್ಯಜಿಸಿದರು. ..

ಯಶಪಾಲ್ ಹಾಸಿಗೆ, ಬೆಡ್‌ಶೀಟ್‌ಗಳು ಮತ್ತು ಔಷಧಿಗಳೊಂದಿಗೆ ತಡರಾತ್ರಿ ಅಲ್ಲಿಗೆ ಹಿಂತಿರುಗಿದಾಗ, ಭಗವತಿಯ ಪಾದದ ಸ್ಥಳದಲ್ಲಿ ಅವರ ಮೃತ ದೇಹ ಮಾತ್ರ ಬಿದ್ದಿತ್ತು. ಅವನು ಅಲ್ಲಿ ಬಿಟ್ಟಿದ್ದ ಅವನ ಜೊತೆಗಾರನೂ ಭಯದಿಂದ ಓಡಿಹೋದನು. ಇದು ಯಶ್ಪಾಲ್‌ಗೆ ತೀವ್ರ ನಿರಾಶೆ ಮತ್ತು ದುಃಖವನ್ನುಂಟು ಮಾಡಿತು. ಶವವನ್ನು ಹಾಳೆಯಲ್ಲಿ ಸುತ್ತಲಾಗಿತ್ತು. ಅಲ್ಲಿ ಅವನನ್ನು ಒಬ್ಬಂಟಿಯಾಗಿ ಬಿಟ್ಟು, ಯಶ್ಪಾಲ್ ತನ್ನ ಸ್ನೇಹಿತರನ್ನು ಸಂಪರ್ಕಿಸಲು ನಿವಾಸಕ್ಕೆ ಹಿಂತಿರುಗಿದನು. ಇಲ್ಲಿ, ಈ ಸುದ್ದಿ ತಿಳಿದ ನಂತರ, ಎಲ್ಲರೂ ದುಃಖದ ಸಾಗರದಲ್ಲಿ ಮುಳುಗಿದರು. ಬೆಳಿಗ್ಗೆ ಆಜಾದ್, ಯಶಪಾಲ್ ಮತ್ತು ಇತರ ಇಬ್ಬರು-ಮೂರು ಸ್ನೇಹಿತರು ಅಲ್ಲಿಗೆ ಹೋಗಲು ಸಿದ್ಧರಾದರು. ಭಗವತಿ ಚರಣರ ಪತ್ನಿ ದುರ್ಗಾದೇವಿಗೂ ಹೋಗಬೇಕೆಂಬ ಆಸೆಯಿತ್ತು, ಆದರೆ ಅಂತಹ ಜಾಗಕ್ಕೆ ಮಹಿಳೆಯರನ್ನು ಸೈಕಲ್‌ನಲ್ಲಿ ಕರೆದುಕೊಂಡು ಹೋಗುವುದು ಅಪಾಯದಿಂದ ಮುಕ್ತವಾಗಿರಲಿಲ್ಲ. ಪತಿ ದರೋಡೆಯಾದ ನಂತರ ಆ ಬಡ ಹುಡುಗಿ ಈ ಮನೆಯಲ್ಲಿ ಅಳಲು ಸಹ ಸಾಧ್ಯವಾಗಲಿಲ್ಲ. ಈ ಸಂದರ್ಭದಲ್ಲಿ ಚಂದ್ರಶೇಖರ ಆಜಾದ್ ಅವರಿಗೆ ಪತ್ರ ಬರೆದಿದ್ದರು.

"ನೀನು ನಮ್ಮ ತಾಯಿ. ನೀನು ನಮ್ಮ ಸಹೋದರಿ. ನಿಮ್ಮ ಗೌರವ ನಮ್ಮ ಕೈಯಲ್ಲಿದೆ ಮತ್ತು ನಮ್ಮ ಗೌರವ ನಿಮ್ಮ ಕೈಯಲ್ಲಿದೆ. ನಿಮ್ಮ ಭಾವನೆಗಳನ್ನು ನಾನು ಅರ್ಥಮಾಡಿಕೊಳ್ಳಬಲ್ಲೆ, ಆದರೆ ನೀವಿಬ್ಬರೂ ಈ ಪಾರ್ಟಿಯಲ್ಲಿ ಭಾಗವಹಿಸಿದ ದಿನ ನೀವು ಮತ್ತು ಭಗವತಿ ಭಾಯ್ ನಿಮ್ಮ ಭಾವನೆಗಳನ್ನು ನಿಮ್ಮ ಕಾಲುಗಳ ಕೆಳಗೆ ತುಳಿದಿದ್ದೀರಿ. ಇದಕ್ಕೂ ಮುನ್ನ ನೀನು ಇಷ್ಟು ತ್ಯಾಗ ಮಾಡಿದ್ದರೆ ಇನ್ನೇನಾದರೂ ಮಾಡು."

ಹಾಗಾಗಿ ದುರ್ಗಾವತಿಗೆ ತನ್ನ ಗಂಡನ ಕೊನೆಯ ದರ್ಶನವೂ ಆಗಲಿಲ್ಲ. ಭಗವತಿ ಚರಣ್ ಶವವನ್ನು ಸ್ಮಶಾನಕ್ಕೆ ಕೊಂಡೊಯ್ಯಲು ಎಲ್ಲ ರೀತಿಯಿಂದಲೂ ಕಷ್ಟವಾದ ಕಾರಣ ಆಜಾದ್ ಮತ್ತು ಯಶಪಾಲ್ ಶವ ಬಿದ್ದಿದ್ದ ಸ್ಥಳಕ್ಕೆ ತೆರಳಿ ಶವವನ್ನು ನೆಲದಲ್ಲಿ ಹೂತು ಹಾಕಿದರು. ಮೊದಲನೆಯದಾಗಿ ಕಾಡಿನಲ್ಲಿ ಈ ಜಾಗಕ್ಕೆ ಯಾವ ವಾಹನವೂ ಬರುತ್ತಿರಲಿಲ್ಲ, ಎರಡನೆಯದಾಗಿ ಹೀಗೆ ತೆಗೆದುಕೊಂಡು ಹೋದರೆ, ಪೊಲೀಸರಿಗೆ ವಿಷಯ ತಿಳಿದರೆ ಎಲ್ಲರಿಗೂ ತೀವ್ರ ತೊಂದರೆಯಾಗುತ್ತಿತ್ತು.

ಈ ವಿವರಣೆಯು ಶ್ರೀ ವೀರೇಂದ್ರ ಅವರ 'ಆ ಕ್ರಾಂತಿಕಾರಿ ದಿನಗಳು' ಪುಸ್ತಕವನ್ನು ಆಧರಿಸಿದೆ. ಶ್ರೀ ಮನ್ಮಥನಾಥ ಗುಪ್ತರು ಭಗವತಿ ಚರಣರ ಮರಣವನ್ನು ವಿಭಿನ್ನ ರೀತಿಯಲ್ಲಿ ವಿವರಿಸಿದ್ದಾರೆ. ಶ್ರೀ ಗುಪ್ತಾ ಪ್ರಕಾರ, ಈ ಅಪಘಾತದಲ್ಲಿ ಭಗವತಿ ಚರಣ್ ಅವರ ಕರುಳು ಹೊರಬಂದಿದೆ. ಅವರದೇ ಮಾತುಗಳಲ್ಲಿ-

"ಭಗವತಿ ಚರಣ್ ಅವರ ಸಾವು ಕ್ರಾಂತಿಕಾರಿ ಇತಿಹಾಸದಲ್ಲಿ ನೋವಿನ ಘಟನೆಯಾಗಿದೆ. ಈ ಬಗ್ಗೆ ಹಲವು ರೀತಿಯ ಮಾತುಗಳು ಕೇಳಿ ಬರುತ್ತಿವೆ. ಏನೇ ಗೊತ್ತಿದ್ದರೂ 1930ರ ಮೇ 28ರಂದು ಸಂಜೆ 4.30ಕ್ಕೆ ಭಗವತಿ ಚರಣ್ ರವಿಯ ದಡಕ್ಕೆ ಬಾಂಬ್ ಹಿಡಿದು ಪ್ರಯೋಗ ಮಾಡಲು ಹೊರಟಿದ್ದು ಮಾತ್ರ ನಿರ್ವಿವಾದ. ಅಲ್ಲಿ ಇದ್ದಕ್ಕಿದ್ದಂತೆ ಬಾಂಬ್ ಸ್ಫೋಟಗೊಂಡು ಭಗವತಿ ಚರಣ್ ಗಂಭೀರವಾಗಿ ಗಾಯಗೊಂಡಿದ್ದರು. ಗಾಯದಿಂದಾಗಿ ಕರುಳೆಲ್ಲ ಹೊರಬಿದ್ದಿದ್ದರೂ ಕೊನೆಯ ಕ್ಷಣದವರೆಗೂ ತಂಡದ ಬಗ್ಗೆ ಒಲವು ತೋರಿದ್ದರು ಎನ್ನಲಾಗಿದೆ. ಅವರು ಮೂರು-ನಾಲ್ಕು ಗಂಟೆಗಳ ಕಾಲ ಬದುಕುಳಿದರು, ಆದರೆ ಕೆಲವು ಸಂದರ್ಭಗಳು ಉದ್ಭವಿಸಿದವು ಅಥವಾ ಅವರಿಗೆ ವೈದ್ಯಕೀಯ ಸಹಾಯವನ್ನು ಒದಗಿಸಲಾಗಲಿಲ್ಲ.

ನಿಸ್ಸಂದೇಹವಾಗಿ, ಭಗವತಿ ಚರಣ್ ಅವರ ಸಾವು ಕ್ರಾಂತಿಕಾರಿ ಪಕ್ಷಕ್ಕೆ ಮತ್ತು ಭಗತ್ ಸಿಂಗ್ ಅವರ ವಿಮೋಚನೆಯ ಯೋಜನೆಗೆ ಭಾರೀ ಹೊಡೆತವಾಗಿದೆ.

ಯೋಜನೆಯ ವೈಫಲ್ಯ

ಭಗವತಿ ಚರಣ್ ಅವರ ಸಾವು ತಂಡಕ್ಕೆ ಭಾರೀ ಹೊಡೆತವನ್ನು ನೀಡಿದ್ದರೂ, ಇನ್ನೂ ಯೋಜನೆಯನ್ನು ಪೂರ್ಣಗೊಳಿಸುವುದು ಅಗತ್ಯವಾಗಿತ್ತು. ಈ ಶೋಕಭರಿತ ವಾತಾವರಣದಲ್ಲಿ ವಿಚಿತ್ರವಾದ ನಿರ್ಜನತೆ ಹರಡಿತ್ತು. ಈ ನಿರ್ಜನವನ್ನು ಹೇಗೆ ಮುರಿಯುವುದು ಎಂದು ಯಾರಿಗೂ ಅರ್ಥವಾಗಲಿಲ್ಲ. ದುರ್ಗಾವತಿಯ ಪರಿಸ್ಥಿತಿ ಬಹಳ ವಿಚಿತ್ರವಾಗಿತ್ತು; ಅವಳಿಗೆ ಅಳಲೂ ಆಗಲಿಲ್ಲ, ಮಾತನಾಡಲೂ ಆಗಲಿಲ್ಲ. ಹಾಗಾಗಿ ಪಕ್ಷದ ನಾಯಕರಾಗಿರುವ ಆಜಾದ್ ಅವರು ಇದರಲ್ಲಿ ಮುತುವರ್ಜಿ ವಹಿಸಬೇಕಿತ್ತು. ಭಗವತಿ ಚರಣರ ಕೊನೆಯ ಇಚ್ಛೆಯಂತೆ ಭಗತ್ ಸಿಂಗ್ ನನ್ನು ಬಿಡಿಸುವುದು ಅನಿವಾರ್ಯವಾಗಿತ್ತು ಎಂದು ದುರ್ಗಾದೇವಿಗೆ ತಿಳಿಸಿದರು. ಈ ಬಗ್ಗೆ ವೀರ ದೇವಿ ದುರ್ಗಾ ಹೇಳಿದ್ದಳು -

"ಸಹೋದರ! ನೀನು ಈ ಕೆಲಸ ಮಾಡಬೇಕಾದರೆ ಅವನ ಜಾಗದಲ್ಲಿ ನಿನ್ನ ಸಂಗಡ ಹೋಗುತ್ತೇನೆ" ಎಂದನು.

ದುರ್ಗೆಯ ಈ ಮಾತಿನಿಂದ ಎಲ್ಲರಿಗೂ ಸಂತೋಷವಾಯಿತು, ಆದರೆ ದುರ್ಗಾ ತನ್ನ ಮಡಿಲಲ್ಲಿ ನಾಲ್ಕು ವರ್ಷದ ಮಗುವನ್ನು ಹೊಂದಿದ್ದಳು ಮತ್ತು ಈ ಯೋಜನೆಗೆ ಹೋಗುವುದು ಒಬ್ಬರ ಪ್ರಾಣಕ್ಕೆ ಅಪಾಯವನ್ನುಂಟುಮಾಡುತ್ತದೆ, ಆದ್ದರಿಂದ ಅವನು ಸತ್ತರೆ, ಮಗು ಸಂಪೂರ್ಣ ಅನಾಥವಾಗುತ್ತಿತ್ತು. ಇದನ್ನೆಲ್ಲ ನೋಡಿದ ಮತ್ತೊಬ್ಬ ಮಹಿಳೆ ಸುಶೀಲಾ ಅವರ ಜಾಗಕ್ಕೆ ಹೋಗುವ ಆಸೆ ವ್ಯಕ್ತಪಡಿಸಿದರು. ಆಜಾದ್ ಅವರಿಬ್ಬರ ಮಾತುಗಳನ್ನು ಆಲಿಸಿದರು ಮತ್ತು ಪಕ್ಷದ ನಾಯಕರಾಗಿ ಅವರಿಗೆ ಆದೇಶಿಸಿದರು -

"ಈ ಕೆಲಸ ಮಹಿಳೆಯರಿಗಾಗಿ ಅಲ್ಲ. ನೀವಿಬ್ಬರೂ ಹೋಗುವುದಿಲ್ಲ, ನೀವು ಇದೀಗ ಏನು ಮಾಡುತ್ತಿದ್ದೀರಿ, ಇದು ಏನೂ ಕಡಿಮೆ ಅಲ್ಲ. ಈಗ ನಾವು ಹೋಗಿ ನಮ್ಮ ಭವಿಷ್ಯವನ್ನು ಪರೀಕ್ಷಿಸುತ್ತೇವೆ.

ಆದ್ದರಿಂದ, ಜೂನ್ 1, 1930 ರಂದು, ಪೂರ್ವನಿರ್ಧರಿತ ಸಮಯದಲ್ಲಿ, ಆಜಾದ್, ಯಶಪಾಲ್, ವೈಶಂಪಾಯನ್ ಮತ್ತು ಇಬ್ಬರು-ಮೂರು ಯುವ ಸದಸ್ಯರು ತಮ್ಮ ಗುರಿಯತ್ತ ಹೊರಟು ಸೆಂಟ್ರಲ್ ಜೈಲಿನ ಬಳಿ ತಲುಪಿದರು. ಎಲ್ಲರೂ ಸಂಪೂರ್ಣ ಸಿದ್ಧರಾಗಿ ಯೋಜನೆಯಂತೆ ತಮ್ಮ ತಮ್ಮ ಸ್ಥಳಗಳಲ್ಲಿ ನಿಂತರು. ಭಗತ್ ಸಿಂಗ್ ಮತ್ತು ದತ್ ಅವರಿಗೆ ಈ ಬಗ್ಗೆ ಈಗಾಗಲೇ ತಿಳಿಸಲಾಗಿತ್ತು, ಆದರೆ ಈ ಯೋಜನೆ ಯಶಸ್ವಿಯಾಗಲಿಲ್ಲ.

ಈ ಯೋಜನೆ ಏಕೆ ವಿಫಲವಾಗಿದೆ ಎಂಬುದರ ಕುರಿತು ಸಾಮಾನ್ಯವಾಗಿ ಎರಡು ಅಭಿಪ್ರಾಯಗಳಿವೆ. ಮೊದಲ ಸಿದ್ಧಾಂತದ ಪ್ರಕಾರ, ಈ ಘಟನೆಯ ಮೊದಲು, ಈ ಇಬ್ಬರು ಕೈದಿಗಳನ್ನು ಹೊತ್ತ ಪೊಲೀಸ್ ವಾಹನವು ಜೈಲು ಗೇಟ್‌ನಿಂದ ಸ್ವಲ್ಪ ದೂರದಲ್ಲಿ ರಸ್ತೆಯಲ್ಲಿ ನಿಂತಿತ್ತು. ಕೈದಿಗಳು ಜೈಲು ಗೇಟ್‌ನಿಂದ ಕಾಲ್ನಡಿಗೆಯಲ್ಲಿ ನಡೆಯಬೇಕಾಗಿತ್ತು, ಆದರೆ ಈ ದಿನ ವಾಹನವನ್ನು ಜೈಲು ಗೇಟ್‌ನ ಅತ್ಯಂತ ಸಮೀಪದಲ್ಲಿ ನಿಲ್ಲಿಸಿ ಅಲ್ಲಿಂದ ಕೈದಿಗಳನ್ನು ಸಾಗಿಸಲು ಪ್ರಾರಂಭಿಸಿದರು. ಚಂದ್ರಶೇಖರ ಆಜಾದ್ ಮೊದಲಾದವರು ಗಮನಿಸುತ್ತಲೇ ಇದ್ದರು.

ಎರಡನೆಯ ಅಭಿಪ್ರಾಯವು ಇದಕ್ಕಿಂತ ಭಿನ್ನವಾಗಿದೆ. ಈ ಅಭಿಪ್ರಾಯದ ಪ್ರಕಾರ, ಭಗತ್ ಸಿಂಗ್ ಕೊನೆಯ ಕ್ಷಣದಲ್ಲಿ ಜೈಲಿನಿಂದ ತಪ್ಪಿಸಿಕೊಳ್ಳುವ ಮನಸ್ಸು ಬದಲಾಯಿಸಿದ್ದರು. ಶ್ರೀ ವೀರೇಂದ್ರರ ವಿವರಣೆಯನ್ನು ಪ್ರಸ್ತುತಪಡಿಸಲಾಗುತ್ತಿದೆ -

"ಭಗತ್ ಸಿಂಗ್ ಮತ್ತು ದತ್ ಹೊರಗೆ ಹೋದಾಗ ವೈಶಂಪಾಯನನು ಕೊಳಲು ನುಡಿಸುತ್ತಾನೆ, ಆಗ ಭಗತ್ ಸಿಂಗ್ ಪ್ರತಿಯಾಗಿ ತಲೆ ಕೆರೆದುಕೊಳ್ಳುತ್ತಾನೆ ಎಂಬುದು ಯೋಜನೆಯ ಭಾಗವಾಗಿತ್ತು. ಇದರರ್ಥ ಅವನೂ ಸಿದ್ಧನಾಗಿದ್ದಾನೆ. ಇದಾದ ಬಳಿಕ ಪ್ರಕ್ರಿಯೆ ಆರಂಭವಾಗಲಿದೆ. ಆದರೆ ಭಗತ್ ಸಿಂಗ್ ಯಾಕೆ ಯಾವುದೇ ಸೂಚನೆ

ನೀಡಲಿಲ್ಲ ಎಂದು ನನಗೆ ತಿಳಿದಿಲ್ಲ. ಜೈಲಿನಿಂದ ಹೊರಗೆ ಹೋದ ಕೂಡಲೇ ಕೈದಿಗಳನ್ನು ಹೊತ್ತೊಯ್ಯುತ್ತಿದ್ದ ಕಾರಿನಲ್ಲಿ ದತ್ ಮತ್ತು ದತ್ ಕುಳಿತು ಪೊಲೀಸರು ಅಲ್ಲಿಂದ ಕರೆದೊಯ್ದರು. ಆಜಾದ್ ಮತ್ತು ಅವನ ಸಂಗಡಿಗರು ಇದನ್ನೆಲ್ಲ ನೋಡುತ್ತಾ ನಿಂತಿದ್ದರು. ಏನಾಯಿತು ಎಂದು ಅವರಿಗೆ ಅರ್ಥವಾಗಲಿಲ್ಲ. ಅವರು ನಿರಾಶೆಯಿಂದ ಹಿಂತಿರುಗಿದರು.

ಸ್ವಲ್ಪ ಸಮಯದ ನಂತರ, ಭಗತ್ ಸಿಂಗ್ ಅವರು ಇಷ್ಟೆಲ್ಲಾ ಏಕೆ ಮಾಡಿದರು ಎಂದು ಕೇಳಿದಾಗ, ಅವರು ಭಗವತಿ ಚರಣ್ ಅವರ ಮರಣದ ನಂತರ, ತನಗೆ ಬದುಕುವ ಆಸೆ ಇರಲಿಲ್ಲ ಎಂದು ಉತ್ತರಿಸಿದರು. ಈ ಪ್ರಯತ್ನದಲ್ಲಿ ಪಕ್ಷದ ಕೊನೆಯ ಚಿಹ್ನೆಯಾದ ಆಜಾದ್ ಅವರನ್ನೂ ಕೊಲ್ಲಬೇಕು ಎಂದು ಅವರು ಬಯಸಲಿಲ್ಲ. ಭಗತ್ ಸಿಂಗ್ ಆಜಾದನನ್ನು ನಿರ್ಮೂಲನೆ ಮಾಡುವ ಮೂಲಕ ಸ್ವಾತಂತ್ರ್ಯವನ್ನು ಸಾಧಿಸಲು ಬಯಸಲಿಲ್ಲ. ಹಾಗಾಗಿ ಜೈಲಿನಿಂದ ಹೊರಬಂದಾಗ ಅಲ್ಲಿ ನಿಂತಿದ್ದ ಸಹಚರರು ಕಂಡರು. ಆದರೂ ಅವರು ಈ ಕ್ರಮಕ್ಕೆ ಸಿದ್ಧರಿರಲಿಲ್ಲ. ಇದರಲ್ಲಿ ಎಷ್ಟು ಜನ ಸಾಯುತ್ತಿದ್ದರೋ ಯಾರಿಗೆ ಗೊತ್ತು."

ಅನುಮಾನದ ಕ್ಷಣಗಳು

ಈ ಯೋಜನೆಯ ವೈಫಲ್ಯದಿಂದ ಆಜಾದ್ ತೀವ್ರ ದುಃಖಿತರಾಗಿದ್ದರು. ಬಹವಲ್‌ಪುರ ರಸ್ತೆಯಲ್ಲಿರುವ ಅವರ ಮನೆಗೆ ಹೋದಾಗ ಯಾರೊಂದಿಗೂ ಏನೂ ಹೇಳದೆ ಕೋಣೆಯೊಂದಕ್ಕೆ ಹೋದರು. ಆಜಾದ್ ಅವರ ಅತ್ಯಂತ ವಿಶ್ವಾಸಾರ್ಹ ಆಪ್ತರಾಗಿದ್ದರು ಭಗತ್ ಸಿಂಗ್, ಅವರ ನಂತರ ಭಗವತಿ ಚರಣ್ ಬೋಹ್ರಾ ಬಂದರು. ಭಗವತಿ ಚರಣ್ ಆಗಲೇ ಇಹಲೋಕ ತ್ಯಜಿಸಿದ್ದು, ಭಗತ್ ಸಿಂಗ್ ಗೂ ನೇಣಿಗೇರಿಸಲು ಕುಣಿಕೆ ಸಿದ್ಧವಾಗಿತ್ತು. ಇದೆಲ್ಲದರ ಬಗ್ಗೆ ಯೋಚಿಸುತ್ತಿದ್ದ ಆಜಾದ್ ಹಲವಾರು ಗಂಟೆಗಳ ಕಾಲ ಕೋಣೆಯಲ್ಲಿ ಬೀಗ ಹಾಕಿದರು. ಅದೊಂದು ಬಹಳ ವಿಚಿತ್ರ ಸನ್ನಿವೇಶವಾಗಿತ್ತು. ಒಂದೆಡೆ, ನನ್ನ ಆತ್ಮೀಯ ಗೆಳೆಯನನ್ನು ಸೆರೆಮನೆಗೆ ಹಾಕಲಾಯಿತು; ಆತನನ್ನು ಗಲ್ಲಿಗೇರಿಸಲು ನ್ಯಾಯದ ನಾಟಕ ನಡೆಯುತ್ತಿತ್ತು, ಇದರೊಂದಿಗೆ ದಿವಂಗತ ಸ್ನೇಹಿತೆ ಭಗವತಿ ಭಾಯಿಯ ಕೊನೆಯ ಆಸೆ ಭಗತ್ ಸಿಂಗ್‌ನನ್ನು ಬಿಡುಗಡೆಗೊಳಿಸಬೇಕು ಎಂಬುದು. ದುರದೃಷ್ಟವಶಾತ್ ಇಡೀ ಯೋಜನೆ ವಿಫಲವಾಗಿದೆ. ಹೀಗಾದರೆ; ಏನು ಅಲ್ಲ? ಎಂಬ ಪ್ರಶ್ನೆ ಮುಂದಿತ್ತು. ಅಂತಿಮವಾಗಿ, ಎಲ್ಲಾ ಅನುಮಾನಗಳನ್ನು ನಿವಾರಿಸಿದ ನಂತರ, ಆಜಾದ್ ಭಗತ್ ಸಿಂಗ್ನ ವಿಮೋಚನೆಗಾಗಿ ಮತ್ತೊಮ್ಮೆ ಪ್ರಯತ್ನಿಸಲು ನಿರ್ಧರಿಸಿದರು. ಅವನಿಗೆ, ಸಂದರ್ಭಗಳ ಮುಂದೆ ಶರಣಾಗುವುದು ಹೇಡಿತನವಾಗಿತ್ತು.

ಆಜಾದ್ ದೃಢ ನಿರ್ಧಾರ ತಳೆದು ನಿದ್ದೆ ಹೋದರು, ಆದರೆ ಈ ಹೊತ್ತಿನಲ್ಲಿ ವಿಧಿ ಅವರ ವಿರುದ್ಧ ತಿರುಗಿ ಬಿದ್ದಂತಿತ್ತು. ರಾತ್ರಿ ಮನೆಯಲ್ಲಿ ಇಟ್ಟಿದ್ದ ಬಾಂಬ್ ಒಂದೊಂದು ತಾನಾಗಿಯೇ ಸ್ಫೋಟಗೊಂಡಿದೆ. ಅದರ ಸ್ಫೋಟದಿಂದ ಎಲ್ಲರೂ ಎಚ್ಚರಗೊಂಡರು, ಎಲ್ಲಾ ಬಾಗಿಲುಗಳು ಮತ್ತು ಕಿಟಕಿಗಳು ನಡುಗಿದವು. ಆಜಾದ್ ಎಲ್ಲರೂ ತಮ್ಮ ಕೈಗೆ ಯಾವ ಸರಕು ಬಂದರೂ ತಕ್ಷಣವೇ ಓಡಿಹೋಗುವಂತೆ ಆದೇಶಿಸಿದರು. ಪೊಲೀಸರು ಬರುವ ಸಾಧ್ಯತೆ ಇತ್ತು, ಇದರಿಂದ ಪರಿಸ್ಥಿತಿ ಊಹೆಗೂ ನಿಲುಕದಷ್ಟು ಹದಗೆಡಬಹುದಿತ್ತು, ಆದರೆ ಗುಂಪಿನ ಮಹಿಳೆಯರನ್ನು ಇಷ್ಟು ಬೇಗ ಎಲ್ಲಿಗೆ ಕಳುಹಿಸುವುದು ಎಂಬುದೇ ತೀವ್ರ ಸಮಸ್ಯೆಯಾಗಿತ್ತು. ಈ ಮನೆಯ ಪಕ್ಕದಲ್ಲಿ ಒಬ್ಬ ಇಂಜಿನಿಯರ್ ವಾಸವಾಗಿದ್ದರು. ಬಾಂಬ್ ಸ್ಫೋಟದ ಬಗ್ಗೆ ಪೊಲೀಸರಿಗೆ ತಿಳಿಸಲು ಯಶಪಾಲ್ ಅಂತಹ ಅನಾಹುತವನ್ನು ತಪ್ಪಿಸಲು ಅವನ ಬಳಿಗೆ ಹೋದನು. ಇಂಜಿನಿಯರ್‌ಗೆ ತನ್ನ ಸಂಪೂರ್ಣ ಕಥೆಯನ್ನು ಹೇಳಿ ಅರ್ಧ ಗಂಟೆಯಾದರೂ ಸ್ಫೋಟದ ಬಗ್ಗೆ ಪೊಲೀಸರಿಗೆ ತಿಳಿಸದಂತೆ ವಿನಂತಿಸಿದನು. ಅಷ್ಟರಲ್ಲಿ ಎಲ್ಲ ಕ್ರಾಂತಿಕಾರಿಗಳು ಅಲ್ಲಿಂದ ಹೊರಟು ಹೋಗುತ್ತಾರೆ, ಆಗ ಮಾತ್ರ ಪೊಲೀಸರಿಗೆ ಅದರ ಬಗ್ಗೆ ತಿಳಿಸಬೇಕು. ಕ್ರಾಂತಿಕಾರಿಗಳ ಭಾವನೆಗಳನ್ನು ಗೌರವಿಸಿ, ಎಂಜಿನಿಯರ್ ಅವರ ಮನವಿಗೆ ಒಪ್ಪಿದರು. ಆದ್ದರಿಂದ, ಎಲ್ಲಾ ಕ್ರಾಂತಿಕಾರಿಗಳು ಅಷ್ಟರಲ್ಲಿ ಅಲ್ಲಿಂದ ಸುರಕ್ಷಿತವಾಗಿ ಹೊರಟುಹೋದರು.

ಸುಖದೇವ್‌ರಾಜ್ ಗಾಯಗೊಂಡಿದ್ದು, ಯಾವುದೇ ಆಸ್ಪತ್ರೆಗೆ ದಾಖಲಿಸಲು ಸಾಧ್ಯವಾಗಿಲ್ಲ. ಧನ್ವಂತರಿಯು ಇದಕ್ಕೆ ಪರಿಹಾರವನ್ನೂ ಕಂಡುಕೊಂಡನು. ಲಾಹೋರ್‌ನ ದಯಾನಂದ ಆಯುರ್ವೇದಿಕ್ ಕಾಲೇಜಿನ ಪ್ರಾಂಶುಪಾಲರಾದ ಡಾ.ಅಸಾನಂದರು ರಾಷ್ಟ್ರೀಯ ವಿಚಾರಗಳ ವ್ಯಕ್ತಿಯಾಗಿದ್ದರು. ಒಮ್ಮೆ ಧನ್ವಂತರಿ ಅವರ ಶಿಷ್ಯರಾಗಿದ್ದರು. ಸುಖದೇವ್‌ರಾಜ್ ಅವರ ಚಿಕಿತ್ಸೆಯ ಜವಾಬ್ದಾರಿಯನ್ನು ಡಾ.ಅಸಾನಂದ್ ಅವರು ತಮ್ಮ ಮನೆಯಲ್ಲಿಯೇ ಇರಿಸಿಕೊಂಡರು. ಅವರು ಸುಖದೇವ್‌ರಾಜ್ ಅವರ ಕಾಲಿಗೆ ಆಪರೇಷನ್ ಮಾಡಿದ್ದಾರೆ. ಅವರ ಚಿಕಿತ್ಸೆಯಿಂದ ಸುಖದೇವ್‌ರಾಜ್ ಅವರ ಕಾಲು ಬೇಗನೆ ಗುಣಮುಖವಾಯಿತು. ಇದರ ನಂತರ ಅವರನ್ನು ಅಮೃತಸರಕ್ಕೆ ಕಳುಹಿಸಲಾಯಿತು.

ಹೀಗೆ ಸತತ ವೈಫಲ್ಯಗಳ ನಂತರ ಆಜಾದ್ ಮುಂದಿದ್ದ ಮೊದಲ ಪ್ರಶ್ನೆ ಪಕ್ಷವನ್ನು ಪುನರ್ ಸಂಘಟಿಸುವುದು. ಇದಕ್ಕಾಗಿ ಹಣದ ಅಗತ್ಯವಿತ್ತು. ಹಣ ನಿರ್ವಹಣೆಗಾಗಿ ಲಾಹೋರ್‌ನಿಂದ ಹೊರಟು ದೆಹಲಿಗೆ ಬಂದರು. ಈ ಸಮಯದಲ್ಲಿ ಅವನು ಮೊದಲು ವಿವರಿಸಿದ ಗಡೋಡಿಯ ಅಂಗಡಿ ದರೋಡೆ ಮಾಡಿದನು.

ಯಶಪಾಲ್ ಪ್ರಕರಣ

ಸದಸ್ಯರು ವಿವಾದಗಳನ್ನು ಹೊಂದುವುದನ್ನು ಪಕ್ಷವು ವಿರೋಧಿಸದಿದ್ದರೂ, ಸಕ್ರಿಯ ಕ್ರಾಂತಿಕಾರಿಗಳು ಇನ್ನೂ ಬ್ರಹ್ಮಚಾರಿಯಾಗಿ ಉಳಿಯುತ್ತಾರೆ ಎಂದು ನಿರೀಕ್ಷಿಸಲಾಗಿತ್ತು. ಯಾವುದೇ ಸದಸ್ಯರು ಮದುವೆಯಾಗಲು ಬಯಸಿದರೆ, ಅವರು ಪಕ್ಷದ ಅನುಮತಿಯನ್ನು ತೆಗೆದುಕೊಳ್ಳಬೇಕು. ಗಡೋಡಿಯಾ ಅಂಗಡಿ ದರೋಡೆ ನಂತರ ತಂಡ ದೆಹಲಿಯಲ್ಲಿ ಕಾರ್ಖಾನೆ ತೆರೆದಿತ್ತು. ಮೇಲ್ನೋಟಕ್ಕೆ ಇದು ಸಾಬೂನು ಮತ್ತು ಎಣ್ಣೆಯನ್ನು ತಯಾರಿಸುವ ಕಾರ್ಖಾನೆಯಾಗಿತ್ತು, ಆದರೆ ಇದು ಬಾಂಬ್‌ಗಳನ್ನು ತಯಾರಿಸಲು ಪಿಕ್ರಿಕ್ ಆಮ್ಲವನ್ನು ಉತ್ಪಾದಿಸಿತು. ಈ ಕಾರ್ಖಾನೆಯನ್ನು ಶ್ರೀ ಅಜ್ಞೇಯ ನಿರ್ವಹಿಸುತ್ತಿದ್ದರು. ಅಜ್ಞಾ, ಕೈಲಾಸಪತಿ, ವಿಮಲಾಪ್ರಸಾದ್ ಜೈನ್, ಅವರ ಪತ್ನಿ ಯಶಪಾಲ್ ಮತ್ತು ಪ್ರಕಾಶವತಿ ಸಹ ಇಲ್ಲಿ ವಾಸಿಸುತ್ತಿದ್ದರು. ಯಶಪಾಲ್ ಮತ್ತು ಪ್ರಕಾಶವತಿಯ ನಡುವಿನ ಸಂಬಂಧವು ತುಂಬಾ ಆತ್ಮೀಯವಾಗಿತ್ತು. ಇಬ್ಬರೂ ಒಟ್ಟಿಗೆ ವಾಸಿಸುತ್ತಿರುವುದು ಕಂಡುಬಂದಿದೆ. ಇದು ಪಕ್ಷದ ನಿಯಮಗಳಿಗೆ ವಿರುದ್ಧವಾಗಿತ್ತು. ಹೀಗಾಗಿ ಯಶಪಾಲ್‌ಗೆ ಗುಂಡು ಹಾರಿಸಬೇಕು ಎಂದು ತಂಡ ನಿರ್ಧರಿಸಿದೆ. ಈ ಕೆಲಸವನ್ನು ವೀರಭದ್ರ ತಿವಾರಿ ಅವರಿಗೆ ವಹಿಸಲಾಯಿತು. ಯಶಪಾಲ್‌ಗೆ ಗುಂಡು ಹಾರಿಸುವ ಬದಲು ತಿವಾರಿ ಅವರು ಯಶಪಾಲ್‌ಗೆ ಈ ವಿಷಯ ತಿಳಿಸಿದ್ದಾರೆ. ಯಶಪಾಲ್ ಕೈಯಲ್ಲಿ ರಿವಾಲ್ವರ್ ಹಿಡಿದು ಕಾರ್ಖಾನೆಗೆ ಹೋಗಿ ಪ್ರಕಾಶವತಿಯೊಂದಿಗೆ ಲಾಹೋರ್‌ಗೆ ಹೋದರು.

ಇದಾದ ನಂತರ ಯಶಪಾಲ್ ಪ್ರಕಾಶವತಿಯನ್ನು ವಿವಾಹವಾದರು. ನಂತರ ಅವರು ಆಜಾದ್ ಅವರನ್ನು ಭೇಟಿಯಾದರು. ಆಜಾದ್ ಮತ್ತು ಯಶಪಾಲ್ ನಡುವಿನ ಭಿನ್ನಾಭಿಪ್ರಾಯ ಬಗೆಹರಿದಿದ್ದರೂ, ಪಕ್ಷದ ಶಿಸ್ತನ್ನು ಪಾಲಿಸದ ಕಾರಣ, ವೀರಭದ್ರ ತಿವಾರಿ ಅವರನ್ನು ಪಕ್ಷದಿಂದ ಹೊರಹಾಕಲಾಯಿತು ಮತ್ತು ಈ ಕಾರ್ಖಾನೆಯನ್ನು ಸಹ ಮುಚ್ಚಲಾಯಿತು.

ಯಶಪಾಲ್ ವಿರುದ್ಧ ಈ ಕಠೋರ ನಿರ್ಧಾರ ತೆಗೆದುಕೊಳ್ಳಲು ಪಕ್ಷದ ಶಿಸ್ತು ಮಾತ್ರವಲ್ಲದೆ ಯಶ್ಪಾಲ್ ಅವರು ಪ್ರಕಾಶವತಿ ಅವರನ್ನು ಕರೆದುಕೊಂಡು ಬಂದಿರುವುದು ಕೂಡ ಕಾರಣ. ಅವರ ಪೋಷಕರು ತೆಗೆದುಕೊಂಡ ಕ್ರಮವು ತಂಡಕ್ಕೆ ಮಾರಕವಾಗಿ ಪರಿಣಮಿಸಬಹುದು. ಈ ಮೂಲಕ ಹಲವು ಸದಸ್ಯರು ಬಾಂಧವ್ಯಕ್ಕೆ ಸಿಲುಕಿ ಪಕ್ಷಕ್ಕೆ ಹಾನಿ ಉಂಟು ಮಾಡಿದ್ದರು.

ಎಂಟನೆಯ ಅಧ್ಯಾಯ

ವೀರಗತಿ

ಭಗತ್ ಸಿಂಗ್, ರಾಜಗುರು ಮತ್ತು ಸುಖದೇವ್ ಅವರಿಗೆ ಮರಣದಂಡನೆ ವಿಧಿಸಿದರೆ, ಚಂದ್ರಶೇಖರ್ ಆಜಾದ್ ಅವರನ್ನು ತಲೆಮರೆಸಿಕೊಂಡಿರುವ ಅಪರಾಧಿ ಎಂದು ಘೋಷಿಸಲಾಯಿತು. ತಲೆಮರೆಸಿಕೊಂಡಿರುವ ಈ ದಿನಗಳಲ್ಲಿ ಪೊಲೀಸರ ಕಣ್ಣಿಗೆ ಮಣ್ಣೆರಚಿಕೊಂಡು ಒಂದೆಡೆಯಿಂದ ಮತ್ತೊಂದೆಡೆ ತಿರುಗಾಡುತ್ತಿದ್ದ. ಪೊಲೀಸರು ಅವರನ್ನು ಹಿಂಬಾಲಿಸಿದರು; ಅವರ ಅನೇಕ ಮಾಹಿತಿದಾರರು ಬಹುಮಾನದ ದುರಾಸೆಯಲ್ಲಿ ತಿರುಗಾಡುತ್ತಿದ್ದರು. ಸಣ್ಣದೊಂದು ಅನುಮಾನ ಬಂದರೂ ಪೊಲೀಸರು ಹುಡುಕಲು ಹಿಂದೇಟು ಹಾಕಲಿಲ್ಲ, ಆದರೆ ಇಂತಹ ಪರಿಸ್ಥಿತಿಯಲ್ಲಿ ಪಕ್ಷವನ್ನು ಮತ್ತೆ ಬಲಪಡಿಸುವುದು ಹೇಗೆ ಎಂಬ ಒಂದೇ ಒಂದು ಪ್ರಶ್ನೆ ಆಜಾದ್ ಅವರ ಮುಂದಿತ್ತು. ಪ್ರಾಯಶಃ ಅವರು ತಮ್ಮ ಆಸೆಯನ್ನು ಈಡೇರಿಸಿಕೊಳ್ಳಲು ದಕ್ಷಿಣ ಭಾರತಕ್ಕೆ ಹೋಗುವ ಆಲೋಚನೆಯಲ್ಲಿದ್ದರು.

ಈ ಕಲ್ಪನೆಯನ್ನು ಕಾರ್ಯರೂಪಕ್ಕೆ ಪರಿವರ್ತಿಸಲು, ಅವರು ಅಲಹಾಬಾದ್ ತಲುಪಿದರು. ಅಂತಿಮವಾಗಿ ಫೆಬ್ರವರಿ 27, 1931 ರ ಆ ಅಶುಭ ದಿನವೂ ಬಂದಿತು. ಆಜಾದ್ ತನ್ನ ಸ್ನೇಹಿತ ಸುಖದೇವ್‌ರಾಜ್ ಜೊತೆ ಆಲ್ಫ್ರೆಡ್ ಪಾರ್ಕ್‌ನಲ್ಲಿ ಕುಳಿತಿದ್ದ. ಬೆಳಿಗ್ಗೆ ಹತ್ತು ಗಂಟೆಯಾಗಿತ್ತು. ಬಹುಶಃ ಯಾರೋ ದೇಶದ್ರೋಹಿಗಳು ಆಲ್ಫ್ರೆಡ್ ಪಾರ್ಕ್‌ನಲ್ಲಿ ಅವನ ಉಪಸ್ಥಿತಿಯ ಬಗ್ಗೆ ಪೊಲೀಸರಿಗೆ ಮಾಹಿತಿ ನೀಡಿದ್ದರು. ಈ ಮಧ್ಯೆ, ಮಾಹಿತಿಯ ಸತ್ಯಾಸತ್ಯತೆಯನ್ನು ತಿಳಿಯಲು ಇಬ್ಬರು ಪೊಲೀಸ್ ಅಧಿಕಾರಿಗಳು ಅಲ್ಲಿಗೆ ಬಂದರು, ಅವರ ಹೆಸರುಗಳು ವಿಶೇಸರ್ ಸಿಂಗ್ ಮತ್ತು ದಲ್ಚಂದ್. ದಾಲ್ಚಂದ್ ಅವರಿಗೆ ಚಂದ್ರಶೇಖರ್ ಆಜಾದ್ ಗೊತ್ತಿದ್ದರು. ಅವನು ಅವರನ್ನು ದೂರದಿಂದ ನೋಡಿದನು ಮತ್ತು ಗುರುತಿಸಿದನು. ಇದಾದ ನಂತರ ಇಬ್ಬರೂ ಹಿಂತಿರುಗಿ ತಕ್ಷಣವೇ ಡಿಟೆಕ್ಟಿವ್ ಅಧೀಕ್ಷಕ ನೋಟ್ ಬವಾರ್ ಅವರಿಗೆ ಈ ಮಾಹಿತಿಯನ್ನು ನೀಡಿದರು. ನಾಟ್ ಬಾವಾರ್ ತಕ್ಷಣವೇ ತನ್ನ ಕಾರಿನಲ್ಲಿ ಆಲ್‌ಫ್ರೆಡ್ ಪಾರ್ಕ್‌ಗೆ ಬಂದು ಆಜಾದ್‌ನಿಂದ 10 ಗಜಗಳಷ್ಟು ದೂರದಲ್ಲಿ ತನ್ನ ಕಾರನ್ನು ನಿಲ್ಲಿಸಿದನು. ಅವರು

ಕಾರಿನಿಂದ ಇಳಿದು ಆಜಾದ್ ಕಡೆಗೆ ತೆರಳಿದರು. ಅವರು ಆಜಾದ್‌ನನ್ನು ಜೀವಂತವಾಗಿ ಸೆರೆಹಿಡಿಯಲು ಬಯಸಿದ್ದರು, ಆದ್ದರಿಂದ ಅವರು ತಮ್ಮ ರಿವಾಲ್ವರ್ ಅನ್ನು ಅವರತ್ತ ತೋರಿಸಿದರು ಮತ್ತು ಶರಣಾಗುವಂತೆ ಎಚ್ಚರಿಸಿದರು. ಆಜಾದ್ ಇದನ್ನು ಹೇಗೆ ಮಾಡಬಹುದು? ಅವನು ಎದ್ದು ನಿಂತ. ನೋಟ್‌ನ ಎಚ್ಚರಿಕೆಗೆ ಅವನು ತನ್ನ ರಿವಾಲ್ವರ್‌ನೊಂದಿಗೆ ಪ್ರತಿಕ್ರಿಯಿಸಿದನು. ಕ್ನೂಟ್ ಬಾಯರ್ ಗುಂಡು ಹಾರಿಸಿದರು. ಈ ಬಗ್ಗೆಯೂ ಆಜಾದ್ ಕಿಡಿಕಾರಿದರು. ಗೋರನ ಗುಂಡು ಆಜಾದನ ಕಾಲಿಗೆ ತಗುಲಿತು ಮತ್ತು ಆಜಾದನ ಗುಂಡು ಗೋರನ ಭುಜಕ್ಕೆ ತಗುಲಿತು. ಆಗ ಎರಡೂ ಕಡೆಯಿಂದ ಗುಂಡುಗಳು ಹಾರಲಾರಂಭಿಸಿದವು. ಬಹುಶಃ ಹೆಚ್ಚಿನ ಪೊಲೀಸರೂ ಬಂದಿದ್ದರು. ನಟ್ ಬಾಯರ್ ಅವರ ಮಣಿಕಟ್ಟಿಗೆ ಗಾಯವಾಯಿತು. ಗುಂಡುಗಳನ್ನು ನಿರಂತರವಾಗಿ ಹಾರಿಸಲಾಗುತ್ತಿತ್ತು, ಆದರೆ ಅವರ ಮಣಿಕಟ್ಟಿಗೆ ಗಾಯಗೊಂಡ ನಂತರ, ನಟ್ ಬೋವರ್ ಮರದಲ್ಲಿ ರಕ್ಷಣೆ ಪಡೆದರು. ಆಜಾದ್ ತೆವಳುತ್ತಾ ಮರದ ಹಿಂದೆ ಅಡಗಿಕೊಂಡ. ಅವನ ಬಳಿ ಬೇಕಾದಷ್ಟು ಗುಂಡುಗಳೂ ಇದ್ದವು. ಗುಂಡು ಹಾರಿದಾಗ ಆತ ತನ್ನ ಸ್ನೇಹಿತ ಸುಖದೇವ್‌ರಾಜ್‌ನನ್ನು ಅಲ್ಲಿಂದ ಓಡಿಸಿದ್ದ. ಅವರು ಹೋಗಲು ಸಿದ್ಧರಿಲ್ಲದಿದ್ದರೂ, ಆಜಾದ್ ಅವರ ಮಾತನ್ನು ಕೇಳದೆ ಬಲವಂತವಾಗಿ ಅಲ್ಲಿಂದ ಓಡಿಸಿದರು. ಹೀಗಾಗಿ ಏಕಾಂಗಿಯಾಗಿ ಪೊಲೀಸರ ಮೇಲೆ ಗುಂಡು ಹಾರಿಸುತ್ತಲೇ ಇದ್ದ. ನಾಟ್ ಬವಾರ್ ತಲೆಮರೆಸಿಕೊಂಡಾಗ, ಅವನ ಸ್ಥಾನವನ್ನು ಪೊಲೀಸ್ ಅಧಿಕಾರಿ ವಿಶೇಸರ್ ಸಿಂಗ್ ತೆಗೆದುಕೊಂಡರು. ಆಜಾದ್ ಅವರತ್ತ ಗುರಿ ಇಟ್ಟರು, ಈ ಗುರಿ ಅವರ ದವಡೆಯನ್ನು ಮುರಿಯಿತು. ಇದಕ್ಕೆ ವಿಶೇಷ್ ಸಿಂಗ್ ಭಾರೀ ಬೆಲೆ ತೆರಬೇಕಾಯಿತು. ಅವರ ದವಡೆ ಎಂದಿಗೂ ವಾಸಿಯಾಗಲಿಲ್ಲ ಮತ್ತು ಅವರ ಸೇವಾ ಅವಧಿ ಮುಗಿಯುವ ಮೊದಲು ಅವರನ್ನು ಅವರ ಕರ್ತವ್ಯಗಳಿಂದ ಬಿಡುಗಡೆ ಮಾಡಲಾಯಿತು.

ಎರಡೂ ಕಡೆಯಿಂದ ಗುಂಡುಗಳು ಹಾರಿದ್ದರಿಂದ ಸ್ವಲ್ಪ ಸಮಯ ಹಿಡಿಯಿತು. ಆಜಾದ್ ತನ್ನ ರಿವಾಲ್ವರ್‌ನಲ್ಲಿ ಒಂದೇ ಒಂದು ಗುಂಡು ಉಳಿದಿರುವುದನ್ನು ನೋಡಿದ ಅವರು ರಿವಾಲ್ವರ್ ಅನ್ನು ತನ್ನ ದೇವಸ್ಥಾನಕ್ಕೆ ಒತ್ತಿ ಗುಂಡು ಹಾರಿಸಿದರು ಎಂದು ಹೇಳಲಾಗುತ್ತದೆ. ಆಜಾದ್ ಗಾಢ ನಿದ್ರೆಗೆ ಜಾರಿದ. ಸಾಯುತ್ತಿರುವಾಗಲೂ, ಅವರು ತಮ್ಮ ಹೆಸರನ್ನು ಆಜಾದ್ ಅರ್ಥಪೂರ್ಣವಾಗಿಸಿದರು, ಏಕೆಂದರೆ ಅವರು ಹೇಳುತ್ತಿದ್ದರು - "ನಾನು ಸ್ವತಂತ್ರನಾಗಿದ್ದೇನೆ ಮತ್ತು ಸ್ವತಂತ್ರನಾಗಿ ಉಳಿಯುತ್ತೇನೆ. ನಾನು ಬದುಕಿರುವವರೆಗೂ ಪೊಲೀಸರು ನನ್ನನ್ನು ಬಂಧಿಸಲು ಸಾಧ್ಯವಿಲ್ಲ.

ಹಾಗೆಯೇ ಆಯಿತು. ಅವನ ನಿರ್ಜೀವ ದೇಹವು ನೆಲದ ಮೇಲೆ ಬಿದ್ದಿತ್ತು, ಅದನ್ನು ತೆಗೆದುಕೊಳ್ಳಲು ಪೊಲೀಸರು ಮುಂದಾದರು, ಆದರೆ ಇದ್ದಕ್ಕಿದ್ದಂತೆ ಅವನನ್ನು ಮುಟ್ಟುವ ಧೈರ್ಯ ಯಾರಿಗೂ ಇರಲಿಲ್ಲ; ಎಲ್ಲಾ ನಂತರ ಸಿಂಹವು ಸಿಂಹವಾಗಿದೆ. ಅವನಲ್ಲಿ ಸ್ವಲ್ಪವಾದರೂ ಉಸಿರು ಉಳಿದಿದ್ದರೆ, ಅವನು ಸಾಯುವ ಹೊತ್ತಿಗೆ, ಅವನು ತನ್ನನ್ನು ಮುಟ್ಟಿದವನ ಕೆಲಸವನ್ನು ಪೂರ್ಣಗೊಳಿಸುತ್ತಾನೆ. ಆದ್ದರಿಂದ, ಅವರು ನೆಲದ ಮೇಲೆ ಮಲಗಿದ್ದ ಮೃತ ದೇಹವನ್ನು ಸ್ಪರ್ಶಿಸುವ ಮೊದಲು, ಪೊಲೀಸರು ಅವನ ಕಾಲಿಗೆ ಗುಂಡು ಹಾರಿಸಿ ನಂತರ ಅವನನ್ನು ಮುಟ್ಟಿದರು.

ಆಜಾದ್‌ನನ್ನು ಸುತ್ತುವರಿದ ಸುದ್ದಿ ತಿಳಿದ ಅಕ್ಕಪಕ್ಕದ ಜನರು ಮುಯಿರ್ ಕಾಲೇಜಿನ ಮುಂದೆ ಬಂದು ಈ ಘಟನೆಯನ್ನು ವೀಕ್ಷಿಸಿದರು, ಅಲ್ಲಿಂದಲೇ 'ಆಜಾದ್ ಜಿಂದಾಬಾದ್' ಎಂದು ಘೋಷಣೆಗಳನ್ನು ಕೂಗುತ್ತಿದ್ದರು. ಆಜಾದ್ ನೆಲದ ಮೇಲೆ ಬಿದ್ದ ನಂತರವೇ ಪೊಲೀಸರು ಘೋಷಣೆ ಕೂಗಿದವರ ಕಡೆಗೆ ಗಮನ ಹರಿಸಿದರು ಮತ್ತು ನಂತರ ನೋಟ್ ರಿವಾಲ್ವರ್‌ನೊಂದಿಗೆ ಅವರ ಕಡೆಗೆ ಓಡಿದರು. ಇದರಿಂದ ಮುಯಿರ್ ಸೆಂಟ್ರಲ್ ಕಾಲೇಜು ಹಾಗೂ ಮುಸ್ಲಿಂ ಹಾಸ್ಟೆಲ್ ಆವರಣದತ್ತ ಜನರು ಓಡಿದರು. ಈ ವೇಳೆ ಆಜಾದ್ ಅವರ ಮೃತದೇಹವನ್ನು ತೆಗೆದುಕೊಂಡು ಹೋಗುವ ಆತುರದಲ್ಲಿದ್ದ ಅವರು ಘೋಷಣೆ ಕೂಗಿದವರನ್ನು ಹೆಚ್ಚು ಬೆನ್ನಟ್ಟದೇ ವಾಪಸ್ಸಾದರು. ಇದರ ನಂತರ, ಪೊಲೀಸರು ಆಜಾದ್ ಅವರ ದೇಹವನ್ನು ಲಾರಿಯಲ್ಲಿ ತೆಗೆದುಕೊಂಡು ಹೋಗಿದ್ದಾರೆ ಮತ್ತು ಪೋಲಿಸ್ ಗುಂಡು ಹಾರಿಸಿದ್ದರಿಂದ ಆಜಾದ್ ಕೊಲ್ಲಲ್ಪಟ್ಟರು ಎಂದು ಘೋಷಿಸಿದರು.

ಆಲ್ಫ್ರೆಡ್ ಪಾರ್ಕ್‌ನಲ್ಲಿ ಆಜಾದ್ ಇರುವ ಬಗ್ಗೆ ಪೊಲೀಸರಿಗೆ ಮಾಹಿತಿ ನೀಡಿದವರು ಯಾರು ಎಂಬ ಬಗ್ಗೆ ವಿವಿಧ ಅಭಿಪ್ರಾಯಗಳು ವ್ಯಕ್ತವಾಗಿವೆ. ಈ ಮಾಹಿತಿಯನ್ನು ವೀರಭದ್ರ ತಿವಾರಿ ಅವರು ನೀಡಿದ್ದಾರೆ ಎಂದು ಕೆಲವು ಪುಸ್ತಕಗಳಲ್ಲಿ ಬರೆಯಲಾಗಿದೆ ಮತ್ತು ಕೆಲವು ಜನರ ಪ್ರಕಾರ, ಅಲಹಾಬಾದ್‌ನ ಸೇಠ್ ಈ ಮಾಹಿತಿಯನ್ನು ನೀಡಿದ್ದಾರೆ. ವೀರಭದ್ರ ತಿವಾರಿ ತಿಳಿಸಿದ್ದನ್ನು ಶ್ರೀ ಮನ್ಮಥನಾಥ ಗುಪ್ತರು ಸ್ಪಷ್ಟವಾಗಿ ಉಲ್ಲೇಖಿಸಿಲ್ಲ, ಆದರೆ ಅವರ ಆಲೋಚನೆಗಳಿಂದ ಅವರು ವೀರಭದ್ರನೇ ಈ ಅತ್ಯಾಚಾರ ಎಸಗಿದ್ದಾರೆ ಎಂದು ಹೇಳಲು ಬಯಸುತ್ತಾರೆ. ಶ್ರೀ ಗುಪ್ತಾ ಬರೆಯುತ್ತಾರೆ-

"ಅದು 1931 ರ ಫೆಬ್ರವರಿ 27. ಹಗಲು ಹತ್ತು ಗಂಟೆಯಾಗಿತ್ತು. ಚಂದ್ರಶೇಖರ್ ಆಜಾದ್ ಅಲಹಾಬಾದ್ ಚೌಕ್‌ನಿಂದ ಕತ್ರಾ ರಸ್ತೆಯಲ್ಲಿ ಸುಖದೇವ್‌ರಾಜ್ ಅವರೊಂದಿಗೆ ತಿರುಗಾಡುತ್ತಿದ್ದಾಗ ದಾರಿಯಲ್ಲಿ ಇದ್ದಕ್ಕಿದ್ದಂತೆ ಆಘಾತಕ್ಕೊಳಗಾದರು.

ವಿಷಯ ಏನೆಂದರೆ ಅವರು ವೀರಭದ್ರ ತಿವಾರಿಯವರನ್ನು ನೋಡಿದ್ದರು. ಈ ವೀರಭದ್ರ ತಿವಾರಿಯನ್ನು ಕಾಕೋರಿ ಪಿತೂರಿಯಲ್ಲಿ ಬಂಧಿಸಲಾಯಿತು, ಆದರೆ ನಿಗೂಢ ಕಾರಣಗಳಿಂದ ಬಿಡುಗಡೆ ಮಾಡಲಾಯಿತು. ಅಂದಿನಿಂದ ಕೆಲವರಿಗೆ ಆತನ ಮೇಲೆ ಅನುಮಾನ ಮೂಡಿತ್ತು. ಆದರೆ ವೀರಭದ್ರನು ಎಷ್ಟು ಅನುಭವಿ ಮತ್ತು ಮಾತನಾಡುವುದರಲ್ಲಿ ಚತುರನಾಗಿದ್ದನೆಂದರೆ ಅವನ ಮಾತುಗಳಿಗೆ ಜನರು ಆಕರ್ಷಿತರಾದರು. ಅಷ್ಟೇ ಅಲ್ಲ ಪಕ್ಷದ ಪ್ರಮುಖ ವ್ಯಕ್ತಿಯೂ ಆದರು. ಬರಬರ ದಳದಲ್ಲಿ ಪೊಲೀಸರು ಹಾಗೂ ಪಕ್ಷದವರನ್ನು ಭೇಟಿಯಾಗುತ್ತಿದ್ದರು ಎಂಬ ಧೋರಣೆ ಅವರದು ಎನ್ನಲಾಗಿದೆ. ಆಜಾದ್ ತುಂಬಾ ನೇರ ಸ್ವಭಾವದ ವ್ಯಕ್ತಿ ಮತ್ತು ಅವನು ಬೇಗನೆ ಅವಳ ಬಲೆಗೆ ಬಿದ್ದನು. ಆದರೆ ಹಲವು ಬಾರಿ ಮೋಸ ಹೋದ ನಂತರ ಆಕೆಯನ್ನು ತನ್ನ ಬಳಿ ಇಟ್ಟುಕೊಳ್ಳದಿರಲು ಅಂತಿಮ ನಿರ್ಧಾರ ಕೈಗೊಳ್ಳಲಾಗಿತ್ತು. ಹೀಗಾಗಿ ಅವರನ್ನು ಪಕ್ಷದಿಂದ ಹೊರಹಾಕಿರುವುದು ವೀರಭದ್ರನಿಗೂ ಗೊತ್ತಿತ್ತು. ಆದ್ದರಿಂದಲೇ ಆಜಾದ್ ವೀರಭದ್ರನನ್ನು ಅಲಹಾಬಾದ್‌ನಲ್ಲಿ ನೋಡಿದಾಗ ಎಚ್ಚರವಾಯಿತು. ಆಜಾದ್ ಮತ್ತು ಸುಖದೇವ್‌ರಾಜ್ ಆಲ್‌ಫ್ರೆಡ್ ಪಾರ್ಕ್‌ನ ಒಂದು ಸ್ಥಳಕ್ಕೆ ಹೋಗಿ ಕುಳಿತರು. ಅಷ್ಟರಲ್ಲಿ ಪೊಲೀಸ್ ಅಧಿಕಾರಿಗಳಾದ ವಿಶೇಸರ್ ಸಿಂಗ್ ಮತ್ತು ದಾಲ್ಚಂದ್ ಅಲ್ಲಿಗೆ ಬಂದರು. ಇವರಲ್ಲಿ ದಾಲ್‌ಚಂದ್‌ಗೆ ಆಜಾದ್‌ನ ಪರಿಚಯವಿತ್ತು.

'ಇಂಡಿಯಾಸ್ ತ್ರೀ ರೆವಲ್ಯೂಷನರೀಸ್' ಲೇಖಕರಾದ ಶ್ರೀ ಯಶಪಾಲ್ ಶರ್ಮಾ ಮತ್ತು ಶ್ರೀ ಯೋಗೇಂದ್ರ ಶರ್ಮಾ ಅವರ ಪ್ರಕಾರ, ಈ ಮಾಹಿತಿಯನ್ನು ಆಜಾದ್ ಅವರ ಶ್ರೀಮಂತ ಸ್ನೇಹಿತರೊಬ್ಬರು ನೀಡಿದ್ದಾರೆ, ಅವರ ಬಳಿ ಕ್ರಾಂತಿಕಾರಿ ಪಕ್ಷದ ಹಣವನ್ನು ಇರಿಸಲಾಗಿತ್ತು -

ಈ ವೇಳೆ ಆಜಾದ್ ಪ್ರಯಾಗದಲ್ಲಿದ್ದರು. ಆತನಿಗೆ ಒಬ್ಬ ಶ್ರೀಮಂತ ಗೆಳೆಯನಿದ್ದ. ಕ್ರಾಂತಿಕಾರಿ ಪಕ್ಷದ ಹಣವನ್ನು ಅವರ ಬಳಿ ಠೇವಣಿ ಇಡಲಾಯಿತು. ಚಂದ್ರಶೇಖರ ಆಜಾದ್ ಅವರು ಪಕ್ಷವನ್ನು ಮರುಸಂಘಟಿಸಲು ಮುಂದಾಗಿದ್ದರು. ಅದಕ್ಕಾಗಿ ಅವನಿಗೆ ಹಣದ ಅಗತ್ಯವಿತ್ತು. ಅವನು ತನ್ನ ಸ್ನೇಹಿತ ಸೇಠ್ ಬಳಿ ಹೋಗಿ ಹಣ ಕೇಳಿದನು. ಸೇಠ್ ಅವರ ಉದ್ದೇಶಗಳು ಬದಲಾಗಿದ್ದವು. ಸೇಠ್ ಅವರನ್ನು ನಿರಾಕರಿಸಲು ಸಾಧ್ಯವಾಗಲಿಲ್ಲ, ಆದ್ದರಿಂದ ಅವರು ಕ್ಷಮಿಸಿ ಮತ್ತು ಅದನ್ನು ಒಂದು ಅಥವಾ ಎರಡು ದಿನಗಳವರೆಗೆ ಮುಂದೂಡಿದರು. ಇನ್ನೆರಡು ದಿನದಲ್ಲಿ ಎಲ್ಲಿಂದಲೋ ಹಣ ಬರಲಿದೆ ಎಂದರು. ಹಣ ಬಂದ ತಕ್ಷಣ ಅವರಿಗೆ ಕೊಡುತ್ತಾರೆ. ಚಂದ್ರಶೇಖರ್ ಆಜಾದ್ ಸೇಠ್ ಅವರ ಕೆಟ್ಟ ಉದ್ದೇಶಗಳನ್ನು ಪತ್ತೆಹಚ್ಚಲು ಸಾಧ್ಯವಾಗಲಿಲ್ಲ, ಏಕೆಂದರೆ ಅವರ

ನಡವಳಿಕೆಯಲ್ಲಿ ಯಾವುದೇ ವ್ಯತ್ಯಾಸ ಕಾಣಿಸಲಿಲ್ಲ. ಕೆಲವೊಮ್ಮೆ ಹಣ ಕೊಡುವುದರಲ್ಲಿ ಎರಡು ದಿನ ತಡವಾಗುತ್ತಿತ್ತು. ಆಜಾದ್ ಜೊತೆ ಮಾತನಾಡುವಾಗ ಸೇಠ್ ಹೇಳಿದರು, "ನೀನು ಈಗ ಎಲ್ಲಿಗೆ ಹೋಗುತ್ತೀಯ ಆಜಾದ್? ಇಲ್ಲೇ ಇರು."

"ಇಲ್ಲ, ನಾನು ಇದೀಗ ಆಲ್ಫ್ರೆಡ್ ಪಾರ್ಕ್‌ಗೆ ಹೋಗುತ್ತಿದ್ದೇನೆ. ಸ್ವಲ್ಪ ಕೆಲಸ ಇದೆ. ನಾನು ನಾಳೆ ಬರುತ್ತೇನೆ. "ಹಣಕ್ಕಾಗಿ ವ್ಯವಸ್ಥೆ ಮಾಡಿ."

ಇತ್ತ ಆಜಾದ್ ಮನೆಯಿಂದ ಹೊರಬಂದು ಇನ್ನೊಂದು ಕಡೆ ಸೇಠ್ ಹೋಗಿ ಪೊಲೀಸರಿಗೆ ಮಾಹಿತಿ ನೀಡಿದ್ದಾರೆ. ಅದು ಫೆಬ್ರವರಿ 27, 1931. ಸೂಪರಿಂಟೆಂಡೆಂಟ್ ತಕ್ಷಣವೇ ಇಡೀ ನಗರ ಪೊಲೀಸರನ್ನು ಒಟ್ಟುಗೂಡಿಸಿದರು ಮತ್ತು ಆಲ್ಫ್ರೆಡ್ ಪಾರ್ಕ್ ಅನ್ನು ಸುತ್ತುವರಿಯಲು ಆದೇಶಿಸಿದರು. ಚಂದ್ರಶೇಖರ ಆಜಾದ್ ತನ್ನ ಸ್ನೇಹಿತರೊಬ್ಬರೊಂದಿಗೆ ಮಾತನಾಡುತ್ತಿದ್ದರು. ದೂರದಿಂದಲೇ ಪೊಲೀಸರನ್ನು ಕಂಡರು. ನಾನು ಸುತ್ತಲೂ ನೋಡಿದಾಗ, ಸುತ್ತಲೂ ಪೋಲಿಸರು ಜಮಾಯಿಸಿರುವುದು ಕಂಡುಬಂದಿತು.

ಶ್ರೀ ವ್ಯತಿತ್-ಹೃದಯ ಅವರು ತಮ್ಮ 'ಚಂದ್ರಶೇಖರ್ ಆಜಾದ್' ಪುಸ್ತಕದಲ್ಲಿ ಈ ಎರಡು ಘಟನೆಗಳನ್ನು ಒಟ್ಟಿಗೆ ಪ್ರಸ್ತುತಪಡಿಸಿದ್ದಾರೆ -

"ಆಜಾದ್‌ನ ಗಮನ ಪ್ರಯಾಗದ ಕಡೆಗೆ ಹೋಯಿತು. ಅವರು ಯೋಚಿಸತೊಡಗಿದರು, ಪ್ರಯಾಗದ ಉದ್ಯಮಿಯೊಬ್ಬ ಕ್ರಾಂತಿಕಾರಿ ಪಕ್ಷದ ಎಂಟು ಸಾವಿರ ರೂಪಾಯಿಗಳನ್ನು ಠೇವಣಿ ಇಟ್ಟಿದ್ದಾನೆ. ಏಕೆ ಪ್ರಯಾಗಕ್ಕೆ ಹೋಗಿ ಆ ಉದ್ಯಮಿಯಿಂದ ಆ ಹಣವನ್ನು ವಸೂಲಿ ಮಾಡಬಾರದು. ಕ್ರಾಂತಿಕಾರಿ ಪಕ್ಷದ ಹಣವನ್ನು ಪಕ್ಷದ ಸಂಘಟನೆಗೆ ಬಳಸಿದರೆ ಒಳ್ಳೆಯದು. ಹಾಗಾದರೆ ಇಂದೇ ಪ್ರಯಾಗಕ್ಕೆ ಏಕೆ ಹೊರಡಬಾರದು? ಈ ಕಾಮಗಾರಿಯಲ್ಲಿ ಈಗ ಯಾವುದೇ ವಿಳಂಬ ಮಾಡಬಾರದು. ಆದರೆ ಪ್ರಯಾಗಕ್ಕೆ ಹೋಗುವ ಮುನ್ನ ಒಮ್ಮೆ ತಿವಾರಿ ಅವರನ್ನು ಭೇಟಿ ಮಾಡಬೇಕು. ಬಿಕ್ಕಟ್ಟಿನ ಈ ಸಮಯದಲ್ಲಿ, ತಿವಾರಿ ಹೊರತುಪಡಿಸಿ ಬೇರೆ ಯಾರೂ ಇಲ್ಲ. ಈ ನಿಟ್ಟಿನಲ್ಲಿ ಅವರ ಸಲಹೆಯನ್ನೂ ಪಡೆಯಬೇಕು. ಹೀಗೆ ಯೋಚಿಸುತ್ತಾ ಆಜಾದ್ ಎದ್ದು ತಿವಾರಿಯನ್ನು ಭೇಟಿಯಾಗಲು ಅವರ ಮನೆಯ ಕಡೆಗೆ ಹೋದರು. ಅವರ ಮನೆ ತಲುಪಿ ಸಮಾಲೋಚನೆ ನಡೆಸಿ ತಮ್ಮ ಸಂಪೂರ್ಣ ಯೋಜನೆಯನ್ನು ತಿಳಿಸಿದರು. ನಂತರ ಅವರು ಅದೇ ರಾತ್ರಿ ಪ್ರಯಾಗಕ್ಕೆ ಹೋದರು.

ಪ್ರಯಾಗವನ್ನು ತಲುಪಿದ ನಂತರ, ಆಜಾದ್ ಜುನ್ಸಿ ಬಳಿಯ ಅರಣ್ಯವನ್ನು ತನ್ನ ನಿವಾಸವನ್ನಾಗಿ ಮಾಡಿಕೊಂಡನು. ಪ್ರತಿದಿನ ಗಂಗಾಸ್ನಾನ ಮಾಡಿ ಅದೇ ಕಾಡಿನಲ್ಲಿ

ಬ್ರಹ್ಮಚಾರಿಯ ವೇಷ ಧರಿಸಿ ವಾಸಿಸುತ್ತಿದ್ದರು. ಆ ಕಾಡಿನಲ್ಲಿಯೇ ಉಳಿದುಕೊಂಡು ತಂಡದ ಹಣವನ್ನು ಠೇವಣಿ ಇಟ್ಟಿರುವ ಉದ್ಯಮಿಯೊಂದಿಗೆ ಸಂಪರ್ಕ ಸಾಧಿಸಲು ಯತ್ನಿಸುತ್ತಿದ್ದ. ಆ ಉದ್ಯಮಿ ಯಾರು? ಹೆಸರೇನು? ಈ ವಿಷಯದಲ್ಲಿ ಎಲ್ಲಿಯೂ ಉಲ್ಲೇಖವಿಲ್ಲ. ಆ ದಿನಗಳಲ್ಲಿ ನಾನು ಕೇಳಿದ ಪ್ರಕಾರ, ಆ ವ್ಯಕ್ತಿ ಉದ್ಯಮಿ ಅಲ್ಲ, ಅವರು ದೊಡ್ಡ ಮುದ್ರಣಾಲಯದ ಮಾಲೀಕರಾಗಿದ್ದರು ಮತ್ತು ಎರಡು ಪತ್ರಿಕೆಗಳನ್ನು ಸಹ ಪ್ರಕಟಿಸಿದರು. ಅವರು ದೇಶಭಕ್ತಿಯ ವೇಷವನ್ನು ಧರಿಸಿದ್ದರು. ಆಜಾದ್ ಮತ್ತು ಭಗತ್ ಸಿಂಗ್ ರಂತಹ ಕ್ರಾಂತಿಕಾರಿಗಳು ಅವರ ಮನೆಗೆ ಭೇಟಿ ನೀಡುತ್ತಿದ್ದರು. ಆಜಾದ್ ಪ್ರಯಾಗಕ್ಕೆ ಹೋದಾಗ ತಿವಾರಿ ಎರಡು ಬಾರಿ ಜುನ್ಸಿಗೆ ಹೋಗಿ ಭೇಟಿಯಾದರು. ಎಂಟು ಸಾವಿರ ರೂಪಾಯಿ ಠೇವಣಿ ಇಟ್ಟಿದ್ದ ಪ್ರೆಸ್ ಮಾಲೀಕರನ್ನೂ ಭೇಟಿಯಾದರು. ತಿವಾರಿ ಮತ್ತು ಆಜಾದ್ ನಡುವಿನ ಸಂಬಂಧ ಹೇಗೋ ಗುಪ್ತಚರ ಇಲಾಖೆಯ ಇನ್ಸ್ ಪೆಕ್ಟರ್ ಗೆ ತಿಳಿಯಿತು. ಇನ್ಸ್ ಪೆಕ್ಟರ್ ತಿವಾರಿ ತಲುಪಿದರು. ಅವನ ಬಲೆಗೆ ಸಿಕ್ಕಿಹಾಕಿಕೊಂಡು ಹೇಳಿದನು - “ನೀನು ಆಜಾದನ ಆಪ್ತ ಗೆಳೆಯನೆಂದು ಕೇಳಿದ್ದೆ. ಈ ದಿನಗಳಲ್ಲಿ ಆಜಾದ್ ಎಲ್ಲಿದ್ದಾರೆ ಗೊತ್ತಾ? ನೀವು ಬಡತನದ ಜೀವನ ನಡೆಸುತ್ತಿದ್ದೀರಿ, ಆಜಾದನ ವಿಳಾಸವನ್ನು ಹೇಳಿದರೆ, ನೀವು ಸುಲಭವಾಗಿ ಹತ್ತು ಸಾವಿರ ರೂಪಾಯಿ ಬಹುಮಾನವನ್ನು ಪಡೆಯಬಹುದು.

ತಿವಾರಿ ಸಾರಾಸಗಟಾಗಿ ನಿರಾಕರಿಸಿದರು. ಅವರು ಹೇಳಿದರು, "ನನಗೆ ಆಜಾದ್ ಬಗ್ಗೆ ಏನೂ ತಿಳಿದಿಲ್ಲ." ತಿವಾರಿ ಅವರು ಆಜಾದ್ ಅವರ ಆತ್ಮೀಯ ಸ್ನೇಹಿತರಾಗಿದ್ದರು, ಅವರು ಕ್ರಾಂತಿಕಾರಿಯಾಗಿರಲಿಲ್ಲ. ಆದರೆ ಅವನು ಅವನನ್ನು ಹೆಚ್ಚು ನಂಬಿದನು. ಕಾನ್ಪುರಕ್ಕೆ ಹೋದಾಗಲೆಲ್ಲ ಅವರ ಮನೆಗೆ ಖಂಡಿತ ಭೇಟಿ ನೀಡುತ್ತಿದ್ದರು. ಅವರ ಎಲ್ಲಾ ಚಟುವಟಿಕೆಗಳ ಬಗ್ಗೆ ಅವರಿಗೆ ಅರಿವಿತ್ತು. ಅವನು ಎಲ್ಲಿಗೆ ಹೋಗುತ್ತಾನೆ? ನೀವೇನು ಮಾಡುವಿರಿ? ಈ ವಿಷಯಗಳೆಲ್ಲ ಅವನಿಗೆ ತಿಳಿದಿತ್ತು. ತಿವಾರಿ ನಿರಾಕರಿಸಿದಾಗ, ಇನ್ಸ್‌ಪೆಕ್ಟರ್ ಅವರ ಹಿಂದೆ ಹೋದರು. ಅವರಿಗೆ ವಿವರಿಸಿ, “ನಿಮಗೆ ಹತ್ತು ಸಾವಿರ ರೂಪಾಯಿ ಬಹುಮಾನ ಮಾತ್ರವಲ್ಲ, ಸರ್ಕಾರ ಪಿಂಚಣಿಯನ್ನೂ ನೀಡುತ್ತದೆ. ನೀವು ಮತ್ತು ನಿಮ್ಮ ಮಕ್ಕಳು ಸಂತೋಷದಿಂದ ಬದುಕುತ್ತೀರಿ. ನಿಮ್ಮ ವೃದ್ಧಾಪ್ಯವು ಆರಾಮವಾಗಿ ಹಾದುಹೋಗುತ್ತದೆ. ಒಂದಲ್ಲ ಒಂದು ದಿನ ಆಜಾದ್ ಸಿಕ್ಕಿ ಬೀಳುವುದು ಖಂಡಿತ, ಹಾಗಾದರೆ ಕೈಗೆ ಬಂದ ಅವಕಾಶವನ್ನು ಏಕೆ ಹಾಳು ಮಾಡುತ್ತಿದ್ದೀರಿ. ಈ ಜಗತ್ತಿನಲ್ಲಿ ಯಾರೂ ಯಾರಿಗೂ ಸೇರಿದವರಲ್ಲ. ಕೈಗೆ ಸಿಕ್ಕ ಅವಕಾಶವನ್ನು ಬಳಸಿಕೊಳ್ಳುವವನೇ ಜ್ಞಾನಿ."

ಇನ್ಸ್‌ಪೆಕ್ಟರ್‌ನ ಪ್ರಯತ್ನದಿಂದಾಗಿ, ತಿವಾರಿಯ ಮನಸ್ಸು ದುರಾಶೆಯ ಬಲೆಯಲ್ಲಿ ಸಿಕ್ಕಿಹಾಕಿಕೊಂಡಿತು, ಆದರೆ ಅವನ ಆತ್ಮಸಾಕ್ಷಿಯು ಅವನನ್ನು ಖಂಡಿಸಿತು. ಒಳಗಿನಿಂದ ಒಂದು ಧ್ವನಿ ಬಂದಿತು - ಹಣಕ್ಕಾಗಿ ನಿಮ್ಮನ್ನು ನಂಬುವ ನಿಮ್ಮ ಸ್ನೇಹಿತರಿಗೆ ನೀವು ದ್ರೋಹ ಮಾಡಲಿದ್ದೀರಿ. ಆತ ದೇಶಪ್ರೇಮಿ, ಪುಣ್ಯಾತ್ಮ, ಆತನನ್ನು ಬಂಧಿಸಿದರೆ ನರಕದಲ್ಲಿಯೂ ಸ್ಥಾನ ಸಿಗುವುದಿಲ್ಲ.

ಆದರೆ ದುರಾಸೆಯು ಆತ್ಮಸಾಕ್ಷಿಯ ಧ್ವನಿಯನ್ನು ಹತ್ತಿಕ್ಕಿತು. ತಿವಾರಿಯ ಮನಸ್ಸು ಜಾರಿತು. ಅವರು ಇನ್ಸ್ಪೆಕ್ಟರ್ಗೆ ಹೇಳಿದರು, "ಮೊದಲು ನನಗೆ ಸಂಪೂರ್ಣ ಬಹುಮಾನದ ಹಣವನ್ನು ನೀಡಿದರೆ, ನಾನು ಆಜಾದ್ ವಿಳಾಸವನ್ನು ಹೇಳುತ್ತೇನೆ."

ಇನ್ಸ್ಪೆಕ್ಟರ್ ಹೇಳಿದರು, "ಇವತ್ತು ಅರ್ಧ ರೂಪಾಯಿ ತೆಗೆದುಕೊಳ್ಳಿ. ಆಜಾದ್‌ನನ್ನು ಬಂಧಿಸಿದಾಗ ಅರ್ಧದಷ್ಟು ಹಣವನ್ನು ನೀಡಲಾಗುವುದು.

ಮತ್ತು ಇನ್ಸ್ ಪೆಕ್ಟರ್ ಐದು ಸಾವಿರ ರೂಪಾಯಿ ನೋಟುಗಳನ್ನು ತಿವಾರಿಯ ಮುಂದೆ ಇಟ್ಟರು. ನೋಟುಗಳನ್ನು ನೋಡಿದ ಅವರು ಜೊಲ್ಲು ಸುರಿಸಿದರು. ಜೊಲ್ಲು ನುಂಗುತ್ತಲೇ ನೋಟುಗಳನ್ನು ಕೈಗೆತ್ತಿಕೊಂಡು ಇದುವರೆಗೂ ಯಾರಿಗೂ ಗೊತ್ತಿರದ ಆಜಾದ್ ರಹಸ್ಯವನ್ನು ಬಿಚ್ಚಿಟ್ಟರು.

ಭೂಮಿ ನಡುಗಿತು. ಭಾರತಮಾತೆಯ ಮಡಿಲು ಕಣ್ಣೀರಿನಿಂದ ಒದ್ದೆಯಾಯಿತು, ಆದರೆ ಆ ಕಣ್ಣೀರಿನ ಮೌಲ್ಯವನ್ನು ಅರ್ಥಮಾಡಿಕೊಳ್ಳಲು ಯಾರೂ ಇರಲಿಲ್ಲ. ಅಯ್ಯೋ ಜೈಚಂದ್ ಮಕ್ಕಳೇ! ನಿಮ್ಮಿಂದಾಗಿ ದೇಶ ಗುಲಾಮಗಿರಿಗೆ ಸಿಲುಕಿತು. ನಿಮ್ಮಿಂದಾಗಿಯೇ ಬ್ರಿಟಿಷರು ಭಾರತವನ್ನು ಆಳಿದರು ಮತ್ತು ನಿಮ್ಮಿಂದಾಗಿ ಇಂದು ಭಾರತದ ಸ್ವಾತಂತ್ರ್ಯ ಮತ್ತು ಸಮಗ್ರತೆ ಅಪಾಯದಲ್ಲಿದೆ. ನಿಮ್ಮನ್ನು ಯಾವ ಪದಗಳಲ್ಲಿ ಟೀಕಿಸಬೇಕು? ಯಾವ ಪದಗಳಲ್ಲಿ?

ತಿವಾರಿ ಅವರನ್ನು ಅಲಹಾಬಾದ್‌ಗೆ ಕರೆದೊಯ್ಯಲಾಯಿತು. ಅಲಹಾಬಾದ್ ಪೊಲೀಸರೊಂದಿಗೆ ಸಂಪರ್ಕ ಸಾಧಿಸಿದೆ. ಅಲಹಾಬಾದ್ ಪೊಲೀಸರು ತಿವಾರಿಯ ಸಹಾಯದಿಂದ ಆಜಾದ್ ಬಂಧನಕ್ಕೆ ಯೋಜಿಸಿದ್ದರು. ಆ ಯೋಜನೆಯಂತೆ ತಿವಾರಿ ಕೆಲಸ ಆರಂಭಿಸಿದರು. ಎಳೆಗಳನ್ನು ನೇಯಲು ಪ್ರಾರಂಭಿಸಿದರು.

ದುರಾಸೆಯ ಭೂತ ತಿವಾರಿಯ ಕಂಠವನ್ನು ಬಿಗಿಯಾಗಿ ಹಿಡಿದಿತ್ತು. ಪಾಪದ ಕಪ್ಪನ್ನು ನನ್ನ ಮುಖದ ಮೇಲೆ ಹಚ್ಚಿರುವುದರಿಂದ ನರಕದ ದೇವತೆಗಳಿಗೂ ನನ್ನನ್ನು ಗುರುತಿಸಲು ಕಷ್ಟವಾಗದ ಹಾಗೆ ಅದನ್ನು ಏಕೆ ಚೆನ್ನಾಗಿ ಹಚ್ಚಿಕೊಳ್ಳಬಾರದು ಎಂದು ಅವನು ಯೋಚಿಸಿದನು. ಮನುಷ್ಯ ಯಾವುದೇ ಕೆಲಸ ಮಾಡಿದರೂ ಅದನ್ನು ಬಹಳಷ್ಟು ಮಾಡು, ಚೆನ್ನಾಗಿ ಮಾಡು.

ದುರಾಸೆಯ ಪ್ರಭಾವಕ್ಕೆ ಒಳಗಾದ ತಿವಾರಿ, ಪ್ರೆಸ್ ಮಾಲೀಕರ ಬಳಿ ಠೇವಣಿ ಇಟ್ಟಿರುವ ಹಣವನ್ನು ಏಕೆ ದೋಚಬಾರದು ಎಂದು ಪೊಲೀಸರಿಂದ ಹತ್ತು ಸಾವಿರ ರೂಪಾಯಿ ಪಡೆಯುವುದು ಖಚಿತ ಎಂದು ಯೋಚಿಸಿದ. ಆಜಾದ್ ಗೆ ಗೊತ್ತಾದರೆ ಹೇಗೆ? ಅವನು ನನ್ನನ್ನು ಚೆನ್ನಾಗಿ ನಂಬುತ್ತಾನೆ. ನಾನು ಅವರಿಗೆ ಏನು ಹೇಳಿದರೂ ಅವರು ಅದನ್ನು ಸತ್ಯವೆಂದು ಸ್ವೀಕರಿಸುತ್ತಾರೆ ಮತ್ತು ಅದರಂತೆ ನಡೆದುಕೊಳ್ಳುತ್ತಾರೆ.

ತಿವಾರಿ ಪತ್ರಿಕಾ ಮಾಲೀಕರಿಗೆ ತಲುಪಿದರು. ಅವರು ಅವನಿಗೆ ಹೇಳಿದರು - "ಆಜಾದ್‌ಗೆ ಹೆಚ್ಚಿನ ಹಣ ಬೇಕು. ಅವನು ನನ್ನನ್ನು ಕಳುಹಿಸಿದ್ದಾನೆ. ನೀನು ಠೇವಣಿ ಇಟ್ಟಿರುವ ಕ್ರಾಂತಿಕಾರಿ ಪಕ್ಷದ ಎಂಟು ಸಾವಿರ ರೂಪಾಯಿಗಳನ್ನು ನಾನು ಆಜಾದ್‌ಗೆ ತಲುಪಿಸುತ್ತೇನೆ" ಎಂದು ಹೇಳಿದರು.

ಪ್ರೆಸ್ ಮಾಲೀಕ ಮತ್ತು ತಿವಾರಿ ಇಬ್ಬರೂ ಪರಸ್ಪರ ಚೆನ್ನಾಗಿ ಪರಿಚಿತರಾಗಿದ್ದರು. ತಿವಾರಿಯ ಮಾತುಗಳನ್ನು ಕೇಳಿದ ನಂತರ, ಪ್ರೆಸ್ ಮಾಲೀಕರು ತಿವಾರಿಗೆ ಹೇಳಿದರು - "ಈ ಸಮಯದಲ್ಲಿ ನನ್ನ ಕೈಯಲ್ಲಿ ಹಣವಿಲ್ಲ, ನನಗೆ ಸ್ವಲ್ಪ ಸಮಯ ಕೊಡಿ ಎಂದು ಆಜಾದ್ ಅವರನ್ನು ಕೇಳಬಹುದಲ್ಲವೇ?"

ಪತ್ರಿಕಾ ಮಾಲೀಕರ ಉದ್ದೇಶವೇ ಕೆಟ್ಟು ಹೋಗಿತ್ತು ಎಂಬುದು ಅಸಲಿ ಸಂಗತಿ. ಅವರು ಹಣವನ್ನು ಪಾವತಿಸಲು ಬಯಸಲಿಲ್ಲ. ಪೊಲೀಸರು ಯಾವಾಗಲೂ ಆಜಾದ್‌ನ ಹಿಂದೆಯೇ ಇರುತ್ತಾರೆ ಎಂದು ಅವರು ಭಾವಿಸಿದ್ದರು. ಅವರೇ ಹಣ ಕೇಳಲು ಬರುವುದಿಲ್ಲ, ಯಾರನ್ನಾದರೂ ಕಳುಹಿಸಿದರೆ ಮುಂದೂಡುತ್ತೇನೆ. ಹಾಗಾದರೆ ಹಣವನ್ನು ಏಕೆ ದೋಚಬಾರದು?

ತಿವಾರಿ ಹೇಳಿದರು - "ನಿಮಗೆ ಆಜಾದ್ ಚೆನ್ನಾಗಿ ಗೊತ್ತು. ತನ್ನ ವಾಗ್ದಾನವನ್ನು ಉಲ್ಲಂಘಿಸುವವನನ್ನು ಅವನು ಎಂದಿಗೂ ಕ್ಷಮಿಸುವುದಿಲ್ಲ, ನೀವು ನನಗೆ ಹಣವನ್ನು ಕೊಟ್ಟರೆ ಉತ್ತಮವಾಗಿದೆ.

ಮುದ್ರಣಾಲಯದ ಮಾಲೀಕರು ಹೇಳಿದರು - "ನನ್ನ ಬಳಿ ಸಂಪೂರ್ಣ ಹಣವಿಲ್ಲ, ನನ್ನ ಬಳಿ ಕೇವಲ ಎರಡು ಸಾವಿರವಿದೆ, ನೀವು ಬಯಸಿದರೆ, ನಾನು ಈ ಸಮಯದಲ್ಲಿ ಎರಡು ಸಾವಿರ ನೀಡುತ್ತೇನೆ."

ಓಡುವ ಭೂತದ ಸೊಂಟ ಇರಬೇಕು ಎಂದು ತಿವಾರಿ ಯೋಚಿಸಿದ! ಎರಡು ಸಾವಿರ ಉಚಿತ ಏನಿದೆ? ಅವರು ಹೇಳಿದರು-

"ಒಳ್ಳೆಯದು, ಎರಡು ಸಾವಿರ ಮಾತ್ರ ತನ್ನಿ. ನಾನು ಹೇಗಾದರೂ ಆಜಾದ್ ಅವರನ್ನು ಒಪ್ಪಿಸುತ್ತೇನೆ.

ಪ್ರೆಸ್ ಮಾಲೀಕರು ತಿವಾರಿಗೆ ಎರಡು ಸಾವಿರ ರೂಪಾಯಿ ಕೊಟ್ಟರು, ಎರಡು ಸಾವಿರ ರೂಪಾಯಿ ಕೊಟ್ಟು ತೊಂದರೆ ತಪ್ಪಿಸಿದರೆ ತಪ್ಪೇನು? ಇನ್ನೂ ಆರು ಸಾವಿರ ರೂಪಾಯಿ ನಿಮ್ಮ ಜೇಬಿನಲ್ಲಿ ಉಳಿಯುತ್ತದೆ.

ತಿವಾರಿ ಹಣದೊಂದಿಗೆ ಹೋದರು. ಅವರು ಅದೇ ದಿನ ಝೂನ್ಸಿಗೆ ಹೋಗಿ ಆಜಾದ್ ಅವರನ್ನು ಭೇಟಿಯಾದರು. ಅವರು ಆಜಾದ್‌ಗೆ ಹೇಳಿದರು - "ನಾನು ಮುದ್ರಣಾಲಯದ ಮಾಲೀಕರೊಂದಿಗೆ ಮಾತನಾಡಿದ ನಂತರ ಬಂದಿದ್ದೇನೆ. ಫೆಬ್ರವರಿ 23 ರಂದು ಸರಿಯಾಗಿ ಹತ್ತು ಗಂಟೆಗೆ ಕಂಪನಿ ಬಾಗ್‌ನಲ್ಲಿರುವ ಲೈಬ್ರರಿಯ ಮುಂಭಾಗದ ಮರದ ಕೆಳಗೆ, ಡ್ರೈನ್ ಬಳಿ ನಿಮ್ಮನ್ನು ಭೇಟಿ ಮಾಡಿ ಹಣವನ್ನು ನೀಡುತ್ತಾನೆ.

ತಿವಾರಿ ಹೇಳಿದ್ದನ್ನು ಆಜಾದ್ ನಂಬಿದ್ದರು. ಅವರು ಹೇಳಿದರು - "ಸರಿ, ನಾನು ಹತ್ತು ಗಂಟೆಯ ಮೊದಲು ಮರದ ಕೆಳಗೆ ತಲುಪುತ್ತೇನೆ."

ತಾನು ನಂಬಿದ ವ್ಯಕ್ತಿಯೇ ತನ್ನನ್ನು ಸಾವಿಗೆ ಕಳುಹಿಸುತ್ತಿದ್ದಾನೆಂದು ಬಡ ಆಜಾದ್‌ಗೆ ತಿಳಿದಿರಲಿಲ್ಲ.

ತಿವಾರಿ ಆಜಾದ್ ಬಳಿಗೆ ಹಿಂತಿರುಗಿ ಘಟನೆಯ ಬಗ್ಗೆ ಪೊಲೀಸರಿಗೆ ಮಾಹಿತಿ ನೀಡಿದರು.

ಮಾರ್ಚ್ 23, 1931 ರಂದು 12 ಗಂಟೆಯಾಗಿತ್ತು, ಸೂರ್ಯನ ತೀವ್ರತೆಯು ಹೆಚ್ಚಾಯಿತು. ಇಂಟೆಲಿಜೆನ್ಸ್ ಡಿಪಾರ್ಟ್ ಮೆಂಟ್ ನವರು ಸಾದಾ ಬಟ್ಟೆಯಲ್ಲಿ ಕಂಪನಿಯ ತೋಟದಲ್ಲಿ ಓಡಾಡುತ್ತಿದ್ದರು. ಆಜಾದ್ ತಿವಾರಿಯವರ ಹೇಳಿಕೆಯ ಪ್ರಕಾರ, ಅವರು ಹತ್ತು ಗಂಟೆಯ ಮೊದಲು ತನ್ನ ಸ್ನೇಹಿತರೊಬ್ಬರೊಂದಿಗೆ ಕಂಪನಿ ಬಾಗ್ ತಲುಪಿ ಚರಂಡಿಯ ಪಕ್ಕದ ಮರದ ಕೆಳಗೆ ಕುಳಿತು ಪ್ರೆಸ್ ಮಾಲೀಕರಿಗಾಗಿ ಕಾಯಲು ಪ್ರಾರಂಭಿಸಿದರು.

ಆಜಾದ್ ಪೊಲೀಸರನ್ನು ನೋಡುವ ಮೊದಲು ಸ್ವಲ್ಪ ಸಮಯವಾಗಿತ್ತು. ಆಜಾದ್ ತನ್ನ ಸಹಚರನಿಗೆ ಹೇಳಿದನು - "ನಾನು ಇಲ್ಲಿಗೆ ಬಂದಿರುವ ಬಗ್ಗೆ ಪೊಲೀಸರಿಗೆ ಮಾಹಿತಿ ಸಿಕ್ಕಿದೆ ಎಂದು ತೋರುತ್ತದೆ. ಪೊಲೀಸರು ನನ್ನನ್ನು ಸುತ್ತುವರಿಯುವ ಮೊದಲು ಇಲ್ಲಿಂದ ಹೊರಡಿ.

ಕ್ರಾಂತಿಕಾರಿ ಗೆಳೆಯನಿಗೆ ಆಜಾದನನ್ನು ಬಿಡಲು ಇಷ್ಟವಿರಲಿಲ್ಲ. ಆದರೆ ಅವರು ಅವನನ್ನು ಬಿಡುವಂತೆ ಒತ್ತಾಯಿಸಿದರು. ಒಬ್ಬ ವ್ಯಕ್ತಿಯ ಸೈಕಲ್ ಕಸಿದುಕೊಂಡು ಅದರ ಮೇಲೆ ಕುಳಿತು ಹೋದನು.

ಸಹಚರನು ಹೊರಟುಹೋದ ಸ್ವಲ್ಪ ಸಮಯದ ನಂತರ, ಪೊಲೀಸ್ ಕ್ಯಾಪ್ಟನ್ ನಟ್ ಬೋವರ್ ಪೊಲೀಸ್ ತಂಡದೊಂದಿಗೆ ಮರದ ಬಳಿ ತಲುಪಿದರು. ಅವರೊಂದಿಗೆ ಪೊಲೀಸ್ ಇಲಾಖೆಯ ಇನ್ಸ್ ಪೆಕ್ಟರ್ ವಿಶ್ವೇಶ್ವರ್ ಸಿಂಗ್ ಕೂಡ ಇದ್ದರು.

ಅಲ್ಲ ಬಾವಾರ ದೂರದಿಂದಲೇ ಎಚ್ಚರಿಕೆಯ ದನಿಯಲ್ಲಿ ಹೇಳಿದನು - "ಶರಣಾಗು, ಇಲ್ಲದಿದ್ದರೆ ಗುಂಡು ಹಾರಿಸುತ್ತೇವೆ."

ಆಜಾದ್ ಎದ್ದು ನಿಂತ. ಅವರು ನಟ್ ಬಾಯರ್ ಅವರ ಮಾತಿಗೆ ಬುಲೆಟ್ ಮೂಲಕ ಉತ್ತರಿಸಿದರು. ಗುಂಡು ಅವನ ಮಣಿಕಟ್ಟಿಗೆ ತಗುಲಿತು. ಮಣಿಕಟ್ಟಿನ ಮೂಳೆ ಮುರಿಯಲಿಲ್ಲ, ಆದರೆ ಅದು ಬಾಗುತ್ತದೆ.

ಆಗ ಪೊಲೀಸರ ಕಡೆಯಿಂದ ಗುಂಡುಗಳು ಹಾರಲಾರಂಭಿಸಿದವು. ಆಜಾದ್ ಮರದ ಹಿಂದೆ ನಿಂತು ತನ್ನನ್ನು ರಕ್ಷಿಸಿಕೊಳ್ಳಲು ಪ್ರಾರಂಭಿಸಿದನು. ಪೊಲೀಸರ ಗುಂಡುಗಳಿಗೆ ಗುಂಡುಗಳ ಮೂಲಕ ಉತ್ತರ ನೀಡಲು ಆರಂಭಿಸಿದರು.

ಆಜಾದ್ ಪೊಲೀಸ್ ತಂಡವನ್ನು ಅತ್ಯಂತ ಧೈರ್ಯದಿಂದ ಎದುರಿಸುತ್ತಿದ್ದರು. ಪೊಲೀಸರು ಹೆಚ್ಚಿನ ಸಂಖ್ಯೆಯಲ್ಲಿದ್ದರೂ ಆಜಾದ್‌ನ ಧೈರ್ಯವನ್ನು ಮುರಿಯಲು ಸಾಧ್ಯವಾಗಲಿಲ್ಲ. ದುರದೃಷ್ಟವಶಾತ್ ಗುಂಡುಗಳು ಖಾಲಿಯಾದವು - ಒಂದೇ ಒಂದು ಬುಲೆಟ್ ಉಳಿದಿದೆ - ಕೊನೆಯ ಬುಲೆಟ್!

ಆಜಾದ್ ಪಿಸ್ತೂಲನ್ನು ತನ್ನ ದೇವಸ್ಥಾನಕ್ಕೆ ತೆಗೆದುಕೊಂಡು ಹೋಗಿ ತನ್ನ ದೇವಸ್ಥಾನದ ಮೇಲೆ ಕೊನೆಯ ಗುಂಡನ್ನು ಹಾರಿಸಿದ. ಗುಂಡು ಈ ಕಡೆಯಿಂದ ಇನ್ನೊಂದು ಕಡೆಗೆ ಸಾಗಿತು.

ಮುಕ್ತ ಭೂಮಿಯ ಮಡಿಲಿಗೆ ಬಿದ್ದ ಕೂಡಲೇ ನಿರ್ಜೀವನಾದ.

ಶ್ರೀ ವ್ಯತಿತ್ ಹೃದಯ ಅವರು ತಮ್ಮ ಪುಸ್ತಕದ ಎರಡು ಪದಗಳಲ್ಲಿ ಇದನ್ನು ತೆಗೆದುಕೊಂಡಿದ್ದಾರೆ -

"ನಾನು ನೋಡಿದ ಆಜಾದ್ ಅವರ ತ್ಯಾಗದ ದೃಶ್ಯವು ಇನ್ನೂ ನನ್ನ ಕಣ್ಣುಗಳ ಮುಂದೆ ಗೋಚರಿಸುತ್ತದೆ, ಅದು ನನಗೆ ಸ್ಫೂರ್ತಿ ಮತ್ತು ಪ್ರೇರಣೆ ನೀಡುತ್ತದೆ. ಅವರ ತ್ಯಾಗದ ಸಮಯದಿಂದ ಇಂದಿನವರೆಗೆ ನಾನು ಪದೇ ಪದೇ ಓದಿದ್ದೇನೆ ಮತ್ತು ಅವರ ಬಗ್ಗೆ ಸತ್ಯಗಳನ್ನು ಸಂಗ್ರಹಿಸಿದ್ದೇನೆ. ಅದರ ಫಲವೇ 'ಅಮರ್ ಶಹೀದ್ ಚಂದ್ರಶೇಖರ್ ಆಜಾದ್'. ಅದರಲ್ಲಿ ಬರೆದಿರುವ ವಿಷಯಗಳು ಸರಳ ಮತ್ತು ವಾಸ್ತವಿಕ ಎಂದು ನಾನು ಹೇಳಬಲ್ಲೆ.

ಶ್ರೀ ಡಿಸ್ಟ್ರೆಸ್ಡ್ ಹಾರ್ಟ್ ಅವರು ತಮ್ಮ ಪುಸ್ತಕದ ವಿಷಯದ ಸತ್ಯಾಸತ್ಯತೆಯನ್ನು ಪ್ರತಿಪಾದಿಸಿದ್ದಾರೆ ಎಂಬುದು ಸ್ಪಷ್ಟವಾಗಿದೆ, ಆದರೆ ಪುಸ್ತಕದಲ್ಲಿ ಆಜಾದ್

ಹುತಾತ್ಮರಾದ ದಿನಾಂಕ ಮಾರ್ಚ್ 23 (ಅಥವಾ ಫೆಬ್ರವರಿ 23), 1931, ಅಮರ್ ಶಹೀದ್ ಭಗತ್ ಸಿಂಗ್, ರಾಜಗುರು ಅವರ ಬಲಿದಾನ ದಿನ ಮತ್ತು ಸುಖದೇವ್. ಆಜಾದ್ ಅವರಲ್ಲ.

ಈ ಘಟನೆಗೂ ಮುನ್ನ ಸುಖದೇವ್‌ರಾಜ್ ಆಜಾದ್ ಜೊತೆಗಿದ್ದರು. ಅವರ ಪ್ರಕಾರ ಘಟನೆಯ ವಿವರ ಇಂತಿದೆ-

"ಫೆಬ್ರವರಿ 27 ರಂದು, ಬೆಳಿಗ್ಗೆ ಉಪಾಹಾರ ಸೇವಿಸಿದ ನಂತರ, ನಾನು ನನ್ನ ಬೈಸಿಕಲ್ ಅನ್ನು ಓಡಿಸಲು ಪ್ರಾರಂಭಿಸಿದಾಗ, ದಾರಿಯಲ್ಲಿ ನಾನು ಭಯ್ಯಾ ಆಜಾದ್ ಅವರನ್ನು ಭೇಟಿಯಾದೆ. ನಾವಿಬ್ಬರೂ ಮಾತನಾಡುತ್ತಿರುವಾಗಲೇ ಪಾರ್ಕ್ ಕಡೆ ಸಾಗಿದೆವು. ನಾನು ಬರ್ಮಾಕ್ಕೆ ಬಂದಿರುವುದರಿಂದ ಕೆಲವರು ಬರ್ಮಾ ಮೂಲಕ ದೇಶದಿಂದ ಹೊರಗೆ ಹೋಗಬಹುದು ಎಂದು ನಾನು ಹೇಳಬಹುದೇ ಎಂದು ಭಯ್ಯಾ ನನ್ನನ್ನು ಕೇಳುತ್ತಿದ್ದ. ಈ ನಿಟ್ಟಿನಲ್ಲಿ ನನ್ನ ಬಳಿ ಇದ್ದ ಮಾಹಿತಿಯನ್ನೆಲ್ಲ ನೀಡಿದ್ದೇನೆ. ಮಾತನಾಡುತ್ತಾ ನಾವಿಬ್ಬರೂ ಪಾರ್ಕ್ ತಲುಪಿದೆವು. ಅಲ್ಲಿ ಒಬ್ಬ ವ್ಯಕ್ತಿ ಸೇತುವೆಯ ಮೇಲೆ ಕುಳಿತು ಹಲ್ಲುಜ್ಜುತ್ತಿದ್ದನು. ಅವನು ಆಜಾದನನ್ನು ದಿಟ್ಟಿಸತೊಡಗಿದ. ಅವಳ ಕಣ್ಣುಗಳನ್ನು ನೋಡಿದ ನಂತರ ಆಜಾದ್‌ಗೆ ಅನುಮಾನವಾಯಿತು. ಅವರು ನನಗೆ ಪ್ರಸ್ತಾಪಿಸಿದರು. ನಾನು ಮತ್ತೆ ಆ ವ್ಯಕ್ತಿಯ ಕಡೆಗೆ ನೋಡಿದೆ, ಆದರೆ ಅವನು ತನ್ನ ಮುಖವನ್ನು ತಿರುಗಿಸಿದನು.

"ನಾವಿಬ್ಬರೂ ಮಾತನಾಡುತ್ತಾ ಮುಂದೆ ಸಾಗಿದೆವು. ಅಷ್ಟರಲ್ಲಿ ಎದುರಿನ ರಸ್ತೆಯಲ್ಲಿ ಮೋಟಾರು ವಾಹನ ನಿಂತಿತು. ಒಬ್ಬ ಬ್ರಿಟಿಷ್ ಅಧಿಕಾರಿ ಮತ್ತು ಬಿಳಿ ಬಟ್ಟೆಯಲ್ಲಿದ್ದ ಇಬ್ಬರು ಸೈನಿಕರು ಅದರಿಂದ ಹೊರಬಂದು ನಮ್ಮ ಬಳಿ ಬಂದು, "ನೀವು ಯಾರು?" ಎಂದು ಕೇಳಿದರು. ಮತ್ತು ನೀವು ಇಲ್ಲಿ ಏನು ಮಾಡುತ್ತಿದ್ದೀರಿ? ಮಾತನಾಡುತ್ತಿರುವಾಗ, ಅಧಿಕಾರಿ ತನ್ನ ಬಂದೂಕನ್ನು ತೆಗೆದುಕೊಂಡನು ಮತ್ತು ಸಹೋದರನ ಕೈ ಅವನ ಪಿಸ್ತೂಲ್‌ಗೆ ಹೋಯಿತು ಮತ್ತು ನನ್ನ ಕೈ ನನ್ನ ಪಿಸ್ತೂಲ್‌ಗೆ ಹೋಯಿತು. ಬಿಳಿಯ ಮಾತು ಆರಂಭಿಸಿ ಸ್ವಲ್ಪ ಹತ್ತಿರ ಬಂದ ಕೂಡಲೇ ಇಬ್ಬರೂ ಪಿಸ್ತೂಲುಗಳನ್ನು ಹಾರಿಸಿದರು, ಆದರೆ ಬಿಳಿಯ ಪಿಸ್ತೂಲುಗಳು ಮೊದಲು ಹಾರಿದವು ಮತ್ತು ಆಜಾದ್ ಪಿಸ್ತೂಲುಗಳು ನಂತರ ಹಾರಿದವು.

ಗೋರನ ಗುಂಡು ಆಜಾದನ ಕಾಲಿಗೆ ತಗುಲಿತು ಮತ್ತು ಆಜಾದನ ಗುಂಡು ಗೋರನ ಭುಜಕ್ಕೆ ತಗುಲಿತು. ಎರಡೂ ಕಡೆಯಿಂದ ಗುಂಡುಗಳು ಹಾರಲಾರಂಭಿಸಿದವು. ಒಂದು ಗುಂಡು ಆಜಾದ್‌ನ ಬಲಗೈಯನ್ನು ಸೀಳಿ ಅವನ

ಶ್ವಾಸಕೋಶಕ್ಕೆ ತಗುಲಿತು. ಇನ್ನೂ ಗುಂಡು ಹಾರಿಸುತ್ತಲೇ ಇದ್ದ. ಅಧಿಕಾರಿಯ ಮಣಿಕಟ್ಟು ಮುರಿದಿತ್ತು. ಪ್ರಾಣ ಉಳಿಸಿಕೊಳ್ಳಲು ಕಾರಿನಲ್ಲಿ ಪರಾರಿಯಾಗಲು ಯತ್ನಿಸಿದ್ದಾನೆ. ಆಜಾದ್‌ಗೆ ರಕ್ತಸ್ರಾವವಾಗುತ್ತಿತ್ತು, ಆದರೂ ಅವನು ತನ್ನ ಬುಲೆಟ್‌ನಿಂದ ಮೋಟಾರು ವಾಹನದ ಟೈರ್ ಅನ್ನು ಪಂಕ್ಚರ್ ಮಾಡಿದನು.

"ಇದರ ಮೇಲೆ ಗೋರಾ ಮತ್ತು ಅವನ ಸಹಚರರು ಮರದ ಹಿಂದೆ ಅಡಗಿಕೊಂಡರು. ಆಜಾದ್ ಕೂಡ ಮರದ ಹಿಂದೆ ರಕ್ಷಣೆ ಪಡೆದರು. ಎರಡೂ ಕಡೆಯಿಂದ ಗುಂಡುಗಳು ಹಾರಲಾರಂಭಿಸಿದವು. ಅಷ್ಟರಲ್ಲಿ ಆಜಾದ್ ನನ್ನನ್ನು ಅಲ್ಲಿಂದ ಹೊರಡುವಂತೆ ಆದೇಶಿಸಿದರು. ಅಲ್ಲಿ ಹೋರಾಡುವಾಗ ಅವರೇ ಹುತಾತ್ಮರಾದರು. ಆದರೆ ಅವನು ತನ್ನ ಸಹಚರನೊಬ್ಬನ ಜೀವವನ್ನು ಉಳಿಸಿದನು. ಆಜಾದ್‌ನ ಶವ ನೆಲದ ಮೇಲೆ ಬಿದ್ದಿದ್ದರೂ ಅವನ ಬಳಿ ಹೋಗಲು ಯಾವ ಪೊಲೀಸರಿಗೂ ಧೈರ್ಯ ಇರಲಿಲ್ಲ. ಕೊನೆಗೆ, ಅದೇ ಬಿಳಿಯ ಅಧಿಕಾರಿಯು ಒಬ್ಬ ಸೈನಿಕನನ್ನು ದೂರದಲ್ಲಿ ನಿಂತು ಮೃತದೇಹದ ಮೇಲೆ ಗುಂಡು ಹಾರಿಸಲು ಕೇಳಿದನು.

ಸುಖದೇವ್‌ರಾಜ್ ಅವರ ಈ ವಿವರಣೆಯನ್ನು ಅನೇಕ ಬರಹಗಾರರು ವಿಶ್ವಾಸಾರ್ಹವೆಂದು ಪರಿಗಣಿಸಿಲ್ಲ. ಅನೇಕ ಪುಸ್ತಕಗಳ ಪ್ರಕಾರ, ಸುಖದೇವ್ ಸ್ವತಃ ಪೊಲೀಸ್ ವ್ಯಕ್ತಿ. ಯಶಪಾಲ್ ಅವರ ಪ್ರಕಾರ, ವೀರಭದ್ರ ತಿವಾರಿಯವರ ವಿಸ್ಲ್‌ಬ್ಲೋವರ್ ಕಥೆಯನ್ನು ಸುಖದೇವ್ರಾಜ್ ಅವರೇ ನಿರ್ಮಿಸಿದ್ದಾರೆ. ಗುಂಡು ಹಾರಿದಾಗ ಆಜಾದ್ ಜೊತೆಗಿದ್ದ, ಆದರೆ ಯಾವುದೇ ಗುಂಡು ತಗುಲಿರಲಿಲ್ಲ ಮತ್ತು ಪೊಲೀಸರ ಕಣ್ಣುಗಳಿಂದ ಸುರಕ್ಷಿತವಾಗಿ ಓಡಿ ಹೋಗಿದ್ದು ಹೇಗೆ? ಪೊಲೀಸರು ಉದ್ದೇಶಪೂರ್ವಕವಾಗಿ ಅವರ ಮೇಲೆ ಗುಂಡು ಹಾರಿಸಿಲ್ಲವೇ?

ಈ ವಿಷಯದ ಬಗ್ಗೆ ಶ್ರೀ ಮನ್ಮಥನಾಥ ಗುಪ್ತರ ಈ ಅನುಮಾನವು ಸಮರ್ಥನೀಯವಾಗಿದೆ -

"ಯಶ್ಪಾಲ್ ಅವರ ಪ್ರಕಾರ, ಪಕ್ಷವನ್ನು ಒಡೆಯಲಾಯಿತು, ಕೇಂದ್ರ ಸಮಿತಿಯನ್ನು ಚದುರಿಸಲಾಯಿತು, ಆದರೆ ಆ ಅದೃಷ್ಟದ ದಿನದಂದು ಅಲಹಾಬಾದ್‌ನಲ್ಲಿ ಅಷ್ಟೊಂದು ಕ್ರಾಂತಿಕಾರಿಗಳ ಸಭೆ ಏಕೆ ಎಂದು ಕೇಳಬಹುದು? ಯಶಪಾಲ್ ಇದ್ದರು, ಪಾಂಡೆ ಇದ್ದರು, ಸುಖದೇವ್‌ರಾಜ್ ಇದ್ದರು, ವೀರಭದ್ರ ಇದ್ದರು ಅವರಿಗೆ ದ್ರೋಹ ಮಾಡಿದವರು ಯಾರು ಎಂಬ ಪ್ರಶ್ನೆ ಉದ್ಭವಿಸುತ್ತದೆ, ಒಬ್ಬಂಟಿಯಾಗಿ ಅಥವಾ ಒಟ್ಟಿಗೆ ದ್ರೋಹ ಮಾಡಬಹುದಾದ ಎಷ್ಟೋ ಜನರು ಇದ್ದರು. ಈ ವಿಷಯದಲ್ಲಿ ಆಜಾದ್ ಹುತಾತ್ಮರಾದ ಅರ್ಧಶತಮಾನೋತ್ಸವದಂದು ಅಲಹಾಬಾದ್‌ನಲ್ಲಿ

ನೆರೆದಿದ್ದವರೊಬ್ಬರು ನಾನು ಬಾಯಿ ತೆರೆದರೆ ಅನೇಕ ತಲೆಗಳು ಉರುಳುತ್ತವೆ ಎಂದು ಯೋಚಿಸದೆ ಹೇಳಿದ್ದು ನನಗೆ ನೆನಪಿದೆ.

ಯಶ್ಪಾಲ್ ಅವರ ಪ್ರಕಾರ ಡಬಲ್ ಬುದ್ಧಿವಂತಿಕೆಯ ವೀರಭದ್ರನ ಹೊರತಾಗಿ, ಆಜಾದ್ ಮತ್ತು ಭಗತ್ ಸಿಂಗ್ ಅವರ ಖ್ಯಾತಿಯ ಬಗ್ಗೆ ಅಸೂಯೆ ಪಟ್ಟ ಅನೇಕ ಜನರಿದ್ದರು ಎಂಬುದು ಪುರಾವೆಗಳಿಂದ ಸ್ಪಷ್ಟವಾಗಿದೆ. ಅವರು ಆಜಾದ್ ಅವರನ್ನು ತಮ್ಮ ಉದಯದ ಹಾದಿಯಲ್ಲಿ ಅಡ್ಡಿ ಎಂದು ಪರಿಗಣಿಸಿದ್ದಾರೆ.

ಸತ್ಯ ಏನೇ ಇರಲಿ ಚಂದ್ರಶೇಖರ ಆಜಾದ್ ಇಲ್ಲಿ ಪೊಲೀಸರ ವಿರುದ್ಧ ಹೋರಾಡಿ ಹುತಾತ್ಮರಾದರು ಎಂಬುದು ಖಚಿತ, ಈ ಭಿನ್ನಾಭಿಪ್ರಾಯಗಳು ಅವರ ತ್ಯಾಗ ಮತ್ತು ಭಾರತೀಯ ಸ್ವಾತಂತ್ರ್ಯದ ಇತಿಹಾಸದಲ್ಲಿ ಮತ್ತು ಮಹಾನ್ ವ್ಯಕ್ತಿಗಳ ಮಹಾನ್ ಕೊಡುಗೆಗೆ ಯಾವುದೇ ವ್ಯತ್ಯಾಸವನ್ನು ಉಂಟುಮಾಡುವುದಿಲ್ಲ. ಈ ನಿಟ್ಟಿನಲ್ಲಿ ಜನಪ್ರಿಯವಾಗಿದೆ.

ಆಜಾದ್ ಮೃತ ದೇಹವನ್ನು ಪೊಲೀಸರು ತೆಗೆದುಕೊಂಡು ಹೋಗಿದ್ದಾರೆ. ಇದಾದ ಬಳಿಕ ಈ ಘಟನೆ ಕಂಡು 'ಆಜಾದ್ ಜಿಂದಾಬಾದ್' ಎಂದು ಘೋಷಣೆ ಕೂಗುತ್ತಿದ್ದ ಜನರು ಉದ್ಯಾನವನಕ್ಕೆ ತೆರಳಿದರು. ಅವರು ಆಜಾದ್ ಅವರ ರಕ್ತದಿಂದ ಮಣ್ಣನ್ನು ಅವರ ಕೊನೆಯ ಸ್ಮಾರಕವಾಗಿ ಬಳಸಿದರು; ಅವರು ಅದನ್ನು ಪವಿತ್ರ ವಸ್ತುವೆಂದು ಎತ್ತಿಕೊಂಡು ತಮ್ಮ ಮನೆಗಳಿಗೆ ತೆಗೆದುಕೊಂಡು ಹೋದರು. ಈ ಘಟನೆಯನ್ನು ಸ್ವತಃ ಶ್ರೀ ಡಿಸ್ಟ್ರೆಸ್ಡ್ ಹಾರ್ಟ್ ನೋಡಿದ್ದರು ಮತ್ತು ಈ ಮಣ್ಣನ್ನು ಸಹ ಎತ್ತಿದ್ದರು. ಅವರು ಬರೆದಿದ್ದಾರೆ -

"ಪೊಲೀಸರು ಹೋದ ನಂತರ ನಾವು ಆ ಮರದ ಕೆಳಗೆ ಹೋದೆವು. ನೋಡಿ, ಮಣ್ಣು ರಕ್ತದಿಂದ ಕೂಡಿದೆ. ಆ ಮಣ್ಣನ್ನು ಆಯಾ ಮನೆಗಳಿಗೆ ತೆಗೆದುಕೊಂಡು ಹೋದೆವು. ಆ ಮಣ್ಣು ಬಹಳ ದಿನ ನನ್ನ ಜೊತೆಗಿತ್ತು, ಆದರೆ ಅದು ಮಣ್ಣಾಗಿತ್ತು, ಈಗ ಅದು ಧೂಳಾಗಿ ಮಾರ್ಪಟ್ಟಿದೆ.

ಪಾಪಿಗಳ ಮನಸ್ಸು ಯಾವಾಗಲೂ ಅನುಮಾನಾಸ್ಪದವಾಗಿರುತ್ತದೆ, ಆದ್ದರಿಂದಲೇ ಆಜಾದ್ ಅವರ ದೇಹವನ್ನು ಸಾರ್ವಜನಿಕರಿಗೆ ನೀಡಿದರೆ, ಸಾರ್ವಜನಿಕರು ತಮ್ಮ ಭಾವನೆಗಳನ್ನು ನಿಯಂತ್ರಿಸಲು ಸಾಧ್ಯವಾಗದಿರಬಹುದು ಎಂದು ಬ್ರಿಟಿಷ್ ಸರ್ಕಾರ ಹೆದರುತ್ತಿತ್ತು. ಹೀಗಾಗಿ ಅವರ ದೇಹವನ್ನು ಸಾರ್ವಜನಿಕರಿಗೆ ನೀಡಿಲ್ಲ. ಅಷ್ಟೇ ಅಲ್ಲ, ಸಾರ್ವಜನಿಕರಿಗೆ ಈ ವಿಚಾರ ತಿಳಿಯದಂತೆ ಮಾಡಿ ಸದ್ದಿಲ್ಲದೆ ಅಂತ್ಯಕ್ರಿಯೆ ನಡೆಸಲಾಯಿತು. ಎಲ್ಲ ರೀತಿಯಿಂದಲೂ ರಾಜರ್ಷಿ ಪುರುಷೋತ್ತಮದಾಸ್ ಟಂಡನ್

ಮತ್ತು ಶ್ರೀಮತಿ ಕಮಲಾ ನೆಹರು ಈ ಬಗ್ಗೆ ಮಾಹಿತಿ ಪಡೆದರು. ಅವನು ಇತರ ಕೆಲವು ಜನರೊಂದಿಗೆ ವಿಧಿವಿಧಾನಗಳು ನಡೆದ ಸ್ಥಳಕ್ಕೆ ತಲುಪಿದನು. ಆದ್ದರಿಂದ, ಈ ಜನರು ಈ ಮಹಾನ್ ಕ್ರಾಂತಿಕಾರಿಯ ಕೊನೆಯ ಅವಶೇಷಗಳನ್ನು ಮರಳಿ ತಂದರು. ಎರಡು-ಮೂರು ದಿನಗಳ ನಂತರ ಒಂದು ಸಭೆ ನಡೆಯಿತು, ಅದರಲ್ಲಿ ರಾಜರ್ಷಿ ಪುರುಷೋತ್ತಮದಾಸ್ ಟಂಡನ್ ಮತ್ತು ಶ್ರೀಮತಿ ಕಮಲಾ ನೆಹರೂ ಭಾಗವಹಿಸಿದ್ದರು. ಜನರು ತಮ್ಮ ಪ್ರೀತಿಯ ದಿವಂಗತ ಕ್ರಾಂತಿಕಾರಿಗೆ ಗೌರವ ಸಲ್ಲಿಸಿದರು. ಈ ಸಭೆಯಲ್ಲಿ ಖ್ಯಾತ ಕ್ರಾಂತಿಕಾರಿ ಸಚೇಂದ್ರ ಸನ್ಯಾಲ್ ಅವರ ಪತ್ನಿ ಕೂಡ ಉಪಸ್ಥಿತರಿದ್ದರು. ಆಜಾದ್ ಅವರಿಗೆ ಶ್ರದ್ಧಾಂಜಲಿ ಸಲ್ಲಿಸುವಾಗ, ಶ್ರೀಮತಿ ಸನ್ಯಾಲ್ ಹೇಳಿದ್ದರು -

"ಜನರು ಖುದಿರಾಮ್ ಬೋಸ್ ಅವರ ಚಿತಾಭಸ್ಮವನ್ನು ತಾಯತಗಳಲ್ಲಿ ಇಟ್ಟುಕೊಂಡು ತಮ್ಮ ಮಕ್ಕಳನ್ನು ಧರಿಸುವಂತೆ ಮಾಡಿದರು, ಇದರಿಂದ ಅವರ ಮಕ್ಕಳು ಕೂಡ ಖುದಿರಾಮ್ ಬೋಸ್ ಅವರಂತೆಯೇ ಧೈರ್ಯಶಾಲಿಯಾಗುತ್ತಾರೆ. ಈ ಉತ್ಸಾಹದಲ್ಲಿಯೇ ನಾನು ಆಜಾದ್ ಅವರ ಚಿತಾಭಸ್ಮವನ್ನು ತೆಗೆದುಕೊಳ್ಳಲು ಬಂದಿದ್ದೇನೆ.

ಇದರ ಮೇಲೆ ಜನರು ತಮ್ಮ ಹಣೆಯ ಮೇಲೆ ಭಸ್ಮವನ್ನು ಲೇಪಿಸಿದರು. ಕಷ್ಟಪಟ್ಟು ಸ್ವಲ್ಪ ಬೂದಿಯನ್ನು ತ್ರಿವೇಣಿಗೆ ಎಸೆದರು.

ಈಗ ಭಾರತೀಯ ಸಾರ್ವಜನಿಕರಿಗೆ ಭಾರತಮಾತೆಯ ಈ ಅನನ್ಯ ಮಗನ ನೆನಪುಗಳು ಮಾತ್ರ ಉಳಿದಿವೆ. ಆಜಾದ್ ಹುತಾತ್ಮರಾದ ಉದ್ಯಾನವನವು ಪವಿತ್ರ ಸ್ಥಳವಾಯಿತು. ಆಜಾದ್ ಹಿಂದಿನಿಂದ ಗುಂಡು ಹಾರಿಸಿದ ಮರ, ಪವಿತ್ರ ವಸ್ತು; ಆರಾಧನೆಯ ಮೂರ್ತಿಯಾಯಿತು. ಜನರು ಅದನ್ನು ಪೂಜಿಸಲು ಪ್ರಾರಂಭಿಸಿದರು, ತಮ್ಮ ಪವಿತ್ರ ಗೌರವದ ಸಂಕೇತವಾಗಿ ಅದಕ್ಕೆ ಹೂವು ಮತ್ತು ಎಲೆಗಳನ್ನು ಅರ್ಪಿಸಿದರು, ಆದರೆ ಬ್ರಿಟಿಷರು ಇದನ್ನು ಸಹಿಸಲಾರದೆ, ಆಜಾದ್ ಅವರ ಸ್ಮಾರಕವನ್ನು ನೋಡದಂತೆ ಆ ಮರವನ್ನೂ ಕಡಿದು ಹಾಕಿದರು. ಯಾವುದಾದರೂ ಉಳಿದಿರಲಿ. ಈ ರೀತಿಯಾಗಿ, ಯಾರೊಬ್ಬರ ಸ್ಮರಣೆಯ ಭೌತಿಕ ಚಿಹ್ನೆಗಳನ್ನು ನಾಶಪಡಿಸುವುದು ಅವನ ಸ್ಮರಣೆಯನ್ನು ನಾಶಪಡಿಸುವುದಿಲ್ಲ. ಆಜಾದ್ ಅವರು ಭಾರತೀಯರ ಹೃದಯದಲ್ಲಿ ನೆಲೆಸಿದ್ದರು ಮತ್ತು ಭಾರತ ದೇಶ ಇರುವವರೆಗೂ ಉಳಿಯುತ್ತಾರೆ. ಭಾರತದ ಒಬ್ಬ ಮಹಾನ್ ವೀರ ಆಜಾದನ ಮರಣದಿಂದ; ನಿಜವಾದ ದೇಶಭಕ್ತ ಎದ್ದು ನಿಂತಿದ್ದ. ಇದರೊಂದಿಗೆ ಕ್ರಾಂತಿಕಾರಿಗಳ ಯುಗವೂ ಅಂತ್ಯಗೊಂಡಿತು.

ಒಂಬತ್ತನೇ ಅಧ್ಯಾಯ

ಆಜಾದ್ ಜೀವನದಿಂದ ಕೆಲವು ಸ್ಫೂರ್ತಿದಾಯಕ ಮತ್ತು ಸ್ಮರಣೀಯ ಘಟನೆಗಳು

ಹೊಗೆ ಬಿಡುವ ಮೂಲಕ ನಿಧಾನವಾಗಿ ಮತ್ತು ದೀರ್ಘಕಾಲ ಸುಡುವುದಕ್ಕಿಂತ ಪ್ರಕಾಶಮಾನವಾದ ಬೆಳಕಿನಲ್ಲಿ ಕ್ಷಣದಲ್ಲಿ ಸುಟ್ಟುಹೋಗುವುದು ಉತ್ತಮ. ವೀರ ಚಂದ್ರಶೇಖರ ಆಜಾದ್ ಕೂಡ ಈ ಮಾತನ್ನು ತಮ್ಮ ಜೀವನದಲ್ಲಿ ಅಳವಡಿಸಿಕೊಂಡಿದ್ದಾರೆ. ತನ್ನ ಜೀವನದ ಕೇವಲ 25 ವರ್ಷಗಳಲ್ಲಿ, ಅವರು ಭಾರತೀಯ ಇತಿಹಾಸದಲ್ಲಿ ತಮ್ಮದೇ ಆದ ವಿಶಿಷ್ಟ ಸ್ಥಾನವನ್ನು ಸೃಷ್ಟಿಸಿದರು.

ವಾಸ್ತವವಾಗಿ, ಚಂದ್ರಶೇಖರ ಆಜಾದ್ ಅವರ ಉಳಿದ ಜೀವನವು ಸ್ಫೂರ್ತಿದಾಯಕ ಕಥೆಯಾಗಿದ್ದು, ಇದರಿಂದ ದೇಶವಾಸಿಗಳು ತ್ಯಾಗ, ದೇಶಭಕ್ತಿ, ನಿರ್ಭಯತೆ ಇತ್ಯಾದಿಗಳ ಬೋಧನೆಗಳನ್ನು ಪಡೆಯುತ್ತಾರೆ. ಅದೇನೇ ಇದ್ದರೂ, ಅವನ ಜೀವನದಿಂದ ಕೆಲವು ಸ್ಫೂರ್ತಿದಾಯಕ ಉದಾಹರಣೆಗಳಿವೆ, ಅದು ಪ್ರತಿಯೊಬ್ಬ ವ್ಯಕ್ತಿಯನ್ನು ಅವನ ಬಗ್ಗೆ ಯೋಚಿಸುವಂತೆ ಮಾಡುತ್ತದೆ. ಮಾತೃಭೂಮಿಗಾಗಿ ಎಲ್ಲಾ ಸುಖ-ಭೋಗ ಇತ್ಯಾದಿಗಳನ್ನು ತ್ಯಜಿಸಿ ತನ್ನ ಅಪ್ರಾಪ್ತಾವಸ್ಥೆಯಲ್ಲಿ ಹುತಾತ್ಮನಾದ ಈ ಅದ್ಭುತ ವ್ಯಕ್ತಿತ್ವದ ಬಗ್ಗೆ ಅವನ ಹೃದಯದಲ್ಲಿ ಸ್ವಯಂಪ್ರೇರಣೆಯ ಭಾವನೆ ಉಂಟಾಗುತ್ತದೆ. ಅನೇಕ ವಿದ್ವಾಂಸ ಲೇಖಕರು ತಮ್ಮ ಪುಸ್ತಕಗಳಲ್ಲಿ ಆಜಾದ್ ಅವರ ಜೀವನದ ಸ್ಫೂರ್ತಿದಾಯಕ ಘಟನೆಗಳನ್ನು ವಿವರಿಸಿದ್ದಾರೆ. ಈ ಕೆಲವು ಘಟನೆಗಳನ್ನು ಇಲ್ಲಿ ಪ್ರಸ್ತುತಪಡಿಸಲಾಗಿದೆ -

- ಒಮ್ಮೆ ಗಣೇಶಶಂಕರ್ ವಿದ್ಯಾರ್ಥಿಗೆ ಯಾರೋ ಆಜಾದ್ ತಂದೆ ತಾಯಿಯ ಸ್ಥಿತಿ ತುಂಬಾ ದಯನೀಯವಾಗಿದೆ, ಅವರಿಗೆ ತಿನ್ನಲು ಏನೂ ಇಲ್ಲ ಎಂದು ಹೇಳಿದರು. ಇದರಿಂದ ವಿದ್ಯಾರ್ಥಿಗೆ ತುಂಬಾ

ದುಃಖವಾಯಿತು. ಆಜಾದ್ ಬಂದಾಗ, ಅವರು ಇನ್ನೂರು ರೂಪಾಯಿಗಳನ್ನು ನೀಡಿದರು ಮತ್ತು ಈ ಹಣವನ್ನು ಅವರ ಪೋಷಕರಿಗೆ ಕಳುಹಿಸಲು ಹೇಳಿದರು. ಆಜಾದ್ ಅವರು ಹಣವನ್ನು ತೆಗೆದುಕೊಂಡರು, ಆದರೆ ಅದನ್ನು ಪಕ್ಷದ ಕೆಲಸಕ್ಕೆ ಖರ್ಚು ಮಾಡಿದರು. ಅವರು ಮತ್ತೆ ವಿದ್ಯಾರ್ಥಿಜಿಯನ್ನು ಭೇಟಿಯಾದಾಗ, ವಿದ್ಯಾರ್ಥಿಜಿ ಅವರು ಆ ಹಣವನ್ನು ಅವರ ಪೋಷಕರಿಗೆ ಕಳುಹಿಸಿದ್ದೀರಾ ಎಂದು ಕೇಳಿದರು. ಈ ಬಗ್ಗೆ ಆಜಾದ್, "ವಿದ್ಯಾರ್ಥಿ, ನನ್ನ ಹೆತ್ತವರಿಗೆ ಇನ್ನೂ ಕೆಲವೊಮ್ಮೆ ತಿನ್ನಲು ಅಥವಾ ಕುಡಿಯಲು ಏನಾದರೂ ಸಿಗುತ್ತದೆ, ಆದರೆ ನನ್ನ ಪಕ್ಷದಲ್ಲಿ ಅನೇಕ ಯುವಕರು ಅನೇಕ ಬಾರಿ ಹಸಿವಿನಿಂದ ಇರಬೇಕಾಗುತ್ತದೆ. ನನ್ನ ತಂದೆ-ತಾಯಿ ಮುದುಕರು, ಸತ್ತರೂ ದೇಶಕ್ಕೆ ನಷ್ಟವಿಲ್ಲ, ಆದರೆ ನನ್ನ ಪಕ್ಷದ ಯುವಕ ಹಸಿವಿನಿಂದ ಸತ್ತರೆ ಅದು ನಮಗೆ ಅತ್ಯಂತ ಅವಮಾನಕರ ಸಂಗತಿ ಮತ್ತು ದೇಶವು ತುಂಬಾ ನಷ್ಟವಾಗುತ್ತದೆ.

- ಆಜಾದ್ ಅವರ ನಿರಂತರ ವ್ಯಾಯಾಮ ಮತ್ತು ಶಿಸ್ತಿನ ಜೀವನಶೈಲಿಯಿಂದಾಗಿ, ಅವರ ದೇಹವು ಬಲವಾದ, ಗಟ್ಟಿಮುಟ್ಟಾದ ಮತ್ತು ಆಕರ್ಷಕವಾಗಿತ್ತು, ಇದನ್ನು ನೋಡಿ ಅನೇಕ ಹುಡುಗಿಯರು ಸ್ವಯಂಚಾಲಿತವಾಗಿ ಅವನತ್ತ ಆಕರ್ಷಿತರಾದರು. ಈ ಸಂದರ್ಭದಲ್ಲಿ, ಧಿಮಾರ್ಪುರದ ಠಾಕೂರ್ ಮಲ್ಖಾನ್ ಸಿಂಗ್ ಅವರ ಕುಟುಂಬದ ಹಿಂದಿನ ಆಜಾದ್ ಮತ್ತು ಅವರ ಸಹಚರರನ್ನು ಜಿಜಿ ಎಂದು ಕರೆಯಲಾಗುತ್ತಿತ್ತು. ಒಮ್ಮೆ ನನ್ನ ಸಹೋದರಿಯ ಸ್ನೇಹಿತರೊಬ್ಬರು ಅವರ ಮನೆಗೆ ಬಂದಿದ್ದರು, ಆ ಮಹಿಳೆ ಅನೇಕ ಮಕ್ಕಳ ತಾಯಿಯಾಗಿದ್ದರು, ಆದರೆ ಅವರು ಇನ್ನೂ ಪ್ರಾಯಕ್ಕೆ ಬಂದಿರಲಿಲ್ಲ. ಅವಳು ವಿಧವೆಯಾಗಿದ್ದಳು, ಆದರೆ ಅವಳ ಹೃದಯದಲ್ಲಿ ಪುರುಷನನ್ನು ಮದುವೆಯಾಗಬೇಕೆಂಬ ಬಲವಾದ ಆಸೆ ಇತ್ತು. ಅವಳು ಬ್ರಹ್ಮಚಾರಿಜಿ (ಆಜಾದ್) ನಿಂದ ಆಕರ್ಷಿತಳಾದಳು. ಅತ್ತಿಗೆ ತನ್ನ ಭಾವನೆಗಳನ್ನು ವ್ಯಕ್ತಪಡಿಸಿದ. ಈ ರೀತಿ ಮಾಡಬೇಡಿ ಎಂದು ತಂಗಿ ಸಲಹೆ ನೀಡಿದರೂ ಒಪ್ಪಲಿಲ್ಲ. ಆಜಾದ್ ಬೇಸಿಗೆಯ ರಾತ್ರಿಯಲ್ಲಿ ಮಹಡಿಯ ಮೇಲೆ ಮಲಗಿದ್ದರು. ಆ ಹೆಂಗಸು ಹೋಗಿ

ಆಜಾದನ ಹಾಸಿಗೆಯ ಮೇಲೆ ಕುಳಿತಳು. ಆಜಾದ್ ಎದ್ದು ಕುಳಿತರು. ಯೋಚಿಸಲು ಹಿಂಜರಿಯಬೇಡಿ, ಸಹೋದರಿ ಕೂಡ ಬರುತ್ತಾಳೆ. ಕೆಲ ಕ್ಷಣ ಕಾದರೂ ತಂಗಿ ಬರಲಿಲ್ಲ, ಆಗ ಆಜಾದ್ ಬಂದ ಕಾರಣ ಕೇಳಿದ. ಇದನ್ನು ಕೇಳಿ ಮಹಿಳೆ ಮುಗುಳ್ನಕ್ಕು ಆಜಾದ್ ಕಡೆಗೆ ತೆರಳಿದಳು. ಆಜಾದ್ ಹಿಂದೆ ಸರಿಯುತ್ತಲೇ ಇದ್ದಳು ಮತ್ತು ಅವಳು ಮುಂದೆ ಸಾಗುತ್ತಿದ್ದಳು. ತನ್ನ ಮಾತು ಕೇಳದಿದ್ದರೆ ಗಲಾಟೆ ಮಾಡಿ ಮಾನಹಾನಿ ಮಾಡುವುದಾಗಿ ಆಜಾದ್‌ಗೆ ಬೆದರಿಕೆ ಹಾಕಿದ್ದಾಳೆ. ದಾರಿ ಕಾಣದೆ ಆಜಾದ್ ಮಾಳಿಗೆಯಿಂದ ಜಿಗಿದು ಹನುಮಂತನ ದೇವಸ್ಥಾನವನ್ನು ತಲುಪಿದ.

- ಆಜಾದ್ ಮತ್ತು ಅವನ ಸಂಗಡಿಗರು ಖನಿಯಾಧನ ರಾಜನ ಮನೆಯಲ್ಲಿ ತಂಗಿದ್ದರು. ಈ ಬಗ್ಗೆ ಪೊಲೀಸರಿಗೆ ಮಾಹಿತಿ ಸಿಕ್ಕಿತ್ತು. ಆದ್ದರಿಂದ ಸರ್ಕಾರವು ರಾಜ್ಯವನ್ನು ವಶಪಡಿಸಿಕೊಂಡಿತು ಮತ್ತು ಪ್ರಭುದಯಾಳ್ ಎಂಬ ವ್ಯಕ್ತಿಯನ್ನು ಅದರ ಆಡಳಿತಗಾರನನ್ನಾಗಿ ನೇಮಿಸಿತು, ಅವನು ರಾಜನ ಮೇಲ್ವಿಚಾರಣೆಯನ್ನೂ ನಡೆಸುತ್ತಿದ್ದನು. ಒಮ್ಮೆ ರಾಜ ಮತ್ತು ಪ್ರಭುದಯಾಳ್ ತೋಟದಲ್ಲಿ ಕುಳಿತಿದ್ದರು. ಇದ್ದಕ್ಕಿದ್ದಂತೆ ಆಜಾದ್ ಅಲ್ಲಿಗೆ ಬಂದ. ರಾಜಾ ಸಾಹೇಬರು ಈ ರೀತಿ ಬಂದಿದ್ದರಿಂದ ಬಹಳ ಆಶ್ಚರ್ಯವಾಯಿತು. ಅವರು ಗೌರವದಿಂದ ಎದ್ದುನಿಂತು, "ಪಂಡಿತ್ಜಿ ಮಹಾರಾಜ್, ದಯವಿಟ್ಟು ಬನ್ನಿ" ಎಂದು ಹೇಳಿದರು.

ನನ್ನ ಜೊತೆಯಲ್ಲಿ ಕುಳಿತಿದ್ದ ಪ್ರಭುದಯಾಳ್ ಕೂಡ ಎದ್ದು ನಿಂತರು. ರಾಜನು ಆಜಾದನನ್ನು ಕುಳಿತುಕೊಳ್ಳಲು ಹೇಳಿದನು. ನಂತರ ಪ್ರಭುದಯಾಳ್ ಮಾತನಾಡಿದರು - "ಯಾರು ಪಂಡಿತ್ಜಿ?"

"ಅವರು ಬಹಳ ದೊಡ್ಡ ಜ್ಯೋತಿಷಿ." ರಾಜಾ ಸಾಹೇಬ್ ಹೇಳಿದರು.

ಇದರ ಮೇಲೆ ಪ್ರಭುದಯಾಳ್ ಅವರ ಹೆಸರನ್ನು ತಿಳಿದುಕೊಳ್ಳಲು ಬಯಸಿದ್ದರು. ರಾಜಾ ಸಾಹೇಬರು ಇದ್ದಕ್ಕಿದ್ದಂತೆ ಉದ್ವೇಗಗೊಂಡರು. ಆಜಾದ್ ಅವರ ಆತಂಕವನ್ನು ಅರ್ಥಮಾಡಿಕೊಂಡರು ಮತ್ತು ಜೋರಾಗಿ ಹೇಳಿದರು - "ಕಿಶನ್ಲಾಲ್."

ಈ ರೀತಿಯಾಗಿ ಅವರು ಪರಿಸ್ಥಿತಿಯನ್ನು ಹದಗೆಡದಂತೆ ಮಾಡಿದರು.

- ರಾಜಗುರು ಸ್ವಲ್ಪ ವರ್ಣರಂಜಿತ ಸ್ವಭಾವದ ವ್ಯಕ್ತಿ. ಒಮ್ಮೆ ಅವರು ಸುಂದರವಾದ ಕ್ಯಾಲೆಂಡರ್ ಅನ್ನು ಕಂಡುಕೊಂಡರು, ಅದರಲ್ಲಿ ಸುಂದರ ಮಹಿಳೆಯ ಚಿತ್ರವಿತ್ತು. ಅವರು ಆ ಕ್ಯಾಲೆಂಡರ್ ಅನ್ನು ತಂಡದ ಕಾರ್ಖಾನೆಯ ಗೋಡೆಯ ಮೇಲೆ ನೇತುಹಾಕಿದರು. ಅದನ್ನು ಕಂಡ ಆಜಾದ್ ಅದನ್ನು ಒಡೆದು ಎಸೆದ. ಸ್ವಲ್ಪ ಸಮಯದ ನಂತರ, ರಾಜಗುರುಗಳು ಚಿತ್ರದ ದುರವಸ್ಥೆಯನ್ನು ಕಂಡಾಗ, ಅವರು ತುಣುಕುಗಳನ್ನು ಎತ್ತಿಕೊಂಡು ಆಜಾದ್ ಅವರನ್ನು ಕೇಳಿದರು.

"ಯಾರು ಇದನ್ನು ಮಾಡಿದರು?"

"ನಾನು ಮಾಡಿದೆ," ಆಜಾದ್ ಹೇಳಿದರು.

"ನೀವು ಈ ಸುಂದರವಾದ ಚಿತ್ರವನ್ನು ಏಕೆ ಹರಿದು ಹಾಕಿದ್ದೀರಿ?"

"ಏಕೆಂದರೆ ಅದು ಸುಂದರವಾಗಿತ್ತು."

"ನೀವು ಸುಂದರವಾದ ಎಲ್ಲವನ್ನೂ ನಾಶಪಡಿಸುತ್ತೀರಿ ಎಂದು ಇದರ ಅರ್ಥವೇ?"

"ಹೌದು, ನಾನು ಮಾಡುತ್ತೇನೆ?"

ಈ ಸಮಯದಲ್ಲಿ ಆಜಾದ್ ಕೋಪಗೊಂಡರು; ಕೋಪಗೊಂಡ ವ್ಯಕ್ತಿ ಏನು ಹೇಳಿದರೂ ನಿಜವಾದ ಅರ್ಥವಿಲ್ಲ. ಆಜಾದ್ ವಿಷಯದಲ್ಲೂ ಅದೇ ಆಯಿತು. ಸ್ವಲ್ಪ ಹೊತ್ತಿನಲ್ಲಿ ಅವನ ಕೋಪ ಕಡಿಮೆಯಾಯಿತು. ಒಂದು ಗಂಟೆಯ ನಂತರ ಅವರು ರಾಜಗುರು ಏನನ್ನೋ ಹೇಳುವುದನ್ನು ನೋಡಿದರು - "ನಾವು ಜಗತ್ತನ್ನು ಇನ್ನಷ್ಟು ಸುಂದರಗೊಳಿಸಲು ಹೋಗಿದ್ದೇವೆ ಮತ್ತು ಇಲ್ಲಿ ಎಲ್ಲಾ ಸೌಂದರ್ಯವು ನಾಶವಾಗುತ್ತಿದೆ. ಅದೊಂದು ವಿಚಿತ್ರ ಚಮತ್ಕಾರ."

ಇದನ್ನು ಕೇಳಿ ಆಜಾದನ ಕೋಪವೂ ಮಾಯವಾಯಿತು. ಅವನು ತನ್ನ ಬಗ್ಗೆ ತುಂಬಾ ತಪ್ಪಿತಸ್ಥನೆಂದು ಭಾವಿಸಿದನು. ನಂತರ ರಾಜಗುರುವಿಗೆ ಮನವರಿಕೆ ಮಾಡುವ ಉದ್ದೇಶದಿಂದ ಅವರು ಹೇಳಿದರು -

"ನೋಡಿ, ನಾನು ತಾಜ್ ಮಹಲ್ ಅನ್ನು ಕೆಡವುತ್ತೇನೆ ಎಂದು ಹೇಳಲಿಲ್ಲ. ನಾವು ಬ್ರಹ್ಮಚರ್ಯದ ಪ್ರತಿಜ್ಞೆಯನ್ನು ತೆಗೆದುಕೊಂಡಿದ್ದೇವೆ ಮತ್ತು ಅದು ನಮ್ಮ ಏಕೈಕ

ಗುರಿಯಾಗಬೇಕು ಎಂಬುದು ನನ್ನ ಉದ್ದೇಶವಾಗಿತ್ತು. "ಈ ಸಮಯದಲ್ಲಿ ಸೌಂದರ್ಯವು ನಮ್ಮನ್ನು ತಪ್ಪು ದಾರಿಗೆ ಕರೆದೊಯ್ಯಲು ನಾನು ಬಯಸುವುದಿಲ್ಲ."

- ಒಂದು ಪೈಸೆಯೂ ವ್ಯರ್ಥವಾಗದಂತೆ ಆಜಾದ್ ಅವರೇ ಪಕ್ಷದ ಎಲ್ಲಾ ಹಣದ ಖಾತೆಗಳನ್ನು ನಿರ್ವಹಿಸಿದರು. ಸೌಂಡರ್ಸ್ ಹತ್ಯೆಯ ಕೆಲವೇ ದಿನಗಳ ಮೊದಲು ಗುಂಪಿನ ಸದಸ್ಯರು ಲಾಹೋರ್‌ನಲ್ಲಿದ್ದರು. ಇತ್ತೀಚಿನ ದಿನಗಳಲ್ಲಿ ಹಣದ ಕೊರತೆಯಿಂದಾಗಿ ಆಜಾದ್ ದಳದ ಪ್ರತಿಯೊಬ್ಬ ಸದಸ್ಯನಿಗೆ ನಾಲ್ಕು ಅಣಗಳನ್ನು ಆಹಾರಕ್ಕಾಗಿ ನೀಡಲಾಯಿತು. ಭಗತ್ ಸಿಂಗ್ ಅವರಿಗೂ ನಾಲ್ಕು ಅಣಗಳನ್ನು ನೀಡಲಾಯಿತು, ಆದರೆ ಅವರು ಆ ಹಣದ ಚಿತ್ರವನ್ನು ನೋಡಿ ಅಲ್ಲಿಂದ ಹಿಂದಿರುಗಿದ ನಂತರ ಆಜಾದ್ ಅವರಿಗೆ ಹೇಳಿದರು. ಇದಕ್ಕಾಗಿ ಆಜಾದ್ ಅವರನ್ನು ಸಾಕಷ್ಟು ನಿಂದಿಸಿದ್ದರು. ಕ್ರಾಂತಿಕಾರಿಗಳಿಗೆ ಈ ರೀತಿಯ ವ್ಯಸನವು ಹಾನಿಕಾರಕವಾಗಿದೆ ಎಂದು ಅವರು ಹೇಳಿದರು. ಅಂತಹ ಕೆಲಸವನ್ನು ಮಾಡಲು ತಂಡದ ಯಾವುದೇ ಸದಸ್ಯರಿಗೆ ಅನುಮತಿಸಲಾಗುವುದಿಲ್ಲ. ಆಗ ಭಗತ್ ಸಿಂಗ್ ಈ ಚಿತ್ರವು ಅಮೆರಿಕದ ಸ್ವಾತಂತ್ರ್ಯ ಹೋರಾಟದ ಬಗ್ಗೆ ಹೇಳಿದರು. ಇದಾದ ನಂತರ ಆಜಾದ್ ಅವರಿಗೆ ಇನ್ನೂ ಒಂದು ರೂಪಾಯಿ ಕೊಟ್ಟು ಮೊದಲು ಹೋಗಿ ಊಟ ಮಾಡು ಎಂದು ಕೇಳಿದರು.

- ಒಮ್ಮೆ ಆಜಾದ್ ಚಾಂದಿನಿ ಚೌಕ್‌ನ ಗಡಿಯಾರ ಗೋಪುರದ ಬಳಿ ಎಲ್ಲೋ ಹೋಗುತ್ತಿದ್ದ. ದಾರಿಯಲ್ಲಿ ಕೆಲವು ಹುಡುಗಿಯರು ಅವನನ್ನು ತಡೆದು, "ಒಂದೋ ಮನೆಯಲ್ಲಿ ಬಳೆಗಳನ್ನು ಧರಿಸಿ ಕುಳಿತುಕೊಳ್ಳಿ ಅಥವಾ ದೇಶ ಸೇವೆ ಮಾಡು" ಎಂದು ಹೇಳಿದರು.

ಆಜಾದ್ ಕೈ ಚಾಚಿ, "ನಾನು ದೇಶ ಸೇವೆ ಮಾಡಲು ಸಾಧ್ಯವಿಲ್ಲ. ನೀವು ಬಯಸಿದರೆ, ನನಗೆ ಬಳೆಗಳನ್ನು ಧರಿಸುವಂತೆ ಮಾಡಿ. ಆಗ ಎಲ್ಲ ಹುಡುಗಿಯರು ಒಂದೊಂದಾಗಿ ಅವಳಿಗೆ ಬಳೆ ತೊಡುವಂತೆ ಮಾಡಲು ಪ್ರಯತ್ನಿಸಿದರು, ಆದರೆ ಯಾರೂ ಅವಳನ್ನು ಬಳೆ ತೊಡಲು ಸಾಧ್ಯವಾಗಲಿಲ್ಲ; ಆಗ ಸೋಲಿನಲ್ಲಿ ಹೇಳಿದಳು, "ಮಾರುಕಟ್ಟೆಯಲ್ಲಿ ಇದಕ್ಕಿಂತ ದೊಡ್ಡ ಬಳೆಗಳಿಲ್ಲ. ದೇಶ ಸೇವೆಗೆ ಹೋಗು.

ಆಜಾದ್ ನಗುತ್ತಾ ಮುಂದೆ ಸಾಗಿದ. ಹುಡುಗಿಯರು ನೋಡುತ್ತಲೇ ಇದ್ದರು, ಆದರೆ ಈ ವ್ಯಕ್ತಿ ಚಂದ್ರಶೇಖರ್ ಆಜಾದ್ ಸ್ವತಂತ್ರ ಎಂದು ಅವರಿಗೆ ತಿಳಿದಿರಲಿಲ್ಲ.

- ವಿಧಾನಸಭೆಯ ಮೇಲೆ ಬಾಂಬ್ ಹಾಕಲು ಯೋಜನೆ ರೂಪಿಸಲಾಗಿತ್ತು. ಈ ಕೆಲಸಕ್ಕೆ ಭಗತ್ ಸಿಂಗ್ ಮತ್ತು ಬಟುಕೇಶ್ವರ್ ದತ್ ಆಯ್ಕೆಯಾದರು. ಇವರಿಬ್ಬರನ್ನು ಹೊರತುಪಡಿಸಿ, ಜೈದೇವ್ ಮತ್ತು ಶಿವ ವರ್ಮಾ, ತಂಡದ ಇತರ ಎಲ್ಲ ಸದಸ್ಯರು ದೆಹಲಿಯಿಂದ ಹೊರಹೋಗಲು ಆದೇಶವನ್ನು ಪಡೆದಿದ್ದರು. ಆಜಾದ್ ಅವರು ಝೂನ್ಸಿಗೆ ಹೋಗುತ್ತಿದ್ದರು, ಆದ್ದರಿಂದ ಶ್ರೀ ಶಿವ ವರ್ಮಾ ಕೂಡ ಅವರನ್ನು ನಿಲ್ದಾಣಕ್ಕೆ ಬಿಡಲು ಅವರೊಂದಿಗೆ ಹೋಗುತ್ತಿದ್ದರು. ದಾರಿಯಲ್ಲಿ ಅವರು ಶಿವ ವರ್ಮಾಗೆ ಹೇಳಿದರು, "ಬೆಳಿಗ್ಗೆ! ಇನ್ನು ಕೆಲವೇ ದಿನಗಳಲ್ಲಿ ಇವರಿಬ್ಬರೂ (ಭಗತ್ ಸಿಂಗ್ ಮತ್ತು ಬಟುಕೇಶ್ವರ ದತ್) ದೇಶದ ಆಸ್ತಿಯಾಗುತ್ತಾರೆ. ಅಲ್ಲಿಯವರೆಗೆ ಅವರನ್ನು ಅತಿಥಿಗಳಂತೆ ನೋಡಿಕೊಳ್ಳಿ ಮತ್ತು ಅವರ ಸೌಕರ್ಯವನ್ನು ನೋಡಿಕೊಳ್ಳಿ. (ತಂಡದಲ್ಲಿದ್ದ ಶ್ರೀ ಶಿವ ವರ್ಮಾ ಅವರ ಹೆಸರು ಪ್ರಭಾತ್ ಎಂದು ನೆನಪಿಡಿ)

- 1921 ರಲ್ಲಿ, ಅವರು ಸುಮಾರು ಹದಿನೈದು ವರ್ಷದವರಾಗಿದ್ದಾಗ, ಅವರಿಗೆ ಮೊದಲ ಬಾರಿಗೆ ಹದಿನೈದು ಛಡಿ ಏಟಿನ ಶಿಕ್ಷೆ ವಿಧಿಸಲಾಯಿತು. ಬೆತ್ತದ ನಂತರ, ಅವನ ಇಡೀ ದೇಹವು ರಕ್ತದಿಂದ ತುಂಬಿತ್ತು. ಜೈಲು ನಿಯಮಗಳ ಪ್ರಕಾರ ಮೂರು ಅನ್ನಾಗಳನ್ನು ನೀಡಿದಾಗ, ಅವರು ಜೈಲರ್ ಗಂಡಾ ಸಿಂಗ್ ಅವರ ಮುಖಕ್ಕೆ ಹೆಚ್ಚಿನ ಹಣವನ್ನು ಎಸೆದು ಅಲ್ಲಿಂದ ಹೊರಟುಹೋದರು.
- ಆಜಾದ್ ಹುಟ್ಟಿನಿಂದಲೇ ಶುದ್ಧ ಸಸ್ಯಾಹಾರಿ. ಅವರು ಬೇಟೆಯಾಡುತ್ತಿದ್ದರು ಆದರೆ ಮಾಂಸವನ್ನು ತಿನ್ನುವುದಿಲ್ಲ, ಆದರೆ ನಂತರ ಭಗತ್ ಸಿಂಗ್ ಪ್ರಭಾವದಿಂದ ಅವರು ಮೊಟ್ಟೆಗಳನ್ನು ತಿನ್ನಲು ಪ್ರಾರಂಭಿಸಿದರು. ಈ ವಿಷಯದ ಬಗ್ಗೆ, ಶ್ರೀ ಭಗವಾನದಾಸ್

ಅವರು ತಮ್ಮ ಜೀವನದ ಒಂದು ಘಟನೆಯನ್ನು ಉಲ್ಲೇಖಿಸುವಾಗ ಬರೆದಿದ್ದಾರೆ -

"ಆಹಾರ ಮತ್ತು ಪಾನೀಯಕ್ಕೆ ಸಂಬಂಧಿಸಿದಂತೆ, ಆಜಾದ್ ಅವರ ವೈಯಕ್ತಿಕ ಮೌಲ್ಯಗಳಿಂದ ಕಟ್ಟುನಿಟ್ಟಾದ ಸಸ್ಯಾಹಾರಿ ಬ್ರಾಹ್ಮಣರಾಗಿದ್ದರು. ಪಂಡಿತ್ ರಾಮಪ್ರಸಾದ್ ಬಿಸ್ಮಿಲ್ ಅವರ ನೇತೃತ್ವದಲ್ಲಿ ಕೆಲಸ ಮಾಡಿದಾಗ ಅವರ ಅಸ್ಪೃಶ್ಯತೆಯ ಭೂತ ಮಾಯವಾಗಿತ್ತು. HSRA ಆರ್‌ಎಸ್‌ಎಸ್‌ನ ನಾಯಕರಾಗಿದ್ದ ಅವರು ಮಾಂಸಾಹಾರ ಸೇವನೆಯ ವಿರುದ್ಧ ವಿಶೇಷವಾಗಿ ವಾದಿಸಲಿಲ್ಲ, ಆದರೆ ಅವರು ಅದನ್ನು ಇಷ್ಟಪಡಲಿಲ್ಲ. ಅವರು ಬಹಳಷ್ಟು ಬೇಟೆಯಾಡುತ್ತಿದ್ದರು, ಆದರೆ ಸ್ವತಃ ಮಾಂಸವನ್ನು ತಿನ್ನುವುದಿಲ್ಲ. ರಾಜಾ ಸಾಹೇಬ ಖನಿಯಾಧಾನನ ಮನೆಯಲ್ಲಿ ನಾನು ಬೇಟೆಯಾಡುತ್ತಿದ್ದೆ ಮತ್ತು ಬಹಿರಂಗವಾಗಿ ಮಾಂಸವನ್ನು ತಿನ್ನುತ್ತಿದ್ದೆ, ಇದಕ್ಕಾಗಿ ಅವನು ನನ್ನ ಮೇಲೆ ಸ್ವಲ್ಪ ಕೋಪಗೊಂಡನು. ಕ್ಷತ್ರಿಯರಿಗೆ ಮತ್ತು ಕ್ಷತ್ರಿಯರಂತೆ ಕೆಲಸ ಮಾಡುವವರಿಗೆ ಮಾಂಸಾಹಾರ ಸೇವನೆಯ ಅಪೇಕ್ಷಣೀಯತೆ, ಉಪಯುಕ್ತತೆ ಮತ್ತು ನೈತಿಕತೆಯ ಕುರಿತು ಭಗತ್ ಸಿಂಗ್ ಅವರನ್ನು ಆಗಾಗ್ಗೆ ಗೇಲಿ ಮಾಡುತ್ತಿದ್ದರು. ಸೌಂಡರ್ಸ್ ಹತ್ಯಾಕಾಂಡದ ಸಮಯದಲ್ಲಿ ಆಜಾದ್ ನನ್ನನ್ನು ಲಾಹೋರ್‌ಗೆ ಕರೆದಾಗ, ಆಜಾದ್ ಭಗತ್ ಸಿಂಗ್‌ನ ಮೋಡಿಯಲ್ಲಿದ್ದುದನ್ನು ಕಂಡು ನಾನು ಆಶ್ಚರ್ಯಚಕಿತನಾದೆ ಮತ್ತು "ಪಂಡಿತ್ಜಿ! ಇದು ಏನು?" ಆಜಾದ್ ಹೇಳಿದರು, "ಮೊಟ್ಟೆಯಿಂದ ಯಾವುದೇ ಹಾನಿ ಇಲ್ಲ." ವಿಜ್ಞಾನಿಗಳು ಇದನ್ನು ಹಣ್ಣು ಎಂದು ಬಣ್ಣಿಸಿದ್ದಾರೆ. ಈ ವಾದವು ಭಗತ್ ಸಿಂಗ್ ಅವರದ್ದಾಗಿತ್ತು, ಇದನ್ನು ಆಜಾದ್ ಪುನರಾವರ್ತಿಸುತ್ತಿದ್ದರು. ನಾನು ಬಹಳ ಸಲಹೆಯಿಂದ ಹೇಳಿದೆ - "ಖಂಡಿತವಾಗಿಯೂ ಸರಿ ಪಂಡಿತ್ಜೀ! ಮೊಟ್ಟೆ ಒಂದು ಹಣ್ಣಾಗಿದ್ದರೆ, ಕೋಳಿ ಮರಕ್ಕಿಂತ ಬೇರೆ ಯಾವುದೂ ಆಗುವುದಿಲ್ಲ. ನಾನು ಅವಳನ್ನು ಯಾವಾಗ ಬಿಡುತ್ತೇನೆ?" ಭಗತ್ ಸಿಂಗ್ ಮನಸಾರೆ ನಕ್ಕು - "ನಿಜವಾಗಿ ಕೈಲಾಶ್, ನೀನು ಒಳ್ಳೆಯ ತರ್ಕಶಾಸ್ತ್ರಜ್ಞನಾಗಬಹುದು. ಸರಿ ಪಂಡಿತ್ಜಿ! ನೋಡು." ಆಜಾದ್ ಅಸಮಾಧಾನಗೊಂಡರು ಮತ್ತು ಮಧ್ಯದಲ್ಲಿ ಹೇಳಿದರು - "ಬನ್ನಿ, ಒಬ್ಬರು ನಮಗೆ ಮೊಟ್ಟೆಗಳನ್ನು ತಿನ್ನುತ್ತಿದ್ದಾರೆ, ಮತ್ತು ಅದರ ಮೇಲೆ ಅವರು ವಿಷಯಗಳನ್ನು ಮಾಡುತ್ತಿದ್ದಾರೆ."

- ಒಮ್ಮೆ ಭಗತ್ ಸಿಂಗ್ ಆಜಾದನಿಗೆ ಹೇಳಿದ್ದನು - "ಪಂಡಿತ್ಜೀ! ನಿಮ್ಮ ಜನ್ಮಸ್ಥಳ ಮತ್ತು ಸಂಬಂಧಿಕರ ಬಗ್ಗೆ ನಮಗೆ ತಿಳಿಸಬೇಕು, ಇದರಿಂದ

ಯಾವುದೇ ರೀತಿಯ ಘಟನೆ ಸಂಭವಿಸಿದರೆ, ನಾವು ಅವರಿಗೆ ಸಹಾಯ ಮಾಡಬಹುದು ಮತ್ತು ಹುತಾತ್ಮರು ಎಲ್ಲಿ ಜನಿಸಿದರು ಎಂದು ದೇಶವಾಸಿಗಳಿಗೆ ತಿಳಿಸಬಹುದು.

ಆಜಾದ್ ಈ ಬಗ್ಗೆ ಸ್ವಲ್ಪ ಅಸಮಾಧಾನವನ್ನು ವ್ಯಕ್ತಪಡಿಸಿದರು ಮತ್ತು ಹೇಳಿದರು - "ನೀವು ನನಗೆ ಅಥವಾ ನನ್ನ ಸಂಬಂಧಿಕರಿಗೆ ಸಂಬಂಧಿಸಿದ್ದೀರಾ? ನನ್ನ ಜನ್ಮ ಮತ್ತು ನನ್ನ ತಂದೆ ತಾಯಿಯ ಬಗ್ಗೆ ನೀವು ಯಾಕೆ ಕೇಳಬೇಕು? ನನ್ನ ಕುಟುಂಬದ ಜನರು ಯಾರ ಸಹಾಯವನ್ನು ಬಯಸುವುದಿಲ್ಲ ಮತ್ತು ನನ್ನ ಜೀವನಚರಿತ್ರೆಯನ್ನು ಬರೆಯಲು ನಾನು ಬಯಸುವುದಿಲ್ಲ. ನೀವು ಹೀಗೆ ಮಾತನಾಡಿದರೆ ನಮ್ಮ ಗೌಪ್ಯತೆಯ ಪ್ರಮಾಣ ಏನಾಗುತ್ತದೆ?

- ಅಶ್ಫಾಕುಲ್ಲಾ ಅವರ ಸಹೋದರನ ನೆನಪು ಅವರದೇ ಮಾತುಗಳಲ್ಲಿ - "ನಾನು ಅಶ್ಫಾಕುಲ್ಲಾನನ್ನು ನೇಣು ಹಾಕುವ ಮನೆಯಲ್ಲಿ ಭೇಟಿಯಾದೆ. ಪ್ರಕರಣದ ವಿರುದ್ಧ ಹೋರಾಡಲು ಹಣದ ಅಗತ್ಯವಿದೆಯೇ ಎಂದು ಅಶ್ಫಾಕುಲ್ಲಾ ನನ್ನನ್ನು ಕೇಳಿದರು. ಇದರ ಮೇಲೆ ನಾನು ನೀನು ಸೆರೆಯಾಳು ಎಂದು ಹೇಳಿದೆ - ನೀವು ಏನು ಮಾಡಬಹುದು? ಆದರೆ ಅಶ್ಫಾಕುಲ್ಲಾ ಹೇಳಿದರು - ನಾನು ನಿಮಗೆ ಹಣವನ್ನು ಕಳುಹಿಸುತ್ತೇನೆ.

ನಾನು ಶಹಜಹಾನ್‌ಪುರಕ್ಕೆ ಹಿಂತಿರುಗಿದೆ. ಒಂದು ವಾರದ ನಂತರ, ನಾನು ಊಟ ಮಾಡುತ್ತಿದ್ದಾಗ ಯಾರೋ ನನ್ನನ್ನು ಭೇಟಿಯಾಗಲು ಬಂದಾಗ, ಅಲ್ಲಿ ಒಬ್ಬ ಯುವಕ ನಿಂತಿರುವುದನ್ನು ನಾನು ನೋಡಿದೆ. ನಾನು ಕೇಳಿದೆ "ಏನು ವಿಷಯ?"

ಯುವಕನು ಹೇಳಿದನು - "ಅಶ್ಫಾಕ್ ನಿಮಗೆ ಸ್ವಲ್ಪ ಹಣವನ್ನು ಕಳುಹಿಸಿದ್ದಾನೆ."

ಹೀಗೆ ಹೇಳುತ್ತಾ ಹಣದ ಚೀಲವನ್ನು ಕೊಟ್ಟರು. ನಾನು "ನಿಮ್ಮ ಹೆಸರೇನು?" ಆದರೆ ಅವನು ಹೇಳಿದನು - "ನಾನು ನಿಮಗೆ ಎಲ್ಲವನ್ನೂ ಹೇಳುತ್ತೇನೆ ಆದರೆ ಮೊದಲು ನನಗೆ ಬೆಂಕಿಕಡ್ಡಿಯನ್ನು ಕೊಡು." ಬೆಳಿಗ್ಗೆಯಿಂದ ಬೀಡಿ ಸೇದಿಲ್ಲ"

ನಾನು ಆ ಚೀಲವನ್ನು ತೆಗೆದುಕೊಂಡು ಅದನ್ನು ತಾಯಿಗೆ ಒಪ್ಪಿಸಿದೆ ಮತ್ತು ಅವಳನ್ನು ಕೇಳಿದ ನಂತರ ನಾನು ಬೆಂಕಿಕಡ್ಡಿಗಳೊಂದಿಗೆ ಯುವಕನನ್ನು ಭೇಟಿಯಾಗಲು ಹೋದೆ. ಆದರೆ ಅಲ್ಲಿ ಯಾರೂ ಇರಲಿಲ್ಲ. ಆ ಬ್ಯಾಗ್ ನಲ್ಲಿ 200

ರೂಪಾಯಿ ಇತ್ತು. ಒಂದು ವಾರದ ನಂತರ ನಾನು ಅಶ್ಫಾಕ್ ಬಳಿ ಹೋಗಿ ಎಲ್ಲವನ್ನೂ ಹೇಳಿದೆ. ಅದಕ್ಕೆ ಅಶ್ಫಾಕ್ ಮುಗುಳ್ನಗುತ್ತಾ ಹೇಳಿದರು - "ಅವರು ಚಂದ್ರಶೇಖರ್ ಆಜಾದ್. ಅವನ ತಲೆಯ ಮೇಲೆ ವರದಾನವಿದೆ. ಆದ್ದರಿಂದ ಅವರು ಮುನ್ನೆಚ್ಚರಿಕೆಗಳನ್ನು ತೆಗೆದುಕೊಳ್ಳುತ್ತಾರೆ.

- ಅಶ್ಫಾಕ್ ನೇಣಿಗೇರಿದ ನಂತರ ಆತನ ಸಹೋದರ ಗೂಡ್ಸ್ ರೈಲಿನಲ್ಲಿ ಶವವನ್ನು ತರುತ್ತಿದ್ದ. ಬಾಲಮೌ ನಿಲ್ದಾಣದಲ್ಲಿ, ಸೂಟ್ ಧರಿಸಿದ ವ್ಯಕ್ತಿಯೊಬ್ಬ ಕಾರಿನಲ್ಲಿ ಬಂದು ಅಶ್ಫಾಕ್‌ನ ಮುಖವನ್ನು ನೋಡಲು ಬಯಸಿದನು. ಅಶ್ಫಾಕ್‌ನ ಸಹೋದರ ಮೃತದೇಹದ ಮುಖವನ್ನು ತೆರೆದಿದ್ದಾನೆ. ಸೂಟ್‌ನಲ್ಲಿದ್ದ ವ್ಯಕ್ತಿ ದೇಹಕ್ಕೆ ಮೂರು ಬಾರಿ ನಮಸ್ಕರಿಸಿ, ಲ್ಯಾಂಟರ್ನ್ ಮೂಲಕ ದೇಹದ ಮುಖವನ್ನು ನೋಡಿದನು ಮತ್ತು ಅವನ ಕಣ್ಣುಗಳಿಂದ ಕಣ್ಣೀರು ಹರಿಯುತ್ತಿತ್ತು. ನಂತರ ಮೃತದೇಹದ ಮುಖ ಮುಚ್ಚುವಂತೆ ಕೇಳಿದ್ದಾನೆ. ಅಶ್ಫಾಕ್ ಅವರ ಸಹೋದರ ಆ ವ್ಯಕ್ತಿಯ ಹೆಸರನ್ನು ಕೇಳಿದರು. ಅದರ ಮೇಲೆ ಆ ವ್ಯಕ್ತಿ ಅವನಿಂದ ಲ್ಯಾಂಟರ್ನ್ ತೆಗೆದುಕೊಂಡು ಹೇಳಿದರು - "ನಾನು ತಕ್ಷಣ ಬರುತ್ತೇನೆ." ಇದಾದ ಬಳಿಕ ಆ ವ್ಯಕ್ತಿ ಹಿಂತಿರುಗಿರಲಿಲ್ಲ. ಆಗ ಅಶ್ಫಾಕ್‌ನ ಸಹೋದರನಿಗೆ ಅವನು ಸ್ವತಂತ್ರನಾಗಿದ್ದಾನೆ ಎಂದು ಅರಿತುಕೊಂಡನು.
- ತನ್ನ ಜೀವನ ಸಂಗಾತಿಯನ್ನು ಕಲ್ಪಿಸಿಕೊಂಡಾಗ, ಅವನು ಕೆಲವೊಮ್ಮೆ ಹೇಳುತ್ತಾನೆ -

"ನೀವು ಪರ್ವತಗಳ ಸುತ್ತಲೂ ತಿರುಗುತ್ತಿದ್ದೀರಿ. ಒಂದು ರೈಫಲ್ ಅವನ ಭುಜದ ಮೇಲೆ ಮತ್ತು ಒಂದು ರೈಫಲ್ ನಮ್ಮ ಭುಜದ ಮೇಲೆ ಇರಬೇಕು. ನಿಮ್ಮೊಂದಿಗೆ ಕಾರ್ಟ್ರಿಜ್ಗಳ ಚೀಲವನ್ನು ಹೊಂದಿರಿ. ಶತ್ರುಗಳಿಂದ ಸುತ್ತುವರಿಯಿರಿ. ಅವನು ರೈಫಲ್ ಅನ್ನು ಲೋಡ್ ಮಾಡುತ್ತಲೇ ಇರುತ್ತಾನೆ ಮತ್ತು ನಾವು ಒಂದರ ನಂತರ ಒಂದರಂತೆ ಗುಂಡು ಹಾರಿಸುತ್ತೇವೆ.

- ಒಮ್ಮೆ ಭಗತ್ ಸಿಂಗ್ ಮತ್ತು ಆಜಾದ್ ತಮ್ಮ ತಮ್ಮಲ್ಲೇ ತಮಾಷೆ ಮಾಡಿಕೊಳ್ಳುತ್ತಿದ್ದರು ಎಂದು ಹೇಳಲಾಗುತ್ತದೆ. ಇಬ್ಬರಲ್ಲಿ ಯಾರು

ಸಾಯುತ್ತಾರೆ ಎಂಬುದು ಅವರ ಮಾತುಕತೆಯ ವಿಷಯವಾಗಿತ್ತು. ಆಜಾದ್ ಅವರು (ಭಗತ್ ಸಿಂಗ್) ಚಿತ್ರಮಂದಿರದಲ್ಲಿ ಚಲನಚಿತ್ರವನ್ನು ನೋಡುತ್ತಿರುವಾಗ ಸಿಕ್ಕಿಬೀಳುತ್ತಾರೆ ಮತ್ತು ಕ್ಷಾಮದಿಂದ ಸಾಯುತ್ತಾರೆ ಎಂದು ಭಗತ್ ಸಿಂಗ್ ಹೇಳಿದರು. ಇದಕ್ಕೆ ಪ್ರತಿಕ್ರಿಯಿಸಿದ ಭಗತ್ ಸಿಂಗ್, ಆತನನ್ನು (ಆಜಾದ್) ಕೊಲ್ಲುವುದು ಪೊಲೀಸರಿಗೆ ಸುಲಭವಲ್ಲ, ಏಕೆಂದರೆ ಪೊಲೀಸರಿಗೆ ಅಷ್ಟು ದಪ್ಪ ಕುತ್ತಿಗೆಯನ್ನು ನೇತುಹಾಕಲು ಹಗ್ಗವೂ ಸಿಗುವುದಿಲ್ಲ ಎಂದು ಹೇಳಿದರು. ಒಂದೇ ಒಂದು ಹಗ್ಗವೂ ಸಾಕಾಗುವುದಿಲ್ಲ; ಎರಡು ಹಗ್ಗಗಳು ಬೇಕಾಗುತ್ತವೆ - ಕುತ್ತಿಗೆಗೆ ಒಂದು; ಹೊಟ್ಟೆಗಾಗಿ. ಈ ವೇಳೆ ಆಜಾದ್ ತನ್ನ ಪಿಸ್ತೂಲ್ ಮೇಲೆ ಕೈಯಿಟ್ಟು, ಹೀಗಿದ್ದರೂ ನನ್ನನ್ನು ಬಂಧಿಸುವ ನನ್ನ ತಾಯಿಯ ಮಗ ಯಾರು?

- ಕ್ರಾಂತಿಕಾರಿ ಪಕ್ಷವು ವಿಘಟನೆಯಾಯಿತು, ಆದ್ದರಿಂದ ಅವನು ರಷ್ಯಾಕ್ಕೆ ಓಡಿಹೋಗಬೇಕು, ಏಕೆಂದರೆ ಅವನು ಸಿಕ್ಕಿಬಿದ್ದರೆ ಅವನನ್ನು ಗಲ್ಲಿಗೇರಿಸಲಾಗುವುದು ಎಂದು ಕೆಲವರು ಅವನಿಗೆ ಸಲಹೆ ನೀಡಿದರು. ಇದನ್ನು ಕೇಳಿದ ಆಜಾದ್ ಹೇಳಿದರು - "ನನ್ನೊಂದಿಗೆ ಕೊಳಕು ಮಾತುಗಳ ಬಗ್ಗೆ ಮಾತನಾಡಬೇಡಿ. ನನ್ನ ದೇಹವು ಭಾರತದ ಮಣ್ಣಿನಿಂದ ಮಾಡಲ್ಪಟ್ಟಿದೆ ಮತ್ತು ನಾನು ಭಾರತದ ಸ್ವಾತಂತ್ರ್ಯಕ್ಕಾಗಿ ಶತ್ರುಗಳ ವಿರುದ್ಧ ಹೋರಾಡುವಾಗ ಈ ದೇಶದ ಮಣ್ಣಿನಲ್ಲಿ ಸಾಯುತ್ತೇನೆ ಮತ್ತು ಅದರ ಧೂಳನ್ನು ಸೇರುತ್ತೇನೆ.
- ಒಮ್ಮೆ ಆಜಾದ್ ತನ್ನ ಒಡನಾಡಿಗಳಾದ ಭಗತ್ ಸಿಂಗ್, ರಾಮಚಂದ್ರ, ಮಾಸ್ಟರ್ ಚೈಲ್ಬಿಹಾರಿಲಾಲ್, ವಿಶ್ವವಿದ್ಯಾಲಯದ ದಯಾಳ್ ಮುಂತಾದವರೊಡನೆ ಲ್ಯಾನ್ಸ್‌ಡೌನ್‌ಗೆ ಹೋಗಿ ಬೆಟ್ಟಗಳ ಮೇಲೆ ಗುರಿಯತ್ತ ಗುಂಡು ಹಾರಿಸುವ ತರಬೇತಿಯನ್ನು ನೀಡುತ್ತಿದ್ದರು. ಏತನ್ಮಧ್ಯೆ, ಅವನ (ಆಜಾದ್) ಗುರಿಯನ್ನು ನೋಡುವ ಬಯಕೆಯನ್ನು ಅವನ ಒಡನಾಡಿಗಳು ವ್ಯಕ್ತಪಡಿಸಿದರು, ಏಕೆಂದರೆ ಅವನ ಗುರಿ ನಿಖರವಾಗಿತ್ತು. ಆಜಾದ್ ಅವರ ಆಸೆಯನ್ನು ಒಪ್ಪಿಕೊಂಡರು. ನನ್ನ ಸ್ನೇಹಿತರು ಮರದ ಎಲೆಯನ್ನು

ಗುರಿಯಾಗಿಸಲು ನನ್ನನ್ನು ಕೇಳಿದರು. ಆಜಾದ್ ಗುರಿಯಿಟ್ಟು ಐದು ಗುಂಡುಗಳನ್ನು ಹಾರಿಸಿದರು, ಆದರೆ ಎಲೆ ಬೀಳಲಿಲ್ಲ. ಸಹಚರರು ತುಂಬಾ ನಿರಾಶೆಗೊಂಡರು ಮತ್ತು ಗುರಿ ತಪ್ಪಿಹೋಗಿದೆ ಎಂದು ಅರಿತುಕೊಂಡರು. ಕೊನೆಗೆ ಎಲೆ ಕಿತ್ತು; ಅದರಲ್ಲಿ ಐದು ಗುಂಡುಗಳಿಗಾಗಿ ಐದು ವಿಭಿನ್ನ ರಂಧ್ರಗಳನ್ನು ಮಾಡಲಾಗಿತ್ತು. ಇದನ್ನು ಕಂಡ ಸಹಚರರು ಅವನನ್ನು ಹೊಗಳದೆ ಇರಲಾರರು.

ಅಧ್ಯಾಯ ಹತ್ತು
ವ್ಯಕ್ತಿತ್ವ ಮತ್ತು ಚಿಂತನೆ

ಚಂದ್ರಶೇಖರ ಆಜಾದ್ ಅವರು ಭಾರತೀಯ ಇತಿಹಾಸದಲ್ಲಿ ಮರೆಯಲಾಗದ, ಅನನ್ಯ ಮತ್ತು ಅದ್ಭುತ ವ್ಯಕ್ತಿತ್ವ. ಬಡವರೆಂದು ಕರೆಯಬಹುದಾದ ಅತ್ಯಂತ ಸಾಮಾನ್ಯ ಕುಟುಂಬದಲ್ಲಿ ಜನಿಸಿದರೂ, ಭಾರತೀಯ ಸ್ವಾತಂತ್ರ್ಯದ ಇತಿಹಾಸದಲ್ಲಿ ಅವರು ನಿರ್ವಹಿಸಿದ ಪಾತ್ರವು ಸಂಪೂರ್ಣವಾಗಿ ಅನನ್ಯವಾಗಿದೆ. ಅವರ ಕೌಟುಂಬಿಕ ಹಿನ್ನೆಲೆ ಮತ್ತು ಅವರ ಕೆಲಸಗಳನ್ನು ನೋಡಿದಾಗ, ಒಬ್ಬ ವ್ಯಕ್ತಿಯು ಆರ್ಥಿಕವಾಗಿಯೂ ಆರ್ಥಿಕವಾಗಿಯೂ ಸಹ ಎಂಬ ಸಂದೇಶವನ್ನು ನೀಡುವ ಚಂದ್ರಶೇಖರ ಆಜಾದ್ ಅವರಂತಹ ಮಹಿಮಾನ್ವಿತ ವ್ಯಕ್ತಿಗಳು ಅಪರೂಪ ಎಂದು ಹೇಳಲು ಒತ್ತಾಯಿಸಲಾಗುತ್ತದೆ. ಸ್ಥಿತಿ ಅಥವಾ ಅವನ ಸ್ವಂತ ಕುಟುಂಬದ ಹಿನ್ನೆಲೆ ಸಾಮಾನ್ಯಕ್ಕಿಂತ ಕೆಳಗಿರುತ್ತದೆ, ಒಬ್ಬ ವ್ಯಕ್ತಿಗೆ ಸಾಮರ್ಥ್ಯವಿದ್ದರೆ ಅವನು ತನ್ನದೇ ಆದ ಸ್ಥಾನವನ್ನು ಸೃಷ್ಟಿಸುತ್ತಾನೆ, ಆ ವ್ಯಕ್ತಿಗೆ ಅವನದೇ ಆದ ಗುರುತು ಮುಖ್ಯವಾಗಿದೆ, ಇದಕ್ಕಾಗಿ ಅವನಿಗೆ ಸಂಪತ್ತು, ಮನೆ, ಕುಟುಂಬ, ಶಿಕ್ಷಣ ಬೇಕು - ಅಗತ್ಯವಿಲ್ಲ ದೀಕ್ಷೆ ಅಥವಾ ವಯಸ್ಸಿಗೆ.

ಚಂದ್ರಶೇಖರ ಆಜಾದ್ ಅವರು ತಮ್ಮ ಆಲೋಚನೆಗಳನ್ನು ವ್ಯಕ್ತಪಡಿಸಲು ಯಾವುದೇ ಪುಸ್ತಕವನ್ನು ಬರೆದಿಲ್ಲ ಅಥವಾ ಅವರು ಯಾವುದೇ ಸುದೀರ್ಘ ಭಾಷಣಗಳನ್ನು ಮಾಡಿಲ್ಲವಾದರೂ, ಅವರ ಕ್ರಾಂತಿಕಾರಿ ಜೀವನದ ಕ್ರಮಗಳು ಅವರ ವ್ಯಕ್ತಿತ್ವ ಮತ್ತು ಆಲೋಚನೆಗಳನ್ನು ಸ್ಪಷ್ಟವಾಗಿ ವ್ಯಕ್ತಪಡಿಸುತ್ತವೆ. ಅವರ ಜೀವನದ ಈ ಕೃತಿಗಳು ಅವರ ಕೆಳಗಿನ ಗುಣಗಳನ್ನು ಬಹಿರಂಗಪಡಿಸುತ್ತವೆ.

ಸ್ವಯಂ ನಿರ್ಮಿತ ವ್ಯಕ್ತಿತ್ವ

ಚಂದ್ರಶೇಖರ್ ಆಜಾದ್ ಅವರು ಬಡ ಕುಟುಂಬದಲ್ಲಿ ಜನಿಸಿದರು. ಅವರ ತಂದೆಯ ಆರ್ಥಿಕ ಸ್ಥಿತಿ ತುಂಬಾ ದಯನೀಯವಾಗಿತ್ತು, ಅವರು ತಮ್ಮ ಮಗನನ್ನು ಶಿಕ್ಷಣಕ್ಕಾಗಿ

ಯಾವುದೇ ಶಾಲೆಗೆ ಕಳುಹಿಸಲು ಸಾಧ್ಯವಾಗಲಿಲ್ಲ. ಪಕ್ಷದ ಸಂದರ್ಭದಲ್ಲಿ ತಮ್ಮ ಕುಟುಂಬ ಸ್ಥಿತಿಯನ್ನು ವಿವರಿಸುತ್ತಾ ಭಗವಾಂದಾಸ್ ಬರೆದಿದ್ದಾರೆ -

"ಆಜಾದ್ ಅವರ ಸಹೋದ್ಯೋಗಿಗಳಲ್ಲಿ ಯಾರೊಬ್ಬರೂ, ಅಂದರೆ ಅವರ ನಾಯಕತ್ವದಲ್ಲಿ ಕೆಲಸ ಮಾಡಿದವರು, ಅವರಿಗಿಂತ ಕಡಿಮೆ ಶಾಲಾ ಶಿಕ್ಷಣವನ್ನು ಹೊಂದಿರುವುದಿಲ್ಲ. ಅವನಿಗಿಂತ ಹೆಚ್ಚು ಬಡತನದಲ್ಲಿ ಯಾರೂ ಹುಟ್ಟುತ್ತಿರಲಿಲ್ಲ. ಅವರ ತಂದೆ, ಸಹೋದರ ಅಥವಾ ಇತರ ಸಂಬಂಧಿಕರ ದೇಶಭಕ್ತಿ, ತ್ಯಾಗ, ತಪಸ್ಸು, ಶೌರ್ಯ ಅಥವಾ ಇತರ ಯಾವುದೇ ರೀತಿಯ ಶ್ರೇಷ್ಠತೆಯ ನೆರಳು ಕೂಡ ಇರಲಿಲ್ಲ.

ಶ್ರೀ ಮನ್ಮಥನಾಥ ಗುಪ್ತರೂ ಈ ವಿಷಯದ ಬಗ್ಗೆ ಬರೆದಿದ್ದಾರೆ -

"ಅವರ ತಂದೆ ಪಂ. ಆಜಾದರನ್ನು ಸಂಸ್ಕೃತ ಅಧ್ಯಯನಕ್ಕಾಗಿ ಕಾಶಿಗೆ ಕಳುಹಿಸಲಾಯಿತು. ಬ್ರಾಹ್ಮಣರು ವಿದ್ಯಾರ್ಥಿಗಳಾಗಿದ್ದರಿಂದ ಊಟ ಮತ್ತು ವಸತಿಗೆ ಸರಳ ವ್ಯವಸ್ಥೆಗಳಿದ್ದವು. ಕಾಶಿಯಲ್ಲಿ ಧಾರ್ಮಿಕ ಜನರಿಂದ ಸಂಸ್ಕೃತ ವಿದ್ಯಾರ್ಥಿಗಳಿಗೆ ಹಾಸ್ಟೆಲ್ ಮತ್ತು ಜಾಗ ತೆರೆಯಲಾಯಿತು. ಕೆಲವೊಮ್ಮೆ ಮಡಕೆಗಳು ಮತ್ತು ಹೊದಿಕೆಗಳಂತಹ ವಸ್ತುಗಳನ್ನು ಸಹ ವಿತರಿಸಲಾಯಿತು. ಕೆಲವೊಮ್ಮೆ ಸ್ವಲ್ಪ ದಕ್ಷಿಣೆಯೂ ಸಿಗುತ್ತಿತ್ತು."

ಈ ವಿದ್ವಾಂಸರ ಮೇಲಿನ ಸಾಲುಗಳು ಆಜಾದ್ ಅವರ ಕುಟುಂಬ ಮತ್ತು ಅವರ ಬಾಲ್ಯದಲ್ಲಿ ಮತ್ತು ಅವರ ಅಧ್ಯಯನದ ದಿನಗಳಲ್ಲಿ ಅವರು ಎದುರಿಸಬೇಕಾದ ಸಂದರ್ಭಗಳನ್ನು ಸ್ಪಷ್ಟವಾಗಿ ವ್ಯಕ್ತಪಡಿಸುತ್ತವೆ. ಆದರೆ ಈ ರೀತಿಯ ಶಾಲಾ ಶಿಕ್ಷಣವೇ ಸರ್ವಸ್ವವಲ್ಲ ಎಂಬುದನ್ನು ಆಜಾದ್ ಸಾಬೀತುಪಡಿಸಿದರು. ಒಬ್ಬ ವ್ಯಕ್ತಿಯ ಕೌಟುಂಬಿಕ ಸ್ಥಿತಿ ಎಷ್ಟೇ ಶೋಚನೀಯವಾಗಿದ್ದರೂ, ಎಷ್ಟೇ ಶಿಕ್ಷಣ ಪಡೆದರೂ ಸಹಜ ಸಾಮರ್ಥ್ಯಗಳು ಅವನಿಂದ ಮರೆಯಾಗಲಾರವು. ಇವುಗಳ ಅನುಪಸ್ಥಿತಿಯಲ್ಲಿಯೂ ಒಬ್ಬ ವ್ಯಕ್ತಿಯು ತನ್ನ ಸಾಮರ್ಥ್ಯದ ಬಲದಿಂದ ಪ್ರಗತಿಯ ಶಿಖರವನ್ನು ತಲುಪಬಹುದು ಮತ್ತು ಆದರ್ಶವನ್ನು ಪ್ರಸ್ತುತಪಡಿಸಬಹುದು, ಅದರ ಮುಂದೆ ಶ್ರೀಮಂತರು ಮತ್ತು ಸುಶಿಕ್ಷಿತರೂ ತಲೆಬಾಗಬೇಕಾಗುತ್ತದೆ. ಈ ಸತ್ಯವನ್ನು ಸೂಚಿಸುತ್ತಾ, ಶ್ರೀ ಮನ್ಮಥನಾಥ ಗುಪ್ತರು ಆಜಾದ್ ಬಗ್ಗೆ ಬರೆದಿದ್ದಾರೆ -

"ಖಂಡಿತವಾಗಿಯೂ, ಚಂದ್ರಶೇಖರ್ ಆಜಾದ್ ಅವರು ಕಡಿಮೆ ಶಿಕ್ಷಣವನ್ನು ಹೊಂದಿದ್ದರು, ಕೇವಲ ಶಾಲಾ-ಕಾಲೇಜು ದೃಷ್ಟಿಕೋನದಿಂದ ಮಾತ್ರ, ಆದರೆ ಅವರು ಓದಿದ ಪುಸ್ತಕಗಳ ಸಾರವನ್ನು ಹೀರಿಕೊಳ್ಳುವ ದೊಡ್ಡ ಶಕ್ತಿಯನ್ನು ಹೊಂದಿದ್ದರು. ಇದಲ್ಲದೆ, ಅವರು ಮೊದಲಿನಿಂದಲೂ, ಅವರು ಯಾವಾಗಲೂ ಅಂತಹ ಸುಶಿಕ್ಷಿತ

ಕ್ರಾಂತಿಕಾರಿಗಳೊಂದಿಗೆ ಇದ್ದರು, ಅವರು ಮಹಾನ್ ವಿದ್ವಾಂಸರಲ್ಲದೆ, ದಿನವಿಡೀ ಸೈದ್ಧಾಂತಿಕ ವಾದಗಳನ್ನು ಮಾಡುತ್ತಿದ್ದರು.

ಆಜಾದ್‌ಗೆ ಸುಶಿಕ್ಷಿತ ಕ್ರಾಂತಿಕಾರಿಗಳ ಬೆಂಬಲವಿತ್ತು ಎಂಬುದು ಸ್ಪಷ್ಟ. ಇದಲ್ಲದೆ, ಪ್ರಾಯೋಗಿಕ ಜ್ಞಾನಕ್ಕಾಗಿ ಯಾವುದೇ ಶಿಕ್ಷಣದ ಕಡ್ಡಾಯ ಅಗತ್ಯವಿಲ್ಲ. ಜಗತ್ತಿನ ಅನೇಕ ಮಹಾಪುರುಷರು ಅನಕ್ಷರಸ್ಥರಾಗಿದ್ದರು ಎಂಬುದಕ್ಕೆ ಜಗತ್ತಿನ ಇತಿಹಾಸವೇ ಸಾಕ್ಷಿ. ವಾಸ್ತವವಾಗಿ, ಅವರ ತಂಡದ ಎಲ್ಲಾ ಸದಸ್ಯರು ಆಜಾದ್ ಅವರ ಪ್ರಾಯೋಗಿಕ ಜ್ಞಾನದಿಂದ ಹೆಚ್ಚು ಪ್ರಭಾವಿತರಾಗಿದ್ದರು. ಆದ್ದರಿಂದಲೇ, ಹೊಸ ಕ್ರಾಂತಿಕಾರಿ ಪಕ್ಷ 'ಹಿಂದೂಸ್ತಾನ್ ಸಮಾಜವಾದಿ ರಿಪಬ್ಲಿಕನ್ ಸೇನೆ'ಯ ಸಂಘಟನೆಯ ಮೇಲೆ ಆಜಾದ್ ಅವರನ್ನು ಅದರ ಮುಖ್ಯ ಕಮಾಂಡರ್ ಮಾಡಲಾಯಿತು.

ಪ್ರಾಯೋಗಿಕ ಜ್ಞಾನದ ಪಾಂಡಿತ್ಯ ಮತ್ತು ಶಿಕ್ಷಣವನ್ನು ಪಡೆಯುವುದು ಎರಡು ವಿಭಿನ್ನ ವಿಷಯಗಳು. ಸುಶಿಕ್ಷಿತ ವ್ಯಕ್ತಿಯು ಪ್ರಾಯೋಗಿಕ ಜ್ಞಾನದಿಂದ ಕೂಡಿರಬೇಕೆಂದು ಅಗತ್ಯವಿಲ್ಲ. ಪ್ರಾಯೋಗಿಕ ಬುದ್ಧಿವಂತಿಕೆ, ಧೈರ್ಯ, ದೇಶಭಕ್ತಿಯ ಪ್ರಜ್ಞೆ, ನೈತಿಕತೆ ಇತ್ಯಾದಿಗಳು ವ್ಯಕ್ತಿಯ ಸಹಜ ಸಾಧನೆಗಳು. ಆಜಾದ್ ಅವರ ವ್ಯಕ್ತಿತ್ವವು ಈ ಗುಣಗಳಿಂದ ತುಂಬಿತ್ತು. ಅವರ ಈ ಗುಣವನ್ನು ವಿವರಿಸುತ್ತಾ, ಶ್ರೀ ಭಗವಾನದಾಸ್ ಬರೆಯುತ್ತಾರೆ, "ಅವರು ತಮ್ಮ ಪುಸ್ತಕ ಜ್ಞಾನ, ಪ್ರಾಯೋಗಿಕ ಬುದ್ಧಿವಂತಿಕೆ, ಅದಮ್ಯ ಧೈರ್ಯ ಮತ್ತು ಎಲ್ಲಕ್ಕಿಂತ ಹೆಚ್ಚಾಗಿ ತಮ್ಮ ಒಡನಾಡಿಗಳ ಯೋಗಕ್ಷೇಮದ ಬಗ್ಗೆ ಹೃದಯಪೂರ್ವಕ, ಪ್ರೀತಿಯ ಕಾಳಜಿಯಿಂದ ನಾಯಕನ ಸ್ಥಾನವನ್ನು ಪಡೆದರು. ಕಷ್ಟದ ಸಮಯದಲ್ಲಿ ಸಮರ್ಥ ನಾಯಕತ್ವ."

ಈ ವಿಷಯವನ್ನು ಹೆಚ್ಚು ಸ್ಪಷ್ಟಪಡಿಸುತ್ತಾ, ಶ್ರೀ ಮನ್ಮಥನಾಥ ಗುಪ್ತರು ಬರೆಯುತ್ತಾರೆ -

"ಮನುಷ್ಯನು ಬೌದ್ಧಿಕ ವಾದಗಳ ಮೂಲಕ ಮಾತ್ರ ಅರ್ಥಮಾಡಿಕೊಳ್ಳುತ್ತಾನೆ ಎಂದು ಹೇಳುವುದು ತಪ್ಪು. ಇತರ ವಿಷಯಗಳು ಪ್ರಭಾವ ಬೀರುತ್ತವೆ. ಒಬ್ಬ ವ್ಯಕ್ತಿಯ ಹಿನ್ನೆಲೆ, ಅವನಿಂದ ಹೊರಹೊಮ್ಮುವ ಬೆಳಕನ್ನು ಆಧ್ಯಾತ್ಮಿಕ ಜನರು ಏನೆಂದು ಕರೆಯುತ್ತಾರೆ, ಅವನ ಪ್ರಾಮಾಣಿಕತೆ, ಅವನ ನಂಬಿಕೆ ಎಲ್ಲವೂ ವಿಷಯಗಳನ್ನು ಪ್ರಭಾವಿಸುತ್ತದೆ. ಉದಾಹರಣೆಗೆ, ಕೆಲವೊಮ್ಮೆ ಸೌಂದರ್ಯ, ರೂಪ, ರುಚಿ, ವಾಸನೆ, ಪದಗಳು ಮತ್ತು ಸ್ಪರ್ಶವು ಬುದ್ಧಿಶಕ್ತಿಯ ಮೇಲೆ ಅಂದರೆ ವಿವರಿಸುವ ಪ್ರಕ್ರಿಯೆಯ ಮೇಲೆ ಭಾರಿ ಪರಿಣಾಮ ಬೀರುತ್ತದೆ.

ಅವರ ಪ್ರಾಯೋಗಿಕ ಜ್ಞಾನದಿಂದಾಗಿ, ಅವರು ಸುಶಿಕ್ಷಿತ ಕ್ರಾಂತಿಕಾರಿಗಳ ನಾಯಕರಾದರು. ಭಗತ್ ಸಿಂಗ್ ಅವರಂತಹ ಸುಶಿಕ್ಷಿತ ವಿದ್ವಾಂಸರೂ ಸಹ ಅವರ

ವ್ಯಕ್ತಿತ್ವದ ಮುಂದೆ ಗೌರವದಿಂದ ತಲೆಬಾಗುತ್ತಿದ್ದರು. ಆಜಾದ್ ನಿಜವಾಗಿಯೂ ಗುದ್ರಿಯ ಮಗ, ತನ್ನ ಬೆಳಕಿನಿಂದ ಜಗತ್ತಿಗೆ ಹೊಸ ಬೆಳಕನ್ನು ತೋರಿಸಿದ ಅಂತಹ ಮಗ.

ಪಾತ್ರದ ಶಕ್ತಿಯ ಸಂಕೇತಗಳು

ಆಜಾದ್ ನಿಜವಾದ ದೇಶಭಕ್ತ. ಅವರಿಗೆ ಮಾತೃಭೂಮಿಯ ಸ್ವಾತಂತ್ರ್ಯವೊಂದೇ ಗುರಿಯಾಗಿತ್ತು. ಈ ಉದ್ದೇಶವನ್ನು ಸಾಧಿಸಲು, ಅವರು ಜೀವನದ ಎಲ್ಲಾ ಸಂತೋಷಗಳನ್ನು ಮತ್ತು ಸಂತೋಷಗಳನ್ನು ತ್ಯಜಿಸಿದರು. ಅವರು ಸಂಸ್ಕೃತದ ವಿದ್ಯಾರ್ಥಿಯಾಗಿದ್ದರು, ಆದ್ದರಿಂದ ಅವರು ಗೀತಾವನ್ನೂ ಅಧ್ಯಯನ ಮಾಡಿರಬೇಕು. ಆದ್ದರಿಂದ, ಬಹುಶಃ ಅವರು ಗೀತೆಯಿಂದ ಈ ಪಾಠವನ್ನು ಕಲಿತಿದ್ದಾರೆ, "ಇಂದ್ರಿಯ ಕಾಮನೆಗಳ ಧ್ಯಾನವು ಮೋಹಕ್ಕೆ ಕಾರಣವಾಗುತ್ತದೆ, ಕಾಮಕ್ಕೆ ಮೋಹಕ್ಕೆ, ಕ್ರೋಧಕ್ಕೆ ಮೋಹಕ್ಕೆ, ಕ್ರೋಧದಿಂದ ವಿಧೇಯತೆಗೆ, ಅಜ್ಞಾನದಿಂದ ಜ್ಞಾಪಕದಲ್ಲಿ ಗೊಂದಲಕ್ಕೆ, ಸ್ಮೃತಿಯಿಂದ ಗೊಂದಲಕ್ಕೆ ಮತ್ತು ಬುದ್ಧಿವಂತಿಕೆಯ ನಾಶಕ್ಕೆ ಕಾರಣವಾಗುತ್ತದೆ. ಇಡೀ ಆತ್ಮದ ಅವನತಿ.' ಅಂದರೆ, ಯಾವುದೇ ಗುರಿಯನ್ನು ಸಾಧಿಸಲು ವಿಷಯಗಳಿಂದ ದೂರವಿರುವುದು ಸಂಪೂರ್ಣವಾಗಿ ಅವಶ್ಯಕ. ಆದುದರಿಂದಲೇ ಆಜಾದ್ ಅವರ ಜೀವನದಲ್ಲಿ ಶ್ಲಾಘನೀಯ ಪಾತ್ರದ ಬಲವನ್ನು ಕಾಣಬಹುದು. ಅವರ ಪಾತ್ರ ಆದರ್ಶವಾಗಿದೆ. ಪ್ರತಿ ಹೆಣ್ಣಿನಲ್ಲಿಯೂ ತನ್ನ ತಾಯಿಯನ್ನು ಕಂಡನು. ಈ ವಿಷಯದಲ್ಲಿ, ಅವರ ಇತರ ಕೆಲವು ಸಹೋದ್ಯೋಗಿಗಳ ಅಭಿಪ್ರಾಯಗಳು ಅವನಿಗಿಂತ ಸ್ವಲ್ಪ ಭಿನ್ನವಾಗಿತ್ತು. ಕೆಲ ಒಡನಾಡಿಗಳು ಮಹಿಳೆಯರ ಮೇಲಿನ ಪ್ರೀತಿಯಿಂದ ಪಕ್ಷಕ್ಕೆ ಹಾನಿ ಉಂಟು ಮಾಡಿದ್ದರು. ಆದ್ದರಿಂದಲೇ ಆಜಾದ್ ತಮ್ಮ ಸಹೋದ್ಯೋಗಿಗಳಿಗೆ ಈ ವಿಚಾರದಿಂದ ದೂರವಿರುವಂತೆ ಸಲಹೆ ನೀಡುತ್ತಿದ್ದರು. ಅವರ ಈ ಆದರ್ಶ ಪಾತ್ರದ ಬಗ್ಗೆ ಶ್ರೀ ವೀರೇಂದ್ರ ಅವರು ಬರೆದಿದ್ದಾರೆ -

"ಚಂದ್ರಶೇಖರ್ ಆಜಾದ್ ಅವರ ಜೀವನದ ಅತ್ಯಂತ ಗಮನಾರ್ಹ ಅಂಶವೆಂದರೆ ಮಹಿಳೆಯರ ಬಗ್ಗೆ ಅವರ ವರ್ತನೆ. ಅವರು ಯಾವಾಗಲೂ ಅವರಿಂದ ದೂರವಿದ್ದರು. ಅವನ ದೇಹವು ತುಂಬಾ ಸುಂದರವಾಗಿತ್ತು. ಹಲವು ವರ್ಷಗಳ ಕಾಲ ನಿರಂತರವಾಗಿ ಶ್ರಮವಹಿಸಿ ಕಸರತ್ತು ಮಾಡಿ ಅದನ್ನು ರಚಿಸಿದ್ದರು. ಅದಕ್ಕಾಗಿಯೇ ಯುವತಿಯರು ಆತನನ್ನು ಬಲೆಗೆ ಬೀಳಿಸಲು ಪ್ರಯತ್ನಿಸಿದಾಗ ಒಂದೋ ಎರಡೋ ಬಾರಿ ಅಂತಹ ಘಟನೆಗಳು ಸಂಭವಿಸಿದವು. ಆದರೆ ಕ್ರಾಂತಿಕಾರಿ ಒಂದೇ ಸಮಯದಲ್ಲಿ ಎರಡು

ವಿಷಯಗಳನ್ನು ಪ್ರೀತಿಸಲು ಸಾಧ್ಯವಿಲ್ಲ ಎಂದು ಆಜಾದ್ ಯಾವಾಗಲೂ ಹೇಳುತ್ತಿದ್ದರು. ಅವನು ತನ್ನ ದೇಶವನ್ನು ಪ್ರೀತಿಸುತ್ತಿರಲಿ ಅಥವಾ ಹುಡುಗಿಯನ್ನು ಪ್ರೀತಿಸಲಿ. ನೀವು ನಿಮ್ಮ ದೇಶವನ್ನು ಪ್ರೀತಿಸಲು ಬಯಸಿದರೆ, ಅದಕ್ಕಾಗಿ ನೀವು ಎಲ್ಲವನ್ನೂ ತ್ಯಾಗ ಮಾಡಬೇಕಾಗುತ್ತದೆ. ಇದರಲ್ಲಿ ಬೇರೆಯವರ ಪ್ರೀತಿಗೆ ಅವಕಾಶವಿಲ್ಲ. ಆಜಾದ್‌ನ ಅನೇಕ ಸ್ನೇಹಿತರು ಸ್ತ್ರೀಯರ ಪ್ರೀತಿಗೆ ಬಲಿಯಾಗಿದ್ದರು. ಇದರಿಂದ ಅವರ ಪಕ್ಷವೂ ನಷ್ಟ ಅನುಭವಿಸಿದೆ. ಆದರೆ ಮಹಿಳೆಯ ಕಾರಣದಿಂದ ತನ್ನ ಪಕ್ಷಕ್ಕೆ ಹಾನಿ ಮಾಡಿದವರನ್ನು ಕ್ಷಮಿಸಲು ಆಜಾದ್ ಎಂದಿಗೂ ಸಿದ್ಧರಿರಲಿಲ್ಲ. ಒಮ್ಮೆ ಅವನು ತನ್ನ ಅಂತಹ ಸ್ನೇಹಿತನನ್ನು ಶೂಟ್ ಮಾಡಲು ಸಿದ್ಧನಾಗಿದ್ದನು. ತನ್ನ ಒಡನಾಡಿಗಳಲ್ಲಿ ಈ ರೀತಿಯ ನೈತಿಕ ದೌರ್ಬಲ್ಯವನ್ನು ಸಹಿಸಲು ಅವನು ಎಂದಿಗೂ ಸಿದ್ಧನಾಗಿರಲಿಲ್ಲ.

ನೈತಿಕ ದೌರ್ಬಲ್ಯವು ಮನುಷ್ಯನನ್ನು ತನ್ನ ಕರ್ತವ್ಯದಿಂದ ವಿಮುಖಗೊಳಿಸುತ್ತದೆ. ಅವರ ಪಕ್ಷದ ಕರ್ತವ್ಯ ವೈಯಕ್ತಿಕ ಸ್ವಾರ್ಥವಲ್ಲ, ಆದರೆ ಅದು ಇಡೀ ದೇಶದ ಭವಿಷ್ಯದ ಪ್ರಶ್ನೆಯಾಗಿತ್ತು. ಆದ್ದರಿಂದ, ಅಂತಹ ಪ್ರಮುಖ ಕರ್ತವ್ಯಕ್ಕಾಗಿ, ವ್ಯಸನಗಳನ್ನು ತ್ಯಜಿಸುವುದು ಅಗತ್ಯವಾಗಿತ್ತು. ಇದನ್ನೆಲ್ಲ ದೃಷ್ಟಿಯಲ್ಲಿಟ್ಟುಕೊಂಡು ಆಜಾದ್ ಅವರ ಕಠೋರ ನಡವಳಿಕೆ ಅಗತ್ಯವಾಗಿತ್ತು. ಶಿಸ್ತನ್ನು ಕಾಪಾಡಿಕೊಳ್ಳಲು, ಮೊದಲ ಅವಶ್ಯಕತೆಯೆಂದರೆ, ಪಕ್ಷದ ನಾಯಕನಿಗೆ ಉತ್ತಮ ಚಾರಿತ್ರ್ಯವಿರಬೇಕು, ಅದು ಒಳ್ಳೆಯ ಗುಣವನ್ನು ಸಹ ನಿರೀಕ್ಷಿಸಬಹುದು ಮತ್ತು ಅಂತಹ ಕಠಿಣ ನಡವಳಿಕೆಯು ಪಕ್ಷದ ಶಿಸ್ತಿಗೆ ಸಹ ಅಗತ್ಯವಾಗಿದೆ. ಅವರು ರಾತ್ರಿ ಠಾಕೂರ್ ಮಲ್ಖಾನ್ ಸಿಂಗ್ ಅವರ ಸ್ಥಳದಲ್ಲಿ ಮಲಗಿದ್ದಾಗ, ಅವರ ಸಹೋದರಿಯ ಸ್ನೇಹಿತರೊಬ್ಬರು ಬಂದು ಅವರ ಹಾಸಿಗೆಯ ಮೇಲೆ ಕುಳಿತಿದ್ದರು ಎಂಬ ಘಟನೆಯನ್ನು ಹಿಂದೆ ಉಲ್ಲೇಖಿಸಲಾಗಿದೆ. ವಾಸ್ತವವಾಗಿ, ಅಂತಹ ಕ್ಷಣಗಳು ವ್ಯಕ್ತಿಯ ಪಾತ್ರದ ಪರೀಕ್ಷೆಯಾಗಿದೆ. ಅಂತಹ ಸಂದರ್ಭಗಳಲ್ಲಿ, ಅವರು ತಮ್ಮ ಯೌವನದ ಉತ್ತುಂಗದಲ್ಲಿದ್ದರು. ತನ್ನನ್ನು ತಾನು ನಿಯಂತ್ರಿಸಿಕೊಳ್ಳುವುದು ಪ್ರತಿಯೊಬ್ಬರ ಶಕ್ತಿಯಲ್ಲಿಲ್ಲ. ಅಂತಹ ಅದ್ಭುತವಾದ ಸ್ವಯಂ ನಿಯಂತ್ರಣ ಆಜಾದ್ ಅವರಂತಹ ವ್ಯಕ್ತಿಯಲ್ಲಿ ಮಾತ್ರ ಸಾಧ್ಯ.

ಇಲ್ಲಿ ಮಹಿಳೆಯರಿಗೆ ಹೆಣ್ಣನ್ನು ಗೌರವದಿಂದ ಕಾಣುವುದನ್ನು ಕಲಿಸಿರುವುದು ಭಾರತೀಯ ಸಂಸ್ಕೃತಿಯ ವಿಶೇಷತೆಯಾಗಿದೆ. ಆಜಾದ್ ಅವರ ಸಂಸ್ಕೃತಿಯಿಂದ ಸಂಪೂರ್ಣವಾಗಿ ಪ್ರಭಾವಿತರಾಗಿದ್ದರು. ಅದಕ್ಕಾಗಿಯೇ ಪಾತ್ರದ ಉದಾರತೆಯ ಜೊತೆಗೆ, ಅವರು ಪ್ರತಿಯೊಬ್ಬ ಮಹಿಳೆಯನ್ನು ಗೌರವಕ್ಕೆ ಅರ್ಹರು ಎಂದು

ಪರಿಗಣಿಸಿದರು. ಈ ಹಿನ್ನೆಲೆಯಲ್ಲಿ ಹಿಂದಿನ ಅಧ್ಯಾಯಗಳಲ್ಲಿ ಈತನ ದರೋಡೆ ಬಗ್ಗೆ ಪ್ರಸ್ತಾಪಿಸಲಾಗಿದೆ. ಈ ದರೋಡೆಯಲ್ಲಿ, ದರೋಡೆ ಮಾಡುತ್ತಿದ್ದ ಮನೆಯ ಹುಡುಗಿಯೊಂದಿಗೆ ಅನುಚಿತವಾಗಿ ವರ್ತಿಸಿದ ಕಾರಣಕ್ಕೆ ತನ್ನದೇ ತಂಡದ ಸದಸ್ಯನ ಮೇಲೆ ಗುಂಡು ಹಾರಿಸಿದ್ದಾನೆ.

ಕ್ರಾಂತಿಕಾರಿಗಳ ಗುರಿ ಮಾತೃಭೂಮಿಯನ್ನು ಅಧೀನದ ಬಂಧನದಿಂದ ಮುಕ್ತಗೊಳಿಸುವುದಾಗಿತ್ತು, ಅವರು ಭಯೋತ್ಪಾದಕರಲ್ಲ. ಪಕ್ಷದ ಸದಸ್ಯನ ವರ್ತನೆಯು ಕ್ರಾಂತಿಕಾರಿಗಳ ತತ್ವಗಳಿಗೆ ವಿರುದ್ಧವಾಗಿತ್ತು. ಆಜಾದ್ ಈ ರೀತಿಯ ದುರ್ನಡತೆಯನ್ನು ಎಂದಿಗೂ ಸಹಿಸಲಾರರು. ಮಾತೃಭೂಮಿಯ ಸ್ವಾತಂತ್ರ್ಯವೇ ಅವರ ಮುಂದಿರುವ ಏಕೈಕ ಗುರಿಯಾಗಿದ್ದ ಅಂದಿನ ಪರಿಸ್ಥಿತಿಯಲ್ಲಿ, ಪಕ್ಷದ ಸದಸ್ಯರನ್ನು ಇಂತಹ ನೈತಿಕ ಅಧಃಪತನದಿಂದ ರಕ್ಷಿಸುವುದು ಪಕ್ಷದ ನಾಯಕನ ಇನ್ನೂ ಹೆಚ್ಚಿನ ಕರ್ತವ್ಯವಾಯಿತು; ದುರಂತದ ಸಮಯದಲ್ಲಿ, ಸುರಕ್ಷತಾ ನಿಯಮಗಳು ಇನ್ನಷ್ಟು ಕಠಿಣವಾಗುತ್ತವೆ. ಆದ್ದರಿಂದಲೇ ಈ ವಿಚಾರದಲ್ಲಿ ಪಕ್ಷದ ಸದಸ್ಯರಿಗೆ ಯಾವುದೇ ಸಡಿಲಿಕೆ ನೀಡಲು ಆಜಾದ್ ಬಯಸಲಿಲ್ಲ. ಈ ಸಮಯದಲ್ಲಿ, ಪ್ರತಿಯೊಬ್ಬರೂ ತಂಡದ ಕೆಲಸದ ಮೇಲೆ ಮಾತ್ರ ಗಮನಹರಿಸಬೇಕೆಂದು ಅವರು ಬಯಸಿದ್ದರು, ಇದು ಅವರ ಆಶಯವಾಗಿತ್ತು, ಆದ್ದರಿಂದ ತಂಡದ ಯಾವುದೇ ಸದಸ್ಯರು ಮಹಿಳೆಯರ ಮೇಲಿನ ಪ್ರೀತಿಯ ಬಗ್ಗೆ ಚರ್ಚಿಸಲು ಬಯಸುವುದಿಲ್ಲ. ಈ ರೀತಿಯ ಚರ್ಚೆ ನಡೆದಾಗ, ಅವರು ಆಗಾಗ್ಗೆ ಹೇಳುತ್ತಿದ್ದರು - "ಮತ್ತೆ, ಮ್ಯಾಗ್ನೆಟ್ ಬಗ್ಗೆ ಅದೇ ವಿಷಯ, ನೀವು ಅದನ್ನು ಜೋಡಿಸಿದಾಗ ಅದು ಮುಳುಗುತ್ತದೆ."

ಮಹಿಳೆಯರ ಸಮಸ್ಯೆಗಳಷ್ಟೇ ಅಲ್ಲ, ಯುವಕರನ್ನು ಎಲ್ಲ ದುಶ್ಚಟಗಳಿಂದ ದೂರವಿಡಬೇಕೆಂದರು. ಅವರು ಆಗಾಗ್ಗೆ ಹೇಳುತ್ತಿದ್ದರು: "ಕ್ರಾಂತಿಕಾರಿ ಮಹಿಳೆ, ಮದ್ಯ ಮತ್ತು ಸಿಗರೇಟಿನಿಂದ ದೂರವಿರಬೇಕು. ಈ ಮೂರು ವಿಷಯಗಳು ತಮ್ಮ ಫ್ಲೀಟ್ ಅನ್ನು ಯಾವುದೇ ಸಮಯದಲ್ಲಿ ನಾಶಪಡಿಸಬಹುದು.

ಇದರರ್ಥ ಅವನು ಮಹಿಳೆಯರನ್ನು ದ್ವೇಷಿಸುತ್ತಿದ್ದನು ಎಂದಲ್ಲ. ಹೆಣ್ಣಿಗೆ ಗೌರವಾನ್ವಿತ ಸ್ಥಾನ ನೀಡಬೇಕೆಂದರು. ತಂಡದ ಇತರ ಸದಸ್ಯರಿಂದ ಅವರು ಅದೇ ರೀತಿ ನಿರೀಕ್ಷಿಸಿದ್ದರು. ಆದರೆ ಅದೇ ಸಮಯದಲ್ಲಿ, ಭಾವನೆಗಳಿಂದ ಯುವಕರು ತಮ್ಮ ಕರ್ತವ್ಯವನ್ನು ಮರೆತುಬಿಡುವುದನ್ನು ಅವರು ಸಂಪೂರ್ಣವಾಗಿ ವಿರೋಧಿಸಿದರು.

ಸಂಪ್ರದಾಯ ಮತ್ತು ಪ್ರಗತಿಶೀಲತೆಯ ಸಮನ್ವಯ

ಅವರು ಬ್ರಾಹ್ಮಣ ಕುಟುಂಬದಲ್ಲಿ ಜನಿಸಿದರು, ಇದು ಸಾಂಪ್ರದಾಯಿಕ ಸಂಪ್ರದಾಯಗಳಿಂದ ಮುಕ್ತವಾಗಿಲ್ಲ. ಹೀಗಿದ್ದರೂ ಆ ಕಾಲದ ಸಮಾಜದಲ್ಲಿ

ಇವತ್ತಿಗಿಂತ ಹೆಚ್ಚು ರೂಢಿಗತ ಮಾದರಿಗಳು ಇದ್ದವು. ಜಾತಿ, ಅಸ್ಪೃಶ್ಯತೆ, ಆಹಾರ ಮುಂತಾದ ಕೌಟುಂಬಿಕ ಸಂಪ್ರದಾಯಗಳು ಆಜಾದ್ ಅವರ ಆರಂಭಿಕ ಜೀವನದಲ್ಲಿ ಸ್ವಾಭಾವಿಕ ಪ್ರಭಾವವನ್ನು ಹೊಂದಿದ್ದವು. ಇದರೊಂದಿಗೆ, ಅವರು ಸಂಸ್ಕೃತದ ವಿದ್ಯಾರ್ಥಿಯಾಗಿದ್ದರು. ಆದುದರಿಂದ ಆ ಪರಿಸರದ ಪ್ರಭಾವವೂ ಅವನಲ್ಲಿತ್ತು.

ಇಂತಹ ವಾತಾವರಣದಲ್ಲಿ ಹುಟ್ಟಿ ಇಂತಹ ವಾತಾವರಣದಲ್ಲಿ ಶಿಕ್ಷಣ ಪಡೆಯುತ್ತಿರುವ ಇವರು ತಮ್ಮ ಬಾಲ್ಯದಲ್ಲಿಯೇ ಸಮಾಜದ ಈ ಅನಿಷ್ಟಗಳು ಪ್ರಭಾವಿತವಾಗಿದ್ದರೆ ಆಶ್ಚರ್ಯವೇನಿಲ್ಲ. ಮಗು ತನ್ನ ಪರಿಸರದಿಂದ ಮುಕ್ತವಾಗಿರುವುದು ಅಸಾಧ್ಯ. ಹಿಂದೂ ಸಮಾಜವು ಅಸ್ಪೃಶ್ಯತೆ ಇತ್ಯಾದಿ ಅನಿಷ್ಟ ಪದ್ಧತಿಗಳಿಂದ ನರಳುತ್ತಿದೆ. ಅದೇ ಸಮಯದಲ್ಲಿ, ಇದು ಕೆಲವು ಅತ್ಯಂತ ಪ್ರಕಾಶಮಾನವಾದ ಬದಿಗಳನ್ನು ಸಹ ಹೊಂದಿದೆ, ಆದ್ದರಿಂದ ಆಜಾದ್ ಈ ಕೆಟ್ಟ ಅಭ್ಯಾಸಗಳನ್ನು ಒಪ್ಪಿಕೊಂಡರು, ಆದರೆ ಈ ಅತ್ಯಂತ ಉದಾತ್ತ ಭಾಗವನ್ನು ಮುಂದಕ್ಕೆ ಕೊಂಡೊಯ್ದರು. ಸತ್ಯವೇನೆಂದರೆ, ಅವರ ನಂತರದ ಕ್ರಾಂತಿಕಾರಿ ಜೀವನದಲ್ಲಿ, ಅವರು ತಮ್ಮ ಜೀವನದಲ್ಲಿ ಈ ಕೆಡುಕುಗಳಿಗೆ ಯಾವುದೇ ಸ್ಥಳವನ್ನು ಬಿಡಲಿಲ್ಲ, ಆದರೆ ಅವರು ಎಂದಿಗೂ ಒಳ್ಳೆಯದನ್ನು ತನ್ನಿಂದ ಬೇರ್ಪಡಿಸಲು ಬಿಡಲಿಲ್ಲ.

ಅವರ ಆರಂಭಿಕ ಕ್ರಾಂತಿಕಾರಿ ಜೀವನದಲ್ಲಿ, ಅವರು ಪಂಡಿತ್ ರಾಮಪ್ರಸಾದ್ ಬಿಸ್ಮಿಲ್ ಅವರಂತಹ ಕ್ರಾಂತಿಕಾರಿಗಳ ಮಿತ್ರರಾಗುವ ವಿಶೇಷತೆಯನ್ನು ಹೊಂದಿದ್ದರು. ಇದಕ್ಕೂ ಮೊದಲು ಆಜಾದ್ ಕಟ್ಟಾ ಬ್ರಾಹ್ಮಣ, ಆದರೆ ಪಂಡಿತ್ ಬಿಸ್ಮಿಲ್ ಆರ್ಯ ಸಮಾಜಿ. ಆರ್ಯಸಮಾಜದ ಧಾರ್ಮಿಕ-ಸಾಮಾಜಿಕ ಉದಾರತೆ ಅವರಲ್ಲಿ ತುಂಬಿತ್ತು. ಇದರ ಪರಿಣಾಮವಾಗಿ ಆಜಾದ್ ಅವರೂ ಪ್ರಭಾವಿತರಾಗಿ ಅಸ್ಪೃಶ್ಯತೆ ಇತ್ಯಾದಿ ಸಂಕುಚಿತ ಮನೋಭಾವನೆಗಳು ಅವರ ಜೀವನದಿಂದ ದೂರವಾಗತೊಡಗಿದವು. ಈ ಭಾವನೆಗಳ ನಿರರ್ಥಕತೆಯನ್ನು ಅವರು ಅರ್ಥಮಾಡಿಕೊಂಡರು.

ಇದರ ನಂತರ, ಅವರು ಕಾರ್ಲ್ ಮಾರ್ಕ್ಸ್ ಅವರ ಮಹಾನ್ ಕ್ರಾಂತಿಯ ತತ್ವಗಳು ಮತ್ತು ಸ್ವರೂಪದಿಂದ ಪ್ರಭಾವಿತರಾದ ಅಮರ್ ಶಹೀದ್ ಭಗತ್ ಸಿಂಗ್ ಅವರ ಸಂಪರ್ಕಕ್ಕೆ ಬಂದರು ಮತ್ತು ಈ ತತ್ವಗಳ ಸಂಪರ್ಕಕ್ಕೆ ಬಂದ ನಂತರ ಅವರು 'ಹಿಂದೂಸ್ತಾನ್ ಸಮಾಜವಾದಿ ಗಾಂತಾಂತ್ರಿಕ' ಅಧ್ಯಕ್ಷರಾದರು. ಈ ಎಲ್ಲದರ ಪ್ರಭಾವದಿಂದಾಗಿ ಅವರ ಆಲೋಚನೆಗಳೂ ಬದಲಾದವು, ಕಾರ್ಲ್ ಮಾರ್ಕ್ಸ್‌ನ ಸಮಾಜವಾದಿ ತತ್ವಗಳಿಂದ ಪ್ರಭಾವಿತನಾಗಿ ಉಳಿಯಲು ಅವನೂ ಸಾಧ್ಯವಾಗಲಿಲ್ಲ.

ಈ ರೀತಿಯಾಗಿ, ಕಟ್ಟಾ ಬ್ರಾಹ್ಮಣರಾದ ಚಂದ್ರಶೇಖರ್ ತಿವಾರಿ ಅವರು ಮೊದಲು ಉದಾರವಾದಿ ಆರ್ಯ ಸಮಾಜವಾದಿಯಾದರು ಮತ್ತು ನಂತರ ಪ್ರಗತಿಪರ

ಸಮಾಜವಾದಿಯಾದರು, ಆದರೆ ಗಮನಿಸಬೇಕಾದ ವಿಷಯವೆಂದರೆ ಅವರು ತಮ್ಮ ಧರ್ಮದ ಪ್ರಶಂಸನೀಯ ಸಾಂಸ್ಕೃತಿಕ ಅಂಶವನ್ನು ಎಂದಿಗೂ ತ್ಯಜಿಸಲಿಲ್ಲ. ಮೊದಲು ಮಹಿಳೆಯರ ಬಗ್ಗೆ ಅವರ ದೃಷ್ಟಿಕೋನವು ಸ್ವಲ್ಪಮಟ್ಟಿಗೆ ಸಂಪ್ರದಾಯವಾದಿಯಾಗಿದ್ದರೂ, ಅವರು ಪಕ್ಷಕ್ಕೆ ಅವರ ಪ್ರವೇಶಕ್ಕೆ ವಿರುದ್ಧವಾಗಿದ್ದರು, ಆದರೆ ಈಗ ಕ್ರಾಂತಿಕಾರಿಗಳ ಸಂಪರ್ಕಕ್ಕೆ ಬಂದ ನಂತರ, ವಿಶೇಷವಾಗಿ ಭಗತ್ ಸಿಂಗ್, ಅವರ ದೃಷ್ಟಿಕೋನವು ಬದಲಾಗಿದೆ ಮತ್ತು ಇದು ನಿಜವಾಗಿದೆ. ಬಲವಾದ ಬೆಂಬಲಿಗ. ಶ್ರೀ ಭಗವಾನದಾಸ್ ಅವರು ಆಜಾದ್ ಅವರ ಈ ಬದಲಾವಣೆಗಳನ್ನು ಈ ಕೆಳಗಿನ ಪದಗಳಲ್ಲಿ ಉಲ್ಲೇಖಿಸಿದ್ದಾರೆ -

"ಆಜಾದ್ ಅವರು ಮಧ್ಯ ಭಾರತದ ಒಂದು ಸಣ್ಣ ರಾಜಪ್ರಭುತ್ವದ ರಾಜ್ಯವಾದ ಅಲಿರಾಜ್‌ಪುರದ ಹಳ್ಳಿಯಲ್ಲಿ, ನಿಷ್ಠಾವಂತ ಬ್ರಾಹ್ಮಣರ ಕುಟುಂಬದಲ್ಲಿ ಜನಿಸಿದರು, ಅವರು ಹದಿಮೂರನೇ ಶತಮಾನದ ಜಾತೀಯತೆ, ಅಸ್ಪೃಶ್ಯತೆ ಮತ್ತು ಮಹಿಳೆಯರ ಬಗ್ಗೆ ಮನೋಭಾವವನ್ನು ಹೊಂದಿದ್ದರು ಎಂಬುದನ್ನು ನಾವು ನೆನಪಿನಲ್ಲಿಟ್ಟುಕೊಳ್ಳಬೇಕು. ಇದು ಸೂಕ್ತವಲ್ಲ ಮತ್ತು ನಂತರ ಈ ಪರಿಸರದಿಂದ ಪ್ರಗತಿ ಹೊಂದುತ್ತಿರುವಾಗ, ಅವರು ಇಪ್ಪತ್ತನೇ ಶತಮಾನದ ಮೂರನೇ ದಶಕದಲ್ಲಿ ಭಾರತೀಯ ಕ್ರಾಂತಿಕಾರಿಗಳ ಮುಂದಿನ ಸಾಲಿನ ನಾಯಕರಾದರು. ಹತ್ತು-ಹನ್ನೆರಡನೆಯ ವಯಸ್ಸಿನಲ್ಲಿ, ಅವರು ಮನೆಯಿಂದ ಓಡಿಹೋಗಿ ಕಾಶಿಗೆ ಬಂದು ಸಂಸ್ಕೃತವನ್ನು ಕಲಿಯಲು ನಿಷ್ಠಾವಂತ ಬ್ರಾಹ್ಮಣರಾದರು. ಅಲ್ಲಿ ಅವರು ರಾಷ್ಟ್ರೀಯ ಅಲೆಯಲ್ಲಿ ಸೇರಿಕೊಂಡರು, ಸತ್ಯಾಗ್ರಹ ಮಾಡಿದರು, ಲಾಠಿ ಪ್ರಹಾರದ ಶಿಕ್ಷೆಯನ್ನು ಪಡೆದರು ಮತ್ತು ಕ್ರಾಂತಿಕಾರಿಗಳ ಜೊತೆ ಸೇರಿದರು. ಅಮರ್ ಶಹೀದ್ ರಾಮಪ್ರಸಾದ್ ಬಿಸ್ಮಿಲ್ ಅವರ ನೇತೃತ್ವದಲ್ಲಿ, ಅವರ ಚಿಂತನೆಗಳು ಆರ್ಯ ಸಮಾಜವಾದಿಯಾದವು ಮತ್ತು ಅವರು ಅಸ್ಪೃಶ್ಯತೆ, ಮೂರ್ತಿ ಪೂಜೆ ಇತ್ಯಾದಿಗಳನ್ನು ನಿಷ್ಪ್ರಯೋಜಕವೆಂದು ಪರಿಗಣಿಸಲು ಪ್ರಾರಂಭಿಸಿದರು. ನಂತರ, ಭಗತ್ ಸಿಂಗ್ ಮೊದಲಾದವರ ಸಂಪರ್ಕದ ಮೂಲಕ, ಅವರು ಕ್ರಮೇಣ ಸಮಾಜವಾದಿ-ಆಧಾರಿತ ಜಾತ್ಯತೀತ ವಿಧಾನವನ್ನು ಅಳವಡಿಸಿಕೊಂಡರು ಮತ್ತು ಭಾರತೀಯ ಸಮಾಜವಾದಿ ಪ್ರಜಾಸತ್ತಾತ್ಮಕ ಸೇನೆಯ ಪ್ರಮುಖ ಹೋರಾಟಗಾರರಾದರು. ನಿಸ್ಸಂಶಯವಾಗಿ, ಆಜಾದ್ ಅವರು ನಿಷ್ಠಾವಂತ ಬ್ರಾಹ್ಮಣವಾದಿ ಮಗುವಿನಿಂದ ಮುಂಚೂಣಿಯ ಕ್ರಾಂತಿಕಾರಿ ಪ್ರಗತಿಪರ ಯುವ ನಾಯಕನ ಬೆಳವಣಿಗೆಯ ಹಲವು ಹಂತಗಳನ್ನು ಬಹಳ ಕಡಿಮೆ ಅವಧಿಯಲ್ಲಿ ದಾಟಿದರು. ಅವರ ವೈಯಕ್ತಿಕ ಜೀವನದಲ್ಲಿ, ಆಜಾದ್

ಯಾವಾಗಲೂ ಮಹಿಳೆಯರಿಗೆ ಸಂಬಂಧಿಸಿದಂತೆ ನೈತಿಕ ಬ್ರಹ್ಮಚಾರಿಯಾಗಿ ಉಳಿದರು. ಮೊದಲು ಅವರು ಪಕ್ಷಕ್ಕೆ ಮಹಿಳೆಯರ ಪ್ರವೇಶವನ್ನು ವಿರೋಧಿಸಿದ್ದರು ಮತ್ತು ಇದು ಅವರ ನಾಯಕತ್ವದ ಮೊದಲು ಸಂಪ್ರದಾಯವಾಗಿತ್ತು. ಆದರೆ ನಂತರ ಮಹಿಳೆಯರು ತಂಡಗಳಲ್ಲಿ ಕೆಲಸ ಮಾಡಿದರು ಮತ್ತು ಚೆನ್ನಾಗಿ ಮಾಡಿದರು. "ಮಹಿಳೆಯರು ನರಕದ ಗಣಿಗಳು" ಎಂಬ ಧೋರಣೆಯಿಂದ ಹಿಡಿದು ಮಹಿಳೆಯರನ್ನು ಸಕ್ರಿಯ ಕ್ರಾಂತಿಕಾರಿಗಳು ಮತ್ತು ಸಮಾನ ಸಹಯೋಗಿಗಳೆಂದು ಪರಿಗಣಿಸುವವರೆಗೆ ಆಜಾದ್ ಅವರು ಕಾಲಕಾಲಕ್ಕೆ ಈ ಎಲ್ಲಾ ಮನಸ್ಥಿತಿಗಳನ್ನು ಹೊಂದಿದ್ದರು ಎಂಬುದು ಸ್ಪಷ್ಟವಾಗಿದೆ. ಕೊನೆಯ ದಿನಗಳಲ್ಲಿ ಆಜಾದ್ ತಂಡದ ಮಹಿಳಾ ಸದಸ್ಯೆಯರಿಗೆಲ್ಲ ಬಹಳ ಉತ್ಸಾಹದಿಂದ ಶೂಟಿಂಗ್, ಗುರಿ ಇತ್ಯಾದಿಗಳನ್ನು ಹೇಳಿಕೊಡುತ್ತಿದ್ದರು. ಇದಕ್ಕಾಗಿ ಅವರು ಪಕ್ಷದ ಸಹಾನುಭೂತಿಯ ಮನೆಗಳಲ್ಲಿನ ಮಹಿಳೆಯರಿಗೆ ಪ್ರೋತ್ಸಾಹಿಸಿದರು ಮತ್ತು ತಮ್ಮ ಪತಿಯನ್ನು ಕ್ರಾಂತಿಕಾರಿ ಕೆಲಸದಲ್ಲಿ ಸಕ್ರಿಯವಾಗಿ ಬೆಂಬಲಿಸಲು ಅವರಿಗೆ ಹಲವಾರು ರೀತಿಯ ಸ್ಫೂರ್ತಿಯನ್ನು ಪದೇ ಪದೇ ನೀಡುತ್ತಿದ್ದರು. ಮಹಿಳೆಯರೊಂದಿಗೆ ಅವರ ನಡವಳಿಕೆ ತುಂಬಾ ಸರಳ ಮತ್ತು ಸೌಹಾರ್ದಯುತವಾಗಿತ್ತು. ಇದೆಲ್ಲದರ ಹೊರತಾಗಿಯೂ, ಯಾವುದೇ ಪಕ್ಷದ ಸದಸ್ಯರಿಗೆ ಅವರು ಮಹಿಳೆಯರಿಂದ ಅನಗತ್ಯವಾಗಿ ಆಕರ್ಷಿತರಾಗುವುದಕ್ಕೆ ಅವರು ಬದ್ಧ ವೈರಿಯಾಗಿದ್ದರು; ಯಾವುದೇ ರೀತಿಯ ಲೈಂಗಿಕ ದೌರ್ಬಲ್ಯವು ಅವರಿಗೆ ಅಸಹನೀಯವಾಗಿತ್ತು. ಆದರೆ ಪತಿ-ಪತ್ನಿ ಇಬ್ಬರೂ ಕ್ರಾಂತಿಕಾರಕ ಕೆಲಸದಲ್ಲಿ ತೊಡಗಿಸಿಕೊಳ್ಳುವುದಕ್ಕಿಂತ ಹೆಚ್ಚು ಅಪೇಕ್ಷಣೀಯವಾದದ್ದು ಅವನಿಗೆ ಬೇರೇನೂ ಇರಲಿಲ್ಲ.

ಅಷ್ಟೇ ಅಲ್ಲ, ಭಗತ್ ಸಿಂಗ್ ಅವರ ಪ್ರಗತಿಪರ ಚಿಂತನೆಗಳಿಂದ ಪ್ರಭಾವಿತರಾಗಿ ಅವರ ಆಹಾರ ಪದ್ಧತಿಯೂ ಬದಲಾಯಿತು. ಕುಟುಂಬದ ಸಂಪ್ರದಾಯಗಳಿಂದ ಶುದ್ಧ ಸಸ್ಯಾಹಾರಿ ಬ್ರಾಹ್ಮಣರಾಗಿದ್ದರೂ, ಅವರು ಈಗ ಮೊಟ್ಟೆಗಳನ್ನು ಸೇವಿಸಲು ಪ್ರಾರಂಭಿಸಿದರು. ಈ ವಿಷಯದ ಬಗ್ಗೆಯೂ, ಶ್ರೀ ಮನ್ಮಥನಾಥರು ತಮ್ಮ ಜೀವನದ ಒಂದು ಘಟನೆಯನ್ನು ಉಲ್ಲೇಖಿಸುವಾಗ ಬರೆದಿದ್ದಾರೆ -

"ಆಹಾರ ಮತ್ತು ಪಾನೀಯಕ್ಕೆ ಸಂಬಂಧಿಸಿದಂತೆ, ಆಜಾದ್ ಅವರು ತಮ್ಮ ವೈಯಕ್ತಿಕ ಮೌಲ್ಯಗಳಿಂದ ಸಸ್ಯಾಹಾರಿ ಬ್ರಾಹ್ಮಣರಾಗಿದ್ದರು. ಪಂಡಿತ್ ರಾಮಪ್ರಸಾದ್ ಬಿಸ್ಮಿಲ್ ಅವರ ನೇತೃತ್ವದಲ್ಲಿ ಕೆಲಸ ಮಾಡುವಾಗ ಅವರ ಅಸ್ಪೃಶ್ಯತೆಯ ಭೂತ ಮಾಯವಾಗಿತ್ತು. ಎಚ್.ಎಸ್.ಆರ್. ಆರ್‌ಎಸ್‌ಎಸ್‌ನ

ನಾಯಕರಾಗಿದ್ದ ಅವರು ಮಾಂಸಾಹಾರ ಸೇವನೆಯ ವಿರುದ್ಧ ವಿಶೇಷವಾಗಿ ವಾದಿಸಲಿಲ್ಲ, ಆದರೆ ಅವರು ಅದನ್ನು ಇಷ್ಟಪಡಲಿಲ್ಲ. ಅವರು ಬಹಳಷ್ಟು ಬೇಟೆಯಾಡುತ್ತಿದ್ದರು, ಆದರೆ ಸ್ವತಃ ಮಾಂಸವನ್ನು ತಿನ್ನುವುದಿಲ್ಲ. ರಾಜಾ ಸಾಹೇಬ ಖನಿಯಾಧಾನನ ಮನೆಯಲ್ಲಿ ನಾನು ಬೇಟೆಯಾಡುತ್ತಿದ್ದೆ ಮತ್ತು ಬಹಿರಂಗವಾಗಿ ಮಾಂಸವನ್ನು ತಿನ್ನುತ್ತಿದ್ದೆ, ಇದಕ್ಕಾಗಿ ಅವನು ನನ್ನ ಮೇಲೆ ಸ್ವಲ್ಪ ಕೋಪಗೊಂಡನು. ಕ್ಷತ್ರಿಯರಿಗೆ ಮತ್ತು ಕ್ಷತ್ರಿಯರಂತೆ ಕೆಲಸ ಮಾಡುವವರಿಗೆ ಮಾಂಸಾಹಾರ ಸೇವನೆಯ ಅಪೇಕ್ಷಣೀಯತೆ, ಉಪಯುಕ್ತತೆ ಮತ್ತು ನೈತಿಕತೆಯ ಕುರಿತು ಭಗತ್ ಸಿಂಗ್ ಅವರನ್ನು ಆಗಾಗ್ಗೆ ಗೇಲಿ ಮಾಡುತ್ತಿದ್ದರು. ಸಾಂಡರ್ಸ್ ಹತ್ಯಾಕಾಂಡದ ಸಮಯದಲ್ಲಿ ಆಜಾದ್ ನನ್ನನ್ನು ಲಾಹೋರ್‌ಗೆ ಕರೆದಾಗ, ಭಗತ್ ಸಿಂಗ್‌ನ ಮ್ಯಾಜಿಕ್ ಆಜಾದ್‌ನ ಮೇಲೆ ಕೆಲಸ ಮಾಡಿರುವುದನ್ನು ನೋಡಿ ಆಶ್ಚರ್ಯಚಕಿತನಾದನು ಮತ್ತು ಪಂಡಿತ್ಜಿ ಈಗ ಹಸಿ ಮೊಟ್ಟೆಯನ್ನು ನೇರವಾಗಿ ಬಾಯಿಯ ಮೇಲೆ ಒಡೆದು ನುಂಗುತ್ತಿದ್ದನು. ನಾನು ಆಶ್ಚರ್ಯದಿಂದ ಕೇಳಿದೆ, "ಮೊಟ್ಟೆಯಿಂದ ಯಾವುದೇ ಹಾನಿ ಇಲ್ಲ, ವಿಜ್ಞಾನಿಗಳು ಅವುಗಳನ್ನು ಹಣ್ಣುಗಳು ಎಂದು ವಿವರಿಸಿದ್ದಾರೆ." ಈ ವಾದವು ಭಗತ್ ಸಿಂಗ್ ಅವರದ್ದಾಗಿತ್ತು, ಇದನ್ನು ಆಜಾದ್ ಪುನರಾವರ್ತಿಸುತ್ತಿದ್ದರು.

ಸ್ವಾಭಾವಿಕವಾಗಿ ಆಜಾದ್ ಅವರ ಆಲೋಚನೆಗಳು ಅವರ ಒಡನಾಡಿಗಳ ಆಲೋಚನೆಗಳಿಂದ ಪ್ರಭಾವಿತವಾಗಿವೆ ಎಂಬುದು ಮೇಲೆ ತಿಳಿಸಿದ ಖಾತೆಗಳಿಂದ ಸ್ಪಷ್ಟವಾಗುತ್ತದೆ. ಮೊದಲು ಕಟ್ಟಾ ಬ್ರಾಹ್ಮಣ, ನಂತರ ಆರ್ಯಸಮಾಜದಿಂದ ಪ್ರಭಾವಿತರಾಗಿ ಕೊನೆಗೆ ಸಮಾಜವಾದದತ್ತ ಮುಖ ಮಾಡಿದರು. ಅವರು ತಮ್ಮ ಕುಟುಂಬದ ಪರಿಸರದಿಂದ ಆನುವಂಶಿಕವಾಗಿ ಪಡೆದ ಸಂಪ್ರದಾಯಗಳಿಂದ ದೂರವಾದರು, ಇದು ಅವರ ನಿರಂತರ ಪ್ರಗತಿಯ ಸೂಚಕವಾಗಿದೆ, ಆದರೆ ಅವರ ಪ್ರಗತಿಶೀಲತೆಯು ಸೃಜನಶೀಲವಾಗಿತ್ತು. ಪ್ರಗತಿಪರ ಎಂಬ ಹೆಸರಿನಲ್ಲಿ ಅವರು ಎಂದಿಗೂ ಪಾಶ್ಚಾತ್ಯರನ್ನು ಕುರುಡಾಗಿ ಅನುಕರಿಸಲಿಲ್ಲ; ಪ್ರಾಮಾಣಿಕತೆ ಮತ್ತು ಸಂಸ್ಕೃತಿಯ ಇತರ ಪ್ರಕಾಶಮಾನವಾದ ಅಂಶಗಳನ್ನು ತನ್ನಿಂದ ಬೇರ್ಪಡಿಸಲು ಅವನು ಎಂದಿಗೂ ಅನುಮತಿಸಲಿಲ್ಲ. ಅವರ ಜೀವನದಲ್ಲಿ ನಡೆದ ವಿವಿಧ ಘಟನೆಗಳು ಇದಕ್ಕೆ ಸ್ಪಷ್ಟ ಸಾಕ್ಷಿ. ಇದು ಪ್ರಗತಿಪರ ಭಾರತೀಯ ಸಂಸ್ಕೃತಿಯ ಉದಾತ್ತ ಮೌಲ್ಯಗಳನ್ನು ಸಹ ತನ್ನೊಂದಿಗೆ ಒಯ್ಯುತ್ತದೆ. ಹೀಗಾಗಿ, ಅವರು ಸಮಕಾಲೀನ ನಿರೀಕ್ಷೆಗಳಿಗೆ ಅನುಗುಣವಾಗಿ ಕಲ್ಯಾಣ ಪ್ರಗತಿಶೀಲತೆಯ ಬೆಂಬಲಿಗರಾಗಿದ್ದರು. ರಾಷ್ಟ್ರೀಯ ಹಿತಾಸಕ್ತಿಗೆ ಅನುಗುಣವಾಗಿ ಉದಾರ ಸಂಪ್ರದಾಯಗಳು ಮತ್ತು ಪ್ರಗತಿಶೀಲತೆಯ ಅದ್ಭುತ ಸಮನ್ವಯವು ಅವರ ಜೀವನದಲ್ಲಿ ಪ್ರತಿಫಲಿಸುತ್ತದೆ.

ಆದರ್ಶ ನಾಯಕತ್ವ

ಶ್ರೀ ಸಚೇಂದ್ರನಾಥ ಸನ್ಯಾಲ್ ಅವರ ನೇತೃತ್ವದಲ್ಲಿ ಆಜಾದ್ ತಮ್ಮ ಕ್ರಾಂತಿಕಾರಿ ಜೀವನವನ್ನು ಪ್ರಾರಂಭಿಸಿದರು. ಕಾಕೋರಿ ಘಟನೆಯ ನಂತರ, ಈ ಕ್ರಾಂತಿಕಾರಿ ಗುಂಪು ವಿಭಜನೆಯಾಯಿತು. ಅವರು ಹೊಸದಾಗಿ ಕ್ರಾಂತಿಕಾರಿ ಪಕ್ಷವನ್ನು ಸಂಘಟಿಸಲು ಪ್ರಯತ್ನಿಸಿದರು ಮತ್ತು ಕಾಕತಾಳೀಯವಾಗಿ ಅವರು ರಾಜಗುರು, ಭಗತ್ ಸಿಂಗ್ ಮುಂತಾದ ಸ್ನೇಹಿತರನ್ನು ಪಡೆದರು. ಇಬ್ಬರೂ ಸೇರಿ 'ಹಿಂದೂಸ್ತಾನ್ ಸಮಾಜವಾದಿ ರಿಪಬ್ಲಿಕನ್ ಆರ್ಮಿ'ಯನ್ನು ರಚಿಸಿದರು. ಎಲ್ಲಾ ಒಡನಾಡಿಗಳು ಆಜಾದ್ ಅವರ ಸಾಮರ್ಥ್ಯದಿಂದ ಪ್ರಭಾವಿತರಾದರು, ಆದ್ದರಿಂದ ಅವರನ್ನು ಈ ಹೊಸ ಪಕ್ಷದ ನಾಯಕ-ಕಮಾಂಡರ್-ಇನ್-ಚೀಫ್ ಮಾಡಲಾಯಿತು. ಪಕ್ಷದ ನಾಯಕರಾಗಿ ಅವರ ಜವಾಬ್ದಾರಿ ಇನ್ನಷ್ಟು ಹೆಚ್ಚಿದೆ. ಆಜಾದ್ ಅವರು ಈ ಹುದ್ದೆಯ ಘನತೆಯನ್ನು ಉಳಿಸಿಕೊಂಡರು.

ಎಲ್ಲಕ್ಕಿಂತ ಮೊದಲು ಟೀಮ್ ಲೀಡರ್ ತನ್ನನ್ನು ಶಿಸ್ತಿನಿಂದ ಇಟ್ಟುಕೊಳ್ಳಬೇಕು. ಈ ಸತ್ಯವನ್ನು ಗಮನದಲ್ಲಿಟ್ಟುಕೊಂಡು, ಆಜಾದ್ ಯಾವಾಗಲೂ ತಮ್ಮ ನಡತೆ ಮತ್ತು ಶಿಸ್ತನ್ನು ಕಾಪಾಡಿಕೊಂಡು ಬಂದರು, ಅದರ ಮೂಲಕ ಪಕ್ಷದ ಸದಸ್ಯರಿಗೆ ಒಂದು ಉದಾಹರಣೆಯನ್ನು ನೀಡಿದರು. ತಂಡದಲ್ಲಿನ ಚಿಕ್ಕ ಚಿಕ್ಕ ವಿಷಯಗಳ ಬಗ್ಗೆಯೂ ಅವರು ಬಹಳ ಎಚ್ಚರಿಕೆಯಿಂದ ಗಮನ ಹರಿಸುತ್ತಾರೆ, ಏಕೆಂದರೆ ಈ ಸಣ್ಣ ವಿಷಯಗಳನ್ನು ನಿರ್ಲಕ್ಷಿಸುವುದು ಭವಿಷ್ಯದಲ್ಲಿ ಗಂಭೀರ ಸಮಸ್ಯೆಗಳಿಗೆ ಕಾರಣವಾಗಬಹುದು. ಅವರು ಪಕ್ಷದ ನಾಯಕರಾಗಿದ್ದರು, ಆದ್ದರಿಂದ ಅವರು ಪಕ್ಷದ ಎಲ್ಲಾ ಹಣವನ್ನು ತಮ್ಮ ಬಳಿಯೇ ಇಟ್ಟುಕೊಂಡರು, ಆದ್ದರಿಂದ ಅದು ವ್ಯರ್ಥವಾಗಲಿಲ್ಲ. ಅದೇ ರೀತಿ ಪಕ್ಷಕ್ಕೆ ಹಣದ ಕೊರತೆ ಕಾಡುತ್ತಿತ್ತು. ಆದ್ದರಿಂದ, ಆಜಾದ್ ಪ್ರತಿ ಪೈಸೆಯನ್ನೂ ಬಹಳ ಚಿಂತನಶೀಲವಾಗಿ ಖರ್ಚು ಮಾಡುತ್ತಿದ್ದರು. ಈ ನಿಟ್ಟಿನಲ್ಲಿ ಶ್ರೀ ವೀರೇಂದ್ರರ ಈ ಕೆಳಗಿನ ಸಾಲುಗಳು ವಿಶೇಷವಾಗಿ ಗಮನ ಸೆಳೆಯುತ್ತವೆ:

“ಆಜಾದ್ ಕೂಡ ತನ್ನ ಖರ್ಚಿನ ಬಗ್ಗೆ ಬಹಳ ಜಾಗ್ರತನಾಗಿದ್ದ. ಈ ಕ್ರಾಂತಿಕಾರಿ ಯುವಕರು ದೇಶಕ್ಕಾಗಿ ತಮ್ಮ ಸಮಯವನ್ನು ವಿನಿಯೋಗಿಸುತ್ತಾರೆ ಮತ್ತು ಬೇರೆ ಯಾವುದೇ ಕೆಲಸವನ್ನು ಮಾಡಲು ಸಾಧ್ಯವಿಲ್ಲದ ಕಾರಣ ಜನರು ತಮಗೆ ಬಂದ ಹಣವನ್ನು ನೀಡುತ್ತಾರೆ ಎಂಬುದು ಅವರ ದೃಷ್ಟಿಕೋನವಾಗಿತ್ತು. ಆದ್ದರಿಂದ, ಅವರು ತಮ್ಮ ಜೀವನಕ್ಕಾಗಿ ಅಲ್ಲೊಂದು ಇಲ್ಲಿಂದ ಹಣ ಪಡೆಯುತ್ತಾರೆ. ಇದನ್ನು ಯಾವುದೇ

ಅನಗತ್ಯ ವೆಚ್ಚಕ್ಕೆ ಖರ್ಚು ಮಾಡಬಾರದು. ಆಜಾದ್ ಪಕ್ಷದ ನಾಯಕರಾಗಿದ್ದರಿಂದ ಹಣವನ್ನೂ ತಮ್ಮ ಬಳಿಯೇ ಇಟ್ಟುಕೊಂಡಿದ್ದರು. ಅವರೇ ಅದನ್ನು ತಮ್ಮ ಗೆಳೆಯರಲ್ಲಿ ಹಂಚಿದರು. ಇಂದಿನ ಪರಿಸ್ಥಿತಿಯೇ ಬೇರೆ. ಒಂದು ಕಾಲವಿತ್ತು, ಅದರಲ್ಲೂ ವಿಶೇಷವಾಗಿ ಲಾಹೋರ್‌ನಲ್ಲಿ ಸೌಂಡರ್ಸ್ ಹತ್ಯೆಯಾದ ಅಥವಾ ವಿಧಾನಸಭೆಯಲ್ಲಿ ಬಾಂಬ್ ಎಸೆಯಲ್ಪಟ್ಟ ದಿನಗಳಲ್ಲಿ, ಆ ದಿನಗಳಲ್ಲಿ ಆಜಾದ್ ಪ್ರತಿಯೊಬ್ಬ ಸಹಚರನಿಗೆ ದಿನಕ್ಕೆ ನಾಲ್ಕು ಅನ್ನಾಗಳನ್ನು ನೀಡುತ್ತಿದ್ದರು. ಆದರೆ ಭಗತ್‌ಸಿಂಗ್‌ನಂತಹ ಅವರ ಕೆಲವು ಸ್ನೇಹಿತರು ಸಿನಿಮಾ ವೀಕ್ಷಿಸಲು ಇಷ್ಟಪಡುತ್ತಿದ್ದರು. ಆಜಾದ್ ಬಳಿ ಹಣ ಕೇಳಿದ್ದರೆ ಆಜಾದ್ ಸಾರಾಸಗಟಾಗಿ ನಿರಾಕರಿಸುತ್ತಿದ್ದ. ಸಾರ್ವಜನಿಕರು ನಿಮಗೆ ಏನೇ ಕೊಟ್ಟರೂ ಅದನ್ನು ನಿಮ್ಮ ರಕ್ತದಿಂದ ಹಿಂತಿರುಗಿಸಬೇಕು ಎಂದು ಅವರು ಹೇಳುತ್ತಿದ್ದರು. ಕ್ರಾಂತಿಕಾರಿಗೆ ಸಿನಿಮಾದ ಅಧಃಪತನ ಸೂಕ್ತವಲ್ಲ.

ನಾಯಕನಿಗೆ ಈ ರೀತಿಯ ಆದರ್ಶವು ಪಕ್ಷದ ಶಿಸ್ತಿಗೆ ಸಹ ಅಗತ್ಯವಾಗಿದೆ. ಆದ್ದರಿಂದಲೇ ಸುರ, ಸುಂದರಿ, ಧೂಮಪಾನದಿಂದ ದೂರವಿರಲು ಗೆಳೆಯರಿಗೆ ಸದಾ ಸಲಹೆ ನೀಡುತ್ತಿದ್ದ ಅವರು ತಾವೂ ಇವೆಲ್ಲದರಿಂದ ಸಂಪೂರ್ಣ ದೂರ ಉಳಿದಿದ್ದರು.

ಆಜಾದ್ ಬಡ ಕುಟುಂಬದಲ್ಲಿ ಹುಟ್ಟಿದ್ದು ಸರಿಯಾದ ಶಿಕ್ಷಣವನ್ನು ಪಡೆಯದಿದ್ದರೂ ನಾಯಕತ್ವದ ಸಹಜ ಪ್ರತಿಭೆಯನ್ನು ಹೊಂದಿದ್ದರು ಎಂಬುದು ನಿಜ. ಅವರ ಈ ಗುಣದಿಂದಾಗಿ ಅವರ ತಂಡದಲ್ಲಿ ಅವರ ವಿರುದ್ಧ ಎಂದಿಗೂ ಧ್ವನಿ ಎತ್ತಲಿಲ್ಲ ಮತ್ತು ತಂಡವು ಆದರ್ಶಪ್ರಾಯವಾಗಿ ಕೆಲಸ ಮಾಡುತ್ತಲೇ ಇತ್ತು. ಅವರ ದಕ್ಷ ನಾಯಕತ್ವವನ್ನು ಶ್ಲಾಘಿಸಿ ಅದರ ರಹಸ್ಯದ ಮೇಲೆ ಬೆಳಕು ಚೆಲ್ಲುತ್ತಾ, ಈ ಗುಂಪಿನ ಸದಸ್ಯರಾಗಿದ್ದ ಶ್ರೀ ಭಗವಾನ್ ದಾಸ್ ಅವರು ಬರೆದಿದ್ದಾರೆ -

"ಆಜಾದ್ ಅವರ ಸಹೋದ್ಯೋಗಿಗಳಲ್ಲಿ ಯಾರೊಬ್ಬರೂ, ಅಂದರೆ ಅವರ ನಾಯಕತ್ವದಲ್ಲಿ ಕೆಲಸ ಮಾಡಿದವರು, ಅವರಿಗಿಂತ ಕಡಿಮೆ ಶಾಲಾ ಶಿಕ್ಷಣವನ್ನು ಹೊಂದಿರುವುದಿಲ್ಲ. ಅವನಿಗಿಂತ ಹೆಚ್ಚು ಬಡತನದಲ್ಲಿ ಯಾರೂ ಹುಟ್ಟುತ್ತಿರಲಿಲ್ಲ. ಅವರ ತಂದೆ, ಸಹೋದರ ಅಥವಾ ಇತರ ಸಂಬಂಧಿಕರ ದೇಶಪ್ರೇಮ, ತ್ಯಾಗ ಮತ್ತು ತಪಸ್ಸಿನ ಯಾವುದೇ ರೀತಿಯ ಹಿರಿಮೆಯ ನೆರಳು ಕೂಡ ಇರಲಿಲ್ಲ. ಅಮರ್ ಶಹೀದ್ ಭಗತ್ ಸಿಂಗ್ ಮುಂತಾದ ಅವರ ಒಡನಾಡಿಗಳಲ್ಲಿ, ಅವರು ಪುಸ್ತಕದ ಜ್ಞಾನದ ಆಧಾರದ ಮೇಲೆ ಸ್ವಲ್ಪ ತರ್ಕದ ಆಧಾರದ ಮೇಲೆ ಮಾತ್ರವಲ್ಲ, ಪ್ರಾಯೋಗಿಕ ಬುದ್ಧಿವಂತಿಕೆ, ಅದಮ್ಯ ಧೈರ್ಯ ಮತ್ತು ಎಲ್ಲಕ್ಕಿಂತ ಹೆಚ್ಚಾಗಿ ಹೃತ್ಪೂರ್ವಕ ಮತ್ತು ಪ್ರೀತಿಯ ಕಾಳಜಿಯಿಂದ ನಾಯಕನ ಸ್ಥಾನವನ್ನು ಸಾಧಿಸಿದರು. ತನ್ನ ಒಡನಾಡಿಗಳ

ಯೋಗಕ್ಷೇಮ ಮತ್ತು ಕಷ್ಟದ ಸಮಯದಲ್ಲಿ ಸಮರ್ಥ ನಾಯಕತ್ವವನ್ನು ಒದಗಿಸುವ ಮೂಲಕ. ಆಜಾದ್ ಅವರ ಯಶಸ್ಸು ಕೇವಲ ರಾಜಕೀಯ ಮೌಲ್ಯವನ್ನು ಮಾತ್ರವಲ್ಲದೆ ಅವರ ಸಹೋದ್ಯೋಗಿಗಳು ಮತ್ತು ಅವರು ಸಂಪರ್ಕಕ್ಕೆ ಬಂದವರ ಜೀವನದಲ್ಲಿ ವೈಯಕ್ತಿಕ ಮೌಲ್ಯವನ್ನು ಬೆಳೆಸುವ ಅವರ ವಿಶೇಷ ಗುಣದಲ್ಲಿದೆ. ಅವರ ಬೇಷರತ್ತಾಗಿ ಪ್ರೀತಿಯ ವೈಯಕ್ತಿಕ ನಡವಳಿಕೆಯು ಅವರನ್ನು ಅವರ ಒಡನಾಡಿಗಳ ಅಚ್ಚುಮೆಚ್ಚಿನ ನಾಯಕನನ್ನಾಗಿ ಮಾಡಿತು ಮತ್ತು ಅವರ ಹೃದಯದಲ್ಲಿ ಅವರಲ್ಲಿ ಅಂತಹ ವಿಶ್ವಾಸವನ್ನು ಮೂಡಿಸಿತು, ಅವರ ಕೇವಲ ಸಂಕೇತದಲ್ಲಿ ಅವರು ತಮ್ಮ ಪ್ರಾಣವನ್ನು ತ್ಯಾಗ ಮಾಡಲು ಸಿದ್ಧರಾಗಿದ್ದರು. ಆಜಾದ್ ಅವರ ನಾಯಕತ್ವವನ್ನು ಒಪ್ಪಿಕೊಳ್ಳುವ ಬಗ್ಗೆ ಪಕ್ಷದಲ್ಲಿ ಯಾವುದೇ ಗೊಂದಲವಾಗಲೀ, ಜಗಳವಾಗಲೀ ಇರಲಿಲ್ಲ. ಇದು ಆಜಾದ್ ಅವರ ಹೊಗಳಿಕೆ ಮಾತ್ರವಲ್ಲ, ತಮ್ಮ ಜ್ಞಾನ, ಬುದ್ಧಿವಂತಿಕೆ, ತ್ಯಾಗ ಮತ್ತು ತ್ಯಾಗ ಮಾಡುವ ಇಚ್ಛೆಯಲ್ಲಿ ಯಾವುದೇ ರೀತಿಯಲ್ಲಿ ಕಡಿಮೆಯಿಲ್ಲದ ಆ ಒಡನಾಡಿಗಳ ಸತ್ಯತೆ, ಸಮರ್ಪಣೆ ಮತ್ತು ನಿಸ್ವಾರ್ಥತೆಯನ್ನು ಚೆನ್ನಾಗಿ ವ್ಯಕ್ತಪಡಿಸುತ್ತದೆ.

ವಾಸ್ತವವಾಗಿ, ಆಜಾದ್ ಅವರ ದಕ್ಷ ನಾಯಕತ್ವದ ಪರಿಣಾಮವೆಂದರೆ ಪಕ್ಷದ ಇತರ ಎಲ್ಲ ಸದಸ್ಯರು ತಮ್ಮ ಕುಟುಂಬಕ್ಕಿಂತ ಹೆಚ್ಚು ವಿದ್ಯಾವಂತರು ಮತ್ತು ಉತ್ತಮ ಆರ್ಥಿಕ ಪರಿಸ್ಥಿತಿಗಳನ್ನು ಹೊಂದಿದ್ದರೂ ಸಹ ಪಕ್ಷದಲ್ಲಿನ ಐಕ್ಯತೆಯ ಎಳೆಯಿಂದ ಬಂಧಿಸಲ್ಪಟ್ಟಿದ್ದಾರೆ.

ಕಾಡಿನಲ್ಲಿ ಸಿಂಹಕ್ಕೆ ಯಾವುದೇ ಆಚರಣೆ ಅಥವಾ ಪಟ್ಟಾಭಿಷೇಕವನ್ನು ಮಾಡಲಾಗುವುದಿಲ್ಲ, ಆದರೂ ಅವನು ತನ್ನ ಸ್ವಂತ ಇಚ್ಛೆಯಿಂದ ಕಾಡಿನ ರಾಜನಾಗುತ್ತಾನೆ ಮತ್ತು ಮೃಗೇಂದ್ರ ಎಂದು ಕರೆಯಲ್ಪಡುತ್ತಾನೆ, ಅದೇ ರೀತಿ ಯಾವುದೇ ಕುಟುಂಬ ಅಥವಾ ಯಾವುದೇ ರೀತಿಯ ಹಿನ್ನೆಲೆಯಿಲ್ಲದೆ, ಅವನು ತನ್ನ ಸಾಮರ್ಥ್ಯದ ಬಲದಿಂದ ಸ್ವತಂತ್ರನಾಗುತ್ತಾನೆ. ಆದರೆ ಅವರು ಕ್ರಾಂತಿಕಾರಿಗಳ ಗುಂಪಿನ ನಾಯಕರಾದರು ಮತ್ತು ಕ್ರಾಂತಿಕಾರಿ ಚಳುವಳಿಯ ಇತಿಹಾಸದಲ್ಲಿ ಸಂಪೂರ್ಣವಾಗಿ ಹೊಸ ಅಧ್ಯಾಯವನ್ನು ರಚಿಸಿದರು.

ಅದಮ್ಯ ಸಾಹಸಿ

ವೀರ ಶ್ರೇಷ್ಠ ಚಂದ್ರಶೇಖರ ಆಜಾದ್ ಅವರ ಅದಮ್ಯ ಧೈರ್ಯ ಅವರ ವ್ಯಕ್ತಿತ್ವದ ವಿಶಿಷ್ಟ ಲಕ್ಷಣವಾಗಿತ್ತು. ಬಾಲ್ಯದಿಂದ ಹುತಾತ್ಮರಾಗುವವರೆಗೂ ಅವರ ಜೀವನದಲ್ಲಿ ಈ ಗುಣ ಎಲ್ಲೆಡೆ ಕಂಡುಬರುತ್ತದೆ. ಅವಕಾಶ ಇದ್ದಂತೆ ಕಾಣುತ್ತಿಲ್ಲ. ಭಯದ ಸಣ್ಣ

ಕುರುಹು ಕೂಡ ಅವರಲ್ಲಿ ಗೋಚರಿಸಿದಾಗ. ಈ ಗುಣದ ಲಕ್ಷಣಗಳು ಅವನಲ್ಲಿ ಬಾಲ್ಯದಿಂದಲೂ ಗೋಚರಿಸುತ್ತವೆ. ಬಾಲ್ಯದಲ್ಲಿ ದೀಪಾವಳಿಯ ಸಂದರ್ಭದಲ್ಲಿ ಹೊತ್ತಿಸಿದ ಬೆಂಕಿಕಡ್ಡಿಯ ಕಡ್ಡಿಗಳನ್ನೆಲ್ಲ ಒಟ್ಟಿಗೇ ಸುಟ್ಟು, ಕೈ ಸುಟ್ಟುಕೊಂಡದ್ದಕ್ಕೆ ಕಿಂಚಿತ್ತೂ ತಲೆಕೆಡಿಸಿಕೊಳ್ಳದೇ ಇದ್ದದ್ದು ಅವರ ಮುಂದಿನ ಜೀವನಕ್ಕೆ ಅದಮ್ಯ ಧೈರ್ಯ.

ಇದಾದ ನಂತರ ಅವರು ಕೇವಲ ಹದಿನಾಲ್ಕು-ಹದಿನೈದು ವರ್ಷದವರಾಗಿದ್ದಾಗ ವಿದೇಶಿ ವಸ್ತುಗಳ ಅಂಗಡಿಯಲ್ಲಿ ಪ್ರತಿಭಟನೆ ನಡೆಸುತ್ತಿದ್ದ ಸತ್ಯಾಗ್ರಹಿಗಳ ಮೇಲೆ ಪೊಲೀಸರ ದೌರ್ಜನ್ಯವನ್ನು ಕಂಡು ಅವರ ರಕ್ತ ಕುದಿಯಿತು. ತನ್ನನ್ನು ತಾನು ನಿಯಂತ್ರಿಸಿಕೊಳ್ಳಲಾಗದೆ ಅಲ್ಲೇ ಇದ್ದ ಕಲ್ಲನ್ನು ಪೊಲೀಸ್ ಇನ್ಸ್‌ಪೆಕ್ಟರ್‌ನ ಹಣೆಯ ಮೇಲೆ ಹೊಡೆದನು. ಇಷ್ಟು ಚಿಕ್ಕ ವಯಸ್ಸಿನಲ್ಲಿ, ಅದೂ ಪರಕೀಯರ ಆಳ್ವಿಕೆಯಲ್ಲಿ, ಅಂತಹ ಧೈರ್ಯದ ಕಾರ್ಯವು ಖಂಡಿತವಾಗಿಯೂ ದೊಡ್ಡ ಧೈರ್ಯದ ಕಾರ್ಯವಾಗಿದೆ.

ಈ ಅಪರಾಧದಲ್ಲಿ ಸಿಕ್ಕಿಬಿದ್ದ ನಂತರ ನ್ಯಾಯಾಲಯದಲ್ಲಿ ಮ್ಯಾಜಿಸ್ಟ್ರೇಟ್‌ಗೆ ತನ್ನ ಹೆಸರು ಆಜಾದ್, ತನ್ನ ತಂದೆಯ ಹೆಸರು ಸ್ವಾತಂತ್ರ್ಯ ಮತ್ತು ತನ್ನ ಮನೆಯ ಹೆಸರು ಜೈಲು ಎಂದು ಹೇಳಿದ ಧೈರ್ಯ ಮೆಚ್ಚುವಂತದ್ದು ಮಾತ್ರವಲ್ಲ, ಅದೇ ಸಮಯದಲ್ಲಿ ಹೇಗೆ? ಸಾಮಾನ್ಯವಾಗಿ ಹದಿಹರೆಯದವರಿಂದ ಅಂತಹ ಕಾಂಕ್ರೀಟ್ ಉತ್ತರಗಳನ್ನು ನಿರೀಕ್ಷಿಸಬಹುದು. ಮ್ಯಾಜಿಸ್ಟ್ರೇಟ್ ಅವನಿಗೆ ಹದಿನೈದು ಬಾರಿ ಬೆತ್ತದ ಶಿಕ್ಷೆ ವಿಧಿಸಿದ ಸಮಯದಿಂದ, ಅವನು ಎಂದಿಗೂ ಬೆತ್ತದ ಭಯವನ್ನು ತೋರಿಸಲಿಲ್ಲ ಮತ್ತು ಶಿಕ್ಷೆಯ ನಂತರ ಪಡೆದ ಹಣವನ್ನು ಜೈಲರ್ ಮುಖದ ಮೇಲೆ ಎಸೆದನು.

ಅವರ ಕ್ರಾಂತಿಕಾರಿ ಜೀವನದುದ್ದಕ್ಕೂ ಪೊಲೀಸರು ಯಾವಾಗಲೂ ಅವನನ್ನು ಹಿಂಬಾಲಿಸಿದರು, ಆದರೆ ಅವರು ಯಾವಾಗಲೂ ಧೈರ್ಯವನ್ನು ತೋರಿಸಿದರು. ಅವರ ಜೀವನದ ವಿವಿಧ ಘಟನೆಗಳನ್ನು ಹಿಂದಿನ ಅಧ್ಯಾಯಗಳಲ್ಲಿ ವಿವರಿಸಲಾಗಿದೆ. ಒಮ್ಮೆ ಅವನು ತನ್ನ ತಾಯಿಯನ್ನು ಭೇಟಿಯಾಗಲು ಹೋದಾಗ, ಪೊಲೀಸರು ಅವನನ್ನು ಹಿಂಬಾಲಿಸಿದ್ದಾರೆ ಎಂಬ ಮಾಹಿತಿ ಅವನಿಗೆ ಸಿಕ್ಕಿತು. ಇದರ ಮೇಲೆ ಅವರು ನೇರವಾಗಿ ಪೊಲೀಸರನ್ನು ಎದುರಿಸಲು ಸಿದ್ಧರಾಗಿದ್ದರು, ಆದರೆ ಭಗತ್ ಸಿಂಗ್ ಅವರನ್ನು ತಡೆದರು. ಎರಡನೇ ಬಾರಿಯೂ ತಾಯಿಯನ್ನು ಭೇಟಿಯಾಗಲು ಹೋಗಿ ಮಲಗಿದ್ದಾಗ ಪೊಲೀಸರು ಬಂದಿದ್ದರು. ಈ ವೇಳೆ ಪೊಲೀಸರು ಗುಂಡಿನ ದಾಳಿ ನಡೆಸಿದರು. ಗುಂಡುಗಳು ಖಾಲಿಯಾದ ನಂತರ, ಅವನು ತನ್ನ ಸ್ನೇಹಿತನೊಂದಿಗೆ

ಮಾಳಿಗೆಗೆ ಹೋದನು ಮತ್ತು ಛಾವಣಿಯ ಮೇಲೆ ಇಟ್ಟಿದ್ದ ಇಟ್ಟಿಗೆಗಳಿಂದ ಪೊಲೀಸ್ ಗುಂಡುಗಳನ್ನು ಎದುರಿಸಲು ಪ್ರಾರಂಭಿಸಿದನು. ಅವನ ಸಹಚರನು ಕೊಲ್ಲಲ್ಪಟ್ಟನು, ಆದರೆ ಆಜಾದ್ ಸ್ವತಃ ಒಂದು ಛಾವಣಿಯಿಂದ ಇನ್ನೊಂದು ಛಾವಣಿಗೆ ಜಿಗಿಯುವ ಮೂಲಕ ಪೋಲೀಸ್ ಜಟಿಲದಿಂದ ಪಾರಾಗುತ್ತಾನೆ.

ಕಾಕೋರಿ ಘಟನೆಯ ನಂತರ, ಆತನ ವಿರುದ್ಧ ಸಾಕ್ಷ್ಯವನ್ನು ಸಂಗ್ರಹಿಸಲು ಪೋಲೀಸ್ ಅಧಿಕಾರಿಯನ್ನು ವಿಶೇಷವಾಗಿ ನಿಯೋಜಿಸಲಾಯಿತು. ಅವರು ಯಾವಾಗಲೂ ಅವರನ್ನು ಅನುಸರಿಸುತ್ತಿದ್ದರು. ಆಜಾದ್ ಅವರಿಗೆ ಬೇಸರವಾಯಿತು. ಆಮೇಲೆ ಒಂದು ದಿನ ಯಾವುದಕ್ಕೂ ತಲೆಕೆಡಿಸಿಕೊಳ್ಳದೆ ನೇರವಾಗಿ ಅವನ ಬಳಿಗೆ ಹೋಗಿ ರಿವಾಲ್ವರ್ ಅನ್ನು ಅವನ ಎದೆಯ ಹತ್ತಿರ ಇಟ್ಟ. ಅವರ ಧೈರ್ಯವನ್ನು ನೋಡಿ, ಪೊಲೀಸ್ ಅಧಿಕಾರಿ ಗಾಬರಿಗೊಂಡರು, ಅವರು ಮತ್ತೆ ಅವರನ್ನು ಅನುಸರಿಸುವುದಿಲ್ಲ ಎಂದು ಪ್ರತಿಜ್ಞೆ ಮಾಡಿದರು ಮತ್ತು ನಂತರ ಆಜಾದ್ ಅವರನ್ನು ಬಿಡುಗಡೆ ಮಾಡಿದರು.

ಹಲವು ಬಾರಿ ವೇಷ ಬದಲಿಸಿ ಪೊಲೀಸರು ಹಾಗೂ ಪತ್ತೆದಾರರ ಬಲೆಯಿಂದ ತಪ್ಪಿಸಿಕೊಂಡಿದ್ದ. ಭಗತ್ ಸಿಂಗ್ ಬಂಧನದ ನಂತರ, ಅವರು ಜೈಲಿನಿಂದ ಬಿಡುಗಡೆ ಮಾಡಲು ಒಂದು ಯೋಜನೆಯನ್ನು ಮಾಡಿದರು, ಇದು ದುರದೃಷ್ಟವಶಾತ್ ಯಶಸ್ವಿಯಾಗಲಿಲ್ಲ ಮತ್ತು 1929 ರಲ್ಲಿ ಅವರು ವೈಸರಾಯ್ ಕಾರನ್ನು ಬಾಂಬ್‌ನಿಂದ ಸ್ಫೋಟಿಸಲು ಪ್ರಯತ್ನಿಸಿದರು, ಅದು ಯಶಸ್ವಿಯಾಗಲಿಲ್ಲ.

ಹೀಗೆ ಆಜಾದ್ ಅವರ ಇಡೀ ಜೀವನ ಸಾಹಸಮಯ ಚಟುವಟಿಕೆಗಳಿಂದ ಕೂಡಿದ್ದು, ಕೊನೆಗೆ ಪೊಲೀಸರನ್ನು ಧೈರ್ಯದಿಂದ ಎದುರಿಸಿ ಹುತಾತ್ಮರಾದರು. ಅವನಲ್ಲಿ ಧೈರ್ಯದ ಚೈತನ್ಯ ತುಂಬಿತ್ತು. ವಾಸ್ತವವಾಗಿ, ಅವರು ಸ್ವತಂತ್ರವಾಗಿ ಜನಿಸಿದರು, ಸಾವಿನ ಭಯವು ಅವನನ್ನು ಮುಟ್ಟಲಿಲ್ಲ. ಸಾವನ್ನು ಎದುರಿಸಲು ಅವರು ಸದಾ ಸಿದ್ಧರಾಗಿದ್ದರು. ಶತ್ರುಗಳ ಗುಂಡುಗಳನ್ನು ಎದುರಿಸಲು ತಾನು ಸಿದ್ಧನಿದ್ದೇನೆ, ತಾನು ಸ್ವತಂತ್ರನಾಗಿದ್ದೆ, ಸ್ವಾತಂತ್ರ್ಯದ ಅನುಪಸ್ಥಿತಿಯಲ್ಲಿ, ಅವನ ಏಕೈಕ ಆಯ್ಕೆಯು ಸಾವು ಎಂದು ಅವರು ಹೇಳಿದರು. ಅವರ ಅದಮ್ಯ ಧೈರ್ಯವನ್ನು ತೋರಿಸುತ್ತಾ, ಮನ್ಮಥನಾಥ ಗುಪ್ತ ಬರೆಯುತ್ತಾರೆ -

"ಕಳೆದ ಹತ್ತು ವರ್ಷಗಳಿಂದ ಪಟ್ಟುಬಿಡದ ಯುದ್ಧವನ್ನು ನಡೆಸುತ್ತಿರುವ ಸಾಮ್ರಾಜ್ಯಶಾಹಿಯು ವಿಚಿತ್ರ ಸಂದರ್ಭಗಳಲ್ಲಿಯೂ ಸಹ, ಸಂಪೂರ್ಣವಾಗಿ ಪ್ರತಿಕೂಲ ಪರಿಸ್ಥಿತಿಗಳಲ್ಲಿ ಹೇಳಬೇಕು. ಕಳೆದ ಎಂಟು ವರ್ಷಗಳಿಂದ ಅವರು

ಕ್ರಾಂತಿಯ ಮಾರ್ಗವನ್ನು ಅನುಸರಿಸಿದರು ಮತ್ತು ಅದನ್ನು ಚೆನ್ನಾಗಿ ಅನುಸರಿಸಿದರು. ಈ ಯೋಧನು ಯಾವುದೇ ಆಪತ್ತು ಎದುರಾದರೂ ಹಿಮ್ಮೆಟ್ಟಲಿಲ್ಲ; ಇದು ಅವನ ಸ್ವಭಾವಕ್ಕೆ ವಿರುದ್ಧವಾಗಿತ್ತು ಮತ್ತು ಅವನು ತನ್ನ ಜೀವನವನ್ನು ಕದ್ದವನಲ್ಲ. ಅವರಿಗೆ ಸಂಕಟವು ಹಂಸಗಳಿಗೆ ನೀರಿನಂತೆ ಆಗಿತ್ತು. ಅವರು ಕಳೆದ ಆರೂವರೆ ವರ್ಷಗಳಿಂದ ಅಂದರೆ ಸೆಪ್ಟೆಂಬರ್ 26, 1925 ರಿಂದ ತಲೆಮರೆಸಿಕೊಂಡಿದ್ದರು. ಸೆಪ್ಟೆಂಬರ್ 17, 1928 ರಿಂದ ಅವನಿಗೆ ನೇಣು ಕುಣಿಕೆ ಸಿದ್ಧವಾಗಿತ್ತು, ಅಂದರೆ ಸೌಂಡರ್ಸ್ ಕೊಲೆ ಪ್ರಕರಣದ ದಿನ, ಆಗ ಅವನು ಎಷ್ಟು ನೇಣು ಮತ್ತು ಕಪ್ಪು ಪಾನಿಗಳಿಗೆ ಅರ್ಹನಾಗಿದ್ದನು ಎಂದು ಯಾರಿಗೆ ತಿಳಿದಿದೆ.

ಆದರ್ಶ ಸ್ನೇಹಿತ

ತಂಡದ ನಾಯಕನಾಗಿದ್ದರೂ ಶಿಸ್ತು ಕಾಪಾಡಲು ತಂಡದ ಸದಸ್ಯರೊಂದಿಗೆ ಕಠೋರವಾಗಿ ನಡೆದುಕೊಳ್ಳಬೇಕಾಗಿದ್ದರೂ ಗುರಿ ತಪ್ಪದಂತೆ ಕಾಪಾಡುವುದು ಕೂಡ ಇದರ ಉದ್ದೇಶವಾಗಿತ್ತು. ವಾಸ್ತವವಾಗಿ, ಅವನು ತನ್ನ ಸ್ನೇಹಿತನನ್ನು ಕೆಟ್ಟದ್ದರಿಂದ ರಕ್ಷಿಸುವ ನಿಜವಾದ ಸ್ನೇಹಿತ. ಈ ಕಠೋರತೆಯ ಹಿಂದಿನ ಕಾರಣವೆಂದರೆ ಅವರ ಸಹೋದ್ಯೋಗಿಗಳ ಮೇಲಿನ ಪ್ರೀತಿಯ ಕಾಳಜಿ, ಇಲ್ಲದಿದ್ದರೆ ಅವರು ತಮ್ಮ ಸಹೋದ್ಯೋಗಿಗಳ ಸೌಕರ್ಯ ಮತ್ತು ಯೋಗಕ್ಷೇಮದ ಬಗ್ಗೆ ಯಾವಾಗಲೂ ಎಚ್ಚರವಾಗಿರುತ್ತಾರೆ. ಆದ್ದರಿಂದಲೇ ಪಕ್ಷದ ಸದಸ್ಯರು ಅವರನ್ನು ತಮ್ಮ ನಾಯಕನಷ್ಟೇ ಅಲ್ಲದೆ ತಮ್ಮ ಆಪ್ತರನ್ನಾಗಿಯೂ ಕಂಡರು. ಭಗವಾನದಾಸ್ ಈ ವಿಷಯದ ಬಗ್ಗೆ ಬರೆದಿದ್ದಾರೆ -

"ಅಮರ್ ಶಹೀದ್ ಭಗತ್ ಸಿಂಗ್ ಮೊದಲಾದವರಲ್ಲಿ, ಅವರು ಕೇವಲ ಪುಸ್ತಕದ ಜ್ಞಾನದ ಆಧಾರದ ಮೇಲೆ ಸ್ವಲ್ಪ ತಾರ್ಕಿಕ ಶಕ್ತಿಯ ಆಧಾರದ ಮೇಲೆ ನಾಯಕನ ಸ್ಥಾನವನ್ನು ಸಾಧಿಸಿದರು, ಆದರೆ ಪ್ರಾಯೋಗಿಕ ಬುದ್ಧಿವಂತಿಕೆ, ಅದಮ್ಯ ಧೈರ್ಯ ಮತ್ತು ಎಲ್ಲಕ್ಕಿಂತ ಹೆಚ್ಚಾಗಿ, ಅವರ ಹೃತ್ಪೂರ್ವಕ, ಪ್ರೀತಿಯ ಕಾಳಜಿಯಿಂದ. ಅವರ ಒಡನಾಡಿಗಳ ಯೋಗಕ್ಷೇಮ ಮತ್ತು ಕಷ್ಟದ ಸಮಯದಲ್ಲಿ ಸಮರ್ಥ ನಾಯಕತ್ವವನ್ನು ಒದಗಿಸುವ ಮೂಲಕ.

ಅಸೆಂಬ್ಲಿ ಬಾಂಬ್ ಸ್ಫೋಟದ ಯೋಜನೆಯನ್ನು ತಯಾರಿಸಲಾಯಿತು. ಭಗತ್ ಸಿಂಗ್ ಮತ್ತು ಬಟುಕೇಶ್ವರ್ ದತ್ ಅವರಿಂದ ಬಾಂಬ್ ಸ್ಫೋಟಿಸಲಾಗುವುದು ಎಂದು ನಿರ್ಧರಿಸಲಾಯಿತು. ಆಜಾದ್ ಕೆಲವು ಕೆಲಸದ ನಿಮಿತ್ತ ಝಾನ್ಸಿಗೆ

ಹೋಗಬೇಕಾಯಿತು. ಅವನು ರೈಲು ನಿಲ್ದಾಣದ ಕಡೆಗೆ ಹೋಗುತ್ತಿದ್ದನು. ಅವರ ಜೊತೆಗೆ ತಂಡದ ಮತ್ತೊಬ್ಬ ಸದಸ್ಯ ಶ್ರೀ ಶಿವ ವರ್ಮಾ ಅವರನ್ನು ಠಾಣೆಗೆ ಬಿಡಲು ಹೊರಟಿದ್ದರು. ನಂತರ ಅವರು ಶಿವವರ್ಮರಿಗೆ ಹೇಳಿದರು -

"ಬೆಳಗ್ಗೆ! ಇನ್ನು ಕೆಲವೇ ದಿನಗಳಲ್ಲಿ ಇವರಿಬ್ಬರೂ (ಭಗತ್ ಸಿಂಗ್ ಮತ್ತು ಬಟುಕೇಶ್ವರ ದತ್) ದೇಶದ ಆಸ್ತಿಯಾಗುತ್ತಾರೆ. ಆಗ ಅವರ ನೆನಪು ಮಾತ್ರ ನಮಗೆ ಉಳಿಯುತ್ತದೆ. ಅಲ್ಲಿಯವರೆಗೆ, ಅವರನ್ನು ಅತಿಥಿಗಳಂತೆ ನೋಡಿಕೊಳ್ಳಿ ಮತ್ತು ಅವರ ಸೌಕರ್ಯ ಮತ್ತು ಅಸ್ವಸ್ಥತೆಯನ್ನು ನೋಡಿಕೊಳ್ಳಿ.

ಈ ಸ್ಪರ್ಶದ ಮಾತುಗಳಲ್ಲಿ, ಆಜಾದ್‌ನ ಹೊಸ ರೂಪ - ಭಾವೋದ್ರಿಕ್ತ ಸ್ನೇಹಿತನ ರೂಪ - ನಮ್ಮ ಮುಂದೆ ಕಾಣಿಸಿಕೊಳ್ಳುತ್ತದೆ. ವಾಸ್ತವದಲ್ಲಿ, ಮಹಾನ್ ಆತ್ಮಗಳು ಹೊರಗಿನಿಂದ ಸಿಡಿಲು ಬಡಿತದಂತೆ ಕಠಿಣವಾಗಿ ಕಾಣಿಸಬಹುದು, ಆದರೆ ಲೌಕಿಕ ಜೀವನವನ್ನು ಕಾಪಾಡಿಕೊಳ್ಳಲು ಅವರ ಹೃದಯವು ಹೂಕ್ಕಿಂತ ಮೃದುವಾಗಿರುತ್ತದೆ. ಈ ಮಾತು ನಮ್ಮ ನಾಯಕ ಚಂದ್ರಶೇಖರ ಆಜಾದ್ ಅವರಿಗೂ ಅನ್ವಯಿಸುತ್ತದೆ.

ಶ್ರೀ ವೀರೇಂದ್ರ ಅವರು ತಮ್ಮ ಸ್ನೇಹಿತನ ಮೇಲಿನ ಪ್ರೀತಿಯ ಘಟನೆಯನ್ನು ಉಲ್ಲೇಖಿಸಿದ್ದಾರೆ. ವಿಧಾನಸಭೆಯಲ್ಲಿ ಬಾಂಬ್ ಸ್ಫೋಟವಾದ ಒಂದು ಅಥವಾ ಎರಡು ದಿನಗಳ ನಂತರ ಈ ಘಟನೆ ಸಂಭವಿಸಿದೆ. ಇದಾದ ನಂತರ ದಿನಪತ್ರಿಕೆಗಳಲ್ಲಿ ಭಗತ್ ಸಿಂಗ್ ಅವರ ಚಿತ್ರ ಪ್ರಕಟವಾಯಿತು, ಇದನ್ನು ನೋಡಿ ಆಜಾದ್ ಅವರ ಕಣ್ಣುಗಳಿಂದ ಗೆಳೆಯನ ಮೇಲಿನ ಪ್ರೀತಿ ಉಕ್ಕಿ ಹರಿಯಿತು. ಶ್ರೀ ವೀರೇಂದ್ರರ ಮಾತಿನಲ್ಲಿ -

"ಭಗತ್ ಸಿಂಗ್ ಮೇಲೆ ಆಜಾದ್ ಅವರಿಗೆ ಎಷ್ಟು ಪ್ರೀತಿ ಇತ್ತು ಎಂಬುದನ್ನು ಇನ್ನೊಂದು ಘಟನೆಯಿಂದ ಅಂದಾಜಿಸಬಹುದು. ಭಗತ್ ಸಿಂಗ್ ವಿಧಾನಸಭೆಯಲ್ಲಿ ಬಾಂಬ್ ಎಸೆದ ದಿನ ಆಜಾದ್ ಆಗ್ರಾದಲ್ಲಿದ್ದರು. ದಿನಪತ್ರಿಕೆಗಳಲ್ಲಿ ಭಗತ್ ಸಿಂಗ್ ಅವರ ಚಿತ್ರವನ್ನು ನೋಡಿದಾಗ ಅವರು ಅದನ್ನು ಅವರ ಮುಂದೆ ಇಟ್ಟುಕೊಂಡು ಬಹಳ ಸಮಯ ನೋಡಿದರು ಮತ್ತು ನಂತರ ಅವರ ಕಣ್ಣುಗಳಿಂದ ನೀರು ಹರಿಯಲು ಪ್ರಾರಂಭಿಸಿತು. ಅವನ ಕಣ್ಣಲ್ಲಿ ನೀರು ಕಂಡದ್ದು ಇದೇ ಮೊದಲು. ಆದರೆ ಭಗತ್ ಸಿಂಗ್ ದೊಡ್ಡ ತ್ಯಾಗ ಮಾಡಿದ್ದಾರೆ ಎಂದು ಆಜಾದ್ ಭಾವಿಸಿದರು. ಈಗ ಅವನು ಹಿಂತಿರುಗುವುದಿಲ್ಲ ಮತ್ತು ಆಜಾದ್ ಮತ್ತು ಅವನು ಈ ಜನ್ಮದಲ್ಲಿ ಮತ್ತೆ ಭೇಟಿಯಾಗದಿರಬಹುದು. ಈ ಆಲೋಚನೆಯು ಅವನನ್ನು ಸ್ವಲ್ಪಮಟ್ಟಿಗೆ ತೊಂದರೆಗೀಡುಮಾಡಿತು ಮತ್ತು ಕಲ್ಲಿನ ಹೃದಯವನ್ನು ಹೊಂದಿದ್ದನು ಎಂದು ಭಾವಿಸಿದ ವ್ಯಕ್ತಿಯು ಅಂತಿಮವಾಗಿ ಕರಗಿದನು. ಆದರೆ ಇದು ದೌರ್ಬಲ್ಯವಾಗಿರಲಿಲ್ಲ. ನನ್ನ ಆತ್ಮೀಯ ಸ್ನೇಹಿತನ ಮೇಲೆ ಪ್ರೀತಿ ಇತ್ತು.

ಫೆಬ್ರವರಿ 27, 1931 ರಂದು ಪೊಲೀಸರೊಂದಿಗೆ ಧೈರ್ಯದಿಂದ ಹೋರಾಡುವಾಗ, ಹುತಾತ್ಮರಾದ ನಂತರವೂ ಅವರು ತಮ್ಮ ಅನನ್ಯ ಸ್ನೇಹವನ್ನು ತೋರಿಸಿದರು. ಪರಿಸ್ಥಿತಿಯ ಗಂಭೀರತೆಯನ್ನು ಕಂಡು ಸ್ನೇಹಿತ ಸುಖದೇವ್‌ರಾಜ್ ನಿರಾಕರಿಸಿದರೂ ಬಲವಂತವಾಗಿ ಓಡಿಸಿ ಪ್ರಾಣ ಉಳಿಸಿ ತಾನೂ ಹುತಾತ್ಮನಾದ. ಈ ನಿಟ್ಟಿನಲ್ಲಿ, ಶ್ರೀ ಸುಖದೇವರಾಜ್ ಅವರು ಬರೆದಿದ್ದಾರೆ -

“ಈ ಸಮಯದಲ್ಲಿ ಗೋರಾ ಮತ್ತು ಅವನ ಸಹಚರರು ಮರದ ಹಿಂದೆ ಅಡಗಿಕೊಂಡರು. ಆಜಾದ್ ಕೂಡ ಮರದ ಹಿಂದೆ ರಕ್ಷಣೆ ಪಡೆದರು. ಎರಡೂ ಕಡೆಯಿಂದ ಗುಂಡುಗಳು ಹಾರಲಾರಂಭಿಸಿದವು. ಅಷ್ಟರಲ್ಲಿ ಆಜಾದ್ ನನ್ನನ್ನು ಅಲ್ಲಿಂದ ಹೊರಡುವಂತೆ ಆದೇಶಿಸಿದರು. ಅಲ್ಲಿ ಹೋರಾಡುವಾಗ ಅವರೇ ಹುತಾತ್ಮರಾದರು. ಆದರೆ ಅವನು ತನ್ನ ಒಡನಾಡಿಗಳಲ್ಲಿ ಒಬ್ಬನ ಜೀವವನ್ನು ಉಳಿಸಿದನು.

ಸ್ವತಃ ಸತ್ತ ನಂತರವೂ ಸ್ನೇಹಿತನ ಜೀವವನ್ನು ಉಳಿಸುವ ಈ ಉದಾಹರಣೆಯು ಖಂಡಿತವಾಗಿಯೂ ಸ್ವತಃ ಆದರ್ಶವಾಗಿದೆ, ಇದು ಸಾಮಾನ್ಯ ಜನರಿಂದ ನಿರೀಕ್ಷಿಸುವುದು ಕೇವಲ ಕಾಲ್ಪನಿಕವಾಗಿದೆ.

ಪಂಡಿತ್ ರಾಮಪ್ರಸಾದ್ ಬಿಸ್ಮಿಲ್ ಮತ್ತು ಭಗತ್ ಸಿಂಗ್ ಅವರನ್ನು ಜೈಲಿನಿಂದ ಬಿಡುಗಡೆ ಮಾಡುವ ಪ್ರಯತ್ನಗಳು ಅವರ ಸ್ನೇಹಿತರ ಮೇಲಿನ ಪ್ರೀತಿಯ ಪ್ರತಿಬಿಂಬವಾಗಿದೆ. ಹೀಗೆ ಒಂದೆಡೆ ಚಂದ್ರಶೇಖರ ಆಜಾದ್ ಅದ್ವಿತೀಯ ಕ್ರಾಂತಿಕಾರಿ, ಅದಮ್ಯ ಧೀರ, ಅತ್ಯುತ್ತಮ ನಾಯಕತ್ವ ಶಕ್ತಿ, ಚಾರಿತ್ರ್ಯ ಶಕ್ತಿಯ ಪ್ರತೀಕ, ಪ್ರಗತಿಪರ ಚಿಂತನೆಗಳ ರಾಜಕೀಯ ಚಿಂತಕ, ಮತ್ತೊಂದೆಡೆ ಆದರ್ಶ ಗೆಳೆಯರಾಗಿ ನಮ್ಮ ಮುಂದೆ ಕಾಣಿಸಿಕೊಳ್ಳುತ್ತಾರೆ.

ದೇಶಭಕ್ತಿಯ ಸಮಾನಾರ್ಥಕ ಪದಗಳು

ಚಂದ್ರಶೇಖರ ಆಜಾದ್ ಅವರ ಸಂಪೂರ್ಣ ಜೀವನಚರಿತ್ರೆ ದೇಶಭಕ್ತಿಯ ಉತ್ಸಾಹದಿಂದ ತುಂಬಿದೆ. ಬಹುಶಃ ಈ ಭಾವನೆಯ ಬೀಜವು ಅವರ ಹೃದಯದಲ್ಲಿ ಬಿತ್ತಲ್ಪಟ್ಟಿರುವುದು ಅವರು ಸಂಸ್ಕೃತವನ್ನು ಅಧ್ಯಯನ ಮಾಡಲು ಭಾಭಾರಾದಿಂದ ಬನಾರಸ್ ತಲುಪಿದಾಗ ಮಾತ್ರ. ಈ ಅವಧಿಯು ಭಾರತದ ರಾಜಕೀಯದಲ್ಲಿ ಪ್ರಕ್ಷುಬ್ಧತೆಯ ಅವಧಿಯಾಗಿತ್ತು. ಸೈಮನ್ ಆಯೋಗದ ಬಹಿಷ್ಕಾರ, ಜಲಿಯನ್ ವಾಲಾಬಾಗ್ ಘಟನೆ ಮುಂತಾದ ಘಟನೆಗಳು ಈ ವರ್ಷಗಳಲ್ಲಿ ನಡೆದವು, ನಂತರ ಈ ಘಟನೆಗಳು ಆಜಾದ್ ಅವರ ಹೃದಯದಲ್ಲಿ ದೇಶಭಕ್ತಿಯ ಬೀಜವನ್ನು

ಮೊಳಕೆಯೊಡೆಯಲು ಸಹಾಯ ಮಾಡಿತು. 1921ರಲ್ಲಿ ಸತ್ಯಾಗ್ರಹಿಗಳು ವಿದೇಶಿ ವಸ್ತುಗಳ ಅಂಗಡಿಯೊಂದರಲ್ಲಿ ಧರಣಿ ನಡೆಸುತ್ತಿದ್ದಾಗ ಪೊಲೀಸರು ಲಾಠಿ ಪ್ರಹಾರ ನಡೆಸುತ್ತಿದ್ದಾಗ ಅವರ ಈ ದೇಶಭಕ್ತಿಯ ಭಾವನೆಗೆ ಮೊದಲ ಮಾನ್ಯತೆ ಸಿಕ್ಕಿತು. ಆಜಾದ್ ಈ ಚಿತ್ರಹಿಂಸೆಯನ್ನು ಸಹಿಸಲಾರದೆ ಇನ್ಸ್ಪೆಕ್ಟರ್ ತಲೆಯ ಮೇಲೆ ಕಲ್ಲು ಎಸೆದ.

ಇದರ ನಂತರ, ಆಜಾದ್ ಸಂಪೂರ್ಣವಾಗಿ ದೇಶಭಕ್ತಿಯ ಬಣ್ಣಗಳಿಂದ ತುಂಬಿದ; ಮನೆ, ವಿದ್ಯಾಭ್ಯಾಸ ಎಲ್ಲವನ್ನೂ ತೊರೆದು ದೇಶಸೇವೆ ಮಾಡಿದರು. ಈ ದೇಶಪ್ರೇಮದ ಅಮಲು ಅವರನ್ನು ಕ್ರಾಂತಿಕಾರಿಗಳಿಗೆ ಪರಿಚಯಿಸಿತು ಮತ್ತು 1921 ರಲ್ಲಿ ಅಸಹಕಾರ ಚಳವಳಿಯ ಅಂತ್ಯದ ನಂತರ ಅವರು ಕ್ರಾಂತಿಕಾರಿ ಸಂಘಟನೆಯಾದ 'ಹಿಂದೂಸ್ತಾನ್ ರಿಪಬ್ಲಿಕನ್ ಅಸೋಸಿಯೇಷನ್' ಸದಸ್ಯರಾದರು. ಇಲ್ಲಿಂದಲೇ ಅವರ ಹೃದಯದಲ್ಲಿ ಚಿಗುರೊಡೆದ ದೇಶಪ್ರೇಮದ ಪುಟ್ಟ ಗಿಡ ಅರಳುವ ಹಾಗೂ ಬೃಹತ್ ವೃಕ್ಷವಾಗುವ ಅವಕಾಶ ಸಿಕ್ಕಿತು.

ಈಗ ಅವರ ಮುಂದೆ ಒಂದೇ ಒಂದು ಗುರಿ ಇತ್ತು, ದೇಶವನ್ನು ವಿದೇಶಿಯರ ದಾಸ್ಯದಿಂದ ಮುಕ್ತಗೊಳಿಸಬೇಕು. ಅವನು ಯಾವುದೇ ಕೆಲಸ ಮಾಡಿದರೂ - ಅದು ಡಕಾಯಿತಿಯಾಗಿರಬಹುದು, ವಂಚನೆಯಾಗಿರಬಹುದು, ಹಿಂಸೆಯಾಗಿರಬಹುದು ಅಥವಾ ಕ್ರಾಂತಿಕಾರಿ ಪಕ್ಷಗಳ ಸಂಘಟನೆಯಾಗಿರಬಹುದು - ಈ ಗುರಿಯನ್ನು ಮನಸ್ಸಿನಲ್ಲಿಟ್ಟುಕೊಂಡು ಎಲ್ಲವನ್ನೂ ಮಾಡಿದರು. ಈ ಗುರಿಯನ್ನು ಸಾಧಿಸಲು, ಅವರು ಜೀವನದ ಎಲ್ಲಾ ಸಂತೋಷಗಳನ್ನು ತ್ಯಜಿಸಿದರು ಮತ್ತು ದುಃಖಗಳನ್ನು ಸ್ವೀಕರಿಸಿದರು. ಅವನು ತನ್ನ ಗುರಿಯನ್ನು ಸಾಧಿಸುವ ಹಾದಿಯಲ್ಲಿ ಇತರ ಪ್ರಾಪಂಚಿಕ ಸಂತೋಷಗಳನ್ನು ಅಡೆತಡೆಗಳೆಂದು ಪರಿಗಣಿಸಿದನು. ಅದಕ್ಕಾಗಿಯೇ ಅವರು ತಮ್ಮ ಇತರ ಸಹೋದ್ಯೋಗಿಗಳಿಗೆ ಸಹ ಅವರಿಂದ ದೂರವಿರಲು ಸಲಹೆ ನೀಡುತ್ತಿದ್ದರು. ಅವರ ಸ್ಪಷ್ಟ ಘೋಷಣೆ ಹೀಗಿತ್ತು-

"ನೀವು ನಿಮ್ಮ ದೇಶವನ್ನು ಪ್ರೀತಿಸಲು ಬಯಸಿದರೆ, ಅದಕ್ಕಾಗಿ ನೀವು ಎಲ್ಲವನ್ನೂ ತ್ಯಾಗ ಮಾಡಬೇಕಾಗುತ್ತದೆ. ಬೇರೆಯವರನ್ನು ಪ್ರೀತಿಸುವುದಕ್ಕೆ ಅವಕಾಶವೇ ಇಲ್ಲ."

"ದೇಶದ ಪ್ರೀತಿಗಾಗಿ ಎಲ್ಲವನ್ನೂ ತ್ಯಾಗ ಮಾಡುವ ಈ ಘೋಷಣೆಯು ಅವರ ಜೀವನದ ಸೈದ್ಧಾಂತಿಕ ಅಂಶವಾಗಿರಲಿಲ್ಲ, ಆದರೆ ಅವರ ಜೀವನದ ಪ್ರಾಯೋಗಿಕ ನಡವಳಿಕೆಯಾಗಿತ್ತು. ಅವರ ಜೀವನದ ಒಂದು ಘಟನೆಯನ್ನು ಉದಾಹರಣೆಯಾಗಿ ತೆಗೆದುಕೊಳ್ಳಬಹುದು. ಶ್ರೀ ಗಣೇಶಶಂಕರ್ ವಿದ್ಯಾರ್ಥಿಗಳು ಅವರಿಗೆ ಇನ್ನೂರು

ರೂಪಾಯಿಗಳನ್ನು ನೀಡಿದರು, ಆದ್ದರಿಂದ ಅವರು ಈ ಹಣವನ್ನು ಅವರ ಹೆತ್ತವರಿಗೆ ಕಳುಹಿಸಬಹುದು, ಏಕೆಂದರೆ ಅವರ ಸ್ಥಿತಿ ತುಂಬಾ ದಯನೀಯವಾಗಿದ್ದರಿಂದ ಅವರು ಹಸಿವಿನಿಂದ ಸಾಯುತ್ತಿದ್ದರು. ಆದರೆ ಆಜಾದ್ ಆ ಹಣವನ್ನು ಪಕ್ಷದ ಸದಸ್ಯರಿಗೆ ಖರ್ಚು ಮಾಡಿದರು. "ನೀವು ಆ ಹಣವನ್ನು ನಿಮ್ಮ ಮನೆಗೆ ಕಳುಹಿಸಿದ್ದೀರಾ?" ಎಂದು ವಿದ್ಯಾರ್ಥಿ ಕೇಳಿದಾಗ ಆಜಾದ್ ಉತ್ತರಿಸಿದರು-

"ನನ್ನ ಹೆತ್ತವರು ಇನ್ನೂ ಕೆಲವೊಮ್ಮೆ ತಿನ್ನಲು ಏನನ್ನಾದರೂ ಪಡೆಯುತ್ತಾರೆ, ಆದರೆ ನನ್ನ ಪಕ್ಷದಲ್ಲಿ ಅನೇಕ ಯುವಕರು ಕೆಲವೊಮ್ಮೆ ಸಂಪೂರ್ಣವಾಗಿ ಹಸಿವಿನಿಂದ ಇರಬೇಕಾಗುತ್ತದೆ. ನನ್ನ ತಂದೆ ತಾಯಿಗೆ ವಯಸ್ಸಾಗಿದೆ. ನಾವು ಸತ್ತರೂ ದೇಶಕ್ಕೆ ಯಾವುದೇ ನಷ್ಟವಿಲ್ಲ, ಆದರೆ ನನ್ನ ಪಕ್ಷದ ಯುವಕ ಹಸಿವಿನಿಂದ ಸತ್ತರೆ, ಅದು ನಮಗೆ ಅತ್ಯಂತ ಅವಮಾನಕರ ಸಂಗತಿಯಾಗಿದೆ ಮತ್ತು ದೇಶವು ಅದರಿಂದ ಸಾಕಷ್ಟು ನಷ್ಟವನ್ನು ಅನುಭವಿಸುತ್ತದೆ.

ದೇಶಕ್ಕಾಗಿ ಅಲೌಕಿಕ ಮತ್ತು ವಿಶಿಷ್ಟವಾದ ತ್ಯಾಗವನ್ನು ಮಾಡುವ ಭಾವನೆಗಿಂತ ದೇಶಭಕ್ತಿಯ ದೊಡ್ಡ ಸಂಕೇತ ಯಾವುದು? ಅವರು ಅಂತಿಮವಾಗಿ ಎಲ್ಲವನ್ನೂ ತ್ಯಾಗ ಮಾಡುವ ಮೂಲಕ ಈ ಮಾತುಗಳನ್ನು ಸಾಬೀತುಪಡಿಸಿದರು, ತಮ್ಮ ಪ್ರಾಣವನ್ನೂ ಸಹ, ವಾಸ್ತವವಾಗಿ ಚಂದ್ರಶೇಖರ್ ಆಜಾದ್ ಅವರು ದೇಶಭಕ್ತಿಯ ಸಮಾನಾರ್ಥಕರಾಗಿದ್ದಾರೆ.

***